இஸ்லாமிய வரலாறு

மூன்றாம் பாகம்

வெளியீடு
ரஹ்மத் பதிப்பகம்
இது ஒரு சென்னை ரஹ்மத் அறக்கட்டளை நிறுவனம்

இஸ்லாமிய வரலாறு

மூன்றாம் பாகம்

[அரபு மற்றும் ஆங்கில மூல நூற்களின் ஆதாரங்களின் அடிப்படையில்]

ஆசிரியர்
அல்அஸூமத்

மொழிபெயர்ப்பு மேலாய்வாளர்
குளச்சல் யூசுப்

மெய்ப்புத் திருத்தம்
சிராஜுல் ஹஸன்

நூலாக்கம்
தமிழ்அலை, சென்னை

அச்சிட்டோர்
ஜோதி எண்டர்பிரைசஸ், சென்னை

நூல் விவரம்
முதல் பதிப்பு: மே, 2019
பிரதிகள்: ஆயிரம்
பக்கங்கள்: 352
விலை: ரூ. 400/-
ISBN : 978-93-82132-30-1

பதிப்பாளர்
எம்.ஏ. முஸ்தபா
musthafa@agccapital.co

நிர்வாகி
யாசீன் முஸ்தபா
yasin@agccapital.co

வெளியீடு
ரஹ்மத் பதிப்பகம்
இது ஒரு சென்னை ரஹ்மத் அறக்கட்டளை நிறுவனம்
6, இரண்டாவது பிரதான சாலை, சி.ஐ.டி. காலனி, மைலாப்பூர், சென்னை - 600 004.
PHONE: 044 24997373 MOBILE: 94440 25000
Email : sales@rahmath.net. Website : www.rahmath.net.
Facebook: www.facebook.com/rahmathtrust

பதிப்புரை	7
அணிந்துரை	11
உமய்யா கிலாஃபத் (முதற்கட்டம்)	15
உமய்யா கிலாஃபத் (இரண்டாம் கட்டம்)	219

மொழிபெயர்ப்பாளர்

இலங்கையைச் சேர்ந்த மூத்த எழுத்தாளர் அல் அஸூமத் அவர்கள், குறிப்பிடத்தக்க முன்னணி இலக்கிய ஆளுமைகளுள் ஒருவர். 1942இல் பிறந்த இவர், 1959இல் எழுத்துலகில் கால் பதித்தார். இன்றுவரை ஏராளமான கவிதைகளையும் சிறுகதைகளும் மூன்று புதினங்களும் எட்டுக் குறுங்காவியங்களும் எழுதியுள்ளார். இவை தவிர இவர் எழுதியுள்ள கட்டுரைகளும் மொழிபெயர்ப்பு நூல்களும் தனி.

'வெள்ளைமரம்' (சிறுகதைத் தொகுப்பு), 'புலராப் பொழுதுகள்' (நெடுங்கவிதை), 'மலைக்குயில்' (கவிதைத் தொகுப்பு) 'நபித்தோழர் பிலால்' (மொழிபெயர்ப்பு) ஆகியவை இவருடைய முக்கியப் படைப்புகளாகும்.

முதல் இரண்டு நூல்களும் பரிசு பெற்ற நூல்களாகும்.

வானொலி, தொலைக்காட்சிகளில் பல கவியரங்குகளையும், புதிய கவிஞர்களுக்கான கவிதைப் பட்டறையும் நடத்தியுள்ளார். படைப்பிலக்கியம் மட்டுமின்றி, இதழியல் துறையிலும் தடம் பதித்துள்ளார். 'பூபாளம்', 'பௌர்ணமி', 'மேகம்' ஆகிய சிற்றிதழ்களை நடத்தி பேரனுபவம் பெற்றவர்.

1992இல் இலங்கை அரசின் சார்பாக 'நஜ்முல் ஸூரா' விருது, 2006 இல் 'கலாபூஷண்' விருது, 2009 இல் இலங்கை முஸ்லிம் கலைஞர் முன்னணியின் 'இலக்கிய சாகரம்' விருது, 2011 இல் இஸ்லாமியத் தமிழ் இலக்கியக் கழகத்தின் சார்பாக 'தமிழ் மாமணி' விருது ஆகியவை இவரைத் தேடி வந்த விருதுகளாகும்.

அகவை 75 என்றாலும் அயராமல் எழுத்துப் பணியில் ஈடுபட்டிருக்கும் அல் அஸூமத் அவர்கள், தற்போது யாப்பிலக்கணம் குறித்து எழுதிவருகிறார். அத்துடன் நபிக்குறளையும் உருவாக்கி வருகிறார். இவைதவிர பல மொழிபெயர்ப்புப் பணிகளிலும் முனைப்புடன் ஈடுபட்டுவருகிறார்.

பதிப்புரை

யா அல்லாஹ் உன்னையே வணங்குகிறோம்.

உன்னிடமே உதவி தேடுகிறோம்.

எல்லாப் புகழும் அல்லாஹ்வுக்கே...

எமது சென்னை ரஹ்மத் அறக்கட்டளையின் ரஹ்மத் பதிப்பகம் சார்பாக, இறைத்தூதர் முஹம்மத் நபி (ஸல்) அவர்களது நபிமொழித் தொகுப்புகளான, **ஸஹீஹுல் புகாரீ, ஸஹீஹ் முஸ்லிம்** ஆகிய இரண்டு தொகுப்புகளையும் முழுமையாக வெளியிட்டுள்ளோம். தொடர்ந்து, **ஜாமிஉத் திர்மிதீயை** மூன்று பாகங்களாக வெளியிட்டுள்ளோம். இதன் தொடர்ச்சியாக, **சுனன் அபூதாவூத், சுனனுந் நஸாயீ, சுனன் இப்னு மாஜா** ஆகிய நபிமொழித் தொகுப்புகள் இன்ஷா அல்லாஹ் விரைவில் வெளிவர உள்ளன.

மேலும், **ஸிஹாஹுஸ் ஸித்தா** எனும் முக்கியமான ஆறு நபிமொழித் தொகுப்புகளையும் முழுமையாகத் தமிழாக்கம் செய்து, மக்களிடம் சேர்க்க இருக்கிறோம் என்பதில் மிகுந்த மகிழ்ச்சியடைகிறோம். அல்ஹம்துலில்லாஹ்! எங்களது பணிகள் நிறைவுபெற்று, நபிமொழித் தொகுப்புகள் அனைத்தையும் உங்கள் கைகளில் கிடைக்கச் செய்ய எல்லாம் வல்ல இறைவனிடம் பிரார்த்தனை செய்யுமாறு வேண்டுகிறோம்.

திருக்குர்ஆன் விரிவுரையில் புகழ்பெற்ற **தஃப்சீர் இப்னு கஸீரைத்** தமிழில் மொழியாக்கம் செய்து மொத்தம் ஒன்பது பாகங்களாக வெளியிட முடிவு செய்து, ஏழு பாகங்கள் வெளியிட்டுள்ளோம். இன்ஷா அல்லாஹ், மீதமுள்ள இரண்டு பாகங்களும் விரைவில் வெளிவரும்.

★ ★ ★ ★

உலக வாழ்விலும் மறுமை வாழ்விலும் மானுடம், வெற்றியும் மேன்மையும் அடைவதற்கான வரலாற்றுப் படிப்பினையின் தேவை குறித்து, சங்கைமிகு திருக்குர்ஆன் நமக்குக் கூறியுள்ளது. தங்களது தீய செயல்களின் விளைவாக அழிவுற்ற சமூகங்கள் குறித்தும் நற்செயல்களின் விளைவாக, பேறுபெற்ற சமூகங்கள் குறித்தும் பல்வேறு போதனைகளை நாம் வரலாற்றின் மூலமே பெற்று வருகிறோம். இதை மனதில்கொண்டு நபிவழி கலீஃபாக்களின் வரலாறு மற்றும் இஸ்லாமிய வரலாற்றை ரஹ்மத் பதிப்பகம் சார்பில் வெளியிட வேண்டும் என்ற சீரிய நோக்கத்துடன் கடந்த மூன்று ஆண்டுகளாக, இஸ்லாமிய வரலாற்றாய்வாளர்கள் மற்றும் மார்க்க அறிஞர்களைக் கொண்ட ஒரு குழுவின் கூட்டு முயற்சியின் நல்விளைவாக, அது குறித்த நூல்களை இப்போது வெளியிடுகிறோம்.

உலகின் பேரொளி எனும் தலைப்பில் இறைத்தூதர் (ஸல்) அவர்களின் வரலாறு; **அதிசயத் தோழர்** எனும் தலைப்பில் அபூபக்ர் (ரலி) அவர்களின் வரலாறு; **உன்னத ஆட்சியாளர்** எனும் தலைப்பில் உமர் (ரலி) அவர்களின் வரலாறு; **ஒப்பற்ற வள்ளல்** எனும் தலைப்பில் உஸ்மான் (ரலி) அவர்களின் வரலாறு; **அறிவின் நுழைவாயில்** எனும் தலைப்பில் அலீ (ரலி) அவர்களின் வரலாறு என ஐந்து நூல்களும், இஸ்லாமிய வரலாறு குறித்த நூல் மூன்று பாகங்கள் என எட்டு நூல்கள்.

மூன்று பாகங்களாக வெளியிடும் இஸ்லாமிய வரலாற்றின் இம்முதல் பாகம், இஸ்லாமிய வரலாறு, அரபு இனக்குழுக்கள் குறித்த அறிமுகத்துடன் தொடங்கி, இறைத்தூதர் முஹம்மத் நபி (ஸல்) அவர்களின் தூதுத்துவ வாழ்வும் பணிகளும், அபூபக்ர் (ரலி), உமர் (ரலி), உஸ்மான் (ரலி), அலீ (ரலி),

ஹஸன் (ரலி) ஆகிய நபிவழி கலீஃபாக்களின் கிலாஃபத் மற்றும் அவர்களது பணிகள் என விரிவடைகிறது.

இரண்டாம் பாகம், உமய்யா கிலாஃபத் தொடங்கி, இமாம் ஹுஸைன் (ரலி) அவர்களின் உயிர்த்துறவு, அப்பாசிய ஆட்சி, அதன் இறுதிவரைக்குமான தொலைவுகளை உள்ளடக்கி இஸ்லாம் பரவியிருந்த பகுதிகள் என விரிவடைகிறது.

மூன்றாம் பாகம், இஸ்லாமிய ஆட்சிக்கு முன்பின்னுள்ள ஸ்பெய்னின் நிலைமைகள், உமய்யா, அப்பாசிய வம்சாவளிகள், அல்முராவித், அல்முஹாத் ஆட்சிகள், கிறிஸ்தவர்களுடனான போர்கள், இதிரீசியர், அக்லபியர் ஆட்சிகள், மொராக்கோ வடஆப்பிரிக்க வெற்றிகள், மங்கோலியர், துருக்கியர், தார்த்தாரியர் பற்றிய விளக்கமான குறிப்புகள், குவாரிஸ்ம் ஷா, அத்தபெக்கியர், ஸிஸ்தானிய அரசர்கள், ஸஃப்ஃபாரியர், ஸமனியர், தெலாமியர், கர்னவியர், ஸெல்ஜுக்குகள், கோரியர், முலுக்கியர் பற்றிய குறிப்புகள், பாரசீகத்தின் இஸ்லாமிய வரலாறு, உபைதுல்லாஹ், அய்யூபிய, மம்லுக் வம்சாவளியினர், கான்ஸ்டான்டிநோபிள் வெற்றி, உஸ்மானியப் பேரரசின் தொடக்க கால ஆட்சியாளரான சுல்தான் ஸலீமின் இறப்பு ஹிஜ்ரீ *926* (கி.பி. *1520*) வரையிலான உள்ளடக்கங்களுடன் விரிவடைகிறது.

இந்த அரியதோர் பணிக்கு உறுதுணையாக இருந்த, இலங்கையைச் சேர்ந்த அல் அஸுமத், எழுத்தாளர் குளச்சல் யூசுஃப், சிராஜுல் ஹஸன், மௌலவி ஸைஃபுர் ரஹ்மான் பிலாலி மற்றும் அச்சாக்கம் செய்து உதவிய தமிழ் அலை பதிப்பகம் ஆகியோருக்கு மனமார்ந்த நன்றிகள்.

இஸ்லாம் தொடர்பான அனைத்து நூல்களையும் ரஹ்மத் பதிப்பகம் மூலம் தமிழில் வெளியிடுகிற எங்களது சீரிய நோக்கத்தை நிறைவேற்றும் வாய்ப்பை வழங்கிய அல்லாஹ்வுக்கே எல்லாப் புகழும்.

இஸ்லாத்தை முழுமையாக அறிந்துகொள்ளவும் அதன்படி வாழவும் உதவியாக, இல்லங்கள் தோறும், பள்ளிவாசல்கள் தோறும் இஸ்லாமிய நூலகங்கள் உருவாகவும் இதன் மூலம், மக்கள் அனைவரும் படித்துப் பயன்பெறவும்

தெளிவு பெறவும் இந்நூல்கள் உதவியாக இருக்குமென்று நம்புகிறோம். இவ்வரிய வாய்ப்பை எங்களுக்கு வழங்கிய எல்லாம் வல்ல அல்லாஹ்வுக்கே புகழ் அனைத்தும். யா அல்லாஹ், உன்னையே வணங்குகிறோம். உன்னிடமே அடைக்கலம் தேடுகிறோம்.

எல்லாம் வல்ல அல்லாஹ் நம் அனைவருக்கும் நல்லருள்புரிவானாக. ஆமீன்!

வஸ்ஸலாம்.

எம்.ஏ. முஸ்தபா

நிறுவனர் - பதிப்பாளர்

(ரஹ்மத் பதிப்பகம்)

மறுவெளியீட்டுக் குறிப்பு: 2017 இல் வெளியிட்ட இஸ்லாமிய வரலாற்றின் மூன்று பாகங்களும் முறையே 632, 816, 574 பக்கங்கள் கொண்ட பெரிய நூல்களாக அமைந்திருந்தன. இவற்றின் அளவு, கையாள்வதற்கு சிரமமாக இருப்பதாக வாசகர்கள் தெரிவித்த கருத்தைக் கவனத்தில்கொண்டு மேற்கண்ட மூன்று பாகங்களையும் ஆறு நூல்களாக மறுவெளியீடு செய்துள்ளோம் என்பதைத் தெரிவித்துக்கொள்கிறோம்.

அணிந்துரை

முனைவர் அ. ஜாகிர் ஹுசைன் பாகவி

அரபுமொழிப் பேராசிரியர், சென்னைப் பல்கலைக்கழகம்

இஸ்லாத்தின் அடிப்படை ஆதாரங்களாக விளங்கும் திருக்குர்ஆன் விளக்கவுரையையும் நபிமொழித் தொகுப்புகளையும் தமிழில் தந்து அறிவுப் புரட்சி செய்த ரஹ்மத் பதிப்பகம் இப்போது ஆதாரபூர்வமான இஸ்லாமிய வரலாற்று நூல்களைத் தமிழ் மக்களுக்கு வழங்குவதன் மூலம் சமூக விழிப்புணர்வையும் வரலாற்றுச் சாதனையையும் நிகழ்த்தியிருக்கிறது. உண்மையான வரலாற்றை மக்களிடம் கொண்டுபோய்ச் சேர்ப்பது மிகப்பெரும் அறப்பணி; அழைப்புப் பணி என்றால் அது மிகையல்ல.

ஒரு சமூகத்தின் எதிர்காலம் பாதுகாப்பாக இருக்கவேண்டுமென்றால், அந்தச் சமூகம் தன் வரலாற்றைப் படித்திருக்க வேண்டும். எந்தச் சமூகம் தன் வரலாற்றை மறந்துவிட்டதோ அந்தச் சமூகத்தின் வருங்காலம் கேள்விக்குறி ஆகிவிடும் என்பது வரலாறு.

எனவேதான், ஒரு சமூகத்தை வீழ்த்த அந்தச் சமூகத்தின் உண்மையான வரலாற்றைத் திரித்து, மறைத்து, பொய்களைப் பரப்பும் யுக்தியை எதிரிகள் கையாள்கிறார்கள்.

“வரலாறு தெரியாதவன் எதையும் அறியாதவன். அவன்,

தான் மரத்தின் ஒரு பகுதி என்பதை அறியாத இலைக்குச் சமம்" என மைக்கேல் கிறிக்டன் குறிப்பிடுகிறார்.

வரலாறு தெரியாதவர்களால் அவர்கள் சார்ந்திருக்கும் சமூகத்திற்கு எந்த நன்மையும் விளையாது என்பதையே இது காட்டுகிறது. இன்னும் சொல்லப்போனால், அவர்களால் அந்தச் சமூகத்திற்குக் கேடுகள் ஏற்பட வாய்ப்புண்டு.

நிகழ்வுகளைப் பதிவுசெய்வதும், அவற்றைத் தொகுப்பதும் வரலாற்றின் நோக்கமன்று. கடந்த கால வரலாறுகளிலிருந்து படிப்பினை பெற்று வலுவான ஆரோக்கியமான ஒரு புதிய சமூகத்தைக் கட்டமைப்பதுதான் வரலாற்றின் உண்மையான நோக்கம்.

"அவர்கள் சிந்தித்து நல்லுணர்வு பெறும் பொருட்டு (இத்தகைய) வரலாறுகளைக் கூறுவீராக." (அல்குர்ஆன், 70:176) என இறைவன் கட்டளையிடுகிறான்.

திருக்குர்ஆனின் மூன்றில் ஒரு பகுதி வரலாறு. திருக்குர்ஆனின் ஒவ்வொரு பகுதியிலும் வரலாற்றுக் குறிப்புகளை நாம் காணலாம். மக்கள் படிப்பினை பெறும் வகையில் பல வரலாற்று நிகழ்வுகள் திருக்குர்ஆனில் திரும்பத் திரும்ப இடம்பெற்றிருப்பது குறிப்பிடத்தக்கதாகும்.

"நிச்சயமாக, அவர்களின் வரலாறுகளில் அறிவுடையோருக்கு (நல்ல) படிப்பினை இருக்கிறது. இது இட்டுக்கட்டப்பட்ட செய்தியாக இருக்கவில்லை, மாறாக இதற்கு முன் உள்ள (வேதத்)தையும் இது உண்மையாக்கி வைக்கிறது. ஒவ்வொரு விஷயத்தையும் இது விவரித்துக் காட்டுவதாகவும், நம்பிக்கைகொண்ட சமூகத்தவருக்கு நேர்வழியாகவும், அருட்கொடையாகவும் இருக்கிறது." (அல்குர்ஆன், 12:111)

"(நபியே!) இவ்வாறே முன்சென்றுவிட்டவர்களின் வரலாற்றை நாம் உமக்குக் கூறுகிறோம். மேலும் திட்டமாக நம்மிடமிருந்து நினைவூட்டும் நல்லுபதேசத்தை (இத்திருக்குர்ஆனை) நாம் உமக்குக் கொடுத்திருக்கிறோம்." (அல்குர்ஆன், 20:99)

"பூமியில் அவர்கள் பயணம் செய்து, தமக்கு

முன்னிருந்தவர்களின் முடிவு எவ்வாறு ஆயிற்று என்பதை அவர்கள் பார்க்கவில்லையா? இவர்களைவிட மிக்க பலம் வாய்ந்தவர்களாக அவர்கள் இருந்தனர். பூமியை அவர்கள் உழுது, அதனை இவர்களை செழிப்பாக்கியதைவிட மிக அதிகமாக அதனை அவர்கள் செழிப்பாக்கினார்கள். அவர்களுடைய தூதர்கள், அவர்களிடம் தெளிவான ஆதாரங்களைக் கொண்டுவந்தார்கள். ஆகையால், அல்லாஹ் அவர்களை அநியாயம் செய்கிறவனாக இருக்கவில்லை. எனினும் தமக்குத் தாமே அவர்கள் அநியாயம் செய்கிறவர்களாக இருந்தனர்." (அல்குர்ஆன், 30:9)

வரலாறு பயன்மிக்க, சிறப்புவாய்ந்த ஒரு கலை. முந்தைய சமூகங்களின் பண்புகள், நபிமார்கள் மற்றும் ஆட்சியாளர்களின் வரலாற்றிலிருந்து இம்மைக்கும் மறுமைக்கும் தேவையானவற்றைப் பின்பற்ற வேண்டும். வரலாற்றை ஆய்வு கண்ணோட்டத்துடன் அணுகி, உண்மையான செய்திகளைக் கண்டறிய வேண்டும். பொய்களைக் களைய வேண்டும் என்கிறார் இப்னு கல்தூன்.

இந்த வகையில் ரஹ்மத் பதிப்பகம் வெளியிட்டுள்ள இந்த இஸ்லாமிய வரலாறு மக்களிடையே பெரிய மாற்றத்தையும் விழிப்புணர்வையும் ஏற்படுத்தும். மேலும் மற்றவர்கள் முஸ்லிம் சமூகத்தைச் சரியாகப் புரிந்துகொள்வதற்கும், முஸ்லிம் சமூகம் தன்னைச் சுயமதிப்பீடு செய்துகொள்வதற்கும் இந்நூல் நிச்சயம் துணைபுரியும்.

இரண்டாம் பாகத்தில் உமய்யா ஆட்சிக் காலமும் அப்பாசிய ஆட்சிக் காலமும் இடம்பெற்றுள்ளன. உமய்யா கிலாஃபத் இரண்டு கட்டங்களாகவும், அப்பாசிய கிலாஃபத் மூன்று கட்டங்களாகவும் தரப்பட்டுள்ளன. அரசியல் நிலவரங்கள், முக்கிய நிகழ்வுகள், படையெடுப்புகள், கிளர்ச்சிகள், அரசுத் துறைகள், நிர்வாக அமைப்பு, கல்வி வளர்ச்சி உள்ளிட்ட பல்வேறு துறைசார்ந்த செய்திகள் இதில் ஏராளம் இடம்பெற்றுள்ளன. ஷியா, கவாரிஜ் என்னும் பிரிவுகள் பற்றிய குறிப்புகளையும் இந்தப் பாகத்தில் காணலாம்.

ரஹ்மத் பதிப்பகத்தின் இந்த வெளியீடு, முழுமையான இஸ்லாமிய வரலாறு தமிழில் இல்லையே என்ற குறையைத் தீர்க்கும். பள்ளி, கல்லூரிகள் மற்றும் பல்கலைக்கழக ஆசிரியர்கள், ஆய்வாளர்கள், மாணவர்கள், சிறியோர் முதல் பெரியோர் வரை அனைத்து சமூக மக்களும் படித்துப் பயன்பெறும் வகையில் அழகு தமிழில் எளிய நடையில் இந்த நூல் செதுக்கப்பட்டிருக்கிறது.

ரஹ்மத் பதிப்பகத்தின் இந்த அரிய தொண்டு வரலாற்றில் என்றும் நிலைத்து நிற்கும். ரஹ்மத் பதிப்பகத்தின் ஆக்கப்பூர்வமான இந்த அறப்பணிக்கு இறைவன் என்றும் துணைநிற்பானாக!

உமய்யா கிலாஃபத்
(முதற்கட்டம்)

நபிவழி கிலாஃபத் ஒரு பார்வை : நபிவழி கிலாஃபத்தின் முதல் இரண்டு கலீஃபாக்களான அபூபக்ர், உமர் (ரலி) ஆகியோர் உமய்யா வம்சத்தினரோ ஹாஷிம் வம்சத்தினரோ அல்ல. நபிவழி கிலாஃபத்தில் இந்த இரு கலீஃபாக்களின் காலமே மிகச் சிறந்ததாகும். மூன்றாவது கலீஃபாவான உஸ்மான் (ரலி) உமய்யா வம்சத்தையும் நான்காவது கலீஃபாவான அலீ (ரலி) ஹாஷிம் வம்சத்தையும் சார்ந்தவர்கள்.

நபிவழி கிலாஃபத்தின் பிற்பகுதியில் உமய்யா மற்றும் ஹாஷிம் வம்சத்தினர் கலீஃபாவாகப் பொறுப்பேற்றனர். இதைத் தொடர்ந்து வந்த கிலாஃபத்களைவிட இந்தப் பிற்பகுதி சிறப்பாகவே இருந்தது. இக்காலகட்டத்தில், நபி (ஸல்) அவர்களின் தோழர்கள் ஆட்சியாளர்களாக இருந்ததுடன் பெரும்பாலான நபித்தோழர்களும் உயிருடன் வாழ்ந்தனர். ஆயினும், முதல் பகுதியுடன் ஒப்பிடும்போது பிற்பகுதி சிறப்பாக இல்லைதான்.

இணைவைப்பு எனும் ஷிர்க்கைத் துடைத்தழிக்கவும் தவ்ஹீத் எனும் ஏகத்துவத்தை நிலைநிறுத்தவுமே இஸ்லாம் தோன்றியது. முழுமையான தவ்ஹீத் எது, உண்மையான மார்க்கம் எது என்பது குறித்தெல்லாம் நபி (ஸல்) அவர்கள் வழிகாட்டித் தந்துள்ளார்.

ஷிர்க்கை விடவும் பெரிய தோல்வியோ தவ்ஹீதை விடவும் பெரிய வெற்றியோ இஸ்லாத்திற்கு இருக்க முடியாது.

உண்மையில் இணைவைப்பு எனப்படுவது, நல்வழியிலிருந்து பிறழ்வதாகும். இதன்மூலம் ஒடுக்குதலும் பிற தீமைகளும் உருப்பெறுகின்றன. ஆகவேதான், குர்ஆன் இதனை வழிகேடுகளில் மிகப் பெரியதாகக் குறிப்பிடுகிறது.

வழிகேடான வாழ்க்கையை விரும்புபவன்தான் இணைவைப்பைக் கடைப்பிடிப்பவனாக இருக்க முடியும். வழிகேட்டை அடைய இருக்கும் மனிதனின் மிகப்பெரிய தூண்டுதல் அறியாமை. குர்ஆன் அதனை இருள் என்றும் நல்வழிப் பிறழ்தல் என்றும் குறிப்பிடுகிறது. மூதாதையர் மற்றும் இனக்குழு மரபுகளின்மீதான அன்பும் பக்தியும் தவறான வெளிப்பாடுகளாக இணைவைப்பை அழைத்துச் செல்கின்றன. இதனூடாகவே மனிதன் படைத்தவனை மறந்து படைப்புகளை வணங்குதல் எனும் பாதகச் செயலில் ஈடுபட்டான்.

இணைவைப்பின் மூலக்கூறுகள் அனைத்தையும் நபி (ஸல்) அவர்கள் இல்லாமல் செய்தார். மேலும், நேர்மையிலிருந்தும் நடுநிலைமையிலிருந்தும் மனிதனை விலகச் செய்யும் சுயநலம் சார்ந்த ஆசைகள், குடும்பப் பொல்லாங்கு போன்றவற்றில் இருந்து மனித இனத்தைக் காப்பாற்றினார்.

இம்மாபெரும் வழிகேட்டை நோக்கிச்செல்ல மனித இனத்தைத் தூண்டுகிற மற்றொரு அம்சம், தற்பெருமை. இணைவைப்பின் இந்த அடிப்படைகளை இல்லாமல் செய்யும் நோக்கத்துடன் நபி (ஸல்) அவர்கள் மக்கா வெற்றியின்போது கஅபாவின் முன் மக்களிடம் உரையாற்றும்போது குறிப்பிட்டார்:

'குறைஷிகளே, அறியாமைக் காலத்தின் தற்செருக்கையும் குலப்பெருமைகளையும் அல்லாஹ் இல்லாமல் செய்துள்ளான். மனிதர்கள் அனைவரும் ஆதம் நபியின் வழி வந்தவர்களே! ஆதம் களிமண்ணால் படைக்கப்பட்டார். அல்லாஹ் கூறுகிறான்: 'மனிதர்களே! ஆண் - பெண்ணிலிருந்து நாம் உங்களைப் படைத்தோம். நீங்கள் ஒருவரை ஒருவர் அறிந்துகொள்ளவே சமூகங்களாகவும் இனக்குழுவினராகவும் ஆக்கினோம். நிச்சயமாகவே, அல்லாஹ்வின் பார்வையில் உங்களில் சிறந்தவர் யாரெனில்,

மிகவும் நேர்மைக்குரியவரே.' (இப்னு ஹிஷாம் 4:60)

இனக்குழுப் பெருமைகளை அடியோடு ஒழிப்பதென்பது, உண்மையில் இணைவைப்பை இல்லாமலாக்கி, ஏகத்துவத்துக்கான வலிமையான அடித்தளத்தை நிறுவுவதுதான். இது, இனக்குழு சமூகங்களின் மேன்மைகளையோ அவர்களது சிறப்புகளையோ மறுப்பதாக அமையாது. இனம் சார்ந்தும் குடும்பம் சார்ந்தும் நிலவியிருந்த மேன்மைகளும், சிறப்புகளும், தற்பெருமைகளுடன் தொடர்பில்லாதது மட்டுமல்ல, அல்லாஹ்வின்மீதான அச்சம் மற்றும் நேர்மையுடன் தொடர்புள்ளதுமாகும்.

இறையச்சமுள்ள ஒவ்வொருவரும் தங்கள் இனக்குழுவின் தீமைகளுக்காக மனம் வருந்தினர். சீரான நல்வழியின்கீழ் மக்களை ஒன்றுபடுத்தியதன் மூலம், நபி (ஸல்) அவர்கள் ஈருலக வெற்றியை நோக்கி அவர்களை அழைத்துச்சென்றார். மனித இனம் அவரால் பேருவகை பெற்றது.

நபிவழி கிலாஃபத்தின் முற்பகுதியில், இஸ்லாம் அனுமதிக்காதவற்றை முஸ்லிம்கள் பின்பற்ற மறுத்தனர். குலக்கீர்த்திகளையும் குடும்பப் பகைமைகளையும் மறந்தனர். பெருமைகளுக்கும் சிறப்புகளுக்கும் செயல்களே அடிப்படையாக அமைந்தன. எத்தியோப்பிய ஹபஷியான பிலால், அரபிகளின் தலைவராக மாறியதன் அடிப்படையும் இதுதான்.

உயர் குடும்பங்களைச் சேர்ந்த முஹாஜிர்களையும் அன்சார்களையும், உஸாமா பின் ஸைத் (ரலி) அவர்களின் தலைமையில் போருக்கு அனுப்பியதற்கான காரணம், முஸ்லிம்களாக மாறியவர்கள் சமூகம், குடும்பம் சார்ந்த பெருமித உணர்வுகளிலிருந்து விலகியிருக்க வேண்டும் என்பதுதான்.

நபி (ஸல்) அவர்கள் ஆட்சியையும் கிலாஃபத்தையும் குறிப்பிட்ட இனக்குழுவின் அல்லது குடும்பத்தின் தனிச்சிறப்புகளாகக் கருதியிருப்பார் எனில் ஹாஷிம் கிளையினரைத் தவிர வேறு யாரையும் ஆளுநர்களாகவோ படைத்தலைவர்களாவோ நியமித்திருக்கமாட்டார்.

தகுதிகள் இருந்தால் மட்டுமே பொறுப்பில் நியமிக்க வேண்டும் என்பதில் நபிகளார் மிகுந்த கவனம்கொண்டார். தகுதிகளுக்கான

அளவுகோல்களாக, குறிப்பிட்ட குடும்பம், இனக்குழு, உறவுகளை அவர் அடிப்படையாகக் கருதவில்லை. ஆகவேதான், மூத்த குறைஷியர்களுக்கும் அடிமைகள்கூடத் தலைவர்களாக இருக்க முடிந்தது.

இஸ்லாத்துக்கு முன்பே, உமய்யா - ஹாஷிம் வம்சங்களிடையே பரஸ்பரம் அதிகாரப் போட்டிகளும் பகை முரண்களும் இருந்து வந்தன. இறைத்தூதரை ஹாஷிம் வம்சம் ஆதரிக்கவும் உமய்யா வம்சம் மிகக்கடுமையாக எதிர்க்கவும் இதுவே காரணம்.

உமய்யா வம்சத்தார் முஸ்லிம்களாக மாறிய பின், எஞ்சியிருந்த இணைவைப்பாளர்களும் அவநம்பிக்கையாளர்களும் முற்றிலுமாக ஒழிக்கப்பட்டனர். புதிதாக இஸ்லாத்திற்கு வந்த உமய்யா வம்சத்தாரில் துணிச்சலும் தகுதியும் வாய்ந்த பலரிருந்தனர். அவர்களது ஆற்றல்களுக்கு இறைத்தூதர் அவர்கள் மதிப்பளித்தார். மக்கா வெற்றியின்போது கஅபாவுக்கு நிகரான பாதுகாப்பிடமாக அபூசுஃப்யானின் வீட்டைக் குறிப்பிட்டு அவரை மகிழ்வித்தார். இறைத்தூதரின் மருமகனான உமய்யா வம்சத்தைச் சேர்ந்த உஸ்மான் பின் அஃப்ஃபான் (ரலி) அவர்களுக்காக ரிள்வான் உடன்படிக்கை செய்யப்பட்டது. உமய்யா வம்சத்தின் கிளையைச் சேர்ந்த உம்முல் முஃமினீனான உம்மு ஹபீபா (ரலி), அபூசுஃப்யான் (ரலி) அவர்களின் மகளும் முஆவியா (ரலி) அவர்களின் சகோதரியுமாவார். இறைத்தூதர், அபூசுஃப்யான் (ரலி) அவர்களை நஜ்ரானின் ஆளுநராகவும் உஸ்மான் (ரலி) அவர்களின் மாமனாரான உஸ்மான் பின் அபுல் ஆஸ் (ரலி) அவர்களைத் தாயிஃப் மற்றும் அதன் அண்மைப் பகுதிகளுக்கு ஆளுநராகவும் உமர் (ரலி) அவர்களை ஓமானுக்கும் பஹ்ரைனுக்கும் ஆளுநராகவும், அபூசுஃப்யானின் மாமனாரான அபுல் ஆஸின் பேரனும் மக்காவை வெற்றிகொண்ட அன்று முஸ்லிமாக மாறியவருமான அத்தாப் பின் உஸைத் (ரலி) அவர்களை மக்கா ஆளுநராகவும் நியமித்தார். அபூசுஃப்யானின் மாமனாராகிய காலித் பின் ஸயீத் யேமனின் நிர்வாகியாக்கப்பட்டார். யர்முக் போரில் இவர் உயிர்த் தியாகம் செய்தார். உஸ்மான் பின் யஸீது கைபர் ஆளுநராகவும் அவரது சகோதரர் அபான் பஹ்ரைன் ஆளுநராகவும் நியமிக்கப்பட்டனர்.

உமய்யா - ஹாஷிம் வம்சத்தாரிடையிலான பகையின் சிறு அம்சமாவது இறைத்தூதரிடம் இருந்திருந்தால் குடும்பம், இனம்

சார்ந்த பெருமைகளைத் தகுதியாகக் கணித்திருந்தால், உமய்யா வம்சத்தைச் சேர்ந்த இவர்கள் யாரும் பொறுப்புக்கு வந்திருக்க இயலாது.

தகுதிகளுக்கான அளவுகோலாக இனக்குழு மற்றும் குடும்பப் பெருமைகளை ஏற்க மறுத்த இறைத்தூதர், அவர்களது தனித்துவங்களை ஏற்றுக்கொண்டார். இவர்களில் குறிப்பிட்ட சிலர், அனுபவங்களின் பயிற்சியின் காரணமாக வெளிப்படுத்திய நிர்வாகத் திறனும் தலைமைப் பண்புகளும்தான் தனித்துவமாக அடையாளம் காணப்பட்டன. ஆகவே, நியமன விஷயங்களில் இவர்களுக்கான சில விதிவிலக்குகளை அனுமதித்தார்.

உமய்யா கிளைக்கும் ஹாஷிம் கிளைக்குமிடையில் நிலவிய இனக்குழு பகைமைக்கு இஸ்லாம் முற்றுப்புள்ளி வைத்திருந்தது. அவர்கள் தங்கள் பழைய பகைமையைப் புதுப்பித்துக்கொள்ள இடமளிக்காதபடி சிறிது காலம் அவர்களை கிலாஃபத்தின் பொறுப்பில் நியமிக்கவில்லை என்பதையும் இதன்மூலம் தெளிவாக விளங்கிக்கொள்ள இயலும்.

இதிலிருக்கும் ஆபத்தை இறைத்தூதர் முழுமையாகவே புரிந்துகொண்டிருந்தார். தொழுகைக்கு அபூபக்ர் (ரலி) அவர்களைத் தலைமையேற்கச் செய்ததன்மூலம், தமக்குப் பிறகு கலீஃபாவாக யார் வருவது என்பதைச் சுட்டிக்காட்டினார். நுண்ணோக்கும் புரிந்துணர்வும்கொண்ட நபித்தோழர்கள் முழு மனதுடன் இதற்கு ஒத்துழைத்தனர். நபி (ஸல்) அவர்களுக்குப் பிறகு, அவரது பிரதிநிதியாக நியமிக்கப்பட்ட அபூபக்ர் (ரலி), நபித்தோழர்களில் சிறந்தவராகவும் நற்பண்பில் உயர்ந்தவராகவும் இரு இனக்குழுவிலும் சேராத நடுநிலையாளராகவும் இருந்தார்.

இதே வழியில், உமர் பின் கத்தாப் (ரலி) அவர்களுக்குப் பிறகு அவர் விரும்பியபடி அபூஉபைதா பின் அல்ஜர்ராஹ் (ரலி) அவர்களோ சலீம் மவ்லா ஹுதைஃபாவோ கலீஃபாவாக ஆகும் வாய்ப்பு இருந்திருந்தால் உள்ளுறைந்து கிடந்த இனக்குழு முரண்பாடுகள் தலைதூக்கியிருக்காது. கண்ணியமான இவ்விருவரும் உமர் பின் கத்தாப் (ரலி) அவர்களுக்கு முன்பே இறந்துபோய் விட்டார்கள்.

தமக்குப் பிறகு கலீஃபாவாக வரக்கூடியவரைத் தேர்வு

செய்வதற்காக உமர் (ரலி) அவர்களால் நியமிக்கப்பட்ட ஆறு பேர் குழு, இந்த இரண்டு இனக்குழுவையும் சாராத ஒருவரைத் தேர்வு செய்வதாக ஒரு கொள்கை முடிவுக்கு வந்திருந்தாலாவது பிந்தைய கால ஆபத்துக்கள் நேர்ந்திருக்காது. குறைந்தபட்சம், இவர்களிடையிலான பகைமை மீண்டும் உயிர் பெறாமலாவது இருந்திருக்கும்.

உமர் (ரலி) அவர்களுக்குப் பிறகு, அலீ (ரலி) கலீஃபாவாக நியமிக்கப்பட்டிருந்தாலும் அணைக்கப்பட்ட இப்பெரு நெருப்பு மீண்டும் உயிர்பெற்றிருக்காது. ஏனெனில், உமய்யா வம்சத்தைச் சார்ந்த உஸ்மான் (ரலி) போல், ஹாஷிம் வம்சத்துக்கு சாதகமான, வழக்கத்தில் இல்லாத சில உதவிகளை அலீ (ரலி) அனுமதித்திருக்க மாட்டார். நடந்தவை அனைத்தும் அல்லாஹ்வின் நாட்டப்படி நடந்தேறின. நம்முடைய விருப்பப்படி எதுவும் அமையவில்லையே என்று வருந்துவதற்கு நிகழ்வுகளின் கட்டுப்பாடு மனிதர்களின் கைகளில் இல்லையே!

இஸ்லாமிய ஆட்சியின்போது ஹாஷிம், உமய்யா வம்சங்களினுள் உயிர்பெற்று வளர்ந்துகொண்டிருந்த முரண்பாடுகள், இஸ்லாத்துக்கு ஊறுவிளைவித்தன என்பதில் சந்தேகமில்லை. இன்றைய காலகட்டங்களிலும் இதை ஆதரிப்பவர்கள் இருக்கிறார்கள். குறிப்பிட்ட ஒரு குடும்பம் அல்லது இனக்குழுவே கலீஃபா பதவிக்குத் தகுதி வாய்ந்ததாக அவர்கள் நம்புகிறார்கள். இதன்மூலம் இஸ்லாத்துக்கு நேரும் இடர்பாடுகளை அவர்கள் கணக்கில் கொள்வதுமில்லை.

உமய்யா வம்சத்தின் தனித்துவத் தகுதிகளின் அடிப்படையில், உஸ்மான் (ரலி) கலீஃபாவாக நியமிக்கப்பட்டார். அவரது மென்மையான இயல்பால் அவர் சார்ந்த வம்சம் அதிகமாகப் பலனடைந்தது. மர்வான் பின் அல் ஹகமின் ஆட்சியில் அவர்களது ஆற்றலும் செல்வாக்கும் அதிகரித்தன. அறியாமைக் காலத்தில் எதிர்கொண்ட கடுமையான எதிர்ப்பின் காரணமாக தலைதூக்க இயலாமலிருந்த உமய்யா வம்சம் பின்பு, முழு இஸ்லாமிய உலகையும் தங்கள்கீழ் அணி திரளச் செய்திருந்தது.

உஸ்மான் (ரலி) அவர்களின் இறப்பும், நயவஞ்சகர்களும் போலி முஸ்லிம்களும் யூதர்களும் தீட்டிய சூழ்ச்சியும் சேர்ந்தபோது

உமய்யா வம்சத்தின் கைகள் மேலும் வலுப்பெற்றன.

அலீ (ரலி) ஹாஷிம் வம்சத்தைச் சேர்ந்தவரெனும் மிகச் சிறு காரணத்தை முன்வைத்து தமது கிலாஃபத்தின்போது பெருமளவிலான நெருக்கடிகளை அவர் எதிர்கொள்ள வேண்டியதாயிற்று. ஹாஷிம், உமய்யா வம்சத்தாரிடையிலான பகைமைகள் மட்டுமே முழு அரபுலகின் கண்களுக்குத் தெரிந்தன. முஆவியா (ரலி) அவர்களுக்கு எதிராக அலீ (ரலி) மேற்கொண்ட நடவடிக்கைகள் அனைத்தும் இப்பகைமையிலிருந்து உருவெடுத்ததாகவே அவர்களால் புரிந்துகொள்ள முடிந்தது. இரு இனக்குழுவினரிடையிலான பழைய போட்டிகளுக்குப் புத்துயிர் அளிக்க விரும்பாததால், அவர்கள் அலீ (ரலி) அவர்களுடன் ஒத்துழைக்கவில்லை.

அலீ (ரலி) அவர்களுக்குப் பதிலாக, ஹாஷிம் அல்லாத ஒருவர் கலீஃபாவாக இருந்திருந்தால், அரேபிய இனக்குழுவின் ஆதரவுகள் முழுமையாகக் கிடைத்திருக்கும். இதன் மூலம் முஆவியா (ரலி) மற்றும் உமய்யாக்கள்மீதான நடவடிக்கைகள் மிக எளிதாக வெற்றியடைந்திருக்கும்.

இந்நேரத்தில், இமாம் ஹஸன் (ரலி) தமது இறப்பின்போது இமாம் ஹுஸைன் (ரலி) அவர்களிடம் சொன்ன இறுதி விருப்ப ஆவணத்தை இந்த இடத்தில் நினைவுகூர வேண்டும்: “இறைத்தூதருக்குப் பிறகு கிலாஃபத் அலீ அவர்களிடம் வந்தது. வாட்கள் உருவப்பட்டன. ஆயினும் அது முடிவுக்கு வரவில்லை. ஒரே குடும்பத்தில் நபித்துவமும் கிலாஃபத்தும் ஒருசேர இருக்க முடியாது என்பதை நான் அப்போதிருந்தே உணர்ந்திருக்கிறேன்.” இமாம் ஹஸன் (ரலி) அவர்களின் இச்சொற்களில் உண்மையின் முத்திரை ஆழமாகப் பதிந்துள்ளது. நபிவழி கிலாஃபத்தின் பின், டமாஸ்கசைத் தமது தலைநகராகக்கொண்ட உமய்யாக்கள், முழு இஸ்லாமிய உலகையும் 90 ஆண்டுகளுக்கு மேலாக ஆட்சி செய்தனர். ஸ்பெய்னில் அவர்களது ஆட்சி பல நூற்றாண்டு காலம் நீடித்திருந்தது.

அப்பாஸ் வம்சத்தின் ஆட்சி பாக்தாதில் 500 ஆண்டுகளுக்கு மேலாக நீடித்தது. அப்பாசிகள் ஹாஷிம் வம்சாவளியினர் என்பது உண்மைதான். ஆனால், அவர்கள் இறைத்தூதரின் பெரிய தந்தையார் வழிவந்தவர்களே தவிர, இறைத்தூதரின் பிந்தைய வம்சாவளியினர்

அல்லர். வேறு வகையில் சொல்வதானால், ஸய்யித் எனும் சொல்லின் பன்மையான ஸாதாத் எனும் சொல், இறைத்தூதரின் வழிவந்தவர்களுக்கான ஒரு சிறப்புப் பெயர். இறைத்தூதரின் குடும்பத்தைச் சார்ந்தவர்கள் என்பதாகவும் இதற்குப் பொருள் கொள்ளலாம். இறைத்தூதரின் இரத்த உறவு என்பது ஃபாத்திமா (ரலி) அவர்களினூடே தொடர்வது.

எகிப்திலுள்ள ஓர் அரசக் குடும்பம், தங்களை ஃபாத்திமா வழியினர் என்று சொல்லிக் கொண்டனர். ஆய்வு முடிவுகள் இதை ஏற்க மறுத்தன. இந்தியாவில் ஒரு குடும்பமும் தங்களை சாதாத் என்று சொல்லிக்கொண்டது. ஆளுநராக இருந்த இவர்களது மூதாதையரில் ஒருவரை மெய்ஞானத் துறவி ஒருவர், ஸய்யித் என்று சிறப்பித்துச் சொல்ல, அவர்களது வாரிசுகள் சாதாத் என்று அறியப்பட்டனர் என்பதுதான் உண்மை. இன்றுகூட முகலாய மன்னர்களின் வழித்தோன்றல்களும் குறிப்பிட்ட பகுதியிலுள்ள முஸ்லிம்களும் ஸய்யித் என்றுதான் குறிப்பிடப்படுகிறார்கள்.

சுருங்கச் சொல்வதானால், எந்த நாட்டிலும் இதுவரை, நபி (ஸல்) அவர்களின் நேரடி வாரிசுகளான சாதாத்தின் ஆட்சியோ அரசமைப்போ இருந்ததாக வரலாறுகளில்லை. இமாம் ஹஸன் (ரலி) தம்முடைய இறுதி நாள்களில் குறிப்பிட்ட வார்த்தைகள்தான் உண்மை.

இமாம் ஹஸன் (ரலி), தம்முடைய சகோதரரான இமாம் ஹுஸைன் (ரலி) அவர்களிடம் சொன்ன வார்த்தைகள் அவருடைய இஜ்திஹாத் (ஒரு விஷயத்தைப் பற்றி, குர்ஆன், ஹதீஸ், நபிகளாரின் வழிமுறைகள் சார்ந்து தெளிவுபடுத்தப்படாத நிலையில், குர்ஆனிய கல்வியாளர்களின் தீர்ப்பு.) அல்லது, இல்ஹாம் (அகத்தூண்டுதல்) மட்டுமல்ல, முழுமையான நபித்தோழர் ஒருவரின் முடிவாகும்.

இதுதான் ஒரு ஹாஷிமியை ஆளுநராகவோ படையின் உயர்நிலைத் தலைவராகவோ இறைத்தூதர் நியமிக்காமல் இருக்கவும் காரணமாக இருந்திருக்கும். முஅதா போரின்போது ஜஅஃபர் பின் அபூதாலிப் (ரலி) அவர்களைத் தலைவராக நியமித்தபோதும் அவரது விடுதலை அளிக்கப்பட்ட அடிமை ஸைத் பின் ஹாரிசை அவருக்கும் மேலாக உயர்நிலைத் தலைவராக ஆக்கினார்.

யேமனில் ஸகாத் நிதி திரட்டும் பொறுப்புக்கு அலீ பின்

அபூதாலிப் (ரலி) அவர்களை நியமித்தாலும் அது மிகக் குறுகிய காலகட்டம் மட்டும்தான். இருந்தும் அதன் நிர்வாகப் பொறுப்பை, ஆத் பின் ஜபல், அபூமூஸா அல்அஷ்அரீ (ரலி) ஆகியோரிடம்தான் ஒப்படைத்தார். அபூபக்ர், உமர் (ரலி) ஆகியோரும் ஹாஷிம் வம்சத்தைச் சேர்ந்த யாரையும் மிக முக்கியமான எந்தப் பொறுப்பிலும் நியமிக்கவில்லை. ஆனால், இவ்விரு கலீஃபாக்களும் ஹாஷிம் வம்சத்தாரை மிகுந்த மதிப்புடன் நடத்தினர். அவர்களுடைய விருப்பு, வெறுப்புகளில் அக்கறை காட்டினர். அவர்களுடைய அறிவுரைகள் பெற்று அதன்படி நடந்துகொண்டனர்.

ஹாஷிம் வம்சம், நபித்துவச் சிறப்புடன் அதிகார ஆற்றலையும் பெற்றிருப்பார்கள் எனில் மக்கள் அவர்களை மேலும் உயர்ந்த இடத்தில் வைத்து, கேள்வியே இல்லாமல் அவர்களுக்குப் பணிந்து நடந்திருப்பார்கள். இது அவர்களது இனக்குழு சார்ந்த பழம் பெருமையைத் தூண்டி விட்டிருக்கும். இதன்மூலம், இஸ்லாத்தின் உயிரோட்டம் மட்டுமல்ல, ஹாஷிம் குலமும் சிதைவுண்டிருக்கும் என்று உமர் (ரலி) ஒரு முறை கூறினார்.

அறியாமைக் காலத்துச் செயல்பாடுகளை நோக்கி மக்களை யார் இட்டுச் செல்கிறாரோ அவருக்கு மரண தண்டனை விதிக்க வேண்டுமென்று சொன்ன உமர் (ரலி) அவர்கள், “முஸ்லிம்களிடையில் மிகவும் தகுதியானர்கள் இருக்கும்போது, யாராவது உறவு அல்லது நட்பின் காரணமாக ஒருவரை அமீராகவோ ஆளுநராகவோ நியமித்தால் அவர், அல்லாஹ்வுடனும் இறைத்தூதருடனும் முஸ்லிம் சமூகத்துடனுமான நம்பிக்கையை முறித்துக் கொள்பவராவார்” என்றார்.

சுருங்கச் சொன்னால், நபி (ஸல்) அவர்களின் குடும்பத்துக்கு நபித்துவச் சிறப்பு போதுமானது என்பதும் அதிகாரக்கூறுகள் அதனுடன் இணைய வேண்டாம் என்பதும் இமாம் ஹஸன் (ரலி) அவர்களுடைய தனிப்பட்ட எண்ணமாக மட்டுமல்ல, பெரும்பாலான நபித்தோழர்களுடைய எண்ணமாகவும் இருந்தது எனலாம்.

இதனை சாரப்பொருளாகக் கொள்வதானால், நபி (ஸல்) அவர்களது வழிவந்தவர்களான சாதாத்கள், அரசியல் விவகாரங்களின், இணைவைப்பின் எல்லா அம்சங்களையும் விட்டு விலகியிருக்க

வேண்டியவர்களாக இருந்தனர். என்றால்தான் நபிகளாரின் வழிவந்ததற்குரிய தகுதியை அவர்களால் பாதுகாக்க இயலும்.

ஸாதாத்களுக்கு ஸதக்கா எனும் அன்பளிப்புகளைப் பெற அனுமதியில்லை என்று நபி (ஸல்) அவர்கள் அறிவிக்காமல் இருந்தால், அவரது குடும்பத்தினர் கலீஃபாக்களாகவோ பேரரசர்களாகவோ வருவார்கள் என்ற எதிர்பார்ப்பு முஸ்லிம்களிடம் இருந்திருக்கும். ஆனால், "தமது குடும்பம் உலகியல் செல்வங்களை விட்டு விலகியிருக்கும்" என்ற நபி (ஸல்) அவர்களது முன்னறிவிப்பு, அவரது குடும்பத்தின் மிகப்பெரிய உறுதிப்பாடாக விளங்கியது.

நபி (ஸல்) அவர்களது குடும்பத்தினர் அன்பளிப்புப் பெறுவதற்கு தடை விதித்த செயல், சாதாத்களுக்குப் பெருமை அளிப்பதாகும். உலகெங்கும் இஸ்லாத்துடன் தொடர்புள்ள அனைவருமே வியக்குமளவுக்கு இது அவர்களது பெருமையை உயர்த்துவதாக அமைந்தது. உலகியல் செல்வங்களும் ஆட்சியுரிமையும் அல்லாஹ்விடமிருந்து மனிதனை வேறுபடுத்தும் காரணிகளாகும். புனித குர்ஆனுக்கும் நபிகளாரின் பொன்மொழிகளுக்கும் இது ஏற்புடையதல்ல. அறியாமையில் உழல்பவர்களை நற்செயல்களைச் செய்யத் தூண்ட இயலாது என்பதை வரலாற்றிலிருந்து புரிந்துகொள்ள இயலும். உலகியல் செல்வங்களுடன் அதிகத் தொடர்பில்லை எனும் நல்வாய்ப்புப் பெற்ற மக்கள் மட்டுமே இஸ்லாத்தைப் பாதுகாக்கும் சிறப்பு வாய்ந்தவர்களாக உள்ளனர். தொடர்ந்து, இஸ்லாத்தின் அடிப்படைகளைப் பாதுகாப்பவர்களும் இவர்கள்தான்.

இஸ்லாத்தின் தொடக்கம், எளிய மனிதர்களினூடேதான் நிகழ்ந்தது என்று சொன்ன நபி (ஸல்) அவர்கள், 'குர்ஆனையும் ஸாதாத்களாகிய என் மக்களையும் உங்களிடையே விட்டுச் செல்கிறேன்' என்றார்.

நபி (ஸல்) அவர்களது இப்பொன்மொழியுடன், இமாம் ஹஸன் (ரலி) குறிப்பிட்ட "ஒரே குடும்பத்தில் நபித்துவமும் கிலாஃபத்தும் ஒருசேர இருக்க முடியாது" என்ற வார்த்தைகளையும் இணைத்துப்பார்க்கும்போது இவ்வுண்மைகளை மிகத்தெளிவாகவே புரிந்துகொள்ள இயலும்.

அமீர் முஆவியா (ரலி) : அமீர் முஆவியா (ரலி) புலம்பெயர்வின் பதினேழு ஆண்டுகளுக்கு முன் பிறந்தவர். அலீ பின் அபூதாலிப்

24 இஸ்லாமிய வரலாறு மூன்றாம் பாகம்

(ரலி) அவர்களைவிட ஆறு வயது இளையவர். இவரது தாயாரான ஹிந்த் பின்த் உத்பா முதலில், ஃபக்கா பின் முகீரா குறைஷியைத் திருமணம் செய்திருந்தார். தன் மனைவியின் பாலியல் ஒழுக்கம் குறித்து சந்தேகம்கொண்ட ஃபக்கா, மனைவியை அடித்து உதைத்தார். இறுதியில் ஒருநாள் வீட்டிலிருந்து வெளியேற்றி விட்டார். மக்களிடையே இது விவாதப் பொருளாக மாறியது. ஹிந்தின் தந்தையான உத்பா, மகளிடம் கேட்டார்: "நடந்த உண்மை என்னவென்பதை என்னிடம் சொல். ஃபக்காவின் குற்றச்சாட்டில் உண்மையிருந்தாலும் அவனை ஆள் வைத்துக் கொன்று விடலாம்தான். ஆனால், அவன் பொய்யாக உன்மீது குற்றம் சாட்டுவதாக இருந்தால், நாம் நிமித்தம் பார்த்து உண்மையை வெளிப்படுத்தியாக வேண்டும்."

தான் களங்கமற்றவள் என்று ஹிந்த் ஆணையிட்டுச் சொன்னாள். தன் மகள் நிரபராதி என்பதைப் புரிந்துகொண்ட உத்பா, மகள்மீதான களங்கத்தைப் போக்கும் நோக்கத்தில், யேமனிலுள்ள நிமித்திகன் ஒருவனைச் சந்திக்க வரும்படி ஃபக்காவிடம் வற்புறுத்திச் சொன்னார். இதன்படி உத்பா, அப்த் மனாஃப், ஹிந்த், அவளது தோழி மேலும் சிலருடன் யேமனுக்குப் புறப்பட்டனர்.

நிமித்திகனிடம் சென்ற அவர்கள், இரு பெண்களையும் குறித்த நிகழ்வுகளைக் கணிக்கும்படி கேட்டுக்கொண்டனர். நிமித்திகன், முதலில் தோழியின் இரு புஜங்களிலும் ஓங்கி அறைந்து, "எழுந்திரு" என்றான். பிறகு, ஹிந்த்தையும் அப்படியே செய்து விட்டு, "எழுந்திரு. நீ குணக்கேடுடையவளோ பாலியல் குற்றத்தில் ஈடுபட்டவளோ அல்ல. நீ ஒரு அரசகுமாரனை ஈன்றெடுப்பாய். அவன் பெயர் முஆவியா" என்றான்.

இதைக்கேட்ட ஃபக்கா, மனைவியின் கையைப் பற்றினான். கையை அவனிடமிருந்து விடுவித்துக்கொண்ட ஹிந்த், அந்த அரசகுமாரன் ஃபக்காவின் விந்திலிருந்து உருவாகக்கூடாது என்று சொல்லி அவனுடனான உறவை முறித்துக்கொண்டாள். பின்னர் அவளை அபூசுஃப்யான் பின் ஹர்ப் திருமணம் செய்தார். இவர்களுக்குப் பிறந்தவர்தான் முஆவியா (ரலி).

முஆவியா (ரலி) பிறக்கும்போது அபூசுஃப்யானின் வயது நாற்பதுக்குள். நபி (ஸல்) அவர்களை விடவும் அபூசுஃப்யான்

பத்தாண்டுகள் இளையவர். முஆவியாவின் குழந்தைப் பருவத்திலேயே எதிர்காலம் குறித்த சில அறிகுறிகள் அவரிடம் தென்பட்டன. 'அரேபியர்களின் கிஸ்ரா' என்றழைக்கப்பட்ட முஆவியா தமது அறிவு, நிர்வாகத்திறன், அமைதியை விரும்பும் குணம், சார்பற்ற தன்மைகளின் காரணமாகப் புகழ்பெற்றவர். உயரமும், ஓரளவிலான நிறமும், உறுதியான அழகிய உடற்கட்டும்கொண்டவர்.

நபி (ஸல்) அவர்கள் ஒருமுறை முஆவியாவைக் குறிப்பிட்டு, "இவர்தான் அரேபியாவின் கிஸ்ரா. முஆவியா இந்த உலகை விட்டுச்செல்லும் நாளில் பல தலைகள் உடலிலிருந்து வேறுபடுவதைக் காண்பீர்கள்" என்றார்.

அமீர் முஆவியா (ரலி) அவர்களின் இறுதிக் காலத்தில் அவரது வயிறு சிறிதளவு தொப்பை விழுந்திருந்தது. ஆகவே, ஜுமுஆ உரையை உட்கார்ந்தவாறே நிகழ்த்தினார். இவ்வழக்கத்தைத் தொடங்கி வைத்தவர் முஆவியாதான். நன்றாகப் படித்தவர். நபி (ஸல்) அவர்கள் மக்காவை வெற்றிகொண்ட அன்று, தமது இருபத்தைந்தாவது வயதில் தந்தையார் அபூசுஃப்யானுடன் இணைந்து இஸ்லாத்தைத் தழுவினார். இறைத்தூதரின் இறப்புவரை அவருடனேயே இருந்தார். ஹுனைன் போரிலும் தாயிஃப் முற்றுகையிலும் பங்கேற்றார். பிறகு, நபிகளார் மக்காவுக்கு வந்து உம்ராவை நிறைவேற்றிய பின், மதீனாவுக்குச் சென்றார். இதன் பிறகு, மதீனாவுக்கு வந்த முஆவியா (ரலி), இறைச்செய்திகளைப் பதிவு செய்பவர்களில் ஒருவராக நியமிக்கப்பட்டார். இதைத்தவிர, நபிகளாரின் சார்பில் வெளிநாட்டுத் தூதுவர்களை வரவேற்று அவர்களுக்கான வசதிகளை ஏற்பாடு செய்யும் பொறுப்பையும் மேற்கொண்டார்.

நபி (ஸல்) அவர்களின் மறைவுக்குப் பின், முஆவியா (ரலி) அவர்களின் சகோதரரான யஸீத் பின் அபூசுஃப்யான் தலைமையில், அபூபக்ர் (ரலி) ஒரு படையை சிரியாவுக்கு அனுப்பி வைத்தார். கூடவே, முஆவியா (ரலி) தலைமையிலான ஒரு படைப் பிரிவை யஸீதின் துணைப் படையாகவும் அனுப்பி வைத்தார்.

சிரிய படையெடுப்பின்போது தமது கடமைகளை அவர் திறம்பட நிறைவேற்றினார். அவரது வீரமும் ஆற்றலும் அனைவரையும் கவர்ந்துகொண்டன. உமர் (ரலி), அவரை ஜோர்தானின் நிரந்தர

நிர்வாகத் தலைவராக நியமித்தார்.

அபூஉபைதா, யஸீத் பின் அபூசுஃப்யான் போன்ற நபித்தோழர்கள் அம்வாஸில் உருவான கொள்ளை நோயில் இறந்த பிறகு, யஸீதின் ஆட்சியின் கீழிருந்த டமாஸ்கசுக்கு ஆளுநராக உமர் (ரலி) அவரை நியமித்தார். ஜோர்தானும் பிற நிலப்பகுதிகளும் அவரது ஆளுகையின் கீழ் இணைக்கப்பட்டன.

உமர் (ரலி) பைத்துல் முகத்தஸுக்குச் சென்றபோது, முஆவியா (ரலி) அவருக்குச் சிறப்பான முறையில் வரவேற்பு ஏற்பாடுகள் செய்திருந்தார். இதை ஏற்க மறுத்த உமர் (ரலி), "நீர் ராஜபோக வாழ்க்கையை மேற்கொண்டிருக்கிறீர். வாயிற்காவலர்களையும் நியமித்திருக்கிறீர்" என்றார்.

முஆவியா (ரலி) இதற்குப் பதில் சொன்னார்: "ரோமானியப் படைவீரர்களால் திடீர்த் தாக்குதலுக்குள்ளாகும் ஆபத்து சிரியாவின் எல்லைப்பகுதிகளில் எப்போதுமே நிலவி வருகிறது. அவர்களது ஒற்றர்கள் சிரியாவெங்கும் உலாவிக்கொண்டிருக்கின்றார்கள். படாடோபமும் தோற்றப்பொலிவுகளும் ரோமானியப் பேரரசையும் கிறிஸ்தவர்களையும் மிரட்சிகொள்ளச் செய்யும் என்று நான் நினைக்கிறேன். வாயிற்காவலர்கள் ரோமானிய ஒற்றர்களை நுழைய விடாமல் கண்காணிக்கிறார்கள்." இந்தப் பதிலில் திருப்தியடைந்த உமர் (ரலி) மேற்கொண்டு எதுவும் அவரிடம் கேட்கவில்லை.

முஆவியா (ரலி), கான்ஸ்டான்டிநோபிள்மீது கடற்படைத் தாக்குதல் நடத்தி மத்திய தரைக்கடல் பகுதியின் தீவுகளைக் கைப்பற்ற உமர் (ரலி) அவர்களிடம் ஒப்புதல் கேட்டார். உமர் (ரலி) இதற்கான ஒப்புதலை வழங்கவில்லை.

உமர் (ரலி) அவர்களுக்குப் பிறகு கலீஃபாவாக நியமிக்கப்பட்ட உஸ்மான் (ரலி), முஆவியா (ரலி) அவர்களை சிரியாவுக்கும் அதன் அண்மைப்பகுதிகள் அனைத்துக்குமான ஆளுநராக நியமித்தார். கூடவே, ஒரு கடற்படையை உருவாக்கவும் ஒப்புதலளித்து அவரது நிர்வாக உரிமைகளையும் விரிவுபடுத்தினார்.

சிரியாவை முழுவதுமாகத் தமது கட்டுப்பாட்டின்கீழ் வைத்திருந்த முஆவியா (ரலி) இஸ்லாமிய அரசைக் கணிசமான அளவுக்கு வலுப்படுத்தினார். ரோமானியப் பேரரசை அச்சத்துடன்

இருக்கச் செய்தார். எல்லைப் பகுதிகளைத் தாக்கும் துணிச்சலை கிறிஸ்தவர்களுக்கு அவர் வழங்கவே இல்லை.

உஸ்மான் (ரலி) அவர்களின் மறைவைத் தொடர்ந்து முஆவியா, அலீ(ரலி) ஆகியோரிடையில் எழுந்த முரண்பாடுகளையும் இமாம் ஹஸன் (ரலி) அவர்களுடனான அமைதி உடன்படிக்கையையும் தொடர்ந்து, ஹிஜ்ரீ 41 ரபீயுல் அவ்வல் மாதம்வரைக்கும் இமாம் ஹஸன் (ரலி) உட்பட முழு இஸ்லாமிய உலகும் முஆவியா (ரலி) அவர்களைக் கலீஃபாவாக ஏற்று வாக்குறுதியளித்தது.

ஆளுநர் என்ற நிலையில் முஆவியா (ரலி) குறித்த முக்கியமான சில நிகழ்வுகள் ஏற்கனவே இதில் பதிவு செய்யப்பட்டன. அக்காலகட்டம் வரையிலான இருபதாண்டு காலம், முஆவியா (ரலி) சிரியாவின் ஆளுநராக இருந்தார். பிந்தைய இருபதாண்டு காலம் அமீராக ஆட்சி புரிந்தார்.

நற்பண்புகளும் பழக்கவழக்கங்களும் : அமீர் முஆவியா (ரலி) 163 நபிமொழிகளை (ஹதீஸ்கள்) அறிவித்துள்ளார். அவை பின்னர், இப்னு அப்பாஸ், இப்னு உமர், இப்னு ஸுபைர், அபூதர்தா (ரலி) போன்ற நபித்தோழர்களாலும் இப்னுல் முஸய்யிப், ஹுமைத் பின் அப்துர் ரஹ்மான் போன்ற தாபியீன்களாலும் அறிவிக்கப்பட்டன. இதில் பல நபிமொழிகள் முஆவியாவின் சிறப்புகளைக் குறிப்பிடுபவை.

'ஹஸன் நபிமொழிகள்' என்ற தலைப்பில் திர்மிதீ: இறைத்தூதர் கூறினார்: "அல்லாஹ்வே! முஆவியாவை வழிகாட்டப்பட்டவராகவும் வழிகாட்டியாகவும் ஆக்குவாயாக!"

இமாம் அஹ்மத் பின் ஹன்பல் கூறியதாக முஸ்னத்: இறைத்தூதர் கூறினார்: "அல்லாஹ்வே! முஆவியாவுக்குக் கணிப்புமுறையைக் கற்பிப்பாயாக! தண்டனையிலிருந்து அவரைக் காப்பாற்றுவாயாக!"

முஆவியா (ரலி) கூறுகிறார்: "நீர் அரசனாக இருக்கும் நிலையில் மக்களை அன்புடன் நடத்துவீராக என்று இறைத்தூதர் அவர்கள் சொன்ன அன்று முதல், நான் கலீஃபாவாக ஆவேன் எனும் எதிர்பார்ப்பு எனக்குள் உருவானது."

முஆவியா (ரலி) அவர்களின் பொறுமையும் அறிவும்

புகழ்பெற்றவை. அவரது ஆட்சியின்போது ஒரு முறை அவர் ஹஜ் கடமையை நிறைவேற்றிவிட்டு வந்து மதீனாவில் சில நாள்கள் தங்கியிருந்தார். முஆவியாவும் அப்துல்லாஹ் பின் முஹம்மத் பின் அகீல் பின் அபூதாலிபும் அமர்ந்திருந்த சபைக்கு அபூதர்தா (ரலி) வந்தார். அவரைக் கண்டதும் முஆவியா, “அபூதர்தாவைத் தவிர அனைவரும் என்னைப் பார்க்க வந்தார்கள்” என்றார். அபூதர்தா (ரலி), “தொடர்புகொள்ளும் வழிவகை இல்லாததால் என்னால் வர இயலவில்லை” என்றார்.

“ஏன் உங்கள் ஒட்டகங்கள் என்ன ஆனது?” என்றார் முஆவியா (ரலி). அவர், “எங்களுடைய ஒட்டகங்கள் அனைத்தும் உங்களையும் உங்கள் தந்தையாரையும் பின்பற்றியதால் களைப்படைந்து விட்டன” என்று சொல்லிவிட்டுத் தொடர்ந்தார்: “தகுதியுள்ளவர்களை மதிப்பதற்கு மாறாக, தகுதியற்றவர்களை மதிக்கும் காலம் வருமென்று இறைத்தூதர் அவர்கள் சொன்னதாக நான் கேள்விப்பட்டிருக்கிறேன்.”

முஆவியா (ரலி) சொன்னார்: “அத்தகைய சூழ்நிலையில் எப்படி நடந்துகொள்வதென்று இறைத்தூதர் அவர்கள் குறிப்பிட்டார்களா?” “முஸ்லிம்கள் பொறுமைகாக்க வேண்டுமென்றும் சொல்லியிருக்கிறார்” என்றார் அபூதர்தா (ரலி). “ஆகவே பொறுமையைக் கடைப்பிடியுங்கள்” என்றார் முஆவியா (ரலி).

குறைஷிய இளைஞர் ஒருவர் முஆவியா (ரலி) அவர்களிடம் வந்து அவரை வசைபேச ஆரம்பித்தார். அவருடைய தகாத சொற்களைக் கேட்ட முஆவியா (ரலி), “என் மகனே! இத்தகைய நடத்தையை விட்டு விலகிக்கொள். ஏனெனில், அரசனின் சினம், குழந்தைக்கும் அதன் வெளிப்பாடு சிறுத்தையின் சீற்றத்துக்கும் சமம்” என்றார்.

ஷாஃபியீ கூறியுள்ளார்: “அரபிகளிடையே முஆவியா, அம்ர் பின் அல்ஆஸ், முகீரா பின் ஷுஅபா, ஸய்யித் (ரலி) எனும் நான்கு அறிவாளிகளிருந்தனர். முஆவியா பொறுமைக்கும் அறிவுக்கும், அம்ர் திடீர் இன்னல்களை எதிர்கொண்டு களைவதிலும், முகீரா அமைதிக்கும், ஸய்யித், சிறிய பெரிய இடர்பாடுகளை எதிர்கொள்வதிலும் திறன் பெற்றவர்கள்.”

புகழ்பெற்ற நான்கு நடுவர்கள் : உமர் பின் அல்கத்தாப், அலீ பின் அபூதாலிப், இப்னு மஸ்ஊத், ஸைத் பின் ஸாபித் (ரலி) ஆகியோர்.

ஜாபிர் (ரலி) கூறுகிறார்: "குர்ஆன் மற்றும் நீதியறிவில் உமர் அவர்களைவிடவும், கேட்காமலேயே வழங்கும் கொடைத்தன்மையில் தல்ஹா பின் உபைதுல்லாஹ் அவர்களைவிடவும், பொறுமையிலும் அறிவிலும் முஆவியா அவர்களைவிடவும், நேர்மைக்கும் நம்பிக்கைக்கும் உரித்தான நண்பர்களில் அம்ர் பின் அல்ஆஸ் அவர்களைவிடவும் மகத்தான மனிதர்களை நான் கண்டதில்லை."

அகீல் பின் அபூதாலிப் (ரலி), ஒரு முறை, அமீர் முஆவியா (ரலி) அவர்களைக் காணச் சென்றார். உற்சாகமான மனநிலையிலிருந்த அமீர், அகீலைக் கண்டதும், "இதோ, அகீல் வந்திருக்கிறார்; இவருடைய மாமா அபூலஹப்" என்றார்.

குர்ஆனின் ஈச்சைக் கயிறு எனும் அத்தியாயத்தில், அபூலஹபையும் நரக நெருப்புக்கு நெய் வார்க்கும் ஹம்மாலத் அல் ஹத்தபையும் தண்டிப்பதாக அல்லாஹ் வாக்களிக்கிறான் என்பதை நினைவூட்டும் விதமாக இதற்குப் பதில் சொன்னார் அகீல்: "இதோ, அமீர் முஆவியா இருக்கிறார். இவரது தந்தையின் சகோதரர் ஹம்மாலத் அல்ஹத்தப்."

முஆவியா (ரலி) குறித்த ஒருவரது கேள்விக்கு, அப்துல்லாஹ் பின் அப்பாஸ் (ரலி) சொன்னார்: "பொறுமையைத் தமது சீற்றத்துக்கு மாற்றாகக்கொண்டுள்ளார் அமீர். அவரது கொடைத்தன்மை மக்களை நாவடக்கமுள்ளவர்களாக வைத்திருக்கிறது."

மனங்களுடன் ஒன்றிணைந்துகொள்ளும் கலையை நன்கறிந்திருந்தார் அமீர். அது அவரது ஆளுமையை மேலும் வலுப்படுத்தியது. ஒருமுறை, முஆவியா (ரலி) சொன்னார்: "அலீ பின் அபூதாலிபுக்கு எதிராக நான் பெற்ற வெற்றிக்கான காரணங்கள் நான்கு: இரகசியங்களை வெளியிடாமலிருப்பது என்னுடைய வழக்கம். அலீ அவர்கள் அனைத்தையும் வெளிப்படுத்துபவர்; எனது படைகள் பணிவுடையவை. அலீ அவர்களது படைகள் இதைப் பேணவில்லை; ஜமல் போரில் நான் விலகியிருந்தேன்; குறைஷிகளுடனான நெருக்கத்தை நான் பேணிக் காத்தேன். அலீ அவர்கள் இதில் அக்கறை செலுத்தவில்லை."

முக்கிய நிகழ்வுகள் : அமீர் முஆவியா (ரலி) ஆட்சியில் அமரும்போது இஸ்லாமிய உலகின் நம்பிக்கையையும் செயல்பாடுகளையும் பொறுத்தவரை மூன்று வகையான பிரிவுகள் காணப்பட்டன.

முதல் பிரிவினர்: அலீ (ரலி) அவர்களின் ஆதரவாளர்கள். கிலாஃபத்துக்கு உரித்தானவர் அலீ (ரலி) தான் என்றும் அவருக்குப் பிறகு அவரது வாரிசுகள்தான் அரசாள வேண்டுமென்று கருதியவர்கள். இவர்கள், இராக்கிலும் இரானிலும் அதிக எண்ணிக்கையில் இருந்தனர். எகிப்திலும் இருந்தனர். ஆனால், இமாம் ஹஸன் (ரலி) கிலாஃபத்தைத் துறந்துவிட்டு, முஆவியா (ரலி) அவர்களை கலீஃபாவாக ஏற்றுக்கொண்டதன் பிறகு, இந்த எண்ணிக்கை பலவீனமடைந்தது.

இரண்டாவது பிரிவினர்: உமய்யா, கல்ஃப் போன்ற சில இனக்குழுவினரை உள்ளடக்கிய முஆவியா (ரலி) அவர்களின் ஆதரவாளர்கள். இவர்கள் சிரியா முழுவதும் பரவலாக இருந்தனர். உஸ்மான் (ரலி) அவர்களின் அரசியல் கொலைக்குப் பிறகு, முஆவியா (ரலி) அவர்களுக்கும் உமய்யா வம்சத்தினருக்குமே கிலாஃபத்துக்கான தகுதியிருப்பதாக இவர்கள் நம்பினார்கள். அனைத்து விதமான ஆதரவுகளையும் இவர்கள் முஆவியாவுக்கு அளிக்கத் தயாராக இருந்தனர்.

மூன்றாவது பிரிவினர்: கவாரிஜ்கள் என்று குறிப்பிடப்பட்ட இவர்கள், முதலிலுள்ள இரு பிரிவினரும் வழிதவறியவர்கள் என்றும் அவநம்பிக்கையாளர்களாக மாறிவிட்டவர்கள் என்றும் அறிவித்தனர். அவர்களுக்கு எதிராகத் தங்களின் அனைத்து ஆற்றல்களையும் பயன்படுத்தினர். இஸ்லாத்தின் எதிரிகளான நயவஞ்சகர்களும் சூழ்ச்சியாளர்களும் இவர்களது குழுக்களில் ஆங்காங்கே கலந்திருந்தனர்.

இம்மூன்று பிரிவினர் தவிர, இன்னொரு பிரிவு, எல்லாக் கருத்து நிலைகளிலிருந்தும் விடுபட்ட ஒரு வாழ்க்கையை விரும்பியது. இவர்களில் அதிகமும் மாபெரும் நபித்தோழர்கள். இவர்கள், மதீனா முனவ்வராவிலும் மக்கா முகர்ரமாவிலும் ஹிஜாஸின் கிராமப்புறங்களிலும் ஒட்டகங்களின் மேய்ச்சல் நிலங்களிலுமாக வாழ்ந்து வந்தனர்.

கலீஃபாவான முஆவியா (ரலி) அவர்களின் முதல் பிரச்சினை கவாரிஜ்கள். ஹிஜ்ரீ 41 ரபீயுல் அவ்வல் மாதம், இறுதிப் பத்து நாள்களில் போர் நிறுத்த உடன்படிக்கை கையெழுத்தாகி, முஆவியா (ரலி) அவர்களை மக்கள் கலீஃபாவாக ஏற்றுக்கொள்ளும்

இஸ்லாமிய வரலாறு மூன்றாம் பாகம் 31

வாக்குறுதிகள் முடிவுற்றன. பிறகு, கவாரிஜ்களில் ஒருவனான ஃபர்வா பின் நவ்ஃபல் அஷ்ஜய் என்பவன், ஐந்நூறு கவாரிஜ்களுடன் தங்கள் எதிர்ப்பைத் தெரிவிக்கும் முகமாக கூஃபாவிலிருந்துப் புறப்பட்டுச் சென்று நகீலா எனுமிடத்தில் தங்கியிருந்தான்.

அமீர் முஆவியா (ரலி), கவாரிஜ்கள்மீது கடும் நடவடிக்கை எதையும் மேற்கொள்ளாமல் அறிவார்ந்த முறையில் அவர்களை எதிர்கொண்டார். கூஃபா மக்களை ஒன்று திரட்டிய முஆவியா (ரலி), அவர்களுக்கு அறிவுரை வழங்கினார்: "இவர்கள் உங்கள் சுற்றத்தினரும் நண்பர்களுமாவர். எனவே, போர் குறித்தும் அதன் மோசமான விளைவுகள் குறித்தும் நீங்களே விளக்கிச் சொல்லி அவர்களை எச்சரிக்க வேண்டும்."

ஃபர்வா பின் நவ்ஃபலைச் சிறைப்பிடித்து வருமளவுக்கு அஷ்ஜா இனக்குழுவினர் துணிந்தனர். கவாரிஜ்கள், அப்துல்லாஹ் பின் அபுல் ஹவ்ஸாவைத் தலைவராகத் தேர்வு செய்தனர். அமைதியை விரும்புகிற எந்த அறிகுறிகளும் அவர்களிடம் தென்படவில்லை. இறுதியில், கவாரிஜ்களை எதிர்த்துக் கூஃபா மக்கள் போரிட்டனர். அப்துல்லாஹ் கொல்லப்பட்டான். இத்துடன் அவர்களது எண்ணிக்கை 150 ஆகக் குறைந்தது. பிறகு, அபூஹவ்ஸா அஸதியைத் தலைவராகத் தேர்வு செய்தனர். அமைதியை நோக்கிய அழைப்பை அபூஹவ்ஸாவும் ஏற்கவில்லை. அவர்களிடம் மரண பயமென்பது துளியும் தென்படவில்லை. இறுதியில், அபூஹவ்ஸாவும் அவனது ஆதரவாளர்களும் போரில் கொலையுண்டனர். தப்பித்த சிலர் இராக்கிலும் இரானிலுமுள்ள பல்வேறு நகரங்களுக்குச் சென்றனர்.

கலீஃபாவாகப் பொறுப்பேற்ற முஆவியா (ரலி) கூஃபாவில் எதிர்கொண்ட முதல் எதிர்ப்பு இதுதான். மேலும், இராக் நகரங்களில் உருவாகியிருந்த கவாரிஜ்களின் வெவ்வேறு குழுக்களைப் பற்றிய தகவல்களும் அவருக்குத் தெரிய வந்தன.

ஆளுநர்கள் நியமனம் : ஏற்கனவே எகிப்து ஆளுநராகப் பொறுப்பிலிருந்தவர் அம்ர் பின் அல்ஆஸ் (ரலி). முழு இஸ்லாமிய உலகுக்குமே தலைவராகிவிட்ட முஆவியா (ரலி), ஸயீத் பின் அல் ஆஸ் (ரலி) அவர்களை மக்காவுக்கும், மர்வான் பின் ஹகம் (ரலி) அவர்களை மதீனாவுக்கும் ஆளுநர்களாக நியமித்தார். இவர்கள்

இருவரும் முஆவியாவின் உறவினர்கள். இஸ்லாமிய உலகின் உயிர்ப்பு மிக்க பகுதிகளான மக்காவிலும் மதீனாவிலும் இவர்களை நியமித்ததன் நோக்கம், எந்த எதிர்ப்புச் சக்திகளும் முளைவிடாமல் கண்காணிக்கவும் முளைவிடும் நிலையில் அதனை அடியோடு அகற்றிவிட இயலும் என்பதுவும்தான்.

ஹஜ் கடமையை வருடம் தவறாமல் நிறைவேற்றும் வழக்கம் முஆவியாவிடம் இருந்ததில்லை. மக்கா, மதீனா ஆளுநர்களான ஸயீத் அல்லது மர்வானை சுழற்சி முறையில், ஹஜ் தலைவராக நியமிப்பார். இவர்களில் யாரேனும் ஒருவர் மக்கள் செல்வாக்கையும் மக்கா, மதீனா நகரங்களின் முக்கியத்துவத்தையும் பெற்று விடுவார்கள் என்று நம்பினார்.

கூஃபாவில், கிலாஃபத்துக்கான வாக்குறுதியைப் பெற்ற பின், முஃகீரா பின் ஷுஅபா (ரலி) அவர்களை கூஃபா ஆளுநராக்கி, கவாரிஜ்களின் கிளர்ச்சிகளை அடியோடு ஒழித்தாக வேண்டுமென்று உத்தரவிட்டார். பிற பெருநிலப்பகுதிகள் மற்றும் எல்லைப் புறங்களிலுள்ள மக்களிடமிருந்து கலீஃபாவுக்கான வாக்குறுதி பெறும் உரிமையை அந்தந்தப் பகுதிகளின் ஆளுநர்களுக்கு அளித்திருப்பதாகக் கடிதமெழுதினார்.

பாரசீக ஆளுநராக அலீ (ரலி) அவர்களால் நியமிக்கப்பட்டவர் ஸியாத் பின் அபூசுஃப்யான் (ரலி). அலீயின் ஆதரவாளராகக் கருதப்பட்ட இவரது அறிவுக்கூர்மை, அரபு தேசமெங்கும் புகழ்பெற்றது. இத்துடன், ஸியாதின்கீழ் பாரசீகம் வலுவாகவும் இருந்து வந்தது. ஸியாத் தனக்கெதிராக அலீயின் வழிவந்தவர்களில் யாரையாவது கலீஃபாவாக்கி அவருக்கு வாக்குறுதி அளித்துக் கிளர்ச்சியில் ஈடுபடக்கூடுமென்ற பயம் முஆவியா (ரலி) அவர்களிடம் இருந்தது. ஆகவே, அவரைத் தமது கட்டுப்பாட்டுக்குள் வைக்கவேண்டும் என்ற திட்டத்துக்கு அவர் முன்னுரிமை அளித்தார்.

ஸியாத் பின் அபூசுஃப்யான் (ரலி) : ஸியாதின் தாயாராகிய ஸுமய்யா, ஹாரிஸ் பின் கிலாப் ஸகஃபின் அடிமையாவார். ஸியாதின் தந்தை, யாரென்பதில் மக்களுக்கு சந்தேகமிருந்தது. உண்மையில், அபூசுஃப்யான் இஸ்லாத்தைத் தழுவுவதற்கு முன்பே ஸுமய்யாவைத் திருமணம் செய்திருந்தார். இவர்களுக்குப்

பிறந்தவர்தான் ஸியாத். உருவ அமைப்பிலும் அவர் அபூசுஃப்யான் போலவே இருந்தார். ஆனால், அபூசுஃப்யானின் குடும்ப உறுப்பினர்களும் முஆவியாவும் ஸியாதை அபூசுஃப்யானின் மகனாக ஏற்றுக்கொள்ளவில்லை.

முஆவியா (ரலி) பொறுப்பேற்றதை அறிந்த ஸியாத் அவரை கலீஃபாவாக ஏற்று வாக்குறுதி அளிக்கத் தயங்கினார். இந்நிலையில், தமது குடும்பத்திலும் மரபுவழியிலும் அபூசுஃப்யானின் மகனாக ஸியாதை ஏற்பதாக அறிவிப்பது அறிவார்ந்த செயலாக இருக்குமென்று முஆவியா (ரலி) கருதினார். இதன்படி, ஸியாதின் நண்பரான முகீரா பின் ஷுஅபா மூலம் ஸியாதுக்கு ஒரு கடிதம் அனுப்பினார்.

பாரசீகம் சென்ற முகீரா, கலீஃபாவின் கடிதத்தை ஸியாதிடம் ஒப்படைத்தார். இதன்படி, கருவூலத்திலிருந்த அனைத்தையும் அவருக்கு மாற்றிக் கையெழுத்திட்ட பிறகு, முஆவியாவிடம் அழைத்து வரப்பட்டார். அவரை அன்புடன் வரவேற்ற முஆவியா, தமது சகோதரராக ஏற்றுக்கொண்டார். அனைத்து ஆவணங்களிலும் அவரது பெயர், இப்னு அபூசுஃப்யான் என்று திருத்தி எழுதப்பட்டது.

ஸியாத், அபூசுஃப்யானின் மகன்தான் என்பதில் அலீ (ரலி) அவர்களுக்கு சந்தேகமில்லை. அபூசுஃப்யான் (ரலி) ஸியாதைத் தமது மகன் என்று ஒப்புக்கொண்டதை உமர் (ரலி) அவர்களும் அறிவார். ஆகவேதான் பாரசீக ஆளுநராக அவரை நியமிக்கவும் செய்தார்.

இப்போது, முஆவியா (ரலி) அதைவிடவும் பெரும் சிறப்பை அவருக்கு அளித்திருக்கிறார். அவரது பதவியை மேலும் உயர்த்தி பஸ்ராவின் ஆளுநராக நியமித்தார். பஸ்ரா மக்கள் ஒழுங்குமுறை அறியாதவர்களாக திருட்டு, கொள்ளை, அரசுக்கெதிரான செயல்பாடுகளில் அதிகமாக ஈடுபட்டிருந்த நிலையில் அவர்களை நல்வழிப்படுத்துமாறு அறிவுறுத்தினார் முஆவியா. மக்கள் அனைவரையும் மஸ்ஜிதில் ஒன்றுதிரட்டிய ஸியாத் ஒரு பேருரை நிகழ்த்தினார்.

பஸ்ரா ஆளுநராகத் தமது பதவியேற்பைத் தொடர்ந்து, பஸ்ராவில் ஊரடங்குச் சட்டம் பிறப்பித்தார் ஸியாத். இரவு நேரங்களில் மக்கள் வீடுகளுக்குள்ளிருந்து விட வேண்டும். வெளியே வருபவர்கள் கண்ட இடத்தில் கொல்லப்படுவார்கள் என்று உத்தரவிட்டார்.

உத்தரவு மிகக் கடுமையாகப் பின்பற்றப்பட்டது. சில நாள்களிலேயே பஸ்ராவில் அமைதி திரும்பியது. மக்கள் பணிவுடையவர்களாக மாறினார்கள்.

ஸியாதையும் முகீராவையும் முறையே பஸ்ராவுக்கும் கூஃபாவுக்கும் ஆளுநர்களாக நியமித்த பிறகு, இராக் மற்றும் பாரசீக எல்லைப் பகுதிகளிலிருந்த அச்சுறுத்தல்கள் இல்லாமலாயின. ஏனெனில், இரானின் அனைத்துப் பெருநிலப் பகுதிகளும் கூஃபா மற்றும் பஸ்ராவின் கீழிருந்தன.

பாரசீகம், ஜஸீரா, வடக்கே டைக்ரீஸ் யூப்ரட்டீஸ் ஆறுகளிடையிலான நிலப்பகுதி என ஸஜஸ்தான் வரைக்கும் ஸியாதின் ஆளுகைப் பகுதியாக விரிவுபடுத்தினார் அமீர். இப்பகுதிகள் அனைத்தும் பஸ்ராவின் கீழ் வந்ததுடன் கிழக்கு எல்லைப்பகுதிகளில் ஏற்பட வாய்ப்புள்ள அச்சுறுத்தல்களும் முறியடிக்கப்பட்டன.

இரானிலும் இராக்கிலும் சிறு சிறு கிளர்ச்சிகளினூடே கவாரிஜ்கள் தலையுயர்த்திக்கொண்டிருந்தனர். ஸியாதும் முகீராவும் ஒன்றிணைந்து அவர்களை எதிர்கொண்டனர். இதனால், அமீருக்கு எந்தப் பாதகங்களும் ஏற்பட்டுவிடாமல் அவர்கள் எச்சரிக்கையுடன் செயல்பட்டனர்.

தமது ஆட்சிப் பகுதியில் கடுமையான நடவடிக்கைகளை மேற்கொண்ட ஸியாத், எதிர்காலத்தில் வரவிருக்கும் ஆபத்துக்களைத் தவிர்க்க சில மென்மையான போக்குகளையும் கையாண்டார். அதிலொன்று, கவாரிஜ்களுக்கு ஆதரவாக மாறிய, வீரமும் அறிவுக்கூர்மையுமுள்ள அபுல் கைர் என்பவனை வரவழைத்து ஜுண்டி ஸஃபூரில் அரசுப் பணியாளராக நியமித்தது.

எகிப்தின் ஆளுநரான அம்ர் பின் அல்ஆஸ் (ரலி) ஹிஜ்ரீ 43 இல் இறந்தார். அவரது மகன் அப்துல்லாஹ் பின் அம்ருவை ஆளுநராக நியமித்தார் அமீர் முஆவியா (ரலி). கவாரிஜ்கள்மீது ஸியாத் மேற்கொண்ட கடும் நடவடிக்கைகள்போல், கூஃபா ஆளுநரான முகீரா மேற்கொள்வதில்லை என்பதையும், சில சந்தர்ப்பங்களில் மக்களின் குற்றச்செயல்பாடுகளை அவர் கண்டுகொள்ளாமல் இருப்பதையும் கவனித்து வந்த கிளர்ச்சியாளர்கள் தங்களின் சூழ்ச்சித் திட்டங்களுக்கு இதை ஒரு வாய்ப்பாகக் கருதினர்.

முகீராவுக்குப் பதில் ஸியாதாக இருந்தால், கவாரிஜ்கள் இதற்குத் துணிந்திருக்க மாட்டார்கள். கவாரிஜ்களைக் குறித்து ஸியாத் மிக நன்றாக அறிந்து வைத்திருந்தார். முன்போல் இல்லாமல் பஸ்ரா மக்கள் இப்போது பணிவடக்கமுள்ள குடிமக்களாக மாறியிருந்தனர். ஹிஜ்ரீ 43 ஷவ்வால் மாதம் முதல் நாள், மஸ்த்துராத் பின் அல்கமாவின் தலைமையில், 300 கவாரிஜ்கள் கூஃபாவைவிட்டுப் புறப்பட்டனர். அன்று, ஈதுல் ஃபித்ர் நாள். கவாரிஜ்களின் பின்னால் 3000 படைவீரர்களை அனுப்பி வைத்தார் முகீரா. தொடர்ந்து நடந்த போரில் 300 கவாரிஜ்களும் கூஃபாவிலிருந்து வந்த 3000 படைவீரர்களைத் தோற்கடித்தனர்.

மேலும், அதிகமான படைவீரர்கள் வந்தும் பலனில்லாமல் போனது. இறுதியாக, மஅகீல் பின் கைசின் தலைமையில் ஒரு மாபெரும் படை புறப்பட்டது. தொடர்ந்து நடந்த போரில், மஅகீல் பின் கைசும், மஸ்த்துராத் பின் அல்கமாவும் கொல்லப்பட்டனர். ஐந்து பேர்களைத் தவிர, கவாரிஜ்கள் அனைவரும் பூண்டோடு அழிக்கப்பட்டனர். இந்நிகழ்வுக்குப் பிறகு, கவாரிஜ்கள் குறித்துக் கவனமாகவும் மிகுந்த எச்சரிக்கையுடனுமிருந்தார் முகீரா பின் ஷுஅபா.

சிரியாவின் வடஎல்லை, ரோமானியப் பேரரசின் அச்சுறுத்தல்களுக்குத் தொடர்ந்து இலக்காகிக்கொண்டிருந்தது. சிரிய கடற்கரைப் பகுதியில் கடற்படைத் தாக்குதலின் ஆபத்தும் இருந்து வந்தது. ரோமானியர்களின் தொடர்த் தாக்குதலுக்கு எகிப்தும் வடஆப்பிரிக்காவும் உள்ளாயின. கிழக்குப் பகுதிச் சிக்கல்களுக்கு முடிவு கட்டிய முஆவியா (ரலி) பிறகு, ரோமானியரால் ஏற்படும் ஆபத்துகளை எதிர்கொள்ளத் தேவையான திட்டங்களைத் தீட்டினார். அனைத்து ஆற்றல்களையும் வளங்களையும் இதற்காகச் செலவிட்டார். ஒரு கப்பல் படை உருவானது. கடற்படையில் சேர முன்வரும் வீரர்களை உற்சாகமூட்டும் நோக்கத்துடன் அதிக ஊதியமளித்தார். 2000 போர்ப்படகுகள் தயார் செய்யப்பட்டன. ஜுந்தா பின் உமய்யாவைக் கடற்படைத் தலைவராக்கினார்.

தரைப்படையை மேலும் வலுவுள்ளதாக்கினார். பங்கீட்டுத் தொடர்புகளை உயர்த்தியதுடன் காவல் படையையும் முன்செல்லும் படையையும் தனியாகப் பிரித்து வலுப்படுத்தினார். படைகளை, மழைக்காலப் படை, கோடைக்காலப் படையென்று இரண்டாகப்

பிரித்தார். இரு பருவ காலங்களிலும் எல்லைகளில் நின்று ரோமானியப் படைகளைக் கண்காணித்து ஒடுக்கும் பணியை இப்படைகள் மேற்கொண்டிருந்தன.

கடற்படைகள், சைப்ரஸ் தீவுகளைத் தலைமையகங்களாகக்கொண்டிருந்தன. மத்திய தரைக்கடல் பகுதிகள் மீதான ரோமானியர்களின் உரிமைகள் பறிக்கப்பட்டன. எதிரிக் கடற்படையின் தாக்குதலிலிருந்து எகிப்து மற்றும் சிரிய கடலோரப் பகுதிகள் பாதுகாக்கப்பட்டன. ஸஜஸ்தானின், ரிஹாஜ் போன்ற அண்டை மாநிலங்கள் வெற்றிகொள்ளப்பட்டன. அதே ஆண்டில், இஸ்லாமியப் படைகள் பர்க்காவை (வடஆப்பிரிக்கா, சூடான் ஆகிய நிலப்பகுதிகள்) நோக்கி முன்னேறின. இப்படி, இஸ்லாமிய ஆட்சிப் பரப்பு மிகப்பெருமளவில் விரிவடைந்தது.

கான்ஸ்டான்டிநோபிள் மீதான படையெடுப்பு : ரோமானியப் பேரரசரின் ஆற்றலைக் குறித்து ஒரு முடிவுக்கு வந்த பிறகு, ஹிஜ்ரீ 48 ஆம் ஆண்டு அவர்களது தலைநகரான கான்ஸ்டான்டிநோபிள்மீது கடற்படைத் தாக்குதல் நடத்துவதாக முடிவு செய்தார் முஆவியா (ரலி). பிறரால் ஏறெடுத்தும் பார்க்க இயலாதெனும் ரோமானிய இறுமாப்பைக் குலைத்து, அவர்களது சாம்ராஜ்ய விரிவாக்கக் கனவுகளைச் சிதறடித்து இஸ்லாமிய எல்லைகளை ஏறெடுத்துப் பார்க்கத் துணியாத நிலைக்கு அவர்களைக் கொண்டு வர வேண்டுமென்று முடிவு செய்தார். கான்ஸ்டான்டிநோபிள்மீது முஸ்லிம்கள் படையெடுத்துச் செல்லும் இம்முடிவை மக்காவிலும் மதீனாவிலும் அறிவிக்கும்படி உத்தரவிட்டார்.

ரோமானியப் பேரரசின் நகரைத் தாக்கும் முதல்படை மன்னிக்கப்படும் எனும் இறைத்தூதரின் பொன்மொழியை நபித்தோழர்கள் அறிந்திருந்ததால், அப்துல்லாஹ் பின் உமர், அப்துல்லாஹ் பின் ஸுஹைர், அப்துல்லாஹ் பின் அப்பாஸ், ஹுஸைன் பின் அலீ, அபூ அய்யூப் அன்சாரி (ரலி) போன்ற உன்னத நபித்தோழர்கள் மகிழ்ச்சியுடன் அதில் பங்கு பெற்றனர்.

ஒரு மாபெரும் படை தயாரானது. ஸுஃப்யான் பின் அவ்ஃப் தலைமையிலான முஸ்லிம் படைகள் கான்ஸ்டான்டிநோபிளுக்குப் புறப்பட்டது. கோடைகாலப் படையில் வீரராக இருந்த முஆவியாவின் மகன் யஸீதும் ஒரு படைப்பிரிவுக்குத் தலைமையேற்றார். படைகள்

கடல் மார்க்கமாகச் சென்றன.

இன்னொரு படைப்பிரிவு, கான்ஸ்டான்டிநோபிளை நோக்கித் தரை மார்க்கமாக நகர்ந்தது. நகர் முற்றுகைக்குள்ளானது. பாதுகாப்பு அரண்களும் நகரின் நிலையமும் எல்லைப் பகுதியில் மையம்கொண்டிருந்தன. முற்றுகையும் தாக்குதலும் பலனளிக்கவில்லை. அபூஅய்யூப் அன்சாரி (ரலி) உட்பட முஸ்லிம்களில் மாபெரும் வீரர்கள் சிலர் மரணமடைந்தனர். அவரது உடல், நகரின் பாதுகாப்பரணின்கீழ் நல்லடக்கம் செய்யப்பட்டது.

கடுங்குளிரும் இயற்கைத் தடைகளும் கான்ஸ்டான்டிநோபிள்மீதான முஸ்லிம்களின் வெற்றிக்குத் தடையாக இருந்தன. படைகள் திரும்பிச் சென்றன. படையெடுப்பு தோல்வியில் முடிந்தாலும் அதன் விளைவுகள் முக்கியமான இலக்கை அடைந்தன. அடிமைப்படுவதிலிருந்து தப்பித்துக்கொண்ட தாங்கள் நற்பேறு பெற்றவர்கள் என்று ரோமானியப் பேரரசரும் படையினரும் நம்பினர். இன்னொரு தாக்குதலுக்கான வாய்ப்பை உருவாக்கி மீண்டும் தங்களை ஆபத்துக்கு உட்படுத்துவதை அவர்கள் விரும்பவில்லை. எனவே, இஸ்லாமிய எல்லைப்பகுதிகள் மீதான தங்கள் தாக்குதல்களை நிறுத்திக்கொண்டனர். முஸ்லிம்களுக்கும் கிறிஸ்தவர்களுக்கும் இடையிலான சர்ச்சைக்குரிய பகுதிகள் அனைத்தும் முஸ்லிம்களின் கட்டுப்பாட்டின்கீழ் வந்தன.

முஆவியா (ரலி), ஹிஜ்ரீ 50இல் உக்பா பின் நஃபீயை எகிப்துக்கும் பர்க்காவுக்கும் சூடானுக்கும் தலைமைப் படைத்தலைவராக்கினார். கூடவே, பத்தாயிரம் வீரர்களை அனுப்பி, மேற்குப் பகுதியினூடே முன்னேறிச் சென்று வடஆப்பிரிக்காவின் அனைத்துப் பகுதிகளையும் கைப்பற்றும்படி, படைத்தலைவருக்கு உத்தரவிட்டார். பர்பர்கள், முஸ்லிம் படைகள் வரும்போது அவர்களுக்குப் பணிவதையும், அவர்களது பார்வையிலிருந்து விடுபட்டதும் கிளர்ச்சியில் ஈடுபட்டு, தங்கள் விடுதலையை அறிவிப்பதையும் வழக்கமாகக்கொண்டிருந்தனர்.

உக்பா பின் நஃபீ, எகிப்து மற்றும் பர்க்காவினூடே கடந்து சென்று, துனீசையும் திரிப்போலியையும் கைப்பற்றினார். தொடர்ந்து, மொராக்கோவின் அண்மையிலுள்ள புதிய அல்ஜீரியாவின்

வடமேற்குப் பகுதியிலுள்ள லெம்ஸனை நோக்கி முன்னேறினார்.

அதே ஆண்டு, மக்ரான் (இன்றைய பாகிஸ்தான், இரான் கடலோரப் பகுதிகள்) மற்றும் பலுச்சிஸ்தான் (பாகிஸ்தானின் மேற்கு மாநிலம்) நிர்வாகியான அப்துல்லாஹ் பின் ஸவர், சிந்து (பாகிஸ்தானின் தென் மாநிலம்) பகுதியைத் தாக்கினார். அவர்களை எதிர்கொள்வதற்கு முற்றிலும் தயாராக இருந்த சிந்தியர்கள் உறுதியுடன் அவர்களை எதிர்கொண்டனர். போரில், அப்துல்லாஹ் பின் ஸவர் மரணமடைந்தார். வெற்றி பெறுவோம் என்று திடமான நம்பிக்கையுடன் இறுதிவரைப் போராடிய அஹ்லப் பின் அபூஸுஃப்ரா சிந்துவின் ஒரு பெரும் பகுதியைக் கைப்பற்றினார்.

கலீஃபா உரிமைக்கு யஸீத் : அதே ஹிஜ்ரீ 50இல் முகீரா, கூஃபாவிலிருந்து டமாஸ்கஸுக்கு வந்தார். மதீனாவில் நிகழ்ந்த உஸ்மான் (ரலி) அவர்களின் அரசியல் படுகொலையை தாம் நேரில் கண்டதாகவும் அதன் பின் நடந்த காட்சிகள் தமது கண் முன் நிழலாடுவதாகவும் கிலாஃபத்தை அடைவது ஒன்றுதான் அதன் நோக்கமென்றும் அவர், முஆவியா (ரலி) அவர்களிடம் சொன்னார். “ஆகவே, உங்களுக்குப் பிறகு, உங்கள் மகன் யஸீத் கலீஃபாவாக வர நீங்கள் முன்மொழிவதுதான் சரியாக இருக்குமென்று நினைக்கிறேன். என்றால்தான் நானுட்பட முஸ்லிம்கள் பாதுகாப்பாக வாழ இயலும்” என்றார்.

தமக்குப் பிறகு, தம்முடைய மகன் யஸீதை கலீஃபாவாக முன்மொழியும் திட்டம் அமீர் முஆவியா (ரலி) அவர்களிடம் அதற்குமுன் இருந்ததில்லை. முகீராவின் சொற்கள் அமீரின் கவனத்தை ஈர்த்தன. “மக்கள் என் மகனை கலீஃபாவாக ஏற்று வாக்குறுதியளிப்பார்கள் என்பதற்கு என்ன உறுதி?” என்று கேட்டார் அமீர்.

“அதிகமான வாய்ப்பிருக்கிறது” என்ற முகீரா, “நான் கூஃபா மக்களை அறிவுறுத்துவேன். பஸ்ராவினரை ஸியாதும் மக்கா மதீனா மக்களை மர்வானும் ஸயீதும் அறிவுறுத்துவார்கள். சிரியாவைப் பொறுத்தவரைக்கும் இதில் எதிர்ப்புக்கான வாய்ப்பே கிடையாது” என்றார்.

இதைக்கேட்ட அமீர், திட்டத்தை நிறைவேற்றும் நோக்கத்துடன் முகீராவைக் கூஃபாவுக்கு அனுப்பினார். இதே சம்பவம் வரலாற்றின்

இன்னொரு இடத்தில் வேறுவகையில் பதிவாகியுள்ளது: "முகீரா பின் ஷுஅபாவாகிய நீர் இக்கடிதத்தின்படி உடனடியாகப் பதவி விலக வேண்டும்" என்று முஆவியா (ரலி) கூஃபா ஆளுநரான முகீராவுக்கு எழுதினார். கடிதத்தைப் பெற்றுக்கொண்ட முகீரா, அதை நிறைவேற்றுவதில் காலதாமதம் செய்தார். பிறகு, முஆவியாவை அவர் நேரில் வந்து சந்தித்தபோது, 'என்னுடைய உத்தரவை நிறைவேற்றுவதில் காலதாமதம் ஏற்பட என்ன காரணம்?' என்று கேட்டார் முஆவியா. ஒரு முக்கியமான திட்டத்துக்கான ஏற்பாடுகளில் ஈடுபட்டிருந்ததால் காலதாமதம் ஏற்பட்டு விட்டது என்ற முகீரா, தங்களுடைய மகன் யஸீதை அடுத்த கலீஃபாவாக நியமிக்கும்பொருட்டு மக்களிடம் வாக்குறுதி பெற்றுக்கொண்டிருந்தேன் என்றார். இதைக் கேட்டதும் அகம் மகிழ்ந்துபோன முஆவியா, அவரைக் கூஃபாவுக்குத் திருப்பியனுப்பினார். திரும்பவும் கூஃபாவுக்கே வந்த முகீராவிடம் மக்கள் என்ன நடந்ததென்று கேட்டனர். 'இறுதித் தீர்ப்பு நாள் வரைக்கும் அவர் வெளியேறிவிட இயலாத ஒரு சகதிக்குள் அவரை எறிந்துவிட்டு வந்தேன்' என்றார் முகீரா.

அடுத்த கலீஃபாவாக முஆவியாவின் மகன் யஸீதை முன்மொழிந்தவர் முகீராதான் என்பதில் பொதுவாகவே கருத்து வேறுபாடுகளில்லை. இது, முஸ்லிம்களிடையிலான வாரிசுரிமை ஆட்சி மரபுக்கான வழியை அமைத்தது. மக்கள் ஒன்றுகூடி முடிவு செய்யும் வழக்கம் அழிந்துபோகவும் இதுவே காரணமாக அமைந்தது.

ஒரு தந்தை தன் மகன்மீது பேரன்பு காட்டுவதும் அவனது சிறப்பை மேலும் உயர்த்தும் நோக்கத்துடன் அரசராக முடிசூட்டுவதும் இயல்பான விஷயங்கள்தான். இதன் அடிப்படையில் முஆவியா (ரலி) பலவீனமாக இருந்திருக்கலாம். அறிவுறுத்த யாரும் முன்வராமல் இருந்திருக்கலாம். ஆயினும், முகீரா வலியுறுத்தினார் என்பதற்காக முஆவியா (ரலி) இதில் நிரபராதியாகி விட இயலாது.

கூஃபாவுக்குத் திரும்பிய முகீரா, மக்களிடம் செல்வாக்குப் படைத்தவர்களையும் முக்கியஸ்தர்களையும் வரவழைத்தார். கலீஃபாவாகும் உரிமையை யஸீதுக்கு உறுதி செய்வதற்காக அவர்களை இணங்க வைக்கும் முயற்சிகளில் ஈடுபட்டார். கூஃபாவின் முக்கியஸ்தர்கள் சச்சரவுகளிலிருந்தும் பிரச்சினைகளிலிருந்தும்

முஸ்லிம்களை விடுவிக்கும் நோக்கத்தை முக்கியமாகக் கொண்டு தங்களுடைய ஒப்புதலைத் தெரிவித்தனர்.

இதைத் தொடர்ந்து முகீரா, கூஃபா மக்களில் முக்கியமானவர்களைக்கொண்ட ஒரு தூதுக்குழுவைத் தன் மகன் தலைமையில் அமீர் முஆவியா (ரலி) அவர்களிடம் அனுப்பி வைத்தார். அமீரைச் சந்தித்த இவர்கள், "அடுத்த கலீஃபாவாகத் தேர்வு செய்யப்பட்ட யஸீதுக்கு நாங்கள் வாக்குறுதியளிக்க வந்துள்ளோம்" என்றனர். இது, முஆவியாவின் மனத்தில் முகீரா உருவாக்கியிருந்த எண்ணத்தை மேலும் வலுப்படுத்தியது. பெரும் சிறப்புடன் தூதுக்குழுவைத் திருப்பியனுப்பிய அமீர், "காலம் வரும்போது உங்களிடமிருந்து வாக்குறுதி பெறப்படும்" என்றார்.

சிறந்த தொலைநோக்குடையவரும், பழிபாவங்களுக்கு அஞ்சுபவருமான அமீர், இஸ்லாமிய உலகின் பெரும்பான்மையினர், தமது விருப்பத்தை எப்படி எடுத்துக்கொள்கிறார்கள் என்று அறிய விரும்பினார். அதன்படி, மதீனா ஆளுநர் மர்வானுக்கும், பஸ்ரா ஆளுநர் ஸியாதுக்கும் கடிதமெழுதினார்: "நான் முதுமையடைந்துவிட்டேன். கிலாஃபத் தொடர்பாக முஸ்லிம்களிடையே கிளர்ச்சியோ பிரிவினையோ உருவாவதை நான் விரும்பவில்லை. ஆகவே, அடுத்த கலீஃபாவை நானே முன்மொழிய விரும்புகிறேன். முதியவர்களில் இதற்குப் பொருத்தமான ஒருவரை என்னால் குறிப்பிட இயலவில்லை. இளைஞர்களில் என் மகன் யஸீத் இதற்குப் பொருத்தமானவர் என்று கருதுகிறேன். இது குறித்து, நீங்கள் மக்களுடன் கலந்துரையாடி, மிகுந்த கவனத்துடன் இதைப் பரிசீலித்து, எதிர்காலத்தில் அமையவிருக்கும் யஸீதின் கிலாஃபத்துக்கு வாக்குறுதி அளிக்கும்படி மக்களைக் கேட்டுக்கொள்வீர்களாக."

கடிதத்தைப் பெற்றுக்கொண்ட பஸ்ரா ஆளுநர் ஸியாத், மரியாதைக்குரியவரான உபைத் பின் கஅப் நுமைரீயிடம் காண்பித்துச் சொன்னார்: "எனது கருத்துப்படி, அமீருல் முஃமினீன் இதில் அவசரப்பட்டு விட்டார். இது குறித்து அவர் ஆழமாகச் சிந்திக்கவில்லை. உல்லாசப் பயணங்களிலும் வேட்டையிலும் ஆர்வமுள்ள யஸீத் கேளிக்கை வாழ்வில் ஈடுபட்டிருக்கும் ஒரு இளைஞர் என்பதை மக்கள் நன்கறிவார்கள். இந்நிலையில், அவருக்கு வாக்குறுதியளிக்க நிச்சயமாக அவர்கள் தயங்குவார்கள்."

உபைத் பின் கஅப் சொன்னார்: "அமீருல் முஃமினீனின் நோக்கத்துக்கு நீங்கள் தற்போது மறுப்புத் தெரிவிக்க வேண்டாம். என்னை டமாஸ்கஸுக்குச் செல்ல அனுமதியுங்கள். நான் யஸீதைப் பார்த்து, கிலாஃபத்துக்கான சில அடிப்படை அம்சங்களை அவருக்குக் கற்றுக் கொடுக்கிறேன். தன்னைத்தானே சீரமைத்துக்கொள்ள வேண்டிய தேவைகள் குறித்தும் கற்பிக்கிறேன். அதன் பிறகு அவருக்கு வாக்குறுதி அளிப்பதில் தடையெதுவும் இருக்காதென்றும் விளங்க வைக்கிறேன். இதை அவர் நிச்சயம் ஏற்றுக்கொள்வார். சிறப்பானதொரு மாற்றம் அவரில் நிகழுமெனில் வாக்குறுதியளிப்பதில் மக்களுக்குத் தயக்கமிருக்காது. அமீருல் முஃமினீனின் விருப்பமும் நிறைவேறும்."

இதையேற்றுக்கொண்ட ஸியாத், உபைதை டமாஸ்கஸுக்கு அனுப்பி வைத்தார். ஓர் ஆட்சியாளருக்கு இருக்க வேண்டிய அனைத்து நுட்பங்களையும் கடைப்பிடிக்க வேண்டிய அம்சங்களையும் யஸீதுக்குக் கற்றுக்கொடுத்தார் உபைத். யஸீதும் இதற்கு மதிப்பளித்து நடந்து கொண்டார். போதுமான அளவுக்குத் தன்னை அவர் சீர்திருத்திக்கொண்டார். இது குறித்து மக்களை மௌனமாக இருக்கச் செய்தார் ஸியாத்.

அமீரின் கடிதத்தைப் பெற்றுக்கொண்ட மதீனா ஆளுநரான மர்வான், மதீனா மக்களில் மேன்மை மிகுந்தவர்களை வரவழைத்துக் குறிப்பிட்ட பகுதியை மட்டும் அவர்களுக்கு வாசித்துக் காட்டினார். "கிலாஃபத் தொடர்பாக முஸ்லிம்களிடையே கிளர்ச்சியோ பிரிவினையோ உருவாவதை நான் விரும்பவில்லை. ஆகவே, அடுத்த கலீஃபாவை நானே முன்மொழிய விரும்புகிறேன்." இக்கருத்தை அனைவரும் வரவேற்று ஆதரவளிக்க முன்வந்தனர்.

சில நாள்களுக்குப் பிறகு மர்வான் மீண்டும் மக்களை ஒன்றுதிரட்டி, "டமாஸ்கசிலிருந்து அமீர் முஆவியாவின் இன்னொரு கடிதம் வந்திருக்கிறது. அதில், முஸ்லிம்களின் நலனைக் கருத்தில் கொண்டு, கலீஃபா பொறுப்புக்குத் தகுதி வாய்ந்த, தம் மகன் யஸீதை முன்மொழிந்திருப்பதாக எழுதியிருக்கிறார்" என்றார். அப்போது அப்துர் ரஹ்மான் பின் அபூபக்ர், அப்துல்லாஹ் பின் உமர், அப்துல்லாஹ் பின் ஸுபைர், ஹுஸைன் பின் அலீ (ரலி) ஆகியோர் கடுங்கசப்பையும் கோபத்தையும் வெளிப்படுத்தினார்கள்:

"இது முஸ்லிம்களின் நலனைக் கருத்தில்கொண்டு முடிவு செய்யப்பட்டதல்ல! அவர்களைப் பூண்டோடு அழிப்பதற்காகச் செய்யப்பட்டது. தந்தையைத் தொடர்ந்து மகன் அரியணையேறும் ரோமானிய, பாரசீகப் பேரரசுகளின் அடியொற்றி இஸ்லாமிய கிலாஃபத் அமைவதா? இந்தத் தேர்வுமுறை இஸ்லாத்தின் உயிர்நாடிக்கே எதிரானது."

இந்த இடத்தில் மற்றுமொரு உண்மையைக் குறிப்பிட வேண்டும். இமாம் ஹஸன் (ரலி) இறந்து சில மாதங்களே ஆன நிலையில்தான், தம் மகனைக் கலீஃபாக நியமிக்கும் விருப்பத்தை முஆவியா (ரலி) வெளிப்படுத்தினார். இமாம் ஹஸன், முஆவியா (ரலி) ஆகியோரிடையே நல்லிணக்கம் உருவானபோது, அப்துல்லாஹ் பின் அம்ரின் முயற்சியில், தமக்குப் பிறகு இமாம் ஹஸன் கலீஃபாவாக நியமிக்கப்படுவார் என்று அறிவிக்கத் தயாராக இருந்தார் முஆவியா (ரலி). உடன்படிக்கையில் இது குறிப்பிடப்படவில்லை எனினும் மக்கள் இதை அறிந்திருந்தனர். நபி (ஸல்) அவர்களின் அருமைப் பேரன், கலீஃபாவாக வருவதற்கு இஸ்லாமிய உலகம் ஒருபோதும் தடையாக நிற்காது என்றும் மக்கள் கருதினர்.

மர்வான், முஆவியா (ரலி) அவர்களின் கடிதத்தின் ஒரு பகுதியை மட்டும் முதலில் வாசித்தபோது, தாம் அடுத்த கலீஃபாவாகக் கருதியிருந்த இமாம் ஹஸன் (ரலி) அவர்களின் மறைவைக் கவனத்தில்கொண்ட நிலையில் முஆவியா (ரலி) இன்னொருவரை முன்மொழிய நினைக்கிறார் என்றுதான் மக்கள் கருதியிருந்தனர்.

முஆவியா (ரலி) அவர்களின் கண்ணியமும் நேர்மையின்மீதான அவரது ஆர்வமும்தான் மக்கள் மனங்களில் இந்த எண்ணம் உருவாகக் காரணமாகவும் இருந்தது. கிலாஃபத்தின் பெறுமதியாகத் தாங்கள் கருதிய அந்த எண்ணம் மக்கள் மனங்களில் ஒரு நம்பிக்கைக் கீற்றை உருவாக்கியது.

யஸீது குறித்தத் தகவல் மற்றொரு கடிதமாக வாசிக்கப்பட்டதுடன் முதலில் ஏற்பட்டிருந்த எண்ணங்கள் உருக்குலைந்தன. கூடவே, பல்வேறு விதமான சந்தேகங்களும் முளைவிட்டன. இமாம் ஹஸன் (ரலி) அவர்களை விஷம் கொடுத்துக் கொன்றது முஆவியாதான் என்று சொல்லும் அளவுக்கு சிலரது யூகம் சென்றது. கலீஃபா பொறுப்புக்கு யஸீதின் பெயர் முன்மொழியப்படுவது வரைக்கும்

இமாம் ஹஸன் (ரலி) அவர்களின் மரணத்துடன் முஆவியா (ரலி) அவர்களை யாரும் தொடர்புப்படுத்தவில்லை.

இமாம் ஹஸன் (ரலி) அவர்களின் இறப்புக்கும் முஆவியாவுக்கும் எவ்விதத் தொடர்புமில்லை. ஹஸன் (ரலி) அவர்களின் இறப்புக்குப் பின், யஸீதை முன்மொழிய வலியுறுத்தியவர் முகீராதானே தவிர, இதில், முஆவியா (ரலி) தானாக நாட்டம் கொள்ளவில்லை.

யஸீதை கலீஃபாவாக முன்மொழிந்ததில் கருவியாகச் செயல்பட்ட முகீரா, தொடர்ந்து இதனை நடத்திச் செல்வதிலும் ஈடுபட்டார். கடிதம் மூலம் வெளிச்சத்துக்கு வந்த தன்னுடைய விருப்பத்தின்மீது, மதீனா மற்றும் ஹிஜாஸ் மக்கள்கொண்ட சீற்றம் குறித்து முஆவியா (ரலி) மௌனம் பாவித்தார். கூடவே, மதீனா மக்களைத் தமக்கு அனுகூலமாக்கும் வழிமுறைகள் குறித்தும் சிந்திக்கலானார். அப்போது, கூஃபாவில் முகீரா இறந்துவிட்ட செய்தியை அறிந்தார். இது, ஹிஜ்ரீ 51 இல் நடந்த நிகழ்வுகள். செய்தியைக் கேள்விப்பட்ட முஆவியா (ரலி), கூஃபாவின் பொறுப்பையும் ஸியாதிடம் ஒப்படைத்தார். இப்படி, இராக்கின் இரண்டு பகுதிகளுக்கும் ஸியாத், ஒரே ஆளுநராக இருந்தார்.

கூஃபாவில் ஸியாத் பின் அபூசுஃப்யான் : பஸ்ரா மற்றும் கூஃபா ஆளுநர் பதவியை ஸியாதிடம் ஒப்படைத்ததிலுள்ள நன்மை, இராக் மக்கள் அனைவரையும் யஸீதின் கிலாஃபத்துக்கு வாக்குறுதியளிக்கச் செய்ய அவரால் இயலும் என்பதும், இச்செயலை வேறு யாராலும் சரியாகச் செய்ய இயலாது என்பதும்தான். இதைத் தவிர, முகீரா மென்மையானவர்; மன்னிக்கும் குணமுள்ளவர். இராக்கியரின் குணவியல்பை ஸியாத் நன்கு புரிந்துகொண்டவர். கடுமை காட்டாமல் அவர்களே நேர்வழிக்கு வந்துவிடுவார்கள் என்று எதிர்பார்க்க இயலாது. ஆகவேதான் ஸியாதின் ஆட்சிக்காலம் வெற்றியுடன் அமைந்தது. கூஃபா, பஸ்ரா இரண்டுக்குமான முதல் ஆளுநராக இருந்தார் ஸியாத். பின்னர் துருக்கிஸ்தான் வரையிலான குராசானும் முழு இரானும் அவரிடம் ஒப்படைக்கப்பட்டன.

ஸியாத், சமுரா பின் ஜுன்துபைத் தமது பிரதிநிதியாக பஸ்ராவில் நியமித்துவிட்டு, தம்முடைய தலைமையில் 2000 வீரர்களுடன் கூஃபாவுக்குப் புறப்பட்டார். கூஃபாவின் தலைமை மஸ்ஜிதில் அவர் ஜுமுஆ உரையைத் தொடங்கியதும், அரசு ஊழியர்களை

இழிவுபடுத்துவதையும் அவர்களுக்குக் கீழ்ப்படிய மறுப்பதையும் இயல்பாகக்கொண்டிருந்த கூஃபாவினர், அவர்மீது கற்களை எறிந்தனர்.

தமது உரையை நிறுத்திய ஸியாத், மஸ்ஜிதைச் சூழ்ந்து நின்று யாரையும் வெளியே விடாதீர்கள் என்று தமது வீரர்களுக்கு உத்தரவிட்டார். பிறகு, மஸ்ஜித் வாசலில் ஒரு நாற்காலியில் அமர்ந்து நான்கு நான்கு பேர்களாக உள்ளே அழைத்துக் கல்லெறிந்தவர்கள் குறித்து விசாரணை செய்தார். இதில் முப்பது குற்றவாளிகள் அடையாளம் காணப்பட்டனர். மற்றவர்களைப் போகச்சொல்லி விட்டு, குற்றவாளிகளின் கைகளையும் வெட்டும்படி உத்தரவிட்டார். இதேபோன்ற தண்டனை கூஃபாவைச் சேர்ந்த பிற குற்றவாளிகளுக்கும் அளிக்கப்பட்டது. இதன் பலனாகச் சில நாள்களுக்குள் அவர்கள் பணிந்தனர். இப்படி, கூஃபாவில் ஆறு மாதம், பஸ்ராவில் ஆறு மாதம் என்று சுழற்சி முறையில் தங்கினார்.

முஆவியா (ரலி), அரசுப் பணியாளர்கள் அனைவருக்கும் யஸீதின் நற்குணங்கள் குறித்து ஓர் அறிக்கை விடுத்தார். அதில், அவரவர் எல்லைப் பகுதிகளிலுள்ள முக்கியமானவர்கள் அடங்கிய குழுவினரை யஸீதுக்கு வாக்குறுதியளிப்பது தொடர்பாகத் தம்மைக் காண்பதற்கு அனுப்பி வைக்க வேண்டுமென்றும் கேட்டுக்கொண்டார். அனைத்து எல்லைப் பகுதிகளிலிருந்தும் தூதுக்குழுவினர் டமாஸ்கஸுக்கு வந்தனர். முஆவியா (ரலி), அவர்களுடன் தனித்தனியாகப் பேசினார். ஒரு பொதுக்கூட்டத்தை ஏற்பாடு செய்து அதில் கலந்துகொள்ளுமாறும் அவர்களிடம் கேட்டுக்கொண்டார்.

பொதுக்கூட்டத்தில் உரையாற்றிய முஆவியா (ரலி), அல்லாஹ்வையும் இறைத்தூதரையும் புகழ்ந்துவிட்டு, இஸ்லாத்தின் நற்பண்புகள் குறித்தும் கலீஃபாக்களின் உரிமைகள், கடமைகள் குறித்தும் மக்கள் ஆட்சியாளர்களிடம் நடந்துகொள்ள வேண்டிய முறைகள், அவர்களது கடமைகள் குறித்தெல்லாம் விரிவாகச் சொன்னார். பிறகு, யஸீதின் வீரம், கொடைத்தன்மை, அறிவு, சிந்தனைத்திறன், நிர்வாகத்திறன் குறித்துப் பேசிவிட்டு இறுதியில், யஸீதின் கிலாஃபத்துக்கு மக்கள் வாக்குறுதி அளிக்க வேண்டுமென்ற தமது விருப்பத்தையும் வெளியிட்டார்.

மதீனாவிலிருந்து வந்திருந்த குழுவினரில், முஹம்மத் பின் அம்ர் பின் ஹஸம் என்பவர் எழுந்து, "அமீருல் முஃமினீன் அவர்களே! யஸீதை கலீஃபாவாக்க நினைக்கும் நீங்கள் இறுதித் தீர்ப்பு நாளில் அல்லாஹ்வுக்கு பதில் சொல்ல வேண்டியிருக்கும் என்பதைப் பெரிய மனதுடன் சற்று சிந்தித்துப் பாருங்கள்" என்றார்.

முஆவியா (ரலி) சொன்னார்: "இதன்மூலம், எனது நன்மையைக் கணக்கில்கொண்ட உங்களுக்கு நான் நன்றியுள்ளவனாக இருக்கிறேன். ஆனால், இளைஞர்களைத் தவிர வேறு யாரும் தற்போது இதற்குத் தகுதியாக இல்லை என்பதுதான் உண்மை. அவர்களில் என் மகன் மிகவும் தகுதியுள்ளவராக இருக்கிறார்."

அப்போது, ளஹ்ஹாக் பின் கைஸ் எழுந்து ஆற்றல் வாய்ந்த ஒரு சொற்பொழிவால் முஆவியா (ரலி) அவர்களுக்குப் பலத்த ஆதரவு வழங்கினார். பின்னர் மேலும் சிலர் எழுந்து பேசினார்கள். அவர்கள் அனைவரும் அமீருக்கு ஆதரவாகவே பேசினார்கள். எகிப்திலிருந்து வந்த அஹ்னஃப் பின் கைசும் அங்கிருந்தார். பேச்சுக்கள் ஒரு முடிவை எட்டிய நிலையில், அஹ்னஃபின் பக்கம் திரும்பிய அமீர், "அவர் ஏன் எதுவும் பேசவில்லை?" என்று கேட்டார்.

அஹ்னஃப் சொன்னார்: "நான் பொய் பேசும்போது அல்லாஹ்வுக்குப் பயப்படுகிறேன்; உண்மை பேசும்போது அமீருக்குப் பயப்படுகிறேன். இது குறித்து எங்களிடம் கலந்தாலோசனை செய்வதை விடவும் யஸீதைப் பற்றி நன்கறிந்த நீங்களே அதை முடிவு செய்துகொள்ளலாம். நீங்கள் சொன்னால் நாங்கள் வாக்குறுதியளிக்கத் தயாராக இருக்கிறோம்."

அஹ்னஃபின் பதிலை நல்ல அறிகுறியாக எடுத்துக்கொண்ட அமீர், அஹ்னஃபுக்குப் பெரிய அளவிலான அன்பளிப்புகள் வழங்கி அவரை மகிழ்வித்தார். இப்படியான, பல அன்பளிப்புகளைப் பெற்ற தூதுக்குழுவினர் மனமகிழ்ச்சியுடன் ஊர் திரும்பினர். ஹிஜாஸ், மக்கா, மதீனா ஆகிய பகுதிகளிலுள்ள முஸ்லிம்களைக் குறித்து அமீர் மிகுந்த குழப்பத்திலிருந்தார். அங்குள்ள மக்களால்தான் அவரைத் துணிவுடன் எதிர்க்க இயலும்.

ஹிஜ்ரீ 51 இறுதியில், தமது விருப்பத்தை ஹிஜாஸ் மக்களை ஏற்கச் செய்யும் நோக்கத்துடன் அவர் ஹஜ் பயணம் புறப்பட்டு முதலில் மதீனாவுக்குச் சென்றார். மதீனா மக்களுக்கு ஏராளமான அன்பளிப்புகள்

வழங்கி, தனக்கு ஆதரவாக மாற்றிக்கொண்டார். மக்களுக்கான உதவித் தொகையை அதிகரிக்கவும் பொதுக்கருவூலத்திலிருந்து கடன் கொடுக்கவும் கடன்களைத் திரும்பப் பெறுவதில் காட்டும் நிர்ப்பந்தத்தைத் தவிர்த்துக்கொள்ளவும் இதன்மூலம் மக்கள் அரசாங்கத்திற்குக் கடமைப்பட்டவர்களாக வைத்திருக்கவும் மர்வானிடம் அறிவுறுத்தினார்.

அமீரின் மதீனா வருகையை அறிந்த அப்துல்லாஹ் பின் ஸுபைர், அப்துல்லாஹ் பின் உமர், அப்துல்லாஹ் பின் அப்பாஸ், ஹுஸைன் பின் அலீ (ரலி) ஆகியோர் மக்காவுக்குச் சென்றனர்.

தொடர்ந்து, மக்காவுக்குச் சென்ற அமீர், வாரிசுரிமை குறித்து மறுப்புத் தெரிவித்த நான்கு பேர்களையும் அழைத்துப் பேசினார். அப்துல்லாஹ் பின் உமர் (ரலி) சொன்னார்: "யாருக்குப் பெரும்பான்மையினர் ஆதரவிருக்கிறதோ அவரையே கலீஃபாவாக ஏற்றுக்கொள்ள இயலும். இதன்படி, அடிமையொருவர் கலீஃபாவாக பொறுப்பேற்றாலும் வாக்குறுதியளிக்க நான் தயாராக இருக்கிறேன்."

அப்துல்லாஹ் பின் ஸுபைர் சொன்னார்: "நான் சில கருத்துகளை முன்வைக்க விரும்புகிறேன். உங்களுக்குப் பிடித்த ஒருவரைத் தேர்வு செய்வதற்கான உரிமை உங்களுடையது. முதலில், முஸ்லிம்கள் தங்களுக்குப் பிடித்த ஒருவரை கலீஃபாவாகத் தேர்வு செய்ய வசதியாக நீங்கள் யாரையேனும் முன்மொழியாமல் இருக்க வேண்டும். இதுதான் இறைத்தூதர் நமக்குக் காட்டிய வழி. உங்களுக்கு இதில் விருப்பமில்லை எனில், அபூபக்ரின் வழியில் உங்கள் இனக்குழுவையோ குடும்பத்தையோ சாராத ஒருவரை முன்மொழியலாம். இதையும் நீங்கள் விரும்பவில்லை எனில், உமர் பின் கத்தாபின் வழியில் உங்கள் இனக்குழுவையோ குடும்பத்தையோ சாராத ஆறுபேர்கள் கொண்ட குழுவை நியமித்து அவர்களில் ஒருவரை கலீஃபாவாக்க முன்வரலாம். இம்மூன்று வழிமுறைகளையும் தவிர நாங்கள் ஒப்புக்கொள்ளக்கூடிய நான்காவது வழிமுறை ஒன்றில்லை." அப்துல்லாஹ் பின் ஸுபைர் (ரலி) அவர்கள் கூறியதை மற்ற மூன்று பேர்களும் ஏற்றுக்கொண்டனர்.

ஹஜ் கடமைகளுக்குப் பிறகு முஆவியா (ரலி), இந்நால்வரையும் தவிர பிற அனைவரது ஆதரவையும் வாக்குறுதியாகப்

இஸ்லாமிய வரலாறு மூன்றாம் பாகம் 47

பெற்றுக்கொண்டார். பண உதவிகளும் செய்தார். கருத்துக்கு ஆதரவு சேர்க்கப் பணம் பயன்பட்டது. யஸீதைத் தாம் முன்மொழிவது, இஸ்லாமிய உலகுக்கு பயன்தருவதாக அமையும் என்பது உண்மையிலேயே முஆவியா (ரலி) அவர்களின் நம்பிக்கையாக இருந்திருக்கலாம். அல்லது, இதிலுள்ள தீமைகளை அவர் உணராமலோ யாரும் உணர்த்தாமலோ இருந்திருக்கலாம்.

ஹஜ் கடமையை நிறைவு செய்துவிட்டு அவர், டமாஸ்கஸுக்குத் திரும்பியதும் கூஃபாவில் அபூமூஸா அஷ்அரீ இறந்துபோனதாகத் தகவல் வந்தது. ஏற்கனவே, பஸ்ரா, கூஃபா தொடங்கி சஜஸ்தான் வரையிலுமான பெரும் நிலப்பரப்புக்கு ஸியாத் ஆளுநராக இருந்தார். மேலும், இப்போது சிந்து, காபூல், பல்க், குராசான், துருக்கிஸ்தான் வரையிலான கிழக்கு நாடுகளையும் ஸியாதின் கட்டுப்பாட்டின்கீழ் கொண்டு வருவதே சரியாக இருக்குமென்று முஆவியா (ரலி) கருதினார்.

ஸியாதின் மேன்மை மென்மேலும் அதிகரித்தது. அவர் பாரசீகம் குராசான் ஆளுநர்களைத் தன்னிச்சையாகத் தேர்வு செய்யவும் பதவி நீக்கம் செய்யவும் தொடங்கினார். கிழக்கு நாடுகளையும் சேர்த்துக்கொண்டு மிகத் திறமையாக ஆட்சி புரிந்தார். கவாரிஜ்களுக்கு கிளர்ச்சியை உருவாக்க சிறு வாய்ப்பைக்கூட அவர் அளிக்கவில்லை.

ஸியாத், முஆவியா (ரலி) அவர்களுக்கு மிகப்பெரிய உதவியாக அமைந்திருந்தார். இத்தகைய ஆற்றலும் தகுதியுமுள்ள ஒருவர் வாய்த்தது அவரது நற்பேறுதான். கிழக்கு எல்லைப் பகுதிகளில் அமைதியை நிலைநாட்ட இயலாமல் போயிருந்தால் கவாரிஜ்களின் கிளர்ச்சிகளும் நயவஞ்சகர்களின் சூழ்ச்சிகளும் சேர்ந்து யஸீதுக்கு வாக்குறுதி பெறுவதற்கான ஏற்பாடுகளில் அவரால் ஈடுபடவே இயலாமல் போயிருக்கும். மேலும், கிழக்கு எல்லைப் பகுதிப் பிரச்சினைகளின் தாக்கம், மேற்கு எல்லைகளில் கடுமையான விளைவுகளுடன் பிரதிபலித்திருக்கும். அவரால் வேறெந்த பணிகளிலும் ஈடுபட இயலாதவாறு நெருக்கடியாகவும் அமைந்திருக்கும்.

அமீர் முஆவியா (ரலி), அப்துல்லாஹ் பின் அம்ருக்குப் பிறகு எகிப்து மற்றும் ஆப்பிரிக்கா ஆளுநராக மஸ்லமா பின்

முகல்லத் என்பவரை நியமித்திருந்தார். அமீரின் உத்தரவின்படி திரிப்போலி, லெம்ஸன், மொராக்கோ ஆகிய மேற்குப் பகுதிகளை நோக்கி முன்னேறிக் கொண்டிருந்த உக்பா பின் நஃபீ ஃபிஹ்ரீ, இப்போது எகிப்து ஆளுநர் மஸ்லமா பின் முகல்லதின் அதிகார வரம்பின்கீழிருந்தார். மக்காவும் மதீனாவும், யஸீத் பின் ஆஸ், மர்வான் பின் ஹகம் ஆகியோரின் கீழிருந்தன. சிரியாவும் பாலஸ்தீனும் அமீரின் நேரடி ஆட்சியின் கீழிருந்தன.

வடஆப்பிரிக்காவின் தேவைகளைக் கருத்தில்கொண்டு உக்பா பின் நஃபீ ஃபிஹ்ரீ, காட்டுப் பகுதியை வெட்டித் திருத்தி கைர்வான் நகருக்கு அடித்தளம் அமைத்தார். கைர்வான் படைமுகாம், ஆப்பிரிக்காவுக்கு இன்றியமையாத தேவையாக அமைந்தது.

ஹிஜ்ரீ 55ஆம் ஆண்டு, கைர்வானில் மக்கள் தொகை பெருமளவில் அதிகரித்தது. இந்நிலையில், உக்பா பின் நஃபீயை, படைத்தலைவர் பொறுப்பிலிருந்து நீக்கம் செய்த மஸ்லமா, தனது அடிமையான அபூமுஹாஜிரை நியமித்தார். உக்பா பின் நஃபீ, டமாஸ்கசில் அமீரின்கீழ் பணியமர்த்தப்பட்டார்.

அரபிகளின் வல்லமை வாய்ந்த தலைவர்களான மர்வான், ஸயீத், உக்பா போன்ற பேரறிஞர்கள் பலர் டமாஸ்கசில் ஒன்றுகூடினர். அப்போது, இஸ்லாமிய நகரங்கள்மீது ஸியாத் பின் அபூசுஃப்யானின் வெற்றிக்கொடி பறந்துகொண்டிருந்தது. ஹிஜ்ரீ 56 ஆம் ஆண்டு, இஸ்லாமிய உலகம் முழுவதிலும் முஆவியா (ரலி) அவர்களின் மகன் யஸீதை கலீஃபாவாக முன்னிறுத்தி வாக்குறுதி பெறப்பட்டது. அப்துல்லாஹ் பின் ஸுபைர், அப்துல்லாஹ் பின் உமர், அப்துல்லாஹ் பின் அப்பாஸ், ஹுஸைன் பின் அலீ (ரலி) ஆகிய நான்கு பேர் வாக்குறுதி அளிக்கவில்லை. முஆவியா (ரலி), அவர்களை வலியுறுத்தவுமில்லை.

ஸியாத் பின் அபூசுஃப்யானின் இறப்பு : ஹிஜ்ரீ 53 ஆம் ஆண்டு, ஸியாத் பின் அபூசுஃப்யான் நோயில் இறந்தார். அவரது மரணம், முஆவியா (ரலி) அவர்களுக்கு மாபெரும் இழப்பாக அமைந்தது. இராக்கையும் பாரசீகத்தையும் தவிர, ஹிஜாஸ் மற்றும் அரேபியாவின் ஏனைய பகுதிகளுக்குத் தன்னை ஆளுநராக நியமிக்கும்படி ஸியாத் வேண்டுகோள் விடுத்திருந்தார். முஆவியா (ரலி), அதை ஏற்கவும் செய்திருந்தார். இதையறிந்த ஹிஜாஸ்வாசிகள் பயத்தால் மிரண்டு

போயினர். ஸியாதின் ஆளுகையிலிருந்து தங்களைப் பாதுகாக்கும் பொருட்டு அவர்கள், அப்துல்லாஹ் பின் உமரிடம் சென்றனர். மக்கள் அனைவரும் கஅபாவை நோக்கி, ஆமீன் என்ற முடிவுடன் பிரார்த்தனை செய்தனர். அதன் பலன், ஸியாதின் விரலில் ஒரு கொப்புளம் உருவாகி அதுவே அவரது இறப்புக்கும் காரணமாக அமைந்தது. புனித ரமளான் மாதம் கூஃபாவில் அவரது இறப்பு நிகழ்ந்தது.

ஸியாத், தாமாகவே முன்வந்து கூஃபாவின் பொறுப்பை காலித் பின் உஸைதிடம் ஒப்படைத்திருந்தார். அவர் இறக்கும்போது, அவரது மகன் உபைதுல்லாஹ்வுக்கு இருபத்தைந்து வயது. தந்தையார் பிறரிடம் ஒப்படைத்த ஆட்சிப் பொறுப்புகள் குறித்து முஆவியா (ரலி) உபைதுல்லாஹ்விடம் கேட்டார். சமுரா பின் ஜுந்துபை பஸ்ரா ஆளுநராகவும், காலித் பின் உஸைதை கூஃபா ஆளுநராகவும் நியமித்தார் என்று அவர் பதிலளித்தார்.

“நீர் எந்தப் பகுதிக்கு ஆளுநராக நியமிக்கப்பட்டீர்?” என்று கேட்டார் முஆவியா (ரலி). “எனக்கு எந்தப் பொறுப்பையும் அவர் அளிக்கவில்லை” என்றார் உபைதுல்லா. “உமது தந்தை உமக்கு எந்தப் பொறுப்பையும் அளிக்கவில்லை என்றால் நானும் உம்மைப் பொறுப்பில் நியமிக்க இயலாது”என்றார் முஆவியா (ரலி). “என் தந்தையாரும் என்னை ஆளுநராக்கவில்லை. அவரது சகோதரரான தாங்களும் அதை மறுக்கிறீர்கள் என்றால் அதைவிட எனக்கு பேரிழிவு என்ன இருக்கிறது?” என்று கேட்டார் உபைதுல்லாஹ். இது குறித்த நீண்ட யோசனைக்குப் பிறகு, முஆவியா (ரலி), பஸ்ரா, குராசான், மற்றும் பாரசீக ஆளுநராக உபைதுல்லாஹ்வை நியமித்தார்.

யஸீதுக்கு வாக்குறுதியளித்த ஸயீத் பின் உஸ்மான் (ரலி) பின்பு அப்துல்லாஹ் பின் ஸுபைர், அப்துல்லாஹ் பின் அப்பாஸ், ஹுஸைன் பின் அலீ (ரலி) ஆகியோர் வாக்குறுதி அளிக்க மறுத்ததை அறிந்து, “இவர்களது தந்தையரைவிட என்னுடைய தந்தையார் குறைந்தவரல்ல. ஆனால், நான் தவறுதலாக வாக்குறுதியளித்து விட்டேன்” என்றார். பின்னர், அவர் முஆவியா (ரலி) அவர்களின் சென்று, “என்னுடைய தந்தையார் தங்களுக்கு தவறேதும் இழைத்ததில்லை. எனக்கான உங்கள் கடமை என்னவென்று சொல்லுங்கள்” என்றார்.

இதைத் தொடர்ந்து முஆவியா (ரலி), உபைதுல்லாஹ் ஆளுநராக இருந்த குராசான் பெரு நிலப்பகுதிக்கு ஸயீத் பின் உஸ்மானை நியமித்தார். கூடவே, முஹல்லபை யஸீதின் உதவியாளராகவும் தலைமைப் படைத்தலைவராகவும் நியமித்தார். மர்வானையும் ஸயீதையும் மதீனாவுக்கும் மக்காவுக்கும் அனுப்பினார்.

ஸியாதின் மறைவைத் தொடர்ந்து, கவாரிஜ்கள் மீண்டும் தலைதூக்கினார்கள். பஸ்ராவின் ஆட்சித் தலைமையை ஏற்றிருந்த உபைதுல்லாஹ் பின் ஸியாத் அவர்களை எதிர்கொள்ள வேண்டியதாயிற்று. கவாரிஜ் குழுவினர் இடைவிடாமல் தாக்குதல்களை மேற்கொண்டனர். முஆவியா (ரலி) அவர்களின் மரணம்வரையிலும், கவாரிஜ்களை அடக்குவதிலும் பணிய வைப்பதிலுமாக உபைதுல்லாஹ் பின் ஸியாத் ஓயாமல் ஈடுபட்டிருந்தார்.

ஆயிஷா (ரலி) இறப்பு : ஹிஜ்ரீ 58இல் உம்முல் முஃமினீன் ஆயிஷா (ரலி) அவர்கள் மறைந்தார்கள். அவரது உடல் ஜன்னத்துல் பகீஉவில் நல்லடக்கம் செய்யப்பட்டது. மர்வானின் நடவடிக்கைகள் சரியில்லை என்பதால் ஆயிஷா (ரலி) தொடர்ந்து அவரை எதிர்த்து வந்தார். ஹிஜ்ரீ 59 ஆம் ஆண்டு அபூஹுரைரா (ரலி) மரணமடைந்தார். அவர் அடிக்கடி மேற்கொண்ட ஒரு பிரார்த்தனை: "அல்லாஹ்வே! இளைஞர்களின் ஆட்சியிலிருந்து உனது பாதுகாப்பை நாடுகிறேன்." அவரது வேண்டுகோளை இறைவன் ஏற்றுக்கொண்டான். ஹிஜ்ரீ 60 ஆம் ஆண்டுக்கு முன்பே அவர் இறந்துபோனார்.

அமீர் முஆவியா (ரலி) இறப்பு : ஹிஜ்ரீ 60 ரஜப் மாதம் தொடக்கத்தில் முஆவியா (ரலி) நோய்வாய்ப்பட்டார். தம்முடைய நேரம் நெருங்கிவிட்டதை உணர்ந்த அவர் யஸீதை அழைத்து வரச் சொன்னார். யஸீத் அப்போது டமாஸ்கஸில் இல்லை. உடனடியாக அவரை அழைத்து வர ஏற்பாடுகள் செய்யப்பட்டன. யஸீத் வந்து சேர்ந்தார். முஆவியா (ரலி) அவரிடம் சொன்னார்: "மகனே! எனது பேச்சைக் கவனமாகச் செவிமடுத்துப் பதில் சொல். இப்போது அல்லாஹ்வின் ஆணை என்னை நெருங்கி விட்டது. முஸ்லிம்களை நீ எவ்வாறு நடத்த விரும்புகிறாய் என்பதை எனக்குச் சொல்."

"இறைமறையையும் இறைத்தூதரின் வழிமுறையையும் பின்பற்றி

அவர்களை வழி நடத்துவேன்" என்றார் யஸீத். "நீ அபூபக்ர் அவர்களது வழிமுறைகளையும் பின்பற்ற வேண்டும். அவர், இறைமறைக்கு எதிரானவர்கள்மீது போர்த்தொடுத்தார். மக்கள் அவர் மீது நம்பிக்கை வைத்திருந்த நிலையிலேயே அவர் இறப்பைத் தழுவிக்கொண்டார்" என்றார் முஆவியா (ரலி).

இதை ஏற்க மறுத்த யஸீத் சொன்னார்: "இல்லை, தந்தையே! நான் இறைமறையையும் இறைத்தூதரின் வழிமுறையையும் பின்பற்றுவேன்." மகனே, என்றழைத்து மீண்டும் அறிவுறுத்தினார் முஆவியா (ரலி). "நீ உமர் பின் கத்தாப் அவர்களின் வழிமுறைகளையும் பின்பற்ற வேண்டும். மக்களை அவர் நகரங்களில் குடியமர்த்தினார். படைகளின் செயலாற்றலை வளர்த்தெடுத்தார். போர்ப்பொருள்களை வீரர்களுக்குப் பகிர்ந்தளித்தார்."

"இல்லை, தந்தையே! நான் இறைமறையையும் இறைத்தூதரின் வாழ்வியல் நெறிவழியையுமே பின்பற்றுவேன்" என்று மீண்டும் மறுத்தார் யஸீத். முஆவியா (ரலி) திரும்பவும் கேட்டுக் கொண்டார்: "மகனே! உஸ்மான் பின் அஃப்ஃபானின் வழிமுறைகளையும் நீ பின்பற்ற வேண்டும். அவர் தனது வாழ்நாள் முழுவதும் மக்களுக்கு நன்மை செய்வதில் ஈடுபட்டார். மாபெரும் கொடையாளியாகத் திகழ்ந்தார்." யஸீத் சொன்னார்: "இல்லை, தந்தையே! அல்லாஹ்வின் மறைவேதமும் நபிகளாரின் வழிமுறைகளுமே எனக்குப் போதுமானவை."

மகனின் பதில்களைக் கேட்ட முஆவியா (ரலி) சொன்னார்: "மகனே, உனது மறுப்பிலிருந்து எனது அறிவுரைகளை நீ கேட்க விரும்பவில்லை என்பது உறுதியாகிறது. எனது விருப்பத்துக்கு மாறாகவே நீ செயல்படுவாய். கிலாஃபத்துக்கு நான் உன்னை உரிமையாக்கினேன் என்றோ மக்கள் உனக்கு வாக்குறுதி அளித்திருக்கிறார்கள் என்றோ நீ பெருமைகொள்ள வேண்டாம். அப்துல்லாஹ் பின் உமரால் உனக்கு இடர்பாடுகள் நேராது. காரணம், அவர் இந்த உலகையே வெறுத்துவிட்டார். இராக் மக்கள் நிச்சயமாக ஹுஸைன் பின் அலீயை உனக்கெதிராக மாற்றி விடுவார்கள். அவரை நீ வெற்றி கொண்டால் அவரது உயிருக்கு ஆபத்து விளைவித்துவிடாதே! பண்புடன் நடந்துகொள். அப்துல்லாஹ் பின் ஸுபைர் வஞ்சகம் நிறைந்தவர். நீ அவரை வெற்றிகொண்டால் கொன்றுவிடு. மக்கா, மதீனா மக்களிடம்

இணக்கமாக இரு. தங்கள் பணியாளர்களை மாற்ற விரும்பும் இராக் மக்களின் உணர்வைப் புரிந்தும், சிரியர்களை உன் உதவியாளர்களாக மதித்தும் நடந்துகொள். அவர்களது நட்புறவின்மீது நம்பிக்கை வை.”

முஆவியா (ரலி) அவர்களின் உடல்நிலை நாள்தோறும் நலிவடைந்து கொண்டிருந்தது. இறுதியில், ஹிஜ்ரீ 60 ரஜப் மாதம் 22 ஆம் நாள் அவரது இறுதி மூச்சுப் பிரிந்தது. இறப்பின்போது முஆவியா (ரலி) அவர்களுக்கு எழுபது வயது. அவரிடம் இறைத்தூதரின் சில தலைமுடிகளும் ஒரு நகத்துண்டும் இருந்தன. தமது இறுதி அறிவிப்பில், இவற்றைத் தமது வாயிலும் கண்ணிலும் வைக்க வேண்டும் என்று சொல்லியிருந்தார். முஆவியா (ரலி) அவர்களின் ஜனாஸா தொழுகையை, ளஹ்ஹாக் பின் கைஸ் முன்நின்று நடத்தினார். அவரது உடல், டமாஸ்கசில் ஜாபியா நுழைவாயிலுக்கும் ஸகீர் நுழைவாயிலுக்குமிடையில் நல்லடக்கம் செய்யப்பட்டது.

முஆவியா (ரலி) அவர்களின் கிலாஃபத் -ஒரு பார்வை:

முஆவியா (ரலி) அவர்களின் இருபதாண்டு கால ஆட்சி வெற்றியுடன் அமைந்ததாகவே சொல்ல முடியும். ஏனெனில் அக்காலகட்டத்தின்போது கிலாஃபத்துக்கு உரிமை கேட்டு முன்வரும் துணிச்சல் யாருக்குமே இருந்ததில்லை. இஸ்லாமிய எல்லைகள் நான்கு திசைகளிலும் விரிவடைந்தன. பரந்து விரிந்து கிடந்த ஆட்சிப் பகுதிகள் அனைத்தும் கலீஃபாவின் ஆளுகையின்கீழ் இயங்கின. ஆட்சியின் விளைவுகள் சார்ந்து எந்த எதிர்ப்பும் உருவாகவில்லை. இராக்கிலும் இரானிலும் அலீ (ரலி) அவர்களது ஆட்சியின்போது நிலவிவந்த ஒழுங்கீனங்களும் வரம்பு மீறல்களும் கொள்ளைகளும் தடுத்து நிறுத்தப்பட்டன. கடற்போரிலும் முஸ்லிம்கள் கை தேர்ந்தனர். ரோமானியர்களும் கிறிஸ்தவர்களும் வியக்குமளவுக்கு முஸ்லிம்களின் கடற்படை ஆற்றல் மேலோங்கியது.

அஞ்சல் பகிர்வு முறையை உலகில் முதன்முதலாக அறிமுகப்படுத்தினார். அரசாங்க உத்தரவுகளின்மீது முத்திரையிடும் முறையை அறிமுகம் செய்ததுடன், அதன் பிரதிகளை அரசுச் செயலகத்தில் ஆவணமாக்கிப் பாதுகாத்து வைக்கும் ஏற்பாடுகளைச்

செய்தார். அரசு முத்திரைகளில், 'ஒவ்வொரு செயல்பாட்டுக்கும் அன்பளிப்பு உண்டு' எனும் வார்த்தைகள் இடம்பெற்றன. கஅபாவில் பழைய திரைச்சீலைகள்மீதே புதியவற்றையும் விரிக்கும் முறையை மாற்றி, இருப்பதை அகற்றிவிட்டுப் புதியதை விரிக்க வேண்டுமென்று உத்தரவிட்டார்.

இஸ்லாமிய மரபில் முதன் முறையாக வாயிற்காவலர்களை நியமிக்கும் முறையை அறிமுகம் செய்தவரும் பதிவுத் துறையை அமைத்தவரும் முஆவியா (ரலி) அவர்கள்தான். கப்பல் கட்டுவதிலும் கடற்படை அமைத்ததிலும் இவரே முன்னோடியாவார்.

ஆட்சியுரிமையில் தங்களது வம்சம் மற்றும் குடும்பப் பெருமையை ஹாஷிம் வம்சத்தார்மீது நிறுவுவதிலும் முஆவியா (ரலி) விருப்பம்கொண்டிருந்தார் என்பதில் சந்தேகமில்லை. ஆனால், இதை முன்வைத்து ஹாஷிம் வம்சத்தின்மீதோ அலீ (ரலி) அவர்கள்மீதோ இஸ்லாமிய அரசின் மீதோ எதிரிகள் இன்னல் விளைவிக்கும் எந்த ஒரு வாய்ப்பையும் முஆவியா (ரலி) அனுமதித்ததில்லை.

அலீ, முஆவியா (ரலி) ஆகியோர் எதிரெதிராக நின்ற ஒரு சூழல். முஸ்லிம்களிடையிலான இந்த முரண்பாட்டைப் பயன்படுத்தி அலீ (ரலி) அவர்களின் ஆளுகையின் கீழிருந்த இரானின் கிழக்குப் பகுதிகள்மீது தாக்குதல் தொடுக்க மாபெரும் கிறிஸ்தவப் படையொன்று தயாரானது. தாக்குதலுக்கு இலக்காகும் இந்நிலப்பரப்புகளைப் பாதுகாத்துக்கொள்ளும் ஆற்றல் அலீ (ரலி) அவர்களிடமில்லை. போர் உருவானால் இஸ்லாமிய எல்லையின் பெரும் பகுதியும் பறிபோகும். அலீ (ரலி) அவர்கள் எதிர்கொண்டிருக்கும் பிரச்சினைகள் குறித்து கிறிஸ்தவர்கள் நன்கறிந்திருந்தனர்.

முஆவியாவுக்கும் அலீக்கும் இடையிலான மோதலையும் போர் நடவடிக்கைகளையும் முன்வைத்து, இத்தாக்குதலுக்கு முஆவியா (ரலி) எதிர்ப்புத் தெரிவிக்க மாட்டார் என்பதுடன் இதற்கு ஆதரவாகவே இருப்பார் என்றும் கிறிஸ்தவர்கள் எதிர்பார்த்தனர். ஆனால், தகவலைக் கேள்விப்பட்ட முஆவியா (ரலி) கிறிஸ்தவப் பேரரசனுக்குத் தகவல் அனுப்பினார்: "எங்களுக்குள் நடக்கும் சண்டைகள் உங்களைத் தவறாக வழி நடத்த

அனுமதிக்காதீர்கள். அலீயின்மீது உங்கள் பார்வை திரும்புமெனில் அவரது கொடியின்கீழ் நின்று உங்களைத் தண்டிக்க வரும் முதல் தலைவர் முஆவியாவாகவே இருப்பார்." கடிதத்தின் தாக்கம், ஒரு படையைவிட வலிமையானதாக இருந்தது. கிறிஸ்தவர்கள் தங்கள் முயற்சியைக் கைவிட்டனர்.

அலீ, முஆவியா (ரலி) ஆகியோரிடையிலான முரண்பாடு அல்லது எதிர்ப்புகள், இன்றைய முஸ்லிம்கள் புரிந்து வைத்திருப்பது போன்றவை அல்ல. இதன் உண்மை நிலையை சரியானப் புரிதல்கள் மூலம் மட்டுமே விளங்கிக்கொள்ள இயலும். அலீ (ரலி) அவர்களின் சகோதரரான அகீல் பின் அபூதாலிப் (ரலி), முஆவியா (ரலி) அவர்களின் நண்பராக இருந்தார் என்பதையும், முஆவியா (ரலி) அவர்களின் சகோதரரான ஸியாத் பின் அபூசுஃப்யான், இரானின் ஆளுநராக அலீ (ரலி) அவர்களால் நியமிக்கப்பட்டவர் என்பதையும் முதலில் நினைவில்கொள்ள வேண்டும். அலீ (ரலி), ஸியாத் பின் அபூசுஃப்யானை முற்றிலுமாக நம்பினார். அகீல் பின் அபூதாலிப் (ரலி) பொது அரங்குகளில் முஆவியா (ரலி) அவர்களுக்கு எச்சரிக்கை விடுப்பதை வழக்கமாகக் கொண்டிருந்தார். ஆனால், முஆவியா (ரலி) அவரைப் பகைத்துக்கொள்ளவில்லை.

சந்தேகத்துக்கான விடை : முஆவியா (ரலி) அவர்களின் கிலாஃபத் குறித்த பகுதியில் உருவாக வாய்ப்புள்ள சந்தேகத்துக்கான பதில் இதுதான்:

அலீ (ரலி), இறைத்தூதரால் பயிற்றுவிக்கப்பட்டவர். அறிவூட்டப்பட்டவர். குடும்ப உறுப்பினர். அவருடனேயே இருந்தவர். தந்தையின் சகோதரர் மகன். ஃபாத்திமா (ரலி) அவர்களின் கணவர்.

முஆவியா (ரலி), இறைவசனங்களைப் பதிவு செய்தவர். நபிகளாரின் மனைவியான உம்மு ஹபீபா (ரலி) அவர்களின் சகோதரர்.

இந்நிலையில், இவர்கள் தங்களுக்குள் முரண்படுவதற்கு என்ன காரணம்? ஏன் அம்ர் பின் அல்ஆஸ், தல்ஹா, ஸுபைர், ஆயிஷா (ரலி) போன்ற மேன்மை மிகுந்த நபித்தோழர்கள்கூட இதில் பங்கு பெற்றனர்? மேலோட்டமாகப் பார்த்தால், நபித்தோழர்களின் இந்த உட்பூசலுக்கும் இன்றைய உட்பூசல்களுக்குமிடையில்

வேறுபாடுகள் இல்லைதான். அப்படியென்றால், நபித்தோழர்களுக்கு இருக்க வேண்டும் என்று எதிர்பார்க்கும் பலனை அவர்களால் தர இயலவில்லை என்று விளங்கிக்கொள்ளலாமா?

மிக எளிமையான சந்தேகம் இது. நபித்தோழர்கள் அனைவரும் வழிகாட்டும் விளக்குகள்தான் என்பதிலும் இறைத்தூதருடனான அவர்களது தோழமை, எதிர்பார்க்கும் அளவுக்கு நல்லெண்ணத்தை ஏற்படுத்தியது என்பதிலும் சந்தேகமில்லை. புரிதலின் குறைபாடுகளும் குறுகிய பார்வையுமே சந்தேகங்களுக்கான காரணங்கள். மனிதத் தேவையை அல்லாஹ் நேரடியாக நிறைவேற்ற முறையிடுவதுபோன்ற ஒரு குறைபாடு பிரச்சினைகளை விளங்கிக்கொள்வதிலும் உருவாகிறது.

இறைத்தூதரால் அளிக்கப்பட்ட இஸ்லாமிய நெறிமுறைகள், மனித இனத்துக்கான எல்லா நலன்களையும் உள்ளடக்கியவை. இதை மக்களிடையே கொண்டு செல்லும்படி தமக்கு விதிக்கப்பட்ட ஆணையை அவர் முழுமையாக நிறைவு செய்தார். இனி, உலகின் இறுதி காலம் வரையிலும் இன்னொரு நெறிமுறை வழிகாட்டுதல் நிகழப் போவதில்லை. இது, இறுதித் தீர்ப்பு நாள்வரைக்கும் மனித குலத்துக்குத் தேவையாக இருப்பதால், மனிதனின் கைகளிலிருந்து பாதுகாக்கப்பட வேண்டும். அல்லாஹ் சொல்கிறான்: ‘ஐயத்துக்கிடமின்றி நாமே இச்செய்தியை (குர்ஆனை) இறக்கியிருக்கிறோம். நாமே அதனை (பழுதுபடாமல்) உறுதியாகக் காப்போம்.’ கடந்த 1400 ஆண்டுகளுக்கும் மேலாக அல்லாஹ் அதைப் பாதுகாத்து வருகிறான்.

தேவைகளை முயற்சிகளின்றி அல்லாஹ் நிறைவேற்றித்தர மனிதன் விரும்பலாம். ஆனால், அதை அடைவதற்கு, நிலம், நீர், நெருப்பு, காற்று, ஆகாயமென அதற்கான ஆதாரங்களை மட்டும் அளித்து மிக நீண்டதொரு மனித முயற்சியை அல்லாஹ் உருவாக்கி வைத்துள்ளான். இதன்படி சிந்தித்துப் பார்த்தால், மேன்மை மிகுந்த நபித்தோழர்களின் உட்பகையும் பிளவுகளும் இறையறிவிப்பின் உண்மையின் வெளிப்பாடுகளை நோக்கிய ஒரு மாபெரும் செயல்பாடுகள் என்பதை விளங்கிக்கொள்ள முடியும்.

முஆவியா (ரலி) அவர்களுக்கும் அலீ (ரலி) அவர்களுக்கும் மேன்மை மிகுந்த பிற நபித்தோழர்களுக்கும் இடையில் உருவான

முரண்பாடுகள் அவர்களது இஜ்திஹாதின்படி அமைந்தவையாகும். இதில், தவறுகள் நேர்ந்தால் அதற்கான காரணம் அவர்களுமல்ல. இஸ்லாத்தின் ஷரீஆவையோ அல்லாஹ்வின் கட்டளையையோ இறைத்தூதரின் பொன்மொழிகளையோ அறிந்து வீணே முரண்படும் முஸ்லிம்கள் அல்ல அவர்கள்.

அலீ, முஆவியா (ரலி) ஆகியோர் தங்களுடைய செயல்பாடுகளைச் சரியென்று கருதினர். பிற நபித்தோழர்களின் நிலையும் இதுவே! அவர்கள் நேர்மையென எதை நம்பினார்களோ அதற்கு ஆதரவளித்தனர். இந்நிகழ்வுகள் அனைத்தும் அல்லாஹ்வின் நாட்டப்படியே நடந்தேறின.

நபித்தோழர்களில் ஒரு பிரிவினர் இதுபோன்ற செயல்பாடுகளில் ஈடுபட்டிருந்தனர். மற்றொரு பிரிவினர், முரண்பாடுகளிலிருந்தும் உட்பூசல்களிலிருந்தும் அரசியல் செயல்பாடுகளிலிருந்தும் விலகி, தங்களைத் தனிமைப்படுத்தி வாழ்ந்துவந்தனர். இஸ்லாத்தின் தொடக்கக் காலத்தில், நபித்தோழர்கள் அனைவரும் ஒன்றிணைந்து அவநம்பிக்கையாளர்களுக்கு எதிராக அணி திரண்டு வெற்றிபெற்றனர். அபூபக்ர், உமர் (ரலி) ஆகியோரின் கிலாஃபத் காலங்களிலும் முரண்பாடுகள் இருந்தன. ஆனால், அவர்களது நோக்கம் போர்க்களமும் வெற்றிகளும்தான்.

முதல் இரு கலீஃபாக்களின் ஆட்சியின்போது குர்ஆனைத் தொகுக்கும் பணிகள் ஆரம்பமாயின. அப்போதே அது நிறைவு பெற்றிருக்கவும் வேண்டும். ஆனால், அதற்கான சூழ்நிலைகள் அப்போதில்லை. அவர்களது சிந்தனையும் செயலாற்றலும் ஷரீஆவை ஒழுங்குபடுத்துவதிலும் நபி (ஸல்) அவர்களது பொன்மொழிகளைப் பரப்புவதிலும் ஈடுபட இயலாதிருந்தது.

கலீஃபா மற்றும் ஆளுநர்கள் முன், வரைபடங்களும் படை நகர்வுகளின் திசைகளும் பரந்து கிடந்தன. பல்வேறு பகுதிகளில் முகாமிட்டும், போரில் ஈடுபட்டுமிருந்த படைகளையும் எதிரிகளின் நகர்வுகளையும் கண்காணித்தனர். தேவையான திட்டங்களையும் உத்தரவுகளையும் பிறப்பித்தனர். வெற்றியின் திசைகள் விரிவடைந்தபோது அதற்கான பணிகளும் அதிகரித்தன.

ஆசிரியர்களாக இருந்து ஷரீஆவின் பாட நுட்பங்களைப் பயிற்றுவிக்க வேண்டிய சூழலில் போர் நடவடிக்கைகளில் ஈடுபட

வேண்டியதாயிற்று. இஸ்லாத்தைப் பாதுகாக்கவும் முஸ்லிம்களைப் பயத்திலிருந்து விடுவிக்கவும் இது தவிர்க்க இயலாத தேவையாகவும் இருந்தது. இப்படை நடவடிக்கைகள், உமர் (ரலி) அவர்களின் கிலாஃபத்தின்போது மேற்கொள்ளப்பட்டன. இஸ்லாம் வெற்றிமிக்க ஒரு வாழ்வியல் நெறியாகவும் மாபெரும் ஆற்றலாகவும் அறியப்பட்டது.

நபி (ஸல்) அவர்களை நேரடியாகப் பார்த்திராத, ஆனால் அவரது தோழர்களுடன் நெருக்கமாகப் பழகியவர்கள் தாபியீன்கள் என்று அறியப்பட்டனர். எதிர்காலச் சந்ததியினருக்கு இஸ்லாமியக் கல்வியை எடுத்துச் செல்லும் பொறுப்பு தாபியீன்களிடமும் தாபியீன்களை நியமிக்கும் பொறுப்பு நபித்தோழர்களிடமும் இருந்தது. ஆகவே, இஸ்லாத்தின் முழுமையான அமைப்பையும் ஷரீஆவின் அனைத்து அம்சங்களையும் நபித்தோழர்களுக்குத் தயார் செய்து கொடுக்க வேண்டிய பணி, அடுத்த உடனடித் தேவையாக இருந்தது.

அப்துல்லாஹ் பின் ஸபாவும் அவனது ஆதரவாளர்களும் முஸ்லிம்களாகத் தோன்றவும், யூதர்களின் ஒரு பிரிவினர் உருவாகவும், உமர் (ரலி) அவர்கள் உயிர்த் தியாகம் செய்யவும் ஜமல் போர், ஸிஃப்ஃபீன் போர் போன்ற தொடர் நிகழ்வுகளுக்கும் இதுவே காரணமாக அமைந்தது. இதன் விளைவாக, போர்க்களங்களில் ருஸ்ட்டம், இஸ்ஃபாந்தியர் போன்ற பெரும் எதிரிகளின்மீது வெற்றி வாகை சூடிய நபித்தோழர்களில் பெருமளவினர் தங்கள் ஆயுதங்களையும், படைத்தலைமைகளையும் துறந்துவிட்டு, இஸ்லாத்தைக் கற்பிக்கும் பணியில் தங்களை ஈடுபடுத்திக்கொண்டனர்.

இரானின் வெற்றியாளரும், காதிசியா போரின் படைத்தலைவரும் பல்வேறு போர்க்களங்களில் வெற்றி வாகை சூடியவருமான ஸஅத் பின் அபீவக்காஸ் (ரலி) எல்லா அரசியல் நடவடிக்கைகளையும் துறந்து, கால்நடைகளை மேய்ப்பதில் விருப்பம்கொண்டார். இன்னும் பல நபித்தோழர்களின் நிலை இதுவாகவே இருந்தது.

முழு இஸ்லாமிய உலகமும் கலீஃபாவாக ஏற்றுக்கொள்கிற ஒருவர் அப்துல்லாஹ் பின் உமர் (ரலி) அவர்கள். ஆனால், விடுபட்டு வாழும் மனநிலைக்குள் பிரச்சினைகள் அவரைக்

கொண்டு சென்றன.

எனினும், மேன்மைமிக்க நபித்தோழர்களில் பலர், கொந்தளிப்பான நேரங்களிலும் தங்களிடம் வந்த மக்களுக்கு ஷரீஆவின் உண்மைகளையும் நபி (ஸல்) அவர்களது வழிமுறைகளையும் போதனைகளையும் கற்பித்து வந்தனர்.

முஹாஜிர்களின், அன்சார்களின் தொட்டிலாக மதீனா முனவ்வராவும், கஅபாவை முன்னிறுத்தி இஸ்லாத்தின் இரண்டாவது தலைமையகமாக மக்காவும் இருந்தது. கற்பதற்கும் கற்பிப்பதற்கும் நபித்தோழர்களுக்குக் காலஅவகாசம் கிடைக்காதிருந்தவரை மதீனாவே தலைநகராக இருந்தது. இஸ்லாத்தைக் கற்பிப்பதற்கு நபித்தோழர்களைப் பயன்படுத்த நாடிய அல்லாஹ், கிலாஃபத்தின் தலைநகரை மதீனாவிலிருந்து மாற்றினான். ஒரு குறுகிய காலத்துக்கு முன்புவரை படையாற்றலின் தலைமையகமாகவும் நிர்வாக மையமாகவும் விளங்கிய மதீனா, பிறகு, தாருல் உலூம் (அறிவு மையம்) ஆக மாற்றம் பெற்றது.

ஹதீஸ்களையும் ஃபிக்ஹ் நூல்களையும் நுட்பமாக ஆராயும்போது கிடைக்கும் தஃப்சீர்கள்மீதான வேறுபாடுகள், இக்காலகட்டத்தின் அன்பளிப்பு என்பதைப் புரிந்துகொள்ள இயலும். இவ்வேறுபாடுகள் ஏற்படாதிருந்திருந்தால் அலீ, முஆவியா (ரலி) அவர்களிடையே முரண்கள் ஏற்படாதிருந்தால், இஸ்லாமிய ஷரீஆவின் முக்கியமான பகுதியை இழந்துவிட நேர்ந்திருக்கும். மறையின் பாதுகாவலன் இறைவனே ஆவான். அதன் பாதுகாப்புக்கும் அவனே வழிவகை செய்கிறான். எனில், அலீ, முஆவியா (ரலி) ஆகியோரிடையிலான வேறுபாடுகளுக்கும் அவனே காரணி என்றாகிறது.

இன்னொன்றையும் கவனத்தில்கொள்ள வேண்டியதிருக்கிறது. உலகில் இன்றுவரை தோன்றிய அரசுபோன்ற அனைத்து நிறுவனங்கள் எதிர்கொள்ளும் எல்லாப் பிரச்சினைகளுக்கும் சிக்கல்களுக்குமான முன்னுதாரணங்கள் அலீ, முஆவியா (ரலி) இடையிலான முரண்பாடுகளில் இருந்தன. ஆனால், போற்றுதலுக்குரிய நபித்தோழர்கள் அவற்றை அணுகிய விதம் உலகுக்கே முன்மாதிரியானது.

ஷியா முஸ்லிம்கள் சார்புடைய, கொல்கத்தா உயர்நீதி மன்றத்தின் முன்னாள் தலைமை நீதிபதி சிறப்புக்குரிய ஸய்யித் அமீர் அலீ

எழுதிய 'இஸ்லாமிய வரலாறு' எனும் நூலின் ஒரு குறிப்பு இந்த இடத்தில் பொருத்தமாக இருக்கும்.

முஆவியா (ரலி) நாள்தோறும் அதிகாலைத் தொழுகைக்குப் பின், படைப்பிரிவுகளின் உள்ளூர்ப் பிரதிநிதிகளிடம் அறிக்கைகளைக் கேட்பதை வழக்கமாகக்கொண்டிருந்தார். பிறகு, அமைச்சர்கள், ஆலோசகர்கள், அயல்நாட்டுப் பிரதிநிதிகளைச் சந்திப்பார். இதில், அரசவைப் பணியாளர்கள் இஸ்லாமிய அரசின் பிற பகுதிகளிலிருந்து வந்த கடிதங்களையும் அறிக்கைகளையும் வாசித்துக்காட்டுவார்கள். நண்பகலில் தொழுகைக்காக அரண்மனையிலிருந்து வெளிவருவார். பிறகு, மஸ்ஜிதில் அமர்ந்து, மக்களின் முறையீடுகளைக் கேட்டு ஆவன செய்வார். தொடர்ந்து, அரண்மனைக்குத் திரும்பி பிற உயரதிகாரிகளைச் சந்திப்பார். பகலுணவை முடித்துவிட்டுச் சிறிதுநேரம் தூங்குவார். பிற்பகல் தொழுகைக்குப் பிறகு, அமைச்சர்களையும் ஆலோசகர்களையும் சந்திப்பார். இரவு உணவை அவர்களுடன் சேர்ந்து அரண்மனையில் முடித்துக்கொள்வார். இதன் மூலம் மக்களைச் சந்திப்பதற்குக் கிடைக்கும் அனைத்து வாய்ப்புக்களையும் பயன்படுத்தினார். இதன்படி பார்த்தால், முஆவியா (ரலி) அவர்களின் ஆட்சிக்காலத்தில் வெற்றிகள் என்பது சமூகத்துக்குள்ளும் வெளியிலும் நிகழ்ந்திருக்கின்றன.

அம்ர் பின் ஆஸ் (ரலி) கூறுகிறார்: "அமீர் முஆவியாவைப்போல் உறுதியும் பணிவுமுள்ள ஒருவரை நான் பார்த்ததில்லை. ஒரு நாள், தலையணையைத் தன் முதுகின் பின் வைத்து சாய்ந்து அமர்ந்திருந்தார். அரசவையில் அப்போது நானுமிருக்கிறேன். ரோமானியப் பேரரசர் ஒரு பெரும் படையுடன் போருக்கு வரப்போகிறார் எனும் தகவலுடன் ஒருவர் வந்தார். அதை வாசித்த முஆவியா என்னிடம் தந்தார். அவரது முகத்தில் எந்தப் பதற்றமும் தென்படவில்லை. சிறிது நேரத்தில் மீண்டும் ஒருவர் அறிக்கையுடன் வந்தார். இம்முறை, கவாரிஜ் தலைவன் நயீல் பின் கைஸ் ஒரு படையுடன் பாலஸ்தீனை நோக்கிப் புறப்படவிருப்பதாக தகவல். இதையும் வாசித்துவிட்டு என்னிடம் தந்தார். இப்போதும் அவர் முகத்தில் எந்த மாற்றங்களும் இல்லை.

மீண்டும் ஒரு தகவல், மோசில் சிறையிலிருந்த கவாரிஜ்கள் சிறைக்கூடத்தைத் உடைத்துத் தப்பித்துக்கொண்டதாகவும் இப்போது அவர்கள் மோசிலின் அருகில் ஒன்று திரள்கிறார்கள் என்றும் வந்தது.

அதையும் வாசித்துவிட்டு என்னிடம் தந்தார். இப்போதும் அவர் தலையணையில் சாய்ந்தே அமர்ந்திருந்தார். சற்று நேரத்தில், அலீ (ரலி) ஒரு படையுடன் வருகிறார் எனும் தகவல் வந்தது. மீண்டும் அதே நிலையைத் தொடர்ந்தார்.

நான் பொறுமையிழந்தவனாக, நாலா பகுதிகளிருந்தும் மோசமான தகவல்கள் வருகின்றனவே, தாங்கள் என்ன செய்யப் போகிறீர்கள்? என்று கேட்டேன். அவர் சொன்னார்: "பெரும்படையுடன் அணிவகுத்து வரும் ரோமானியப் பேரரசர், உடன்படிக்கையில் கையெழுத்திட்டு விட்டுத் திரும்பி விடுவார். நயீல் பின் கைஸ் தன்னுடைய நம்பிக்கையை முன் வைத்துப் போராடுகிறான். ஒரு நகரைக் கைப்பற்றி, அதைத் தனது கட்டுப்பாட்டின்கீழ் வைத்திருக்க விரும்புகிறான். அவனை அப்படியே விட்டுவிடலாம். அவனுக்கும் அதுவே போதுமானது. சிறையிலிருந்து தப்பித்த கவாரிஜ்களைப் பொறுத்தவரைக்கும் அல்லாஹ்விடமிருந்து அவர்கள் தப்பிக்க முடியாது. ஆனால் அலீயைப் பொறுத்தவரைக்கும் உஸ்மானின் கொலைக்குப் பழிவாங்கும் திட்டம் குறித்து நாம் யோசித்தாக வேண்டும்தான்."

பின்னர், நிமிர்ந்து அமர்ந்த முஆவியா, ஒவ்வொரு பிரச்சினையையும் எதிர்கொள்வதற்கான உத்தரவுகளைப் பிறப்பித்தார். மீண்டும் தலையணையில் சாய்ந்து அமர்ந்துகொண்டார்.

சிரியாவிலிருந்த முஆவியா (ரலி) அவர்களின் செயல்பாடுகளை நுட்பமாகக் கவனித்து வந்த உமர் (ரலி) ஒருமுறை சொன்னார்: "பாரசீகத்தில் கிஸ்ராவும் ரோமில் சீஸரும்போல் அரேபியாவில் முஆவியா இருக்கிறார்."

யஸீத் பின் முஆவியா : சிரியா முழுமைக்குமான ஆளுநராக முஆவியா (ரலி) இருந்த, ஹிஜ்ரீ 25 அல்லது 26 இல், அபூகாலித் யஸீத் பின் முஆவியா பிறந்தார். அவரது தாயார் பெயர், மைஸூன் பின்த் பஹ்தல். இவர், கலப் வம்சாவளியிலுள்ளவர். யஸீத், அடர்த்தியான ரோமங்களுடன்கூடிய தடித்த உடல்வாகுள்ளவர். செல்வத்துடனும் செல்வாக்குடனும் பிறந்தவர்.

முஆவியா (ரலி) பழிபாவங்களுக்கு அஞ்சுபவரும் தொலைநோக்குப் பார்வையுடையவரும் ஆவார். யஸீதின் வளர்ப்பிலும் கல்வியிலும் அவர் மிகுந்த அக்கறை செலுத்தினார்.

ஓரிரு முறை அவரை ஹஜ் குழுத் தலைவராக நியமித்து ஒரு படையின் தலைமைப் பொறுப்பையும் அளித்தார். சிரியா முற்றுகைக்குள்ளான நிலையில் ஒரு படைப்பிரிவுக்கு அவர் தலைவராகவும் இருந்தார்.

மிகச் சிறந்த கவிஞரான யஸீத், வேட்டையாடுவதிலும் பெரும் ஆர்வம்கொண்டவர். முஆவியா (ரலி) அவர்களின் இறப்பின்போது யஸீத் டமாஸ்கசில் இல்லை. தந்தை மிகவும் நோய்வாய்ப்பட்டிருந்த நிலையிலும் அவர் வேட்டைக்குச் சென்றிருந்தார். ஒரு தூதர் சென்று அழைத்து பல நாள்களுக்குப் பிறகு வந்து, தந்தையின் அடக்கத்தலத்தில் ஜனாஸா தொழுகையை நிறைவேற்றினார்.

முஆவியா (ரலி) அவர்கள் வாழும்போதே யஸீதுக்கான வாக்குறுதியை மக்களிடமிருந்து பெற்றிருந்தார். ஆனால், பெரும்பாலானோருக்கு இதில் மிகுந்த வருத்தமிருந்தது. மதீனா முனவ்வராவிலுள்ள சில பேரறிஞர்கள் வாக்குறுதியளிக்க மறுத்துவிட்டனர்.

முஆவியா (ரலி) செய்த இம்மாபெரும் தவறானது மகன்மீதான ஒரு தந்தையின் பாச வெளிப்பாடு மட்டுமே! இதற்கான தூண்டுதலை உருவாக்கிய முகீரா செய்தது, அதை விடவும் பெரும் தவறு. ஹஸன் பஸ்ரி கூறியுள்ளார்: "கலந்தாய்வுக்கு முற்றுப்புள்ளி வைத்து, அரசுரிமையை வாரிசுரிமையாக மாற்றும் வழக்கத்தை அறிமுகப்படுத்தியவர் முகீரா பின் ஷுஅபாதான்."

முஆவியா (ரலி) அவர்களுக்குப் பிறகு யஸீதை ஏற்பதில் சிரியா மக்களுக்குத் தயக்கமில்லை. பிற நாடுகளிலுள்ள மக்களும் அதிகாரத்தின்மீதான பயத்துடன் வாக்குறுதியளிக்க முன்வந்தனர். ஆட்சிப்பொறுப்பை ஏற்றுக்கொண்ட யஸீத், உடனடியாக, தனக்கான வாக்குறுதிகளைப் பெறும்படி அனைத்துப் பகுதி ஆளுநர்களுக்கும், அரசுப் பொறுப்பாளர்களுக்கும் கடிதம் எழுதினார். அப்போது மதீனா ஆளுநராக வலீத் பின் உத்பாவும் கூஃபா ஆளுநராக நுஅமான் பின் பஷீரும் பொறுப்பிலிருந்தனர். இவர்கள் இருவரும் கண்ணியமான மனிதர்கள். அமைதியை விரும்புபவர்கள். பிற ஆளுநர்களோடு ஒப்பிடும்போது மென்மையான குணம் படைத்தவர்கள்.

யஸீதின் கடிதம் கிடைத்ததும், வலீத் பின் உத்பா மதீனாவிலுள்ள முக்கியமானவர்களை அழைத்து அதை வாசித்துக் காட்டினார்.

முஆவியா (ரலி) அவர்களது இறப்பையறிந்த இமாம் ஹுஸைன் (ரலி), தமது கவலையை வெளிப்படுத்தியதுடன் அவருக்காகப் பிரார்த்தனை செய்தார். "யஸீதுக்கு வாக்குறுதியளிப்பதில் அவசரப்பட வேண்டாம். அது குறித்துச் சிந்தித்து முடிவெடுப்போம்" என்றார்.

மதீனாவின் முன்னாள் ஆளுநரும் வலீத் பின் உத்பாவின் ஆலோசகருமான மர்வான் பின் ஹகம், இமாம் ஹுஸைனிடம் உடனே வாக்குறுதி பெற வேண்டும் என்றும் அவரை விட்டுவிட வேண்டாம் என்றும் வற்புறுத்தினார். வலீத் அதை ஏற்கவில்லை.

யஸீதுக்கு வாக்குறுதியளிக்க அப்துல்லாஹ் பின் ஸுபைர் (ரலி) அழைக்கப்பட்டார். அதை ஏற்க மறுத்த அவர், ஒரு நாள் கால அவகாசம் கேட்டார். வலீதும் அனுமதித்தார். சூழலின் நிர்ப்பந்தத்தை உணர்ந்த அப்துல்லாஹ், தம் குடும்பத்துடன் மாற்று வழியினூடே மதீனாவிலிருந்து புறப்பட்டார்.

மறுநாள், மர்வானும் வலீதும் ஆயுதங்கள் தாங்கிய முப்பது போர் வீரர்களுடன் அப்துல்லாஹ் பின் ஸுபைர் (ரலி) அவர்களைக் கைது செய்யும் நோக்கத்துடன் தேடிச் சென்றனர். மாலைவரை தேடியும் அவர்களைக் கண்டுபிடிக்க முடியவில்லை. இதனிடையே இமாம் ஹுஸைன் (ரலி) குறித்து அவர்களுக்கு நினைவில்லை.

அன்றிரவு, இமாம் ஹுஸைன் (ரலி) அவர்களும் தம் குடும்பத்துடன் மதீனாவை விட்டுப் புறப்பட்டார். மறுநாள், இதையறிந்த வலீத் சொன்னார்: "ஹுஸைனை நான் பின்தொடரப் போவதில்லை. ஏனெனில் அவர் ஆயுதத்தைக் கையிலெடுப்பார் என்பது உறுதி. அவரது குருதியால் எனது கைகளை நான் கறைப்படுத்த விரும்பவில்லை."

மதீனா மக்களிடமிருந்து யஸீதுக்கு வாக்குறுதி பெறப்பட்டது. அப்துல்லாஹ் பின் உமர் (ரலி) அவர்களிடமிருந்து எந்த எதிர்ப்பும் வரவில்லை. அவர், கலீஃபாவாக என்றுமே விரும்பியதில்லை. அப்துல்லாஹ் பின் உமர் (ரலி) வாக்குறுதியளிக்க மறுத்தால் அவரைக் கட்டாயப்படுத்த வேண்டாம் என்று ஏற்கனவே யஸீத் உத்தரவிட்டிருந்தார். ஆகவே, யாரும் அவரை வாக்குறுதியளிக்க வற்புறுத்தவில்லை.

சில நாள்களுக்குப் பிறகு அப்துல்லாஹ் பின் உமர், அப்துல்லாஹ் பின் அப்பாஸ் (ரலி) ஆகியோர் மக்காவுக்குச் சென்றனர். மக்காவின் ஆளுநராக ஹாரிசை நியமித்திருந்தார் யஸீத்.

பிறகு, அப்துல்லாஹ் பின் ஸுபைர், ஹுஸைன் பின் அலீ (ரலி) ஆகியோரும் மக்காவுக்குச் சென்றனர். மக்காவிலுள்ள நல்ல மனிதர்களில் மிக முக்கியமானவரான, அப்துல்லாஹ் பின் ஸஃப்வான், அப்துல்லாஹ் பின் ஸுபைர் (ரலி) அவர்களைப் பொறுப்பாளராக ஏற்று வாக்குறுதியளித்தார். தொடர்ந்து, மக்காவில் செல்வாக்குள்ளவர்களும் கண்ணியம் மிக்கவர்களுமான ஏறத்தாழ 2000 பேர் அப்துல்லாஹ் பின் ஸுபைர் (ரலி) அவர்களுக்கு வாக்குறுதியளித்தனர்.

ஹாரிசை வீட்டுக் காவலில் வைத்த அப்துல்லாஹ் பின் ஸுபைர் (ரலி), மக்காவின் ஆட்சிப் பொறுப்பை ஏற்றார். இமாம் ஹுஸைன் (ரலி) வாக்குறுதியளிக்கவில்லை. இமாம் ஹுஸைன் (ரலி) அவர்களுக்கோ அவரது குடும்பத்திலுள்ள வேறு யாருக்குமோ வாக்குறுதியளிக்க அப்துல்லாஹ் பின் ஸுபைரும் விரும்பவில்லை.

மக்காவுக்கு வருகை தந்த அப்துல்லாஹ் பின் உமர், அப்துல்லாஹ் பின் அப்பாஸ் (ரலி) ஆகியோரிடம் தமக்கு வாக்குறுதியளிக்கும்படி அப்துல்லாஹ் பின் ஸுபைர் (ரலி) கேட்கவில்லை. அவர், தமது பெரும்பாலான நேரத்தையும் கஅபாவில் தொழுவதிலேயே கழித்தார். இவர்கள் சிலரைத் தவிர, மக்காவிலுள்ள அனைவரும் அவருக்கு வாக்குறுதியளித்தனர்.

அப்துல்லாஹ் பின் ஸுபைர் (ரலி) அவ்வப்போது இமாம் ஹுஸைன் (ரலி) அவர்களைச் சந்தித்துக் கலந்துரையாடினார். அவர் மக்களிடமிருந்து பெற்ற வாக்குறுதி, கிலாஃபத் பொறுப்புக்காக அல்ல. அனைத்துலக இஸ்லாமிய மக்களாலும் ஒருமனதாக ஒரு கலீஃபாவைத் தேர்வு செய்யும்வரை, யஸீதை கலீஃபாக ஏற்க இயலாதென்பதை முன்னிட்டும், மார்க்க நிலைப்பாட்டையும் ஒழுங்கு முறையையும் நடைமுறைப்படுத்துவதற்காக, தாம் மக்காவின் ஆளுநராக அறியப்படுவேன் என்பதையும் முன்வைத்தே அவர் வாக்குறுதி பெற்றார். ஆயினும், அப்துல்லாஹ் பின் ஸுபைர் (ரலி) மக்காவின் அரசுப் பொறுப்பாளராக இருப்பதை

இமாம் ஹுஸைன் (ரலி) விரும்பவில்லை. எனவே, அவரும் அவரது குடும்ப உறுப்பினர்களும் அப்துல்லாஹ் (ரலி) தொழுகை நடத்தும்போது அவருடன் இணைவதில்லை.

அப்துல்லாஹ் பின் ஸுபைர், ஹுஸைன் பின் அலீ (ரலி) ஆகியோர் மதீனாவிலிருந்து சென்று விட்டதையும் மதீனா மக்கள் யஸீதுக்கு வாக்குறுதியளித்தனர் என்பதையும் கடிதம் மூலம் யஸீதுக்கு அறிவித்தார் மர்வான். யஸீத் உடனேயே வலீத் பின் உத்பாவை மதீனாவின் ஆளுநர் பதவியிலிருந்து நீக்கி விட்டு, அம்ர் பின் ஸயீதை நியமித்தார். வலீத் பின் உத்பா மதீனாவிலிருந்து புறப்பட்டு யஸீதிடம் சென்றார்.

மக்காவில் வீட்டுக் காவலிலிருந்த ஹாரிஸ், அப்துல்லாஹ் பின் ஸுபைர் (ரலி) மக்காவைக் கைப்பற்றியதையும் தன்னைக் காவலில் வைத்திருப்பதையும் யஸீதுக்கு அறிவித்தார். இதையறிந்த யஸீத், அம்ர் பின் ஸயீதுக்கு எழுதினார்: "மக்காவுக்குச் சென்று, அப்துல்லாஹ் பின் ஸுபைரைக் கைது செய்து, சங்கிலியால் பிணைத்து இங்கே அனுப்பி வைக்கவும்."

அம்ர் பின் யஸீத் பலம் வாய்ந்த ஒரு படையை மக்காவுக்கு அனுப்பி வைத்தார். சிறு மோதலுக்குப் பிறகு, அம்ருவின் படைகள் தோல்வியுற்றன. படைத்தலைவர் கைது செய்யப்பட்டார்.

கூஃபா மக்கள், முஆவியா (ரலி) அவர்களின் காலத்திலிருந்தே, இமாம் ஹுஸைன் (ரலி) அவர்களைக் கூஃபாவுக்கு வருமாறும், அவரை கலீஃபாவாக ஏற்று வாக்குறுதியளிக்கத் தாங்கள் விரும்புவதாகவும் தொடர்ந்து அழைப்பு விடுத்து வந்தனர். கூஃபா மக்களின் இயல்புகளையும் அவர்களது நடைமுறையையும் முஆவியா (ரலி) மிக நன்றாகவே அறிந்து வைத்திருந்தார். எனவேதான் அவர், தமது இறுதி விருப்பத்தை அறிவிக்கும்போது கூஃபா மக்களிடம் எச்சரிக்கையுடனிருக்கும்படி யஸீதிடம் சொல்லியிருந்தார். மேலும், கூஃபா மக்கள், இமாம் ஹுஸைன் (ரலி) அவர்களை நிச்சயமாகக் கிளர்ச்சி செய்யத் தூண்டுவார்கள் என்றும் சொன்னார். அப்படியான ஒரு நிலை உருவாகும்போது, இமாம் ஹுஸைன் (ரலி) அவர்களை நன்மதிப்புடன் நடத்தி, தன் பக்கம் அழைத்துக்கொள்ள வர வேண்டுமென்றும் யஸீதிடம் அறிவுறுத்தினார்.

மக்கா, அப்துல்லாஹ் பின் ஸுபைர் (ரலி) அவர்களின்

கட்டுப்பாட்டின் கீழிருந்ததால் இமாம் ஹுஸைன் (ரலி) அவர்களின் பார்வை கூஃபாவின்மீது பதிந்திருந்தது. யஸீதின் கடிதம், கூஃபா ஆளுநரான நுஅமான் பின் பஷீர் (ரலி) அவர்களுக்கு கிடைத்தது. முஆவியா (ரலி) இறந்த தகவலை மக்கள் அறிந்துகொண்டனர். உமய்யா வம்சாவளி ஆதரவாளர்கள் யஸீதுக்கான வாக்குறுதியை ஆளுநரிடம் அளித்தனர். ஹுஸைன் (ரலி) அவர்களை கூஃபாவுக்கு வரவழைக்க முயற்சி செய்துகொண்டிருந்த அலீ, ஹுஸைன் (ரலி) ஆகியோரின் ஆதரவாளர்கள் யஸீதுக்கு வாக்குறுதியளிக்க மறுத்து, சுலைமான் பின் ஸர்தின் வீட்டில் ஒன்றுதிரண்டனர்.

அவர்கள், யஸீதை கலீஃபாவாக ஏற்க இயலாதென்றும் இமாம் ஹுஸைன் (ரலி) அவர்களைக் கூஃபாவுக்கு அழைத்துவர வேண்டுமென்றும் முடிவு செய்தனர். இரகசியமாக நடந்த இக்கலந்தாய்வின்போது, இமாம் ஹுஸைன் (ரலி) மதீனாவிலிருந்து மக்காவுக்குச் சென்றுவிட்டதாகவும், மக்காவின் பொறுப்புக்கு அப்துல்லாஹ் பின் ஸுபைர் (ரலி) தேர்வு செய்யப்பட்டதாகவும் அறிந்துகொண்டனர். அவர்கள், இமாம் ஹுஸைன் (ரலி) அவர்களுக்குக் கடிதம் எழுதினார்கள். அவர்களது கடிதங்களின் சாரம் இதுதான்:

"நாங்கள் உங்கள் தந்தையார்மீது பேரன்பு வைத்திருப்பவர்களும் உமய்யா வம்சத்தாரின் எதிரிகளுமாவோம். உங்கள் தந்தையாருக்கு ஆதரவாக நாங்கள் தல்ஹாவையும் ஸுபைரையும் எதிர்த்துப் போரிட்டோம். ஸிஃப்ஃபீன் போரில் பேரழிவை ஏற்படுத்தி, எங்கள் வீரத்தை சிரியர்கள் ஏற்றுக்கொள்ள வைத்தோம். இப்போது நாங்கள் உங்களுடன் இணைந்து போரிடத் தயாராக இருக்கிறோம். இந்தக் கடிதத்தைக் கண்டதும் அருள்கூர்ந்து கூஃபாவுக்குப் புறப்பட்டு வாருங்கள். நுஅமான் பின் பஷீரைக் கொன்று, கூஃபாவை உங்களிடம் ஒப்படைக்கிறோம். இலட்சம் படைவீரர்கள் கூஃபாவில் இருக்கிறார்கள். அவர்கள் அனைவருமே கலீஃபாவாக உங்களுக்கு வாக்குறுதியளிக்கத் தயாராக இருக்கிறார்கள். அதற்கான நேரமும் இதுதான். தகுதியும் உரிமையுமுள்ள கலீஃபா நீங்கள்தான் என்று உறுதியாக நாங்கள் நம்புகிறோம். உங்களுடன் ஒப்பிடும்போது யஸீதுக்கு கலீஃபாவாகும் தகுதியில்லை. ஆகவே, சற்றும் தாமதிக்க வேண்டாம். யஸீதைக் கொல்வதன் மூலம் முழு இஸ்லாமிய உலகுக்கும் உங்களை கலீஃபாவாக்க விரும்புகிறோம். யஸீதின்

ஆளுநரான நுஅமான் பின் பஷீரின் பின்னால் நின்று தொழுவதைக்கூட எங்கள் பெரியவர்கள் நிறுத்திவிட்டனர். ஏனெனில், இமாமத்துக்குத் தகுதியானவர்கள் நீங்களும் உங்கள் பணியாளர்களுமே."

கடிதங்களுடன் இமாம் ஹுஸைன் (ரலி), தமது மைத்துனரான முஸ்லிம் பின் அகீலிடம் (அகீல் பின் அபூதாலிப், முஆவியா (ரலி) அவர்களின் தலைமை ஆலோசகர்) சென்று, "எனது பிரதிநிதியாகத் தாங்கள் கூஃபாவுக்குச் சென்று மக்களுடன் தங்கியிருந்து எனது சார்பில் மிகவும் இரகசியமான முறையில் வாக்குறுதி பெறுங்கள். வாக்குறுதியளித்தவர்களின் எண்ணிக்கையையும் அதில் முக்கியமானவர்களின் பெயர்களையும் எனக்கு எழுதுங்கள். உங்களை யாரென்று வெளிக்காட்டிக்கொள்ள வேண்டாம். வாக்குறுதியளித்தவர்களுக்கு உறுதியளியுங்கள். நான் கூஃபாவுக்கு வரும்வரைக்கும் போரைத் தொடங்கிவிட வேண்டாம்" என்றார்.

முஸ்லிம் பின் அகீல் சொன்னார்: "இதன் விளைவுகள் சரியாக அமையுமென்று எனக்குத் தோன்றவில்லை. தாங்கள் இதில் உறுதியாக இருப்பீர்கள் எனில் தயவுசெய்து என்னை மன்னித்து விடுங்கள். எனக்குப் பதிலாக இன்னொருவரை அனுப்பி வையுங்கள்." இமாம் ஹுஸைன் சொன்னார்: "கோழையாக இருக்காதீர் முஸ்லிம் பின் அகீல். கூஃபாவுக்கு நீர்தான் செல்ல வேண்டும்." தமது நடவடிக்கைகளை அப்துல்லாஹ் பின் ஸுபைர் (ரலி) அறிய வேண்டாமென்ற முன்னெச்சரிக்கையுடன் முஸ்லிம் பின் அகீல் மக்காவிலிருந்து புறப்பட்டார்.

கூஃபாவில், முக்தார் பின் உபைதாவின் வீட்டில் ஹுஸைன் (ரலி) அவர்களின் பிரதிநிதி தங்கியிருக்கும் செய்தி, அவரது ஆதரவாளர்களிடையே பரவியது. மக்கள் திரள்திரளாக வந்து வாக்குறுதியளிக்கத் தொடங்கினர். தாம் கூஃபாவை அடைந்துவிட்டதாகவும் முதல் நாளிலேயே 12,000 பேர் வாக்குறுதியளித்ததாகவும் முஸ்லிம் பின் அகீல், ஹுஸைன் (ரலி) அவர்களுக்கு எழுதினார். முதல் நாளிலேயே சுல்தான் பின் ஸர்த், முஸைப் பின் நஜியா, ரகத்தா பின் ஷத்தாத், ஹனீ பின் உர்வா ஆகியோர் உட்பட 12,000 பேர் ஹுஸைன் பின் அலீ (ரலி) அவர்களைக் கலீஃபாவாக ஏற்று வாக்குறுதியளித்தனர். கைஸ், அப்துர் ரஹ்மான் ஆகிய இருவரும் ஒரு கடிதத்துடன் இமாம் ஹுஸைன் (ரலி) அவர்களை வந்து சந்தித்தனர். "தாங்கள் வெளிப்படையாக

வாக்குறுதிபெறத் தொடங்கும்போது பல்லாயிரக்கணக்கான மக்கள் உங்களுக்கு வாக்குறுதியளிப்பார்கள்.”

கடிதத்தை வாசித்த இமாம் ஹுஸைன் (ரலி) பெருமகிழ்ச்சியடைந்தார். தாம் விரைவில் கூஃபாவுக்கு வருவதாகச் சொல்லி அவர்களைத் திருப்பி அனுப்பினார். பெருமளவிலான தம்முடைய ஆதரவாளர்கள் பஸ்ராவில் இருப்பதைக் கவனத்தில்கொண்ட ஹுஸைன் (ரலி), அஹ்னஃப் பின் மாலிக்கும் பஸ்ராவிலுள்ள மதிப்புக்குரிய பலரும் தம்முடைய சார்பாக வாக்குறுதி பெற விரும்பினார். உடனடியாக அவர்களைக் கூஃபாவுக்குச் செல்லும்படி கேட்டுக்கொண்டார். இந்தத் தகவல்களைக் கடிதங்கள் மூலம் நம்பிக்கையான ஒருவரிடம் கொடுத்தனுப்பினார்.

முஸ்லிம் பின் அகீல் கூஃபாவுக்கு வந்திருப்பதையும் மக்கள் ஹுஸைன் (ரலி) அவர்களைக் கலீஃபாவாக ஏற்று வாக்குறுதியளிப்பதையும் அறிந்துகொண்ட அப்துல்லாஹ் பின் அல்ஹள்ரமீ, ஆளுநரான நுஅமான் பின் பஷீரிடம் இதைத் தெரிவித்தார்: “நீங்கள் இதில் காலதாமதம் ஏற்படுத்தக் கூடாது. முஸ்லிம் பின் அகீல் கூஃபாவுக்கு வந்து பல நாள்களாகிவிட்டன. அவர் ஹுசைனுக்காக வாக்குறுதி பெற்றுக்கொண்டிருக்கிறார். நீங்கள் முஸ்லிம் பின் அகீலுக்கு மரண தண்டனை வழங்க வேண்டும். அல்லது, அவரைக் கைது செய்து யஸீதிடம் அனுப்பி வைக்க வேண்டும். வாக்குறுதியளித்தவர்களைத் தண்டிக்க வேண்டும்.”

நுஅமான் பின் பஷீர் சொன்னார்: “அவர்கள் இரகசியமாகச் செய்யும் ஒரு செயலை நான் பகிரங்கப்படுத்த விரும்பவில்லை. அவர்கள் வெளிப்படையாக எதிலும் ஈடுபடாதவரை அவர்களைத் தண்டிக்க இயலாது.” இதைக்கேட்ட அப்துல்லாஹ், யஸீதுக்குத் தகவல் அனுப்பினார்:

“முஸ்லிம் பின் அகீல் கூஃபாவுக்கு வந்து, ஹுஸைன் பின் அலீயைக் கலீஃபாவாக ஏற்று வாக்குறுதி பெற்றுக்கொண்டிருக்கிறார். மக்களும் அவருக்கு ஆதரவாக இருக்கிறார்கள். ஹுஸைன் பின் அலீயும் வருவதாகத் தெரிகிறது. இது தொடர்பாக நுஅமான் பின் பஷீர் நடவடிக்கை எடுப்பதாகத் தெரியவில்லை. உங்கள் கட்டுப்பாட்டின்கீழ் தொடர்ந்து கூஃபா இருக்க வேண்டுமென்று

நீங்கள் விரும்பினால், உறுதியான முறையில் நடவடிக்கை எடுக்கும் ஆளுநரை உடனடியாக நியமிக்க வேண்டும். முஸ்லிம் பின் அகீலுக்கு மரணதண்டனை வழங்குவதுடன் வாக்குறுதியளிப்பதைத் தடுத்து நிறுத்த வேண்டும். ஹுஸைன் பின் அலீயை கூஃபாவுக்குள் நுழையவிடக் கூடாது. இதில், தாமதம் ஏற்படுமெனில் கூஃபா உங்கள் கையை விட்டுப் போய்விட்டதாகக் கருதிக் கொள்ளுங்கள்."

இதுபோன்ற ஒரு கடிதத்தை அம்மாரா பின் உக்பாவும் யஸீதுக்கு அனுப்பினார். யஸீத் பெரிதும் குழப்பத்திற்குள்ளானார்.

ஸர்ஜூன் என்பவன், முஆவியா (ரலி) அவர்களின் முன்னாள் அடிமை. சிக்கல்மிகுந்த பிரச்சினைகளில் அவனது அறிவுரையை அவர் நாடுவதுண்டு. ஸர்ஜூனை வரவழைத்த யஸீத், அப்துல்லாஹ் பின் அல்ஹள்ரமியின் கடிதத்தைக் காட்டி அவனிடம் ஆலோசனை கேட்டார்.

இந்த இடத்தில் ஒன்றைக் குறிப்பிட வேண்டும். ஸியாத் பின் அபூசுஃப்யானுக்கும் யஸீத் பின் முஆவியாவுக்குமிடையில் ஏற்கனவே கசப்புணர்வுகள் இருந்து வந்தன. ஸியாதுக்குப் பிறகு, அவரது மகன் உபைதுல்லாஹ்வையும் அதே கண்ணுடன்தான் யஸீத் பார்த்தார். உபைதுல்லாஹ்வை பஸ்ராவின் ஆளுநராக நியமித்தவர் முஆவியா (ரலி). அவரைப் பதவியிலிருந்து நீக்கிவிட்டு இன்னொருவரை நியமிக்கவும் யஸீத் திட்டமிட்டிருந்தார்.

ஸர்ஜூன் சொன்னான்: "இக்கணம் உங்களிடமிருந்து இராக் கைநழுவிப் போகவிருக்கிறது. இராக்கை நீங்கள் தக்க வைப்பதில் உபைதுல்லாஹ் பின் ஸியாத் அளவுக்கு உதவியாக வேறு யாரும் இருக்க முடியாது. எனது இந்த அறிவுரையில் உங்களுக்கு விருப்பமில்லை என்பதை நான் அறிவேன். ஆனால், உபைதுல்லாஹ்வைத் தவிர வேறு யாரை நீங்கள் ஆளுநராக நியமித்தாலும், இராக்கைத் தக்க வைக்க இயலாது. மேலும், முஆவியா அவர்கள்போல் பஸ்ராவுக்கும் கூஃபாவுக்குமான ஒரே ஆளுநராக உபைதுல்லாஹ்வை நியமிக்க வேண்டும். பஸ்ராவுக்கென்று தனியாக ஆளுநரை நியமிக்கத் தேவையில்லை."

ஸர்ஜூனின் அறிவுரையைக் கேட்ட யஸீதுக்கு முதலில் தயக்கமிருந்தது. அவர் உபைதுல்லாஹ்வுக்கு எழுதினார்: "பஸ்ராவின் ஆளுநர் பொறுப்புடன் கூஃபாவின் ஆளுநர் பொறுப்புக்கும்

உங்களை நியமிக்கிறேன். பஸ்ராவில் உங்கள் பிரதிநிதியாக ஒருவரை நியமித்துவிட்டு உடனே நீங்கள் கூஃபாவுக்குப் புறப்பட வேண்டும். அங்கே, இமாம் ஹுசைனுக்காக வாக்குறுதி பெற்றுக்கொண்டிருக்கும் முஸ்லிம் பின் அகீல் கைது செய்யப்பட வேண்டும் அல்லது கொலை செய்யப்பட வேண்டும். அவரிடம் வாக்குறுதியளித்தவர்களை அதிலிருந்து விலகச் செய்ய வேண்டும். மறுப்பவர்களுக்கு மரணதண்டனை வழங்க வேண்டும். இதன்மூலம், இப்படியான முயற்சிகள் இனி உருவாகாமல் வேருடன் களைந்தாக வேண்டும்."

பஸ்ராவின் ஆளுநர் பொறுப்பிலிருந்து யஸீத் தம்மை நீக்கிவிடுவார் என்று பயந்துபோயிருந்த உபைதுல்லாஹ்வை யஸீதின் கடிதம் மகிழ்ச்சியில் ஆழ்த்தியது. கூடவே, எச்சரிக்கை உணர்வும் உருவானது. இதனுள் தம்மை பஸ்ராவிலிருந்து வெளியேற்றும் தந்திரமும் இருக்கக்கூடுமென்று நினைத்தார். எதுவாயினும் உத்தரவுக்குக் கீழ்ப்படிந்தாக வேண்டும். தம்முடைய சகோதரரான உஸ்மான் பின் ஸியாதை பஸ்ராவில் தம்முடைய பிரதிநிதியாக நியமித்துவிட்டு மறுநாள் கூஃபாவுக்குப் புறப்படுவதாக முடிவு செய்தார்.

அப்போது, உபைதுல்லாஹ்விடம் வந்த முன்திர் பின் அல்ஹாரிஸ், ஹுஸைன் பின் அலீக்காக அவரது பிரதிநிதியொருவர் வந்து இரகசிய வாக்குறுதி பெறுவதாகத் தெரிவித்தார். சூழ்ச்சியின் மூலம் அவரைக் கைது செய்தார் உபைதுல்லாஹ். மறுநாள் மக்களை ஒன்றுதிரட்டிய உபைதுல்லாஹ் உரையாற்றினார்:

"பஸ்ராவிலுள்ள பலருக்கு ஹுஸைன் பின் அலீ (ரலி) எழுதிய கடிதங்களுடன் அவரது பிரதிநிதி ஒருவர் இங்கே வந்திருக்கிறார். நான் அவரைக் கைது செய்தேன். அந்தக் கடிதங்கள் இங்கு யாருக்கெல்லாம் வந்திருக்கிறதோ அவர்களது பெயர்கள் என்னிடமுள்ளன. ஹுஸைன் (ரலி) அவர்களுக்கு வாக்குறுதியளித்தவர்களின் பட்டியலும் என்னிடமுள்ளது. நான், ஸியாத் பின் அபூசுஃப்யானின் மகன் என்பதை நீங்கள் அறிவீர்கள். முஸ்லிம் பின் அகீல் கூஃபாவில் இருக்கிறார். நான் அவரைத் தேடிச் செல்கிறேன். அவரிடம் வாக்குறுதியளித்த அனைவருக்கும் மரணதண்டனைதான். கூஃபாவிலுள்ள மக்கள் அனைவருமே வாக்குறுதியளித்திருந்தாலும் சரி, யாரும் உயிர்பிழைக்க முடியாது.

இந்நேரத்தில், ஹுஸைன் பின் அலீ (ரலி) அவர்களின் பிரதிநிதியைத் தவிர வேறு யார் பெயரையும் இங்கே குறிப்பிடப்போவதில்லை என்ற உறுதியையும் உங்களுக்கு அளித்திருக்கிறேன். ஆனால், நான் இங்கிருந்து சென்ற பிறகு யாராவது மறுத்துப் பேசியதாக அறிந்தால் அவர்களைப் பொறுத்தவரைக்கும் நான் மிக மோசமானவன்.”

உரை நிகழ்த்தி முடிந்ததும், ஹுஸைன் (ரலி) அவர்களின் பிரதிநிதியை அழைத்து வரச்செய்த உபைதுல்லாஹ், மக்கள் முன்னிலையில் அவரைக் கொன்றார். மக்கள் எதிர்ப்பின் சிறு அறிகுறிகளைக்கூட முகத்தில் வெளிப்படுத்தவில்லை. திருப்தியடைந்த உபைதுல்லாஹ் கூஃபாவுக்குப் புறப்பட்டார். மக்காவில் இமாம் ஹுஸைன் (ரலி), பஸ்ரா மக்கள் தம்மை கலீஃபாவாக ஏற்று தமது பிரதிநிதியிடம் வாக்குறுதியளிப்பதாக நினைத்துக்கொண்டிருந்தார்.

காதிசியாவை அடைந்த உபைதுல்லாஹ், குதிரைப் படையை அங்கே விட்டுவிட்டு, தமது தந்தையின் அடிமையான ஸர்ஜுனுடன் ஒட்டகத்தில் கூஃபாவுக்குச் சென்று, மாலைத் தொழுகைக்கும் இரவுத் தொழுகைக்கும் இடைப்பட்ட நேரத்தில் நகருக்குள் நுழைந்தார். தன்னை அடையாளம் கண்டுகொள்ளாமலிருக்க ஹிஜாசிகள்போல் தலைப்பாகை அணிந்திருந்தார்.

அப்போது, இமாம் ஹுஸைன் (ரலி) அவர்களின் வருகையை ஆவலுடன் எதிர்பார்த்திருந்தனர் கூஃபா மக்கள். அலீ, ஹுஸைன் (ரலி) ஆதரவாளர்கள் அளவுகடந்த ஆர்வத்துடன் நின்றிருந்தனர். அன்று மாலையிலேயே நுஅமான் பின் பஷீர் தமது அரண்மனை வாசல்களை மூடி விட்டு, தனக்கு மிகவும் நெருக்கமான சிலருடன் உள்ளே அமர்ந்திருந்தார். மிக முக்கியமானவர்களைத் தவிர யாரையும் உள்ளே அனுமதிக்க வேண்டாம் என்ற உத்தரவுடன் வாசலில் அடிமைகள் நின்றிருந்தனர்.

உபைதுல்லாஹ் கூஃபாவுக்குள் நுழையும்போது, மக்கள் அவரை இமாம் ஹுஸைன் (ரலி) என்று நினைத்துவிட்டனர். உபைதுல்லாஹ்வின் ஒட்டகம் செல்லும் வழியெங்கும் “இறைத்தூதரின் மகனாரே! உங்கள்மீது இறைவனின் சாந்தி ஏற்படுவதாக!” என்று வாழ்த்தி வரவேற்றனர். உபைதுல்லாஹ் அரண்மனையை அடைந்தார். வாசல் கதவுகள் மூடப்பட்டிருந்தன.

எதுவும் சொல்லாமல் கதவைத் தட்டினார்.

மாடியில் அமர்ந்திருந்த நுஅமான் பின் பஷீர், தம் நண்பர்களுடன் வந்து பார்த்தார். மக்கள் அனைவரும் இமாம் ஹுஸைன் (ரலி) வந்துவிட்டதாக நினைத்து மகிழ்ச்சியுடனிருப்பதைக் கண்டதும், கதவைத் தட்டியவர் இமாம் ஹுஸைன் என்று முடிவு செய்தவராக, “இறைத்தூதர் அவர்களின் மகனே, தயவுசெய்து இங்கிருந்துப் போய்விடுங்கள். பிரச்சினைகளுக்குக் காரணமாக இருந்து விடாதீர்கள். கூஃபாவை நீங்கள் ஆட்சி செய்வதற்கு யஸீத் ஒருபோதும் அனுமதிக்கமாட்டார்” என்றார்.

மாடியில் அமர்ந்திருந்த நுஅமானின் நண்பர்கள் அவரிடம், “தயவுசெய்து இமாம் ஹுஸைன் அவர்களிடம் பண்பற்ற முறையில் நடந்துகொள்ளாதீர்கள்! வாசலைத் திறந்து அவரை உள்ளே வர அனுமதியுங்கள். உங்கள் விருந்தினராக நேராக அவர் உங்களிடமே வந்திருக்கிறார்” என்றனர்.

நுஅமான் பின் பஷீர் சொன்னார்: “கூஃபாவில் நுஅமானின் ஆட்சிக் காலத்தின்போது இமாம் ஹுஸைன் கொலைசெய்யப்பட்டார் என்று மக்கள் சொல்வதை நான் விரும்பவில்லை.” அப்போது உபைதுல்லாஹ் தமது தலைப்பாகையை அவிழ்த்துவிட்டு “துரதிர்ஷ்டக்காரர்களே, கதவைத் திறவுங்கள்” என்றார். வந்தவர் உபைதுல்லாஹ் என்பதைப் புரிந்துகொண்டதும் கதவைத் திறந்து விட்டு அனைவரும் சிதறியோடினார்கள். உபைதுல்லாஹ் உள்ளே நுழைந்தார். சிறிது நேரத்தில் அவரது படைகளும் கூஃபாவுக்குள் நுழைந்தன.

உபைதுல்லாஹ்வின் படைகள் கூஃபாவுக்கு வந்திருக்கும் தகவலை முஸ்லிம் பின் அகீலும் அறிந்துகொண்டார். அவர் தங்கியிருந்த வீட்டைவிட்டு வெளியேறி, ஹனீ பின் உர்வாவின் வீட்டில் அபயம் புகுந்தார். அவரிடம் வாக்குறுதியளித்தவர்கள் எண்ணிக்கை அப்போது பதினெட்டாயிரத்தை எட்டியிருந்தது. மறுநாள் காலையில், கூஃபா மக்களை ஒன்று திரட்டிய உபைதுல்லாஹ், பஸ்ராவிலிருந்து வந்த யஸீதின் உத்தரவை வாசித்துவிட்டுச் சொன்னார்.

“என் தந்தையைக் குறித்து நீங்கள் நன்றாக அறிவீர்கள். அவரது அரசியல் செயல்பாடுகளையும் நன்கறிவீர்கள். அவரது அனைத்துத்

திறமைகளும் என்னிடம் உள்ளன. என்னையும் நீங்கள் நன்கறிவீர்கள். உங்கள் ஒவ்வொருவர் பெயரையும் வீட்டையும் நீங்கள் விடுதலை செய்த அடிமைகளையும் நான் அறிவேன். உங்கள் குருதி கூஃபா மண்ணில் சிந்துவதை நான் விரும்பவில்லை. முஸ்லிம் பின் அகீலிடம் நீங்கள் ஹுஸைன் பின் அலீக்காக வாக்குறுதியளித்தீர்கள். அதை நீங்கள் திரும்பப் பெறுவீர்கள் எனில் உங்களுடைய பாதுகாப்பை நான் ஏற்றுக்கொள்கிறேன். கிளர்ச்சியாளர்களுக்குப் புகலிடம் கொடுக்க வேண்டாம். இதை மீறுபவர்கள், அவரவர் இல்லங்களின் வாசல்படியில் வைத்தே கொல்லப்படுவார்கள்.''

தன்னுடைய உரையை முடித்துவிட்டு முஸ்லிம் பின் அகீலின் இருப்பிடம் குறித்துக் கேட்டார் உபைதுல்லாஹ். யாரும் பதில் சொல்லவில்லை. இறுதியில், ஹனீ பின் உர்வாவின் வீட்டில் ஒளிந்திருப்பதாக ஒற்றர்கள் சொல்லி அறிந்தார்.

தமீம் இனக்குழுவைச் சேர்ந்த முன்னாள் அடிமையும் கூஃபா மக்களுக்கு அறிமுகமில்லாதவனுமான மஅகல் என்பவனிடம் மூவாயிரம் திர்ஹம்கள் அடங்கிய ஒரு பையைக் கொடுத்த உபைதுல்லாஹ் அவனிடம் சொன்னார்:

''நீ ஹனீ பின் உர்வாவின் வீட்டுக்குச் சென்று அவரிடம், ஒரு விஷயம் குறித்து உங்களுடன் தனியாகப் பேச வேண்டும்' என்று சொல். அவர் வந்ததும், பஸ்ராவிலுள்ள இன்னவர் என்னை அனுப்பினார் என்றும், கூஃபாவிலுள்ள முஸ்லிம் பின் அகீலிடம் கொடுக்கச் சொல்லி அவர் 3000 திர்ஹம்களை என்னிடம் தந்துள்ளார் என்றும் சொல். மேலும், மக்காவிலுள்ள இமாம் ஹுஸைனிடமிருந்து அவருக்கு ஒரு கடிதம் வந்திருக்கிறது என்றும் அதில் குறிப்பிட்ட நாளன்று கூஃபாவுக்குச் செல்லவும் அதே நாளில் இமாம் ஹுஸைனும் கூஃபாவுக்கு வந்து சேர்வார் என்று எழுதப்பட்டுள்ளது என்றும், குழப்பமடையத் தேவையில்லை; இமாம் ஹுஸைனுடன் நாங்கள் கூஃபாவுக்கு வந்து சேர்வோம் என்றும் உங்கள் தேவைக்காக இந்தத் திர்ஹம்களை நன்கொடையாகப் பெற்றுக்கொள்ளுங்கள் என்றும் முஸ்லிம் பின் அகீலிடம் தெரிவிக்கச் சொல்லி என்னை அவர் அனுப்பியிருக்கிறார். ஆகவே, என்னை முஸ்லிம் பின் அகீலிடம் அழைத்துச் செல்லுங்கள். இந்தத் தகவல்களை அவரிடம் தெரிவித்துவிட்டு, நான் உடனடியாகக் கூஃபாவை விட்டுப் போய்விட வேண்டும். ஏனெனில், உபைதுல்லாஹ் கூஃபாவுக்கு

வந்திருக்கிறார். என்னை அவருக்குத் தெரியும். ஆகவே, நான் கைது செய்யப்படலாம் என்றும் சொல்."

பணப்பையுடன் மஅகல், ஹனீயிடம் சென்றான். ஹனீ அவரது வீட்டு வாசலில் அமர்ந்திருந்தார். மஅகல் சொன்னதன்படி, அவனை முஸ்லிம் பின் அகீலிடம் அவர் அழைத்துச் சென்றார். பணம் கிடைத்ததில் முஸ்லிம் பின் அகீல் மகிழ்ச்சியடைந்தார். தகவலைச் சொல்லிவிட்டு, நேராக உபைதுல்லாஹ்விடம் சென்ற மஅகல், முஸ்லிம் பின் அகீல் ஹனீயின் வீட்டிலிருப்பதை உறுதிப்படுத்தினான்.

ஹனீயை வரவழைத்த உபைதுல்லாஹ், முஸ்லிம் பின் அகீலின் இருப்பிடம் குறித்துக் கேட்டார். அவர் தெரியாது என்று மறுக்கவும், மஅகலை அழைத்தார். அவமானத்தில் தலை குனிந்த ஹனீ சொன்னார்: "ஆம். முஸ்லிம் பின் அகீலுக்கு நான்தான் அடைக்கலம் தந்துள்ளேன். இருப்பினும், அவரை உங்களிடம் ஒப்படைப்பதால் உண்டாகும் பழிச்சொல்லை என்னால் தாங்கிக்கொள்ள இயலாது."

ஹனீயைக் கைது செய்யும்படி உத்தரவிட்டார் உபைதுல்லாஹ். ஹனீயை உபைதுல்லாஹ் கொன்றுவிட்டதாக நகரெங்கும் செய்தி பரவியது. ஹனீயின் குடும்பத்திலுள்ள பெண்கள் கதறியழத் தொடங்கினர். இதைத் தாங்கிக்கொள்ள இயலாத முஸ்லிம் பின் அகீல், உருவிய வாளுடன் வெளியே வந்தார். தன்னிடம் வாக்குறுதியளித்த மக்களை ஒன்று திரட்டினார். பதினெட்டாயிரம் பேரில் நான்காயிரம் பேர் மட்டுமே திரண்டனர். மற்றவர்கள், "இமாம் ஹுஸைன் வந்து சேர்வதுவரை போரில் ஈடுபடமாட்டோம் என்றுதான் வாக்குறுதி பெறப்பட்டது. ஆகவே, நீங்களும் அவர் வருவதுவரைக்கும் பொறுமை காக்க வேண்டும்" என்றனர்.

வெளியேறிவிட்ட முஸ்லிம் பின் அகீலால் மீண்டும் ஒளிந்துகொள்ள முடியவில்லை. தன்னுடைய அழைப்புக்கிணங்கிய நான்காயிரம் பேருடன் அவர் ஆளுநர் இல்லத்தை முற்றுகையிட்டார். உபைதுல்லாஹ்வுடனிருந்த முப்பது அல்லது நாற்பது பேரும் மாடியிலேறி முற்றுகையில் ஈடுபட்டவர்கள்மீது அம்பெய்தனர். முஸ்லிம் பின் அகீலுடனிருந்தவர்கள் பரஸ்பரம் தப்பித்துச் செல்ல தூண்டினர். இறுதியில், அகீலுடன் இருந்தவர்கள் வெறும் நாற்பது

பேர் மட்டுமே!

முஸ்லிம் பின் அகீல், ஹனீ பின் உர்வா கொலை நிகழ்வுகள்: இந்நிலையில் அங்கிருந்துத் தப்பியோடிய முஸ்லிம் பின் அகீல், ஒரு வீட்டில் ஒளிந்துகொண்டார். அவரைச் சிறைப்பிடிக்குமாறு அம்ர் பின் ஜரீரை அனுப்பினார் உபைதுல்லாஹ். தப்பிக்க வேறு வழி தெரியாத முஸ்லிம் பின் அகீல், வாளை உருவினார். அம்ர் பின் ஜரீர் சொன்னார்: "நீர் ஏன் உமது வாழ்க்கையைத் தேவையில்லாமல் முடித்துக்கொள்ள வேண்டும்? என்னிடம் சரணடைந்து விடும். எனது சொந்தப் பாதுகாப்பில் நான் உம்மை உபைதுல்லாஹ்விடம் அழைத்துச் செல்கிறேன். நீர் மன்னிக்கப்பட நான் வாக்குறுதியளிக்கிறேன்."

முஸ்லிம் பின் அகீல் வாளை வைத்துவிட்டு அம்ரின் கைகளில் தனது கைகளை வைத்தார். அம்ர், அவரை உபைதுல்லாஹ்விடம் அழைத்துச் சென்றார். ஹனீ பின் உர்வாவைச் சிறை வைத்திருந்த அதே அறையில் அவரும் அடைக்கப்பட்டார். மறுநாள், வாக்குறுதியளித்த ஏறத்தாழ 10,000 பேர், உபைதுல்லாஹ்வின் இல்லத்தைச் சுற்றி ஒன்று திரண்டனர். முஸ்லிம் பின் அகீலையும் ஹனீ பின் உர்வாவையும் விடுதலை செய்ய வேண்டும் என்றும் மறுத்தால், இருவரும் அத்துமீறி விடுதலை செய்யப்படுவார்கள் என்றும் அவர்கள் அறிவித்தனர்.

இருவரையும் மாடிக்கு அழைத்துச்சென்று அவர்கள் கண்முன்பாகவே கொல்லும்படி உத்தரவிட்டார் உபைதுல்லாஹ். அதன்படியே இருவரும் கொலை செய்யப்பட்டனர். மரண தண்டனை நிறைவேற்றுவதைப் பார்க்க வந்தவர்கள்போல் கூட்டம் சிதறியோடியது. உபைதுல்லாஹ்வின் உத்தரவின்படி, நுழைவாயிலைத் திறந்து இரு உடல்களையும் ஒரு கம்பத்தில் தொங்கவிட்டனர். தலைகள் டமாஸ்கஸிலிருந்த யஸீதிடம் எடுத்துச் செல்லப்பட்டன.

உபைதுல்லாஹ்வுக்கு ஸியாத் ஒரு கடிதம் அனுப்பினார். அதில், "இமாம் ஹுஸைன் மக்காவிலிருந்து புறப்பட்டுவிட்டார். மிக விரைவில் அவர் கூஃபாவுக்கு வந்து சேர்வார். அவரைக் கூஃபாவுக்குள் நுழைய விடாமல் தடுத்து நிறுத்துவதற்கான ஏற்பாடுகள் உடனடியாக மேற்கொள்ளப்பட வேண்டும்."

ஹுஸைன் (ரலி) மக்காவைவிட்டுப் புறப்படுதல் : இமாம் ஹுஸைன் (ரலி) அவர்கள் மக்காவிலிருந்து புறப்பட்டுக் கூஃபாவுக்குச் செல்வதற்கான ஏற்பாடுகளில் ஈடுபட்டார். செய்தி பரவியதும் இமாம் ஹுஸைன்மீது அன்பும் பரிவும்கொண்ட மக்காவாசிகள் அவரிடம் சென்று, இந்த எண்ணத்தைக் கைவிட வேண்டுமென்றும் கூஃபாவுக்குச் செல்வது ஆபத்தில்கொண்டுபோய் விட்டு விடுமென்றும் வேண்டிக் கேட்டுக்கொண்டனர்.

அப்துர் ரஹ்மான் பின் ஹாரிஸ், "இராக்கின் ஆளுநரான உபைதுல்லாஹ் பின் ஸியாத் கூஃபாவிலிருக்கிறார். ஆகவே, அங்கு செல்ல வேண்டாம். மேலும், கூஃபாவாசிகளை நம்புவதற்கில்லை. பேராசைப் பிடித்தவர்கள். தங்களை அங்கு வரவழைத்த அவர்களே தங்களுக்கு எதிராகத் திரும்பமாட்டார்கள் என்று உறுதி சொல்ல இயலாது. ஆகவே இந்த எண்ணத்தைத் தாங்கள் கைவிட வேண்டும்" என்று கேட்டுக்கொண்டார்.

அப்துல்லாஹ் பின் உமர் (ரலி) மிகுந்த வேதனையுடன் வற்புறுத்திச் சொன்னார்: "வாக்குறுதியையும் தலைமைப் பொறுப்பையும் பெறுவதற்காக மக்காவை விட்டுச் செல்ல வேண்டாம். அல்லாஹ், இறைத்தூதர் அவர்களிடம் இந்த உலகத்தை அல்லது மறுமையைத் தேர்வு செய்யும்படி கேட்டான். இறைத்தூதர் அவர்கள் மறுமையைத் தேர்வு செய்தார்கள். இறைத்தூதரின் குடும்பத்திலுள்ள தாங்களும் உலகின்மீது ஆசை வைக்க வேண்டாம். உலக அழுக்குகளால் உங்களை நீங்கள் மாசுபடுத்திக்கொள்ளாதீர்கள்."

இதைச் சொல்லி முடித்த அப்துல்லாஹ் பின் உமர் (ரலி) கண்ணீர் விட்டழுதார். இதைப் பார்த்த இமாம் ஹுஸைன் (ரலி) அவர்களும் அழுதார். இருந்தும், அவரது அறிவுரையை ஏற்க மறுத்து விட்டார்.

அப்போது அப்துல்லாஹ் பின் அப்பாஸ் (ரலி) சொன்னார்: "மக்காவை விட்டுப் போய்விட வேண்டாம். அல்லாஹ்வின் இல்லத்திலிருந்து தொலைவுக்குச் சென்றுவிடாதீர்கள். உங்களது மதிப்பு மிகுந்த தந்தை, மக்காவையும் மதீனாவையும்விட கூஃபாவின்மீது ஆர்வம் கொண்டிருந்தார். ஆனால், கூஃபா மக்கள் அவரை எப்படி நடத்தினார்கள் என்பதை நீங்களும் அறிவீர்கள். அவர்கள் அவரைக் கொலை செய்தனர். உங்கள்

சகோதரரிடம் கொள்ளையடித்தனர். இறுதியில் அவருக்கு விஷம் கொடுத்துக் கொன்றனர். அவர்களை நம்ப வேண்டாம். அவர்களது வாக்குறுதிகளும் நம்ப இயலாதவை. அவர்கள் எழுதிய கடிதங்களும் அனுப்பிய தகவல்களும் நம்பத் தகுந்தவையல்ல."

இமாம் ஹுஸைன் (ரலி) சொன்னார்: "நீங்கள் கூறியது உண்மைதான். ஆனால், 12,000 பேர் வாக்குறுதியளித்திருப்பதாக முஸ்லிம் பின் அகீலிடமிருந்து கடிதம் வந்திருக்கிறது. ஏற்கனவே, கூஃபாவிலுள்ள மேன்மை தங்கிய 150 பேரிடமிருந்து கடிதங்கள் வந்துள்ளன. இப்போது அங்கே எந்த இடர்பாடுகளுமில்லை. இந்நிலையில் நான் அங்கே செல்வது முற்றிலும் சரியானதுதான்."

இதைக் கேட்டதும் அப்துல்லாஹ் பின் அப்பாஸ் (ரலி) சொன்னார்: "நல்லது. அப்படியே ஆகட்டும். இந்த துல்ஹிஜ்ஜா மாதம் முடிவதுவரைக்கும் பொறுத்திருங்கள். புது ஆண்டு தொடங்கிய பிறகு புறப்படுவது பற்றி யோசிக்கலாம். ஹஜ் காலம் நெருங்கிவிட்டது. தொலைவுகளில் இருந்தெல்லாம் மக்கள் மக்காவை நோக்கி வந்துகொண்டிருக்கிறார்கள். தாங்களோ உலகியல் தொடர்பான விஷயத்தை முன்வைத்து மக்காவைவிட்டு வெளியேறுகிறீர்கள். ஹஜ்ஜில் நீங்கள் பங்குகொள்ள வேண்டும். மக்கள் ஹஜ் கடமையை நிறைவேற்றி விட்டுச் செல்லட்டும். பிறகுகூட இதைப் பற்றி நீங்கள் முடிவு செய்துகொள்ளலாம்."

"பயணத்தைத் தள்ளிப்போட இயலாது. உடனடியாகப் புறப்பட வேண்டிய நிலையிலிருக்கிறேன்" என்றார் இமாம் ஹுஸைன் (ரலி).

அப்துல்லாஹ் பின் அப்பாஸ் (ரலி) சொன்னார்: "அப்படியென்றால், உங்களுடன் பெண்களையும் பிள்ளைகளையும் அழைத்துச்செல்ல வேண்டாம். கூஃபா மக்களை நம்பவே முடியாது. உங்களைக் கலீஃபாக ஏற்று வாக்குறுதியளித்த 12,000 பேரும் முதலில் கூஃபாவின் அதிகாரிகளை வெளியேற்றிவிட்டு, கருவூலத்தைக் கைப்பற்றிவிட்டு உங்களை அழைத்திருக்க வேண்டும். ஆனால், இப்போதைய நிலையில், அவர்கள் கூஃபாவிலுள்ள யஸீதின் அதிகாரிகளை மீறி எதையும் செய்ய இயலாமலிருப்பதாகத் தெரிகிறது. அவர்களிடம் கருவூலமோ அதிகாரிகளை வெளியேற்றும் துணிச்சலோ இல்லாத நிலையில் அதிகாரிகள் அவர்களை

அச்சுறுத்தியோ ஆசை காட்டியோ தங்கள் பக்கம் மாற்றக்கூடும். அதன்பின் உங்களுக்கு அழைப்பு விடுத்த மக்கள் யஸீதின் பக்கம் சாய்ந்து, உங்களுக்கெதிராக மாறி விடுவார்கள். இதற்கான வாய்ப்புக்கள் இருக்கும் நிலையில் உங்களுக்குப் பெரும் ஆபத்து நேர்ந்துவிடக் கூடும். பெண்களும் குழந்தைகளும் உங்களுடன் இருப்பார்களெனில் அவர்களது கண்முன், உஸ்மான் பின் அஃப்ஃபான் கொலையுண்டதுபோலாகிவிடக்கூடும். பிறகு, உங்கள் எதிரிகளின் அடிமைகளாக அவர்கள் மாறிவிட நேரும்."

அறிவுரைகள் எதையும் இமாம் ஹுஸைன் (ரலி) ஏற்றுக்கொள்ளாத நிலையில், "உங்கள் ஆர்வம் கிலாஃபத்மீதுதான் என்றால் முதலில் யேமனுக்குச் செல்லுங்கள். உங்கள்மீது மிகுந்த பற்றுள்ள மக்கள் அங்கு அதிகமாக இருக்கிறார்கள். மலைத்தொடர்களும் உங்களுக்குப் பாதுகாப்பாக இருக்கும். ஹிஜாஸின் ஆட்சிப்பொறுப்பை விரும்பினால், அதை நீங்கள் மிகவும் எளிதாக அடையலாம்" என்றார் அப்துல்லாஹ் பின் அப்பாஸ் (ரலி).

அறிவுரைகள் எதையும் இமாம் ஹுஸைன் (ரலி) ஏற்கவில்லை. அப்துல்லாஹ் பின் ஸுபைர் (ரலி) வந்து சொன்னார்: "கூஃபாவுக்குச் செல்லும் முயற்சியை நீங்கள் கை விட வேண்டும். இந்தத் தகவலை அறிந்ததிலிருந்து, ஹுஸைன் பின் அலீ மக்காவிலிருந்துச் சென்று விட்டால், எதிர்த்துப் பேச யாருமில்லாத அப்துல்லாஹ் பின் ஸுபைர் மிகவும் மகிழ்ச்சி அடைவாரென்று மக்கள் பேசுகிறார்கள். இந்நிலையில் நான் தவறாக வழி நடத்தப்படுவதற்கான வாய்ப்புகள் இருப்பதாகவும் அவர்கள் நினைக்கிறார்கள். மக்காவின் ஆட்சிப்பொறுப்பை மனமகிழ்ச்சியுடன் உங்களிடம் நான் ஒப்படைக்கிறேன். கைகளை நீட்டுங்கள். உங்களைக் கலீஃபாவாக ஏற்று நான் வாக்குறுதியளிக்கிறேன். உங்கள் உத்தரவின்கீழ் களம் சென்று போர் நடத்துகிறேன்."

"கூஃபாவுக்கு வருவதாக நான் அவர்களுக்கு உறுதியளித்துவிட்டேன். இனி, அதைத் தவிர்க்கவோ காலதாமதம் செய்யவோ இயலாது" என்றார் இமாம் ஹுஸைன் (ரலி).

ஹிஜ்ரீ 60 துல்ஹிஜ்ஜா மாதம், 3 ஆம் நாள், திங்கட்கிழமை தமது குடும்ப உறுப்பினர்களுடன் இமாம் ஹுஸைன் (ரலி) மக்காவைவிட்டுப் புறப்பட்டார். அன்றைய தினம்தான், முஸ்லிம்

பின் அகீல் கூஃபாவில் கொலை செய்யப்பட்டார். இமாம் ஹுஸைன் (ரலி) மக்காவிலிருந்து புறப்படும்போது, அம்ர் பின் ஸஅத் பின் அல் ஆஸ் (ரலி) அவர்களும் மக்காவிலுள்ள மேன்மையானவர்கள் பலரும் வந்து அவரை பலவந்தமாகத் தடுக்க முற்பட்டனர். "எங்கள் அறிவுரையை நீங்கள் ஏற்க மறுத்தால், வன்முறையைப் பயன்படுத்தி உங்களைத் தடுத்து நிறுத்துவோம்" என்றனர்.

"உங்களால் இயன்றதை நீங்கள் செய்துகொள்ளலாம். இதன்மூலம், என்னுடன் போரிடும் உங்கள் விருப்பம் நிறைவேறட்டும்" என்றார் இமாம் ஹுஸைன் (ரலி). இதைக் கேட்டதும் அவர்கள் விலகிக்கொண்டனர். அப்துல்லாஹ் பின் அப்பாஸ் (ரலி) சொன்னார்: "உங்கள் ஒட்டகத்தின்முன் படுத்து என்னை மிதித்துதான் அது நகர முடியும் என்றாக்கியிருப்பேன். அப்படியும் நீங்கள் பின் வாங்கப்போவதில்லை என்பதைப் புரிந்துகொண்டேன்."

மக்காவிலிருந்து புறப்பட்ட இமாம் ஹுஸைன் (ரலி) அவர்களும் குடும்பமும், தன்அலெம் எனுமிடத்தில் ஒரு பயணக்குழுவைச் சந்தித்தனர். யேமன் அதிகாரியிடமிருந்து நன்கொடைப் பொருள்களைப் பெற்று அதை யஸீதுக்குக் கொண்டு செல்லும் ஒரு பயணக் குழு அது. அவர்களிடமிருந்து சில பொருள்களைப் பெற்றுக்கொண்டு தொடர்ந்து சென்றனர்.

மக்காவுக்கும் கூஃபாவுக்குமிடையில் ஸஃபாவின் மிகவும் புகழ்பெற்ற அரபுக் கவிஞரான ஃபரஸ்தக் எதிர்பட்டார். அவர் கூஃபாவிலிருந்து வந்துகொண்டிருந்தார். கூஃபாவிலிருந்து அவர் புறப்படும்போது, உபைதுல்லாஹ் அங்கே வரவில்லை. இமாம் ஹுஸைன் (ரலி) அவரிடம் கூஃபா மக்களின் மனநிலை பற்றிக் கேட்டார். "அவர்களுடைய மனங்கள் உங்களுடன்தான் இருக்கின்றன. ஆனால், அவர்களுடைய வாட்கள் உங்களுடன் இருக்க வாய்ப்பில்லை" என்றார் ஃபரஸ்தக்.

சற்றுத் தொலைவில் சென்றதும், மதீனாவிலிருந்து அப்துல்லாஹ் பின் ஜஅஃபர், தம் பிள்ளைகளான அவ்ன், முஹம்மத் ஆகியோரிடம் கொடுத்தனுப்பிய கடிதம் கிடைத்தது. அதில், "அல்லாஹ்வின் பெயரால்! தாங்கள் கூஃபாவுக்குச் செல்லும் நோக்கத்தைக் கைவிட்டு, மதீனாவுக்கு வாருங்கள். அங்கே உங்களுக்குப் பேராபத்து ஏற்படும்போல் தோன்றுகிறது. எனவே இதில் நீங்கள்

காலதாமதம் எடுத்துக்கொள்ளுங்கள்" என்று எழுதப்பட்டிருந்தது. கூடவே, மதீனாவுக்கு வந்து வாழ்வதானால் அனைத்து விதமானப் பாதுகாப்பு ஏற்பாடுகளையும் செய்து தருவதாக உறுதியளித்து மதீனா ஆளுநர் அனுப்பிய கடிதத்தையும் அவர்கள் இமாம் ஹுஸைன் (ரலி) அவர்களிடம் கொடுத்தனர்.

இமாம் ஹுஸைன் (ரலி) இந்த வேண்டுகோளையும் ஏற்க மறுத்துவிட்டு, அவ்னையும் முஹம்மதையும் தங்களுடன் அழைத்துக்கொண்டார். பஸ்ராவைச் சேர்ந்த வழிகாட்டியிடம், கூஃபா மக்கள் மிகுந்த ஆவலுடனும் கவலையுடனும் தங்களை எதிர்பார்த்திருக்கிறார்கள். ஆகவே, உபைதுல்லாஹ் அங்கு வருவதற்குள் முடிந்தவரைக்கும் வேகமாக, தங்களை அழைத்துச் செல்லும்படிக் கேட்டுக்கொண்டார்.

யஸீத் எழுதிய கடிதம் அன்றுதான் உபைதுல்லாஹ்வுக்குக் கிடைத்தது. அதில், இமாம் ஹுஸைன் (ரலி), உபைதுல்லாஹ்வை இலக்காக வைத்து முன்னேறக்கூடும். ஆகவே, தன்னை அவர் பாதுகாத்துக்கொள்ள வேண்டும் என்றும், கூஃபாவின் எல்லைகளில் போர்ப்படைகளை நியமித்து இமாம் ஹுஸைன் உள்ளே வருவதைத் தடுக்க வேண்டும் என்றும் எழுதப்பட்டிருந்தது.

இமாம் ஹுஸைன் (ரலி), முஸ்லிம் பின் அகீலிடம் கூஃபா மக்கள் தொடர்ந்து வாக்குறுதியளித்து வருகிறார்கள்; கூஃபாவில் தமக்கு ஆதரவு பெருகிக்கொண்டிருக்கிறது எனும் நம்பிக்கையுடன் பயணத்தைத் தொடர்ந்தார். கூஃபாவில் அப்போது, இமாம் ஹுஸைன் (ரலி) அவர்களைக் கைது செய்வதற்கும் கொலை செய்வதற்குமான ஆயுதம் தாங்கிய போர் வீரர்களைத் தேர்வு செய்துகொண்டிருந்தார் உபைதுல்லாஹ்.

சில நாள் பயணத்துக்குப் பிறகு, வழியில் அப்துல்லாஹ் பின் முத்தீஉ என்பவர் இமாம் ஹுஸைன் (ரலி) அவர்களைச் சந்தித்தார். அவரது நோக்கத்தை அறிந்துகொண்ட அப்துல்லாஹ், "இந்தத் திட்டத்தைக் கை விட்டுவிட்டு, மக்காவுக்குத் திரும்பிச் செல்வதாக எனக்கு நீங்கள் வாக்குறுதியளிக்க வேண்டும்" என்று வற்புறுத்தினார். மேலும் அவர், "உமய்யா வம்சத்தாரிடமிருந்து கிலாஃபத்தை அகற்ற நினைக்கும் உங்களை அவர்கள் கொன்று விடுவார்கள். மட்டுமல்ல, இதற்கு ஆதரவாக இருக்கும் ஹாஷிம்களையும்

பிற இனக்குழுவினரையும் ஒழித்துக்கட்டுவதற்கான தைரியமும் இதன்மூலம் அவர்களுக்குக் கிடைத்துவிடும். இது, நீங்கள் தன்னைத்தானே அழித்துக்கொள்வதுடன் இஸ்லாத்துக்கும் அரபிகளுக்கும் குறைஷிகளுக்கும் இழிவை ஏற்படுத்துவதாக அமையும். இராக்கியர்களை நம்பி மோசம்போய் விட வேண்டாம்" என்று விளக்கிச் சொன்னார்.

அப்துல்லாஹ் பின் முத்தீஉவின் அறிவுரையையும் ஏற்றுக்கொள்ளாத இமாம் ஹுஸைன் (ரலி) கூஃபாவை நோக்கிய தமது பயணத்தை மேலும் விரைவுபடுத்தினார். ஹஜ்ரிலிருந்து, கூஃபாவை நெருங்கி வந்துகொண்டிருக்கிறோம் எனும் தகவலை, கடிதம் மூலம் கைஸ் பின் மிஸ்ஹரிடம் கொடுத்து, கூஃபாவுக்கு அனுப்பினார். காதிசியாவை அடைந்த கைஸை உபைதுல்லாஹ்வின் வீரர்கள் கைது செய்தனர். கடிதத்துடன் அழைத்துச் செல்லப்பட்ட கைசை அரண்மனையின் உச்சிக்குக் கொண்டுபோய்க் கீழே வீசியெறிந்தனர். அவர் அந்த இடத்திலேயே உயிரிழந்தார். அடுத்த கட்டப் பயணத்தின்போது, தனது வளர்ப்பு சகோதரரான அப்துல்லாஹ் பின் யக்தூரை ஒரு கடிதத்துடன் கூஃபாவுக்கு அனுப்பி வைத்தார். கைசுக்கு நேர்ந்த அதே கதிதான் அவருக்கும்.

பயணக்குழுவினர் ஸல்பாவை அடைந்த பிறகுதான், முஸ்லிம் பின் அகீல் கொலை செய்யப்பட்டதையும் இமாம் ஹுஸைன் (ரலி) அவர்களின் ஆதரவாளர்களில் யாரும் கூஃபாவில் இல்லை என்பதையும் அறிந்துகொண்டனர்.

இத்தகவல் பயணக் குழுவினரிடம் மரணபீதியை உருவாக்கியது. கூஃபாவை நோக்கி மேலும் நகர்வது மரணத்தை நோக்கிச் செல்வதாக அமையும் என்பதைப் புரிந்துகொண்ட பயணக்குழுவினர் வந்த வழியே திரும்பி விடுவதாக முடிவு செய்தனர். முஸ்லிம் பின் அகீலின் மகன்கள், "நாம் திரும்பிச் செல்லக்கூடாது. முஸ்லிம் பின் அகீலின் கொலைக்குப் பழி வாங்கியாக வேண்டும். அல்லது அவரைப்போல் நாமும் உயிர்த் துறப்போம். மட்டுமல்ல, இமாம் ஹுசைனைக் கண்டதும் கூஃபா மக்கள் அவருடன் சேர்ந்து உபைதுல்லாஹ்வைச் சிறைப்பிடிப்பார்கள்" என்றனர்.

பயணத் தடங்களிலுள்ள பகுதிகளிலிருந்து மேலும் பலர் குழுவில் வந்து இணைந்துகொண்டனர். பயணத்தின் ஒவ்வொரு கட்டத்திலும்

இவர்களது எண்ணிக்கைப் பெருகிக்கொண்டிருந்தது. ஆனால், குழுவினரிடையே தகவல் பரவியதும் ஹுஸைன் (ரலி) அவர்களின் குடும்ப உறுப்பினர்களையும் அவரது இனக்குழுவினரையும் தவிர ஏனையோர் படிப்படியாகப் பிரியத் தொடங்கினர். சில வரலாற்றுக் குறிப்புகளில் இவர்களது எண்ணிக்கை 70 அல்லது 80 என்றும் வேறு சில குறிப்புகளில் ஏறத்தாழ 200 பேர் என்றும் குறிப்பிடப்பட்டுள்ளது.

கர்பலாவில் பேரழிவு : உபைதுல்லாஹ்வின் உத்தரவின்கீழ், ரேயின் ஆளுநரான அம்ர் பின் ஸஅத் பின் அபூவக்காஸ், 4000 வீரர்களுடன் இமாம் ஹுஸைன் (ரலி) கூஃபாவுக்குள் நுழையும் அனைத்து வழித் தடங்களிலும் கண்காணிப்பில் ஈடுபட்டிருந்தனர். அவர் முகாம் அமைப்பதற்கான வாய்ப்புள்ள இடங்களும் கண்காணிப்புக்குள்ளானது. மேலும், ஹுரே பின் யஸீத் தமீம் தலைமையிலான 1000 வீரர்கள் எல்லைகளைச் சுற்றிக் காவல் பணியில் ஈடுபட்டிருந்தனர்.

காதிசியாவில் முகாமிட்டிருந்த அம்ர் பின் ஸஅத், பல வகைகளில் தகவல்களைத் திரட்ட ஆரம்பித்தார். கையறு நிலையிலிருந்த இமாம் ஹுஸைன் (ரலி) அப்படியே ஸரஃபை அடைந்தார். அப்போது, ஹுரே, 1000 வீரர்களுடன் சென்று அவரைத் தடுத்தார். ஹுஸைன் (ரலி) முன்னால் சென்று அவரிடம், "நான் உங்கள் அழைப்பின்பேரில் வந்திருக்கிறேன். கொடுத்த வாக்குறுதியை நீங்கள் கடைப்பிடிப்பதாக இருந்தால் நான் நகரத்துக்குள் நுழைகிறேன். இல்லையென்றால், வந்த வழியே திரும்பி விடுகிறேன்" என்றார்.

"எனது பாதுகாப்பின்கீழ் உங்களை உபைதுல்லாஹ்விடம் அழைத்துச் செல்லும்படி எனக்கு உத்தரவிடப்பட்டுள்ளது" என்றார் ஹுரே. "ஒரு கைதிக்கான பாதுகாப்புடன் என்னை அழைத்துச் செல்வது இழிவான செயல்" என்றார் ஹுஸைன் (ரலி).

ஹுஸைன் (ரலி) திரும்பிச் செல்லவே விரும்பினார். உபைதுல்லாஹ்வின் மீதான பயத்தில் அவர் திரும்பிச் செல்வதை அனுமதிக்க மறுத்த ஹுரே, தனது படையுடன் வழி மறித்து நின்றார். இமாம் ஹுஸைன் (ரலி) வடக்கே திரும்பி, காதிசியாவை அடைந்தார். ஒரு பெரும் படையுடன் அம்ர் பின் ஸஅத் அங்கே முகாமிட்டிருப்பதாகத் தகவல் வந்தது. ஹுஸைன் (ரலி) அவர்களைப்

பின்தொடர்ந்து வந்துகொண்டிருந்தார் ஹுரே. இதையடுத்து, இமாம் ஹுஸைன் (ரலி) காதிசியாவைக் கடந்து, பத்து மைல் தொலைவிலுள்ள கர்பலாவை அடைந்து அங்கே முகாமிட்டார்.

அவரது வருகையை அறிந்துகொண்ட அம்ர் பின் ஸஅத், படையுடன் புறப்பட்டு வந்து கர்பலாவை அடைந்தார். அதன் அருகிலேயே முகாம் அமைத்துப் படையை அங்கேயே நிறுத்தி விட்டு, இமாம் ஹுஸைன் (ரலி) அவர்களின் முகாமுக்கு வந்து, அவரை வெளியே வரச் சொன்னார். இமாம் ஹுஸைன் (ரலி) வெளியே வந்தார். அவர்கள் வாழ்த்துகளைப் பறிமாறிக்கொண்டனர்.

அம்ர் பின் ஸஅத் சொன்னார்: "யஸீதை விடவும் கிலாஃபத்துக்குத் தகுதி வாய்ந்தவர் நீங்கள்தான் என்பதில் எந்த சந்தேகமுமில்லை. ஆனால், கிலாஃபத்தும் நபித்துவமும் ஒரே குடும்பத்தில் இருப்பது எல்லாம் வல்ல அல்லாஹ் விரும்பாத ஒன்றாக இருக்கலாம். அலீ பின் அபூதாலிப், ஹஸன் பின் அலீ ஆகியோரின் சூழ்நிலைகளையும் அவர்களுக்கு நிகழ்ந்ததையும் நீங்கள் அறிவீர்கள். இந்த எண்ணத்தைக் கைவிடும் பட்சத்தில் நீங்கள் மிக எளிதாக விடுதலை பெறுவீர்கள். மறுக்கும் பட்சத்தில் உங்கள் வாழ்க்கை மிகுந்தச் சிக்கலுக்குள்ளாகும். உங்களைக் கைது செய்யும்படி எங்களுக்கு உத்தரவிடப்பட்டுள்ளது."

இமாம் ஹுஸைன் (ரலி) சொன்னார்: "நான் மூன்று தேர்வுகளை உங்கள்முன் வைக்கிறேன். அவற்றில் ஒன்றை நீங்கள் முடிவு செய்யுங்கள். ஒன்று, வந்த வழியே திரும்பிச் செல்ல என்னை அனுமதியுங்கள். என்றால், நான் மக்காவில் தொழுகையில் கவனம் செலுத்தி வாழ்ந்து கொள்வேன். அடுத்ததாக, ஏதேனும் எல்லைப் பகுதிக்குச் செல்ல என்னை அனுமதியுங்கள். நான் இறைமறுப்பாளர்களுக்கெதிராகப் போரிட்டு உயிர்த் தியாகம் செய்கிறேன். மூன்றாவதாக, டமாஸ்கஸில் யஸீதிடம் நான் சுதந்திரமாகச் செல்ல அனுமதியுங்கள். உங்கள் திருப்திக்காக வேண்டுமெனில் நீங்கள் என்னைப் பின் தொடரலாம். என்னுடைய மூத்த சகோதரர், இமாம் ஹஸன், முஆவியாவுடன் அமைதி உடன்படிக்கை செய்துகொண்டதுபோல், யஸீதிடம் நானும் அமைதி உடன்படிக்கை செய்துகொள்கிறேன்."

இதைக் கேட்டதும் அம்ர் பின் ஸஅத் பெருமகிழ்ச்சியடைந்தார்.

ஆயினும், இது தொடர்பாக முடிவு செய்யுமிடத்தில் நானில்லை என்றார். இருப்பினும் இதை, நான் உடனடியாக உபைதுல்லாஹ்வுக்கு அறிவிக்கிறேன். இம்மூன்றில் ஏதேனும் ஒன்றுக்கு நிச்சயமாக அவர் ஒப்புதலளிப்பார் என்பதில் எனக்கு சந்தேகமில்லை என்றார். ஹுஸைன் (ரலி) அவர்களுக்கும் தனக்குமிடையே நடந்த உரையாடலை அம்ர், உபைதுல்லாஹ்வுக்கு விளக்கமாக எழுதினார். இது ஹிஜ்ரீ 61, முஹர்ரம் மாதம் 2 ஆம் நாள் நடந்தது.

அம்ரின் கடிதத்தை வாசித்த உபைதுல்லாஹ் மகிழ்ச்சி அடைந்தார்: "அனைத்துப் பிரச்சினைகளுக்கும் முடிவு காணும் வகையில் இமாம் ஹுஸைன் பேசியிருக்கிறார். யஸீதிடம் சென்று அவர் வாக்குறுதியளிப்பார். பிறகு, எந்தப் பிரச்சினைகளுமில்லை" என்றார்.

அப்போது உபைதுல்லாஹ்வுடனிருந்த ஷிம்ர் துல் ஜவ்ஷான், "அமீரே! உங்களுக்கு இது நல்லதொரு வாய்ப்பு. இமாம் ஹுஸைனைக் கொன்று விடுங்கள். இந்த நிலைமையில் யாரும் இதற்காக உங்களைக் குறை சொல்லமாட்டார்கள். அவரை நீங்கள் யஸீதிடம் அனுப்ப வேண்டாம். அவருடன் வைத்துப் பார்க்கும்போது நீங்கள் பெருமையும் மதிப்பும் இழந்தவராகி விடுவீர்கள். உங்களைவிட அவர் பெரிய நிலையை அடைந்து விடுவார்" என்றான்.

இதைக்கேட்ட உபைதுல்லாஹ், அம்ர் பின் ஸஅதுக்கு எழுதினார்: "இம்மூன்று நிபந்தனைகளும் ஏற்றுக்கொள்ள இயலாதவை. என்னுடைய தீர்வு ஒன்றே ஒன்றுதான். இமாம் ஹுஸைன் என்னிடம் சரணடைய வேண்டும். யஸீதின் பிரதிநிதியான என்னிடம் அவர் வாக்குறுதியளிக்க வேண்டும். பிறகு நானே அவரை யஸீதிடம் அனுப்புவேன்."

உபைதுல்லாஹ்வின் பதில் கிடைத்ததும், அம்ர் பின் ஸஅத், இமாம் ஹுஸைன் (ரலி) அவர்களிடம் சொன்னார்: "தனியொரு மனிதனான என்னால் வேறெதுவும் செய்ய இயலாது. முதலில், தன்னிடம் நீங்கள் வாக்குறுதியளிக்க வேண்டுமென்று உபைதுல்லாஹ் விரும்புகிறார். வேறு எந்தத் தீர்வுக்கும் அவர் உடன்பட விரும்பவில்லை." "உபைதுல்லாஹ்விடம் வாக்குறுதியளிப்பதை விட நான் இறந்து விடுவதே நல்லது" என்றார் இமாம் ஹுஸைன் (ரலி).

உயிரிழப்பைத் தவிர்ப்பதற்காக அம்ர் பின் ஸஅத், தன்னாலியன்ற அனைத்தையும் செய்தார். ஒன்று, இமாம் ஹுஸைன் (ரலி), உபைதுல்லாஹ்வின் தீர்வை ஏற்க வேண்டும், அல்லது, உபைதுல்லாஹ், இமாம் ஹுஸைனின் விருப்பப்படி செல்ல அனுமதிக்க வேண்டுமென்று அவர் விரும்பினார். வாரக்கணக்கில் தொடர்ந்த கடிதப் போக்குவரத்தின்போது, இமாம் ஹுஸைன் (ரலி) அவர்களும் அம்ர் பின் ஸஅதும் மற்றவர்களும் கர்பலா வெளியிலேயே தங்கியிருந்தனர். இமாம் ஹுஸைன் (ரலி) அவர்களின் ஆட்களும் அம்ர் பின் ஸஅதின் வீரர்களும் ஒன்றாகவே தொழுதனர். பரஸ்பரம் வரிசையை சீர்படுத்திக்கொண்டனர்.

இதையறிந்த உபைதுல்லாஹ், இமாம் ஹுஸைனும் அம்ருவும் சேர்ந்து அரசியல் சூழ்ச்சியில் ஈடுபடக்கூடுமென்று சந்தேகித்தார். உடனே, ஜோவிரா பின் தமீம் எனும் தூதனிடம் அம்ர் பின் ஸஅதுக்கு ஒரு கடிதமெழுதி அனுப்பினார்.

“ஹுஸைன் பின் அலீயைக் கைது செய்யும்படி உமக்கு உத்தரவிட்டேன். நீர் அதைத்தான் செய்திருக்க வேண்டும். இயலாதெனில் அவரது தலையைக் கொண்டு வந்திருக்க வேண்டும். ஹுஸைனுடன் இணைந்து நீர் நட்புறவை மேம்படுத்திக்கொள்ளும்படி உமக்கு நான் சொல்லவில்லை. இந்தக் கடிதத்தைக் கண்டதும் சற்றும் தாமதிக்காமல் ஹுஸைன் பின் அலீயை என்முன் கொண்டுவர வேண்டும், அல்லது அவரது தலையைத் துண்டித்து எனக்கு அனுப்பி வைக்க வேண்டும். இதில் நீர் காலதாமதம் செய்வீரெனில் இந்தக் கடிதத்தைக் கொண்டுவரும் தூதர், உம்மைக் கைது செய்து என்னிடம் கொண்டுவர உத்தரவிடப்பட்டுள்ளார். உமது இடத்துக்கு இன்னொருவர் நியமிக்கப்படும்வரை படைகள் இப்போது முகாமிட்டிருக்கும் அதே இடத்தில் தங்கியிருக்கும்.”

ஹிஜ்ரீ 61 முஹர்ரம் மாதம், 9ஆம் நாள், செவ்வாய்க்கிழமையன்று ஜோவிரா, அம்ர் பின் ஸஅதிடம் கடிதத்தைக் கொண்டுவந்து ஒப்படைத்தான். அப்போது அவர் படைமுகாமில் அமர்ந்திருந்தார். கடிதத்தை வாசித்ததும், தனது குதிரையிலேறி, படைகளைத் தயார்ப்படுத்தி விட்டு, ஜோவிராவிடம், “அமீரின் உத்தரவை வாசித்த அடுத்த கணம் அதை நிறைவேற்றினேன் என்பதற்கு நீரே சாட்சியாக இருக்கிறீர்” என்றார்.

வீரர்களை அணிவகுக்கச் செய்து ஜோவிராவையும் அழைத்துக்கொண்டு அம்ர் பின் ஸஅத் முன்னால் சென்றார். இமாம் ஹுஸைன் (ரலி) அவர்களை அழைத்து, கடிதத்தின் உள்ளடக்கத்தை அறியச் செய்து, கொண்டுவந்த தூதனையும் அறிமுகப்படுத்தினார். ஒரு நாள் காலஅவகாசம் தரும்படி இமாம் ஹுஸைன் (ரலி) கேட்டுக்கொண்டார். அம்ர் பின் ஸஅத், ஜோவிராவைப் பார்த்தார். ஒரு நாள் என்பது தொலைவில் இல்லையென்றும் ஆகவே, அனுமதிக்கலாமென்றும் சொன்னான் ஜோவிரா. அம்ர் பின் ஸஅத், படைவீரர்களை ஓய்வெடுக்குச் சொல்லி விட்டுத் திரும்பினார்.

ஜோவிராவிடம் கடிதத்தை அனுப்பி வைத்த உபைதுல்லாஹ் யோசனையிலாழ்ந்தார்: "இப்னு ஸஅத் காலதாமதம் செய்து, ஜோவிரா அவரைக் கைது செய்தால், தலைவனில்லாத படைகள் சிதறி இமாம் ஹுஸைனுடன் சேர்ந்துகொள்வதற்கான வாய்ப்பிருக்கிறது. குழப்பமானச் சூழலில் அவர் மக்காவுக்குத் தப்பித்துச் சென்று விடுவார்."

உபைதுல்லாஹ் ஒரு முடிவுக்கு வந்தார். உடனடியாக ஷிம்ர் துல்ஜவ்ஷானை அழைத்துச் சொன்னார்: "அம்ர் பின் ஸஅத் என்னுடைய உத்தரவை நிறைவேற்றுவதில் காலதாமதம் செய்தால் அவரைக் கைது செய்து என்னிடம் அழைத்துவரச்சொல்லி ஜோவிராவை அனுப்பி வைத்துள்ளேன். ஜோவிரா ஒரு நயவஞ் சகன் என்று நான் சந்தேகிக்கிறேன். மட்டுமல்ல, அம்ருவைக் கைது செய்தால், படைகள் தலைமையில்லாத நிலையில் சிதறுண்டு விடவும்கூடும். இதைச் சரியாகச் செய்து முடிக்க உன்னால் மட்டுமே முடியும். நீ கர்பலாவுக்குச் சென்று, அம்ர் சிறையிலிருந்தால், படையின் தலைமையை ஏற்றுக்கொள். இமாம் ஹுஸைன்மீது போர் தொடுத்து அவரது தலையை வெட்டி என்னிடம் கொண்டுவா. அம்ர், கைது செய்யப்படாமலோ போரைத் தொடங்குவதில் காலதாமதம் செய்வதாகவோ தெரிந்தால், நீ அதைத் தொடங்கி வைத்து வேலையை உடனடியாக முடித்துவிடு."

ஷிம்ர் சொன்னான்: "எனக்கு ஒரு நிபந்தனை உள்ளது. எனது சகோதரியான உம்மு லம்பீன் பின்த் ஹரம், அலீயின் மனைவியார் என்பதையும் அவருக்கு உபைதுல்லாஹ், ஜஅஃபர், உஸ்மான், அப்பாஸ் ஆகிய நான்கு ஆண் மக்களிருக்கிறார்கள் என்பதையும் நீங்கள் அறிவீர்கள். அவர்கள் அனைவரும் தங்கள் சகோதரரான

இமாம் ஹுஸைனுடன் இப்போது கர்பலாவில் இருக்கிறார்கள். அவர்களது பாதுகாப்புக்கு உத்தரவாதம் அளிக்க வேண்டும்" என்றான். அவர்களுக்கு மன்னிப்பளிப்பதாகவும் பாதுகாப்புத் தருவதாகவும் எழுதி, அரசு முத்திரையிட்டு ஷிம்ரிடம் கொடுத்து அனுப்பிவைத்தார் உபைதுல்லாஹ்.

ஜோவிரா இரவில் புறப்பட்டு, வியாழக்கிழமை அதிகாலையில் கர்பலாவை அடைந்தான். ஷிம்ர் காலையில் புறப்பட்டுப் பிற்பகலில் வந்து சேர்ந்தான். நடந்த அனைத்தையும் ஜோவிரா சுருக்கமாகச் சொன்னான். "நானாக இருந்தால் ஒரு நொடிகூட அவருக்குக் காலஅவகாசம் அளித்திருக்க மாட்டேன். ஒன்று உடனடியாகத் தயாராகுங்கள். அல்லது படையை என்னிடம் ஒப்படையுங்கள்" என்றான் ஷிம்ர். அவர்கள், இமாம் ஹுஸைன் (ரலி) அவர்களிடம் சென்று, "உபைதுல்லாஹ்விடமிருந்து இன்னொரு தூதுவர் வந்திருக்கிறார். இனிமேல் போரிடுவதை ஒரு நொடிகூட காலதாமதப்படுத்த முடியாது" என்று தெரிவித்தனர்.

இமாம் ஹுஸைன் (ரலி), "சுப்ஹானல்லாஹ்! சூரியன் மறையும் நேரம். இப்போது எனக்குக் கால அவகாசம் கொடுப்பதில் என்ன நேர்ந்து விடப் போகிறது? போரை நாளைக்கு ஒத்தி வைக்கக் கூடாதா?" என்று கேட்டார். இதைக் கேட்ட ஷிம்ர், மறுநாள் காலைவரைப் பொறுத்திருக்கலாம் என்று முடிவு செய்தார்.

குடிநீருக்குத் தடை : இரவில் உபைதுல்லாஹ்வின் உத்தரவு வந்தது. இன்னமும் போர் தொடங்கவில்லை எனில், இந்த உத்தரவு கிடைத்தவுடன் நீர்நிலைகள் கைப்பற்றப்பட்டு, ஹுஸைன் பின் அலீக்கும் அவரது தோழர்களுக்கும் தண்ணீர் கிடைப்பதைத் தடுக்க வேண்டும். படை ஷிம்ரின்கீழ் வந்திருந்ததால், அவர் இதை நிறைவேற்ற வேண்டும்.

உத்தரவைக் கைப்பற்றிய அம்ர் பின் ஸஅத், 500 குதிரைப் படைவீரர்களை அம்ர் பின் அல் ஹஜ்ஜாஜ் தலைமையில் நியமித்து, யூப்ரட்டீசின் அருகில் முகாமிடச் செய்தார். கலன்களுடன் நீர் நிரப்பச் சென்ற இமாம் ஹுஸைன் (ரலி) அவர்களின் தோழர்கள், நதிக்கரையை எதிரிப்படை வழி மறித்து நிற்பதைக் கண்டனர்.

இமாம் ஹுஸைன் (ரலி) 50 பேர்களுடன் தன் சகோதரர் அப்பாஸ் பின் அலீ (ரலி) அவர்களை தண்ணீர் எடுத்து வரச்சொல்லி

அனுப்பி வைத்தார். அவர்கள் அனுமதிக்க மறுத்தனர். தாகத்தின் துயரம், போரை விடவும் அதிகமாக முகாமிலிருந்தவர்களைத் துன்புறுத்தியது. இமாம் ஹுஸைன் (ரலி) அவர்களின் இளைய மகன் அலீ பின் ஹுஸைன் (ஸெய்னுல் ஆபிதீன்) ஒரு கூடாரத்தில் நோயுற்ற நிலையில் படுத்திருந்தார். அவரும் அவரது சகோதரி உம்மு குல்ஸூமும், காலையில் எதிரிகள் தங்களைத் தாக்குவார்கள் என்பதையும் அங்கிருக்கும் எல்லா உறவினர்களும் ஷஹீதாவார்கள் என்பதையும் புரிந்துகொண்டு அழ ஆரம்பித்தனர்.

அவர்கள் அழுவதைக் கேட்டு கூடாரத்தினுள் நுழைந்த இமாம் ஹுஸைன் (ரலி), "நம்முடைய எதிரிகள் அருகிலுள்ள முகாமில் தங்கியிருக்கிறார்கள். இந்நிலையில் உங்களின் அழுகை அவர்களுக்கு மகிழ்ச்சியை உருவாக்கும். மட்டுமல்ல, நமது தோழர்கள் மனத்துணிச்சலை இழந்து விடுவார்கள். ஆகவே, யாரும் அழ வேண்டாம்" என்றார். பெருமுயற்சிக்குப் பிறகுதான் அவர்களை அமைதிப்படுத்த முடிந்தது. பிறகு வெளியே வந்தார். "பெண்களையும் பிள்ளைகளையும் அழைத்து வந்ததன் மூலம், நான் மிகப் பெரிய தவறிழைத்து விட்டேன்" என்று வருந்தினார் இமாம் ஹுஸைன் (ரலி) அவர்கள்.

தம் தோழர்கள் அனைவரையும் ஒன்று சேர்த்த இமாம் ஹுஸைன் (ரலி), "நீங்கள் எங்கு போகலாமென்று விரும்புகிறீர்களோ அங்கேயே போய் விடலாம். யாரும் உங்களைத் தடுக்கவோ தொல்லைப்படுத்தவோ மாட்டார்கள். ஏனெனில், எதிரிகளுக்கு நான் மட்டும்தான் இலக்கு. நீங்கள் பிரிந்து செல்வதையே அவர்களும் விரும்புவார்கள். நீங்கள் உங்கள் உயிர்களைக் காப்பாற்றிக் கொள்வதையே நானும் விரும்புகிறேன்" என்றார்.

"நாங்கள் உங்களை விட்டுப் பிரியமாட்டோம். எங்கள் இறுதி மூச்சு அடங்கும்வரைக்கும் உங்களுடனிருப்போம். உங்களுக்கு எந்த இடையூறு நேரவும் அனுமதிக்கமாட்டோம்" என்றனர் அவர்கள்.

பின்னிரவுப் பொழுதில், அங்கே வந்த தர்மா பின் அதீ என்பவர், இமாம் ஹுஸைன் (ரலி) அவர்களிடம் சொன்னார்: "தயவு செய்து என்னுடன் வந்து விடுங்கள். இங்கிருந்து உங்களை யாருமறியாத ஒரு வழியினூடே அழைத்துச்சென்று தாயீ இனக்குழுவினரிடம் கொண்டு போய்ச் சேர்க்கிறேன். என்னுடைய இனக்குழுவைச்

சேர்ந்த 5000 படைவீரர்களையும் உங்களுக்குத் தருகிறேன்."

இமாம் ஹுஸைன் (ரலி) சொன்னார்: "என்னை விட்டு, நீங்களாவது உயிர் பிழைத்துக் கொள்ளுங்கள் என்று இவர்களிடம் சொல்லியிருக்கிறேன். ஆனால், இவர்கள் அதை ஏற்கவில்லை. இப்போது இவர்களைத் தனியாக விட்டு நான் மட்டும் தப்பித்துக்கொள்வதா?"

தோழர்கள் சொன்னார்கள்: "சற்று முன் நீங்கள் சொன்னதுபோல், அவர்கள் எங்களுக்குத் தீங்கு விளைவிக்க மாட்டார்கள். ஆகவே, நீங்கள் இங்கிருந்து தப்பித்துச் சென்று விடுங்கள்." இமாம் ஹுஸைன் (ரலி), "என்னுயிரைக் காப்பாற்றிக்கொள்வதற்காக உங்களை நான் இங்கே விட்டுச் செல்ல இயலாது" என்று சொல்லி விட்டு அம்மனிதருக்கு நன்றி சொல்லித் திருப்பியனுப்பினார்.

மறுநாள் காலை. தங்கள் படைகளைப் போருக்குத் தயாராக அணிவகுத்து நிறுத்தி விட்டு ஷிம்ரும் அம்ர் பின் ஸஅதும் களத்துக்கு வந்தனர். இமாம் ஹுஸைன் (ரலி) அவர்களும் தம் தோழர்களுக்குத் தேவையான சில அறிவுரைகளை வழங்கி அவர்களை அணிவகுத்து நிறுத்தினார்.

உபைதுல்லாஹ், ஜஅஃபர் உஸ்மான், அப்பாஸ் ஆகியோரைக் களத்துக்கு அழைத்த ஷிம்ர், "அமீர் உபைதுல்லாஹ் பின் ஸியாத் உங்களுக்குப் பாதுகாவல் அளித்திருக்கிறார்" என்றான். ஆனால், அவர்கள், "உபைதுல்லாஹ்வின் பாதுகாவலைவிட நாங்கள் அல்லாஹ்விடமே பாதுகாவலை வேண்டுகிறோம்" என்றனர். ஷிம்ர் பரிதாபமான நிலைக்குத் தள்ளப்பட்டான்.

சில வரலாற்றுத் தகவல்களின்படி, ஹிஜ்ரீ 61 முஹர்ரம் மாதம் பத்தாம் நாள், காலையில் நடந்த இப்போரில், இமாம் ஹுஸைன் (ரலி) தரப்பில் 72 வீரர்கள் இருந்தனர். வேறு சில வரலாற்றுத் தகவல்கள் இந்த எண்ணிக்கையை 140 என்றும், 240 என்றும் குறிப்பிடுகின்றன. இதில், மிக அதிகமாகச் சொல்லப்படும் இருநூற்று நாற்பதைக் கணக்கில் கொண்டாலும் எதிரிகளின் போர்க் கருவிகள் பூண்ட ஆயிரக்கணக்கான வீரர்கள்கொண்ட படையுடன் ஒப்பிடும்போது, இமாம் ஹுஸைன் (ரலி) அவர்களின் இப்படை கையளவிலானது மட்டுமே!

தம் தோழர்களை அணிவகுத்து நிறுத்திய இமாம் ஹுஸைன் (ரலி), தேவையான சில உத்தரவுகளைப் பிறப்பித்தார். பிறகு, ஒட்டகத்திலேறி கூஃபா படையினரிடம் தனியாகச் சென்று அவர்களைப் பார்த்துச் சொன்னார்: "கூஃபா மக்களே! இப்போது என்னுடைய இந்த உரையால் எந்த நற்பலனும் ஏற்படப்போவதில்லை என்பதை நான் நன்கறிவேன். நீங்கள் எதைச் செய்வதாக முடிவு செய்திருக்கிறீர்களோ, அதிலிருந்து நீங்கள் விலகப் போவதில்லை. எனினும், அல்லாஹ்வை முன்னிறுத்தி அனைவருக்குமான பரிந்துரையின் பேரில், ஒரு தீர்வு காண்பது தேவையென்று நான் கருதுகிறேன். எனது மன்னிப்பைக் கோரும் விளக்கத்தையும் உங்களுக்குத் தெளிவுபடுத்த வேண்டும்."

இதை அவர் சொன்னதும் கூடாரங்களிலிருந்த பெண்களிடமிருந்தும் பிள்ளைகளிடமிருந்தும் அழுகைக் குரல்கள் மேலெழுந்தன. இதைக்கேட்ட இமாம் ஹுஸைன் (ரலி) மிகுந்த வேதனைக்குள்ளானார். தமது உரையைப் பாதியில் நிறுத்திவிட்டு, "அல்லாஹ்வுக்கு மேலான எந்த ஆற்றலும் யாரிடமுமில்லை. பெண்களையும் பிள்ளைகளையும் அழைத்துச்செல்ல வேண்டாமென்று அப்துல்லாஹ் பின் அப்பாஸ் மிகவும் வலிறுத்திச் சொன்னார். அதை நான் ஏற்றிருக்க வேண்டும். அவரைப் பொறுத்தவரைக்கும் நான் மிகப் பெரிய தவறிழைத்து விட்டேன்" என்று சொல்லிவிட்டு, கூடாரத்துக்கு வந்து, தம் சகோதரர்களிடமும் பிள்ளைகளிடமும், பெண்களை அழாமலிருக்கவும் அமைதிப்படுத்தவும் கேட்டுக்கொண்டார். பெண்களும் பிள்ளைகளும் அழுவதை நிறுத்தினார்கள்.

இமாம் ஹுஸைன் (ரலி) மீண்டும் வந்து, கூஃபா படையினரை நோக்கிச் சொன்னார்: "கூஃபா மக்களே! என்னை அறியாதவர்கள், நான் இறைத்தூதர் அவர்களின் பேரன் என்பதையும் அலீ பின் அபூதாலிபின் மகன் என்பதையும் அறிந்துகொள்ளுங்கள்! என்னுடைய தாயார், இறைத்தூதர் அவர்களின் மகள் ஃபாத்திமா. இம்மரபுவழிப் பெருமையைத் தவிர, எனது சிறப்புக்கு இன்னொரு பெருமையும் உண்டு. இறைத்தூதர் அவர்கள் என்னைச் சொர்க்கத்து இளைஞர்களின் தலைவர் என்று வாழ்த்தியுள்ளார்கள். இதில் உங்களுக்கு நம்பிக்கை இல்லையெனில் இன்னமும் வாழ்ந்துகொண்டிருக்கும் நபித்தோழர்களிடம் கேட்டு உறுதி செய்துகொள்ளுங்கள்.

நான் இதுவரையிலும் எந்த ஒரு வாக்குறுதியையும் மீறியதில்லை. யாருக்கும் தீங்கிழைத்ததில்லை. ஒரு வேளை தொழுகையைக்கூட தவறவிட்டதில்லை. எந்த ஒரு முஸ்லிமும் என்னால் உயிரிழந்ததில்லை. ஈஸாவின் கழுதை உயிருடனிருந்தால் முழுக் கிறிஸ்தவ உலகமும் இறுதித் தீர்ப்பு நாள்வரைக்கும் அதன்மீது ஈடுபாடு வைத்திருக்கும். இறைத்தூதரின் பேரனைக் கொலை செய்ய விரும்பும் நீங்கள் முஸ்லிம்களா? இறைத்தூதரைப் பின்பற்றுபவர்களா? உங்களுக்கு அல்லாஹ்வின்மீது பயமில்லை.

என்னுடைய வாழ்க்கையில் நான் யாருடைய உயிருக்கும் தீங்கிழைக்காததுபோல் எந்தப் பழிவாங்குதலுக்கும் நான் உரியவனல்ல. எனது உயிரைப் பறிப்பது நேர்மையான செயலென்று நீங்கள் எதை வைத்து முடிவு செய்தீர்கள் என்று சொல்லுங்கள்? உலகியல் இன்பங்கள் குழப்பங்களிலிருந்து விலகி நான் இறைத்தூதரின் பாதங்களின்கீழ் மதீனாவிலிருந்தேன். என்னை நீங்கள் அங்கும் இருக்க விடவில்லை. பிறகு, நான் அல்லாஹ்வின் இல்லமான மக்காவில் அல்லாஹ்வைத் தொழுது வாழ்ந்துகொண்டிருந்தேன். கூஃபா மக்களாகிய நீங்கள் அங்கேயும் என்னை அமைதியாக வாழவிடவில்லை. இமாமத்துக்கு உரித்தானவரென்று என்னைக் கருதுவதாகவும் கலீஃபாவாக எனக்கு வாக்குறுதியளிக்க விரும்புவதாகவும் கடிதங்கள் எழுதினீர்கள். உங்கள் அழைப்பை ஏற்று வந்த எனக்கெதிராகத் திரும்பினீர்கள். இப்போதுகூட எனக்கு நீங்கள் உதவ விரும்பினால், என்னைக் கொலை செய்யாமல் விட்டுவிடுங்கள். நான் மக்காவுக்கோ மதீனாவுக்கோ சென்று, தொழுகையில் ஈடுபட்டு வாழ்ந்து விடுகிறேன். உலகில் யார் சரி, யார் தவறு என்பதை அல்லாஹ் முடிவு செய்வான்."

இமாம் ஹுஸைன் (ரலி) அவர்களின் உரையை செவிமடுத்த அனைவரும் மௌனமாக இருந்தனர். யாரும் பதில் சொல்லவில்லை. சற்று அமைதியாக இருந்துவிட்டு இமாம் ஹுஸைன் (ரலி) மீண்டும் சொன்னார்: "உங்களிடம் நான் முறையீடு செய்தேன் என்பதற்காக அல்லாஹ்வுக்கு நன்றி செலுத்துகிறேன். உங்களால் பதில் எதுவும் சொல்ல இயலவில்லை."

பின்னர் அவர், ஷப்த் பின் ரபீயியா, ஹஜ்ஜாஜ் பின் அல்ஹஸன், கைஸ் பின் அல்அஷஸ், ஹரே பின் யஸீத் தமீமி உள்ளிட்ட

சிலருடைய பெயர்களைக் குறிப்பிட்டு அழைத்துச் சொன்னார். "நீங்கள் எனக்குக் கடிதங்கள் எழுதி வற்புறுத்தி என்னை இங்கே வரவழைத்தீர்கள். அதன்படி நான் இங்கே வந்தேன். இப்போது என்னைக் கொல்வதற்காக வந்து நிற்கிறீர்கள்" என்றார்.

இமாம் ஹுஸைன் (ரலி) குறிப்பிட்ட நபர்கள் நாங்கள் அப்படியான கடிதங்கள் எதுவும் எழுதவில்லை. அவரை அழைக்கவுமில்லை என்றனர். இமாம் ஹுஸைன் (ரலி), கடிதங்களை ஒவ்வொன்றாக எடுத்துப் பெயர் குறிப்பிட்டு வாசித்துக் காட்டினார். "நாங்கள் கடிதங்கள் எழுதினோமோ இல்லையோ, நாங்கள் இப்போது உங்களை வெறுக்கிறோம்" என்றார்கள் அவர்கள்.

இதைக்கேட்ட இமாம் ஹுஸைன் (ரலி) தமது ஒட்டகத்திலிருந்து இறங்கிப் போருக்குத் தயாரானார். கூஃபா படை வீரனொருவன் நேரடிச் சண்டைக்காகக் களத்திலிறங்கும்போது அவனது குதிரை மிரண்டதில் அவன் கீழே விழுந்தான். இதைக் கண்ட ஹுரே பின் யஸீத் தமீமி, குதிரை மீதமர்ந்தபடி, இமாம் ஹுஸைனைத் தாக்க முற்படுவதுபோல் போக்குக் காட்டித் தனது கேடயத்தை அவரிடம் வீசியெறிந்தான். இதற்கான காரணத்தையும் அவன் சொன்னான்: "உங்களைப் போக விடாமல் முகாமில் தடுத்து வைத்தவன் நான்தான். எனது தவறுக்குப் பரிகாரமாக உங்களுக்குத் துணையாக நின்று கூஃபா வீரர்களை எதிர்த்து இப்போது போரிட இருக்கிறேன். அல்லாஹ் எனக்கு மன்னிப்பளிக்க பிரார்த்தனை செய்யுங்கள்" என்றான். இமாம் ஹுஸைன் (ரலி) பெருமகிழ்ச்சியுடன் அவனுக்காக துஆச் செய்தார்.

அம்ர் பின் ஸஅதிடம் ஷிம்ர் கேட்டான்: "இன்னும் என்ன தாமதம்?" உடனே, அம்ர் பின் ஸஅத், தமது வில்லில் ஒரு அம்பைத் தொடுத்து இமாம் ஹுஸைன் (ரலி) அவர்களின் படையை நோக்கி எய்துவிட்டு, "முதலாவது அம்பை நானே எய்தேன் என்பதற்கு நீங்கள் சாட்சி" என்றார்.

தொடர்ந்து, இரண்டு கூஃபா வீரர்கள் நேரடிச் சண்டைக்கு முன் வந்தனர். இமாம் ஹுஸைன் (ரலி) தரப்பிலுள்ள ஒருவர் வீரத்துடன் முன்வந்து அந்த இருவரையும் எதிர்கொண்டு வெற்றி பெற்றார். தொடர்ந்து நடந்த நேரடிச் சண்டைகளில் கூஃபா வீரர்கள் பலர்

மாண்டனர். பிறகு, இமாம் ஹுஸைன் (ரலி) தரப்பினர் ஒருவர் பின் ஒருவராகப் பலர் வெளிவந்து தாக்கத் தொடங்கினர். இதில் எதிரிகளில் பலர் தங்கள் உயிர்களை இழந்தனர்.

இமாம் ஹுஸைன் (ரலி) அவர்களின் தோழர்கள் ஒவ்வொருவரும் தங்கள் உயிரிருக்கும்வரை, அபூதாலிபின் குடும்பத்தினரைக் களத்தினுள் அனுமதிக்கவில்லை. இறுதியில், அபூதாலிப் குடும்பத்தினரில் முதலாவதாக களம் புகுந்தவர் முஸ்லிம் பின் அகீலின் மகன். இமாம் ஹுஸைன் (ரலி) அவர்களின் மகன் அலீ அக்பர் எதிரிகளைப் பெரும் வீரத்துடன் எதிர்கொண்டு பலரை வீழ்த்திய பின் மரணமடைந்தார். இவரது இறப்பை இமாம் ஹுஸைன் (ரலி) அவர்களால் தாங்கிக் கொள்ளவே இயலவில்லை. அவர் அழத் தொடங்கினார்.

அடுத்து, அவரது சகோதரர்களான உபைதுல்லாஹ், முஹம்மத், ஜஅஃபர், உஸ்மான் ஆகியோர் களமிறங்கினர். எதிரிகள் படையில் பலர் உயிரிழந்தனர். போரில் இவர்களும் ஒவ்வொருவராக இறந்தனர். முடிவில், இமாம் ஹுஸைன் (ரலி) அவர்களின் இளைய மகன் முஹம்மத் காசிம் களமிறங்கினார். ஆனால் அவருக்கும் அதே முடிவுதான் நேர்ந்தது. இமாம் ஹுஸைன் (ரலி) அவர்களை மிகவும் துயரத்திலாழ்த்தியது கர்பலாவின் பேரிழப்புகளோ தான் உயிரிழக்க நேர்வதோ அல்ல. தம் கண்முன்னாலேயே தமது சகோதரர்களும் பிள்ளைகளும் மடிந்து கொண்டிருப்பதையும் இந்தக் கோர நிகழ்வைக் குடும்பத்திலுள்ள பெண் மக்களும் சகோதரிகளும் பார்த்துத் துடித்துக்கொண்டிருப்பதையும் காண நேர்ந்ததுதான்.

இமாம் ஹுஸைன் (ரலி) அவர்களின் தோழர்களும் குடும்ப உறுப்பினர்களும் பெரும் முன்னுதாரணமாக அப்போது நடந்துகொண்டனர். பணிவுடனும் பயமின்றியும் அதே நேரத்தில் மிகுந்த வீரத்துடன் பகைவர்களை எதிர்கொண்டனர். அவர்களிடம் கோழைத்தனத்தின் அறிகுறிகளோ அவநம்பிக்கையோ தென்படவில்லை. தங்களைக் குற்றவாளிகளாகக் கருதி மன்னிப்புக்கோரும் மனநிலையும் அவர்களிடமில்லை.

இமாம் ஹுஸைன் (ரலி) இறுதியில் தனித்து விடப்பட்டார். பெண்களைத் தவிர கூடாரத்தில் இருந்தவர் சிறு வயதினரான ஸெய்னுல் ஆபிதீன் மட்டுமே. கருணையே இல்லாத உபைதுல்லாஹ்,

இமாம் ஹுஸைன் (ரலி) அவர்களின் தலை துண்டிக்கப்பட வேண்டும் என்று உத்தரவிட்டிருந்தார்.

ஹுஸைன் (ரலி) அவர்களின் தியாக மரணம் : இமாம் ஹுஸைன் (ரலி) அவர்களின் வீரத்தை நேரில் காண்பதற்கான வாய்ப்பு அவரது தோழர்களுக்குக் கிடைக்கவில்லை. பகைவர்களைப் பெரும் வீரத்துடன் எதிர்கொண்டு தாக்கினார் இமாம் ஹுஸைன் (ரலி). இதுபோன்ற நெஞ்சுரமும் வீரமும்கொண்ட ஒரு மனிதரைத் தாங்கள் பார்த்ததில்லை என்று அம்ர் பின் ஸஅதும் ஷிம்ரும் தங்களுக்குள் சொல்லிக்கொண்டனர்.

துயரம் மிகுந்த இப்படுகொலை நிகழ்வில் குறிப்பிடப்பட வேண்டிய அம்சம் என்னவெனில், இமாம் ஹுஸைன் (ரலி) தம்முடலில் அம்புகளால் ஏற்பட்ட 45 காயங்களுடன் களத்தில் நின்று பகைவர்களை எதிர்கொண்டார் என்பது. சில வரலாற்றுத் தகவல்களில் அவரது உடலில் அம்புக் காயங்களைத் தவிர, 33 இடங்களில் ஈட்டிக் காயங்களும் 43 இடங்களில் வாள் காயங்களும் இருந்ததாகக் குறிப்பிடப்பட்டுள்ளது.

தொடக்கத்தில் இமாம் ஹுஸைன் (ரலி) குதிரை மீதிருந்து போரிட்டார். குதிரை கொல்லப்பட்டது. பிறகு, தரையில் நின்று போரிடத் தொடங்கினார். எதிரிகளில் யாருமே அவரைத் தங்கள் கைகளால் கொல்ல விரும்பவில்லை. அதற்கான வாய்ப்புகளை அனைவருமே நழுவ விட்டனர். இறுதியில், ஆறு படைவீரர்களுடன் சேர்ந்து அவரைத் தாக்கினான் ஷிம்ர். கை துண்டிக்கப்பட்டு தரையில் விழுந்த நிலையிலும் அவர்களை எதிர்த்துத் தாக்க முற்பட்டார் இமாம் ஹுஸைன் (ரலி). வலக் கையிலும் காயம்பட்டிருந்த நிலையில் அவரால் வாளை உயர்த்த முடியாமல் போனது.

சினான் பின் அனஸ் நகயீ என்பவன் இமாம் ஹுஸைன் (ரலி) அவர்களின் பின்பக்கமிருந்து ஈட்டியைச் செலுத்தினான். அது அவரது அடிவயிற்றினூடே ஊடுருவியது. அவர் தரையில் வீழ்ந்தார். சினான் உருவியெடுத்த ஈட்டியினூடே அவரது உயிரும் அடங்கியது.

பிறகு, ஷிம்ர் அல்லது அவனது தூண்டுதலில் ஒருவன், உபைதுல்லாஹ்வின் உத்தரவின்படி இமாம் ஹுஸைன் (ரலி) அவர்களின் தலையைத் துண்டித்தான். தேர்ந்தெடுக்கப்பட்ட 12 குதிரை வீரர்கள் அவரது உடலை அடையாளம் தெரியாமல்

சிதைத்தனர். பிறகு, கூடாரத்துக்கு வந்து அவரது குடும்பத்தினரைக் கைது செய்தனர். சிறுவனான ஸெய்னுல் ஆபிதீனைக் கொன்றுவிட நினைத்தான் ஷிம்ர். அம்ர் பின் ஸஅத் தடுத்து நிறுத்தினார்.

கர்பலாவிலிருந்து இமாம் ஹுஸைன் (ரலி) அவர்களின் தலையுடன் அவரது குடும்பமும் உபைதுல்லாஹ்விடம் அனுப்பி வைக்கப்பட்டது. கூஃபாவில் அவர்களது வருகைக் குறித்து பெருமளவில் விளம்பரம் செய்யப்பட்டிருந்தது. உபைதுல்லாஹ் அவையில் அமர்ந்திருந்தார். ஒரு மரவையில் வைக்கப்பட்ட இமாம் ஹுஸைன் (ரலி) அவர்களின் தலை உபைதுல்லாஹ்விடம் கொடுக்கப்பட்டது. அதைப் பார்த்து அவர் தகாத சில வார்த்தைகளைக் குறிப்பிட்டார். மூன்றாவது நாள், ஷிம்ரின் தலைமையில் ஒரு படைப் பிரிவைத் தேர்வு செய்து கைதிகளையும் இமாம் ஹுஸைன் (ரலி) அவர்களின் தலையையும் டமாஸ்கஸுக்கு அனுப்பி வைத்தார்.

இமாம் ஹுஸைன் (ரலி) அவர்களின் மகன், அலீ பின் ஹுஸைன் எனும் ஸெய்னுல் ஆபிதீனும் அவரது குடும்பத்தைச் சேர்ந்த பெண்களும் யஸீதிடம் வந்து சேர்ந்தனர். இமாம் ஹுஸைன் (ரலி) அவர்களின் தலையைப் பார்த்த யஸீது கண்ணீர் விட்டு அழுதபடி உபைதுல்லாஹ்வை வசை பேசினார். இமாம் ஹுஸைன் பின் அலீ அவர்களைக் கொலை செய்யும்படி நான் ஸியாதின் மகனிடம் சொல்லவே இல்லை என்றார். பின்னர், ஷிம்ரையும் இராக்கியர்களையும் அழைத்து, தான் எப்போதுமே பணிவுக்கு முன்னுரிமை கொடுத்து வரும் நிலையில் ஹுஸைன் பின் அலீ (ரலி) அவர்களை ஏன் கொலை செய்தீர்கள் என்று கேட்டார்.

இமாம் ஹுஸைன் (ரலி) அவர்களின் தலையைக்கொண்டு வந்த தங்களை யஸீத் பரிசுகள் வழங்கிச் சிறப்பிப்பார் என்று எதிர்பார்த்து வந்த ஷிம்ருவுக்கும் அவனது கூட்டாளிகளுக்கும் இது மிகப் பெரிய அதிர்ச்சியாக இருந்தது. தமது வெறுப்பை வெளிக்காட்டும் விதமாக அவர்களைப் பார்த்து உடனே இங்கிருந்து வெளியேறி விடுங்கள் என்றார் யஸீத். பிறகு அவையோரைப் பார்த்துச் சொன்னார்: "இமாம் ஹுஸைனின் தாய் என்னுடைய தாயைவிடவும் எனக்கு உயர்வானவர். அவருடைய பாட்டனார் இறைத்தூதர் அவர்கள் மற்ற இறைத்தூதர்கள் அனைவரை விடவும் உயர்வானவர். மேலும், ஆதமின் எல்லா வம்சாவளியினருடைய தலைவருமாவார். அவரது தந்தையார் அலீ அவர்களுக்கும் என் தந்தையார் முஆவியா

இஸ்லாமிய வரலாறு மூன்றாம் பாகம் | 95

அவர்களுக்குமிடையே முரண்பாடுகள் இருந்தன. அதைப் போலவே நாங்களும் முரண்பட்டோம். அலீ, ஹுஸைன் இருவரும் யாருடைய தந்தையும் பாட்டனாரும் சிறந்தவர்களோ அவர்களே கலீஃபாவாக வேண்டும் என்று கூறுவார்கள். ஆனால், குர்ஆன், 'தான் நாடியவருக்கு அல்லாஹ் ஆட்சியைக் கொடுக்கிறான். அவன் நாடியவரிடமிருந்து அதைப் பறித்துக்கொள்கிறான்' என்கிறது"

தொடர்ந்து அவர், கைது செய்யப்பட்டவர்களை விடுவித்து அரண்மனையின் சிறப்பு விருந்தினர்களாக நடத்தினார். பெண்கள், அரண்மனையினுள் நுழைந்தனர். இமாம் ஹுஸைன் (ரலி) இறப்பை அறிந்த அரண்மனைப் பெண்கள் உடன்பிறந்த சகோதரிகள்போல் அழுதுகொண்டிருப்பதைக் கண்டனர். சில நாள்களுக்குப் பிறகு, அவர்கள் அனைவரும் மதீனாவை நோக்கிப் புறப்பட்டனர்.

அனைத்துப் பொருளாதார உதவிகளையும் அவர்களுக்குச் செய்து கொடுத்தார் யஸீத். இமாம் ஸெய்னுல் ஆபிதீனுக்கு எந்த உதவி தேவைப்பட்டாலும் செய்து தருவதாகவும் அவர் வாக்குறுதியளித்தார்.

உபைதுல்லாஹ் பின் ஸியாதின் விரக்தி : இமாம் ஹுஸைன் (ரலி) அவர்களைக் கொலை செய்ததற்காக, தான் கௌரவிக்கப்படுவோம் என்று நினைத்தார் உபைதுல்லாஹ். ஆனால் யஸீதோ, கர்பலா நிகழ்வுக்குப் பிறகு, ஸிலாம் பின் ஸியாதைக் குராசான் ஆளுநராக நியமித்தார். மேலும், பஸ்ராவுடன் இணைந்திருந்த சில பகுதிகளையும் ஸிலாமின் கீழ் கொண்டு வந்தார். இத்துடன், உபைதுல்லாஹ்வுக்கு எழுதிய ஒரு கடிதத்துடன் அவரை கூஃபாவுக்கு அனுப்பினார். அதில், 6,000 படை வீரர்களை ஸிலாமிடம் ஒப்படைக்கும்படி உத்தரவிட்டிருந்தார்.

உபைதுல்லாஹ், இமாம் ஹுஸைன் (ரலி) அவர்களைக் கொலை செய்த மாபெரும் தவறு குறித்துக் கவலைப்படத் தொடங்கினார். "ஹுஸைன் உயிருடனிருந்தால், யஸீதுக்கு நான் தேவைப்பட்டிருப்பேன்; எனது பதவியும் சிறப்பும் பாதுகாக்கப்பட்டிருக்கும். ஆனால், யஸீத் இப்போது பாதுகாப்பாக இருக்கிறார். என்னுடைய கட்டுப்பாட்டிலுள்ள எல்லைப் பகுதிகளையும் வீரர்களையும் எடுப்பதாக அவர் முடிவு செய்துவிட்டார்" என்று சொல்லத் தொடங்கினார்.

கூஃபா படையின் பொறுப்பை ஏற்றுக்கொண்ட ஸிலாம், படைத்தலைவர்களிடம் தன்னுடன் குராசானுக்கு வர விரும்புகிறவர்கள் யாரென்று கேட்டார். அனைவருமே இதற்கு விருப்பம் தெரிவித்தனர்.

படைத்தலைவர்கள் அனைவரும் ஸிலாமுடன் செல்ல விரும்புவதற்கான காரணத்தை அறிந்துகொள்ள இரவு நேரத்தில் தன்னுடைய தூதுவரை அனுப்பி வைத்தார் உபைதுல்லாஹ். “உபைதுல்லாஹ்வின்கீழ் இருந்ததால்தான் இறைத்தூதர் அவர்களின் குடும்பத்தின் குருதியில் தங்கள் கைகளைக் கறைப்படுத்திக்கொள்ள நேரிட்டது; ஸிலாமுடன் இணைந்தால், துருக்கியர்களுக்கும் மங்கோலியர்களுக்கும் எதிராக ஜிஹாத் செய்கிற வாய்ப்புக் கிடைக்கும்” என்று அவர்கள் பதில் சொன்னார்கள்.

மறுநாள், தேர்ந்தெடுக்கப்பட்டிருந்த 6,000 படைவீரர்களுடன் ஸிலாம் கூஃபாவிலிருந்து குராசானுக்குச் சென்றார். கர்பலா நிகழ்வுக்குப் பிறகு, உபைதுல்லாஹ்வுக்குக் கிடைத்தது கவலையும் அவமானமும் மட்டும்தான்.

கர்பலா நிகழ்வுகளைப் பதிவு செய்யும்போது இடர்மிகுந்த அதன் காலகட்டம் சார்ந்த ஆய்வு இன்றியமையாததாக உள்ளது. ஆனால், காலவரிசையைச் சரிவர ஒழுங்கமைப்பதில் சிக்கல் உள்ளது. மேலும், நிகழ்வுகள் குறித்து அதிகமான விளக்கங்களைச் சொல்வதன் மூலம் இந்நூல், பளு மிகுந்ததாகி விடக்கூடாது என்பதையும் கவனத்தில்கொள்ள வேண்டியதிருக்கிறது.

மக்கா, மதீனா நிகழ்வுகள் : அம்ர் பின் ஸஅதை மதீனாவிலிருந்து கூஃபாவுக்குச் செல்லும்படி உத்தரவிட்ட யஸீத், வலீத் பின் உத்பாவை அதன் ஆளுநராக நியமித்தார். மதீனா ஆளுநரான வலீத் பின் உத்பாதான், அப்துல்லாஹ் பின் ஜஅஃபர் (ரலி) அவர்களின் வேண்டுகோள்படி இமாம் ஹுஸைன் (ரலி) அவர்களை மதீனாவுக்கு வரச்சொல்லி அழைப்பு விடுத்தவர். அப்துல்லாஹ் பின் ஜஅஃபர் (ரலி) தமது கடிதத்துடன் ஆளுநரின் அழைப்பையும் சேர்த்து, தம் பிள்ளைகளான அவன், முஹம்மத் ஆகியோரிடம் கொடுத்து இமாம் ஹுஸைன் (ரலி) அவர்களிடம் அனுப்பி வைத்தார். இமாம் ஹுஸைன் (ரலி) அப்போது கூஃபாவுக்குச் சென்றுகொண்டிருந்தார்.

மக்காவின் ஆட்சிப் பொறுப்பிலிருந்த அப்துல்லாஹ் பின்

ஸுபைர் (ரலி), இமாம் ஹுஸைன் (ரலி) அவர்களின் மரணச் செய்தியை அறிந்ததும் மக்களைத் திரட்டி ஓர் உரை நிகழ்த்தினார். “பெருமக்களே! இராக்கியர்களைவிட இழிவானவர்களில்லை. கூஃபா மக்கள் அதை விடவும் கீழானவர்கள். அவர்கள் மீண்டும் மீண்டும் கடிதங்கள் எழுதி இமாம் ஹுசைனைத் தங்களிடம் வரவழைத்தனர். அவரது தலைமையை ஏற்று வாக்குறுதியளித்தனர். ஆனால், உபைதுல்லாஹ் கூஃபாவுக்கு வந்ததும் அவர்கள் ஹுசைனுக்கு எதிராக மாறிவிட்டனர். தொழுகையும் நோன்பும் குர்ஆன் ஓதுவதுமாக வாழ்ந்து வந்த, கிலாஃபத்துக்கு முழுத் தகுதியுள்ள இமாம் ஹுசைனை அவர்கள் இரக்கமில்லாமல் கொன்றுவிட்டனர்.”

உரை நிகழ்த்திக்கொண்டிருந்த அப்துல்லாஹ் பின் ஸுபைர் (ரலி) மனமுடைந்து கண்ணீர் விட்டு அழுதார். “கிலாஃபத்துக்குத் தகுதியானவர் உங்களைத் தவிர இப்போது யாருமில்லை. ஆகவே, கலீஃபாவாக உங்களைத் தேர்வு செய்கிறோம். கைகளை நீட்டுங்கள் வாக்குறுதியளிக்கிறோம்” என்றனர் மக்கள்.

இத்தகவலை அறிந்துகொண்ட யஸீத், ஒரு வெள்ளி மாலையைக் கொண்டு வரச் செய்தார். “இதை மதீனாவிலிருக்கும் வலீத் பின் உத்பாவிடம் கொண்டுபோய்க் கொடுங்கள். அவர் இதை மக்காவுக்கு எடுத்துச்சென்று, அப்துல்லாஹ் பின் ஸுபைரின் கழுத்தில் அணிவித்து அவரைக் கைது செய்ய வேண்டும்” என்று உத்தரவிட்டு இரண்டு பேரை அனுப்பி வைத்தார்.

பிறகுதான் யஸீத் யோசித்தார். அப்துல்லாஹ் பின் ஸுபைரின் கழுத்தில் அதை அணிவிப்பது என்பது எளிதான விஷயமல்ல. யஸீதின் உத்தரவை நிறைவேற்றுவதில் வலீதுக்கும் விருப்பமில்லை. அப்துல்லாஹ் பின் ஸுபைர் (ரலி) அவர்களைத் தோல்வியடையச் செய்வது குறித்தும் அதே நேரத்தில் இறையில்லமான கஅபாவில் இரத்தம் சிந்துவதைத் தவிர்ப்பதும் குறித்து யஸீத் தொடர்ந்து யோசித்தார்.

ஹிஜ்ரீ 61 துல்ஹிஜ்ஜா மாதம் அனைத்துப் பகுதிகளிலுமிருந்து மக்கள் திரள்திரளாக வந்து மக்காவில் குவியத் தொடங்கினர். மதீனா ஆளுநரான வலீத் பின் உத்பா, யஸீதின் சார்பில் பயணக் குழுத் தலைவராக மக்காவுக்கு வந்தார். மக்காவில் அப்துல்லாஹ் பின்

ஸுபைர் (ரலி) ஹஜ் தலைவராக இருந்தார். எந்தப் பிரச்சினைக்கும் இடமில்லாத வகையில் அவரவர் குழுக்களுடன் இருவரும் ஹஜ் கடமையை நிறைவேற்றினர்.

அப்துல்லாஹ் பின் ஸுபைர் (ரலி) அவர்களைக் கைது செய்வதன்மூலம் யஸீதின் உத்தரவை நிறைவேற்ற வேண்டிய பொறுப்பு வலீத் பின் உத்பாவுக்கு இருந்தது. அவர் அதைப் பற்றி யோசிக்கத் தொடங்கினார். வலீதின் திட்டத்தை அப்துல்லாஹ் பின் ஸுபைர் (ரலி) அறிந்து கொண்டார். அவர் ஹஜ் கடமையை நிறைவேற்றிய பிறகு யஸீதுக்கு ஒரு கடிதமெழுதினார். அதில், "உங்கள் உறவினர் வலீத் ஒரு மூடன். தனது மூடத்தனத்தால் அவர் அனைத்தையும் பாழ்படுத்துகிறார். நீங்கள் வேறு யாரையாவது ஆளுநராக நியமிக்க வேண்டும்" என்று குறிப்பிட்டார்.

கடிதம் யஸீதைப் பெரிதும் கலவரப்படுத்தியது. அதே நேரம், அப்துல்லாஹ் பின் ஸுபைர் தனக்கெதிரான மனநிலையில் இல்லை என்றும் தன்னை அவர் எதிர்க்கவில்லை என்றும் முடிவு செய்தார். ஏற்கனவே, மர்வான் பின் ஹகமும் இதுபோன்ற முறைப்பாட்டை முன் வைத்திருந்த நிலையில், அப்துல்லாஹ் பின் ஸுபைர் (ரலி) அவர்களின் கடிதத்தை அவர் உண்மை என்றே நம்பிவிட்டார். ஆகவே, வலீத் பின் உத்பாவைப் பதவி நீக்கம் செய்து விட்டு, உஸ்மான் பின் முஹம்மத் அபூசுஃப்யானை மக்கா, மதீனா நகர்களின் ஆளுநராக நியமித்தார்.

மதீனாவுக்கு வந்த உஸ்மான் பின் முஹம்மத் மது அருந்தத் தொடங்கினார். மக்களை இது பெரிதும் அதிருப்திக்குள்ளாக்கியது. உஸ்மான் ஹிஜ்ரீ 62 இல் மதீனாவுக்கு வந்தார். சில நாட்களுக்குப் பிறகு அவர், பத்து பேரைத் தேர்வு செய்து அவர்களை யஸீதிடம் டமாஸ்கஸுக்கு அனுப்பினார். இத்தூதுக் குழுவில் முன்திர் பின் ஸுபைர், அப்துல்லாஹ் பின் ஹன்ழலா, அப்துல்லாஹ் பின் அம்ர் பின் ஹஃப்ஸ் ஆகியோரும் இருந்தனர்.

டமாஸ்கஸை அடைந்த தூதுக்குழுவினரை யஸீத் பெரும் விமரிசையுடன் வரவேற்று உபசரித்தார். மேலும், முதல் நிலை விருந்தினர் இருவருக்கும் ஆளுக்கு ஒரு லட்சம் திர்ஹம்களும் மற்றவர்களுக்குப் பத்தாயிரம் திர்ஹம்களும் பரிசளித்து அவர்களை வழியனுப்பி வைத்தார். டமாஸ்கஸில் யஸீத், பாட்டும்

கேளிக்கைகளுமாக ஆர்ப்பாட்டமான நேர்மையற்ற நடவடிக்கைகளில் ஈடுபட்டிருப்பதை அவர்கள் கண்டனர். எப்படியேனும் கிலாஃபத் பொறுப்பிலிருந்து யஸீதை அகற்றி விடுவது என்ற உறுதியுடன் அவர்கள் திரும்பி வந்தனர்.

டமாஸ்கசிலிருந்து ஒன்பது பேர் மதீனாவுக்குத் திரும்பி வர, முன்திர் பின் ஸுபைர், கூஃபாவிலுள்ள தனது நண்பரான உபைதுல்லாஹ்வைக் காணச் சென்றார். மதீனாவுக்குத் திரும்பி வந்த அப்துல்லாஹ் பின் ஹன்ழலாவையும் தோழர்களையும் டமாஸ்கஸின் நிலைமைகள் குறித்து அறிந்துகொள்ளும் ஆவலுடன் மக்கள் சூழ்ந்து கொண்டனர்.

யஸீதின் கிலாஃபத்துக்கு எதிர்ப்பு : யஸீத் நேர்மையற்ற உலகியல் இன்பங்களில் மூழ்கிக் கிடப்பதாலும் அவர் ஒரு முஸ்லிம் என்பது சந்தேகத்திற்குரியதாக இருப்பதாலும் கிலாஃபத்துக்குத் தகுதியற்றவர் என்ற அப்துல்லாஹ், முஸ்லிம்கள் அவருக்கெதிராக ஜிஹாத் அறிவிக்க வேண்டும் என்றார்.

மதீனா மக்கள் அவரிடம், யஸீத் அளித்த ஏராளமான பரிசுகளை நீங்கள் பெற்றுக்கொண்டதாக அறிந்தோம் என்றனர். அவரை எதிர்க்கும் ஆற்றல் இல்லாத நிலையில்தான் அதைப் பெற்றுக்கொண்டோம் என்றார் அப்துல்லாஹ். இதையறிந்த மக்கள் யஸீதை மிகவும் வெறுத்தனர். அவரைப் பதவியிலிருந்து அகற்ற வேண்டுமென்று அப்துல்லாஹ் முன்மொழிந்தார். குறைஷிகள், அப்துல்லாஹ் பின் முஉத்தியையும் அன்சார்கள், அப்துல்லாஹ் பின் ஹன்ழலாவையும் தங்கள் தலைவர்களாக ஏற்று யஸீதின் கிலாஃபத்தை மறுத்தனர்.

உஸ்மான் பின் முஹம்மதும் மதீனாவிலிருந்த ஏறத்தாழ ஆயிரம் பேர்கொண்ட உமய்யா வம்சத்தாரும் இதையறிந்தனர். அவர்களில் சிலர் மதீனாவை விட்டு வெளியேறினர். சிலர் மர்வான் பின் ஹகமின் வீட்டில் தஞ்சமடைந்தனர்.

மதீனாவாசிகள், கிடைத்த உமய்யா வம்சத்தினர் அனைவரையும் கைது செய்தனர். மர்வானின் மகன் அப்துல் மலிக்கைக் குறித்து அவர்கள் எதுவும் சொல்லவில்லை. மதீனாவின் கல்வியாளரான ஸயீத் பின் அல்முஸய்யிப் என்பவரின் பாதுகாப்பில் அவர் இருந்து வந்தார். மஸ்ஜிதிலிருந்து மிக அபூர்வமாகவே அவர் வெளியில்

வருவார். மறை நடவடிக்கைகளில் பெரும் ஈடுபாடுள்ளவராக இருந்தார். இறையச்சமும் நன்னடத்தைகளும் கொண்டவர்.

உமய்யா வம்சத்தார் டமாஸ்கசிலிருந்த யஸீதுக்கு மதீனாவின் நிலைமைகள் குறித்து அறிவித்தனர். உடனே யஸீத், கூஃபாவில் உபைதுல்லாஹ்வைக் காணச் சென்றிருந்த முன்திர் பின் ஸுபைர் மீண்டும் மதீனாவுக்குள் நுழைவதைத் தடை செய்யும் நோக்கத்துடன் உடனடியாக அவரைக் கைது செய்யும்படி உபைதுல்லாஹ்வுக்கு உத்தரவிட்டார்.

இமாம் ஹுசைனைக் கொன்ற பிரச்சினையில் உபைதுல்லாஹ்வும் யஸீதும் பரஸ்பரம் கசப்புணர்வுகளுடனிருந்தனர். அவர், முன்திரை உடனடியாக மதீனாவுக்கு அனுப்பி விட்டு, அவர் மதீனாவுக்குச் சென்ற பிறகுதான் கடிதம் கிடைத்தது என்று பதிலெழுதினார்.

மதீனாவுக்கு வந்து சேர்ந்த முன்திர், அப்துல்லாஹ் பின் ஹன்ழலாவிடமும் அப்துல்லாஹ் பின் முஉத்தியிடமும் கிலாஃபத்துக்காக அலீ பின் ஹுசைனின் (இமாம் ஸெய்னுல் ஆபிதீன்) கைகளில் வாக்குறுதியளிக்குமாறு கூறினார். பின்னர் ஒரு குழுவினருடன் அலீ பின் ஹுசைனிடம் சென்றார். அலீ பின் ஹுஸைன் வெளிப்படையாகவே மறுத்து விட்டார். தம் தந்தையார், பாட்டனார் இருவருமே கிலாஃபத்துக்காக உயிரிழந்தனர் என்றும் ஆகவே, தான் அதை விரும்பவில்லை என்றும் சொன்னார். இத்துடன் அலீ பின் ஹுஸைன் மதீனாவுக்கு வெளியே இருக்கும் ஒரு சிற்றூருக்குச் சென்று அங்கேயே வசித்து வந்தார்.

மர்வான், மற்ற உமய்யா கிளையினருடன் அவரது வீட்டிலேயே சிறை வைக்கப்பட்டிருந்தார். அவர், தனது மகன் அப்துல் மலிக் மூலம் ஸெய்னுல் ஆபிதீன் செய்தது சரியானதே என்றும் அவரிடமிருந்து மேலும் சில உதவிகள் தங்களுக்குத் தேவைப்படுகிறது என்றும் சில விலையுயர்ந்த பொருள்களுடன் ஒரு தகவல் அனுப்பினார். கூடவே, தனது வீட்டில் இடமில்லாததால், தங்கள் குடும்ப உறுப்பினர்கள் சிலரை இமாம் ஸெய்னுல் ஆபிதீன் தனது பொறுப்பில் வைத்துக்கொள்ள வேண்டுமென்றும் கேட்டுக்கொண்டார். அவரும் அவ்வேண்டுகோளை ஏற்றார். மர்வான் பின் ஹகம் தமது குடும்பத்தையும் சில மதிப்புமிக்க பொருள்களையும் சிற்றூரிலிருந்த இமாம் ஸெய்னுல் ஆபிதீனிடம் அடர்ந்த ஓர் இருளின் மறைவினூடே

அனுப்பி வைத்தார்.

இமாம் ஸெய்னுல் ஆபிதீன் மதீனாவின் நிலைமைகள் குறித்து யஸீதுக்கு விளக்கமாக ஒரு கடிதம் எழுதினார். அதில், தான் யஸீதுக்கு நம்பிக்கையுடையவராக இருப்பதாகவும் உமய்யா வம்சத்தாரைப் பாதுகாக்கவும் அவர்களுக்கான உதவிகளைச் செய்யவும் தன்னாலியன்ற முயற்சிகள் அனைத்தையும் செய்வதாகவும் குறிப்பிட்டார். மதீனாவின் நிலைமையை நன்கறிந்து கொண்ட யஸீத், நுஅமான் பின் பஷீர் அன்சாரி (ரலி) அவர்களை அழைத்து மதீனாவுக்குச் சென்று நிலைமையை மக்களிடம் விளக்கி தங்களுடைய மோசமான நடவடிக்கைகளை நிறுத்திக் கொள்ளவும், மதீனாவில் இரத்தம் சிந்தும் ஒரு நிலைமையை உருவாக்கிவிட வேண்டாம் என்று கேட்டுக்கொள்ளவும் சொன்னார். மேலும், அப்துல்லாஹ் பின் ஹன்ழலாவிடம் தன்னிடம் வந்து அன்பளிப்புகளையும் பரிசுகளையும் மகிழ்ச்சியுடன் பெற்றுக்கொண்டு மதீனாவுக்குச் சென்ற பிறகு எதிரியாக மாறிவிட்டது குறித்துப் பேசவும் கேட்டுக்கொண்டார்.

அப்துல்லாஹ்வுக்கு அளிக்கப்பட்ட வாக்குறுதியைத் திரும்பப்பெற்று, அவர் இறைமறுப்பாளர் என்று தீர்ப்பு வழங்குவது மக்களிடையே கிளர்ச்சியை உருவாக்கி விடும் என்பதால், அதை அவர் விரும்பவில்லை. மேலும், இமாம் ஸெய்னுல் ஆபிதீனிடம் சென்று அவரது அரசுப்பற்றையும் செயல்களையும் குறிப்பிட்டு அவர் அனுப்பிய தகவல்களின்படி நிச்சயம் செய்து முடிக்கப்படும் என்று சொல்லி, அவருடனிருக்கும் உமய்யா வம்சத்தாரிடம் மதீனாவில் பிரச்சினையை உருவாக்கிய அந்த இருவரையும் கொன்றாவது நீங்கள் தீர்த்திருக்க வேண்டுமென்று ஸெய்னுல் ஆபிதீன் சொல்ல வேண்டும் என்றும் கேட்டுக்கொண்டார்.

உத்தரவுகளை ஏற்றுகொண்ட நுஅமான் பின் பஷீர் (ரலி), ஓர் ஒட்டகத்தில் மதீனாவுக்குச் சென்றார். அங்கே சென்று யஸீதின் விளக்கங்களை மக்களிடம் எவ்வளவோ எடுத்துச்சொல்லியும் பலன் கிடைக்கவில்லை. விரக்தியுடன் அவர் டமாஸ்கஸுக்குத் திரும்பினார்.

மதீனா மக்களை அரசுக்குக் கீழ்ப்படியச் செய்தாக வேண்டும். அல்லது அவர்களை அடக்கியொடுக்க வேண்டுமெனும் உத்தரவுடன்

1000 குதிரை வீரர்களை முஸ்லிம் பின் உக்பாவின் தலைமையில் மதீனாவுக்கு அனுப்புவதாக முடிவு செய்தார் யஸீத்.

தான் அரசுப்பற்றுடையவனாக இருப்பினும் தற்போது உடல்நிலை சரியில்லை என்பதால் அதை ஏற்க இயலாத நிலையிலுள்ளேன் என்றார் முஸ்லிம் பின் உக்பா. உடல்நிலை சரியாக இருக்கும் மற்றவர்களைவிடவும் இதற்கு நீர்தான் மிகப்பொருத்தமானவர் என்றார் யஸீத். அவரது வற்புறுத்தலுக்கிணங்க, 1000 வீரர்களுடன் யஸீத் உத்தரவிட்ட மூன்றாம் நாள், முஸ்லிம் பின் உக்பா டமாஸ்கஸிலிருந்து மதீனாவுக்குப் புறப்பட்டார்.

வழியனுப்பும் வேளையில் யஸீத் வலியுறுத்திச் சொன்னார்: “இயன்றவரைக்கும் மென்மையான முறைகளில் மதீனா மக்களைக் கீழ்ப்படியச் செய்ய வேண்டும். தவிர்க்க முடியாத நிலை ஏற்படுமெனில், அடக்குமுறையைக் கையாண்டாவது அவர்களை ஒடுக்கியாக வேண்டும். இதற்கான அனைத்து அதிகாரங்களையும் உமக்கு வழங்குகிறேன். அரசின்மீது பற்றுள்ளவரான அலீ பின் ஹுஸைனுக்கு இடையூறுகள் ஏற்படாமல் கவனம் செலுத்த வேண்டும். கிளர்ச்சியில் தனக்கு எந்தத் தொடர்புமில்லை என்று அவர் எழுதிய கடிதம் என்னிடமிருக்கிறது. உமது உடல் நிலை மோசமாகவோ உத்தரவிடுவதில் இயலாமையோ ஏற்பட்டால் உமது பொறுப்பில் ஹஸீன் பின் நுமைரை நியமிக்கலாம். அவரை உமது உதவியாளராகவும் நீர் நியமித்துக்கொள்ளலாம்.”

படைகளை மதீனாவுக்கு அனுப்பி வைத்த யஸீத், ஒரு தூதுவனிடம் உபைதுல்லாஹ்வுக்கு ஒரு கடிதம் அனுப்பினார். அதில், “கூஃபாவிலிருந்து ஒரு படையைத் திரட்டிக்கொண்டு உடனடியாக மக்காவுக்குச் செல்வீராக. அங்கே, அப்துல்லாஹ் பின் ஸுபைரால் ஏற்பட்டுள்ள அரசுக்கெதிரான கிளர்ச்சிகள் அனைத்தும் வேருடன் களையப்பட வேண்டும்” என்று உத்தரவிட்டிருந்தார்.

ஏற்கனவே நான் இமாம் ஹுஸைன் அவர்களைக் கொன்றேன். இந்நிலையில் கஅபாவும் என்னால் பாதித்து விடக்கூடாது. ஆகவே, நான் இதை ஏற்க மறுக்கிறேன். இந்தப் பணியை வேறு யாரிடமாவது ஒப்படையுங்கள் என்று பதிலெழுதினார் உபைதுல்லாஹ்.

முஸ்லிம் பின் உக்பா தனது படையுடன் மதீனாவை நோக்கிப் புறப்பட்ட தகவலை அறிந்ததும், நகர மக்கள்

அப்துல்லாஹ் பின் ஹன்ழலாவிடம், "டமாஸ்கஸிலிருந்து படைகள் வந்தால் மதீனாவிலுள்ள உமய்யா வம்சத்தார் அவர்களுடன் சேர்ந்துகொள்வார்கள். இதன்மூலம், மிகப் பெரிய உள்நாட்டுக் கலவரம் உருவாகி விடும். ஆகவே, அவர்கள் மதீனாவுக்குள் நுழைவதற்குள் இங்கிருக்கும் உமய்யா வம்சத்தார்களைக் கொன்று விடுவது நல்லது" என்றனர்.

அப்துல்லாஹ் பின் ஹன்ழலா சொன்னார்: "உமய்யா வம்சத்தாரைக் கொலை செய்தால், இதைக் காரணம் காட்டி யஸீதும் உபைதுல்லாஹ்வும் சிரியர்களுடனும் இராக்கியர்களுடனும் படையெடுத்து வருவார்கள். ஆகவே, உமய்யா வம்சத்தினரை அழைத்து நமக்கு எதிராகப் போரிடவோ படையெடுப்பாளர்களுக்கு உதவவோ மாட்டோம் என்று வாக்குறுதி பெற வேண்டும். பிறகு, அவர்களை மதீனாவைவிட்டு வெளியேற்ற வேண்டும்." இம்முடிவை அனைவரும் ஏற்றுக்கொண்டு அதன்படியே செயல்படுத்தப்பட்டது.

மதீனா நகரிலிருக்க முழுச் சுதந்திரம் அளிக்கப்பட்டிருந்த அப்துல் மலிக் பின் மர்வானைத் தவிர, நகரிலிருந்து வெளியேற்றப்பட்டவர்கள், முஸ்லிம் பின் உக்பாவின் படையை வாதில்குராவில் சந்தித்தனர். அவர்களிடம் முஸ்லிம் பின் உக்பா, மதீனாவை எந்தப் பகுதியிலிருந்து தாக்குவது பாதுகாப்பாக இருக்குமென்று கேட்டார். தங்களது உடன்படிக்கையை மனதில்கொண்ட அவர்கள் இதற்குப் பதில் சொல்ல தங்களால் இயலாதென்று மறுத்தனர்.

உங்களில் உறுதிமொழிக்கு உட்படாதவர் யாராவது இருக்கிறீர்களா என்று கேட்டார் முஸ்லிம் பின் உக்பா. அப்துல் மலிக் பின் மர்வான் மட்டும்தான் உறுதிமொழிக்கு உட்படாதவர் என்றும் அவர் மதீனாவில் இருப்பதாகவும் அவர்கள் தெரிவித்தனர். முஸ்லிம் பின் உக்பா, "அப்துல் மலிக் இளம் வயதினர். போர்த்தந்திரங்களில் நல்ல தேர்ச்சிபெற்ற வயது முதிர்ந்த ஒருவர்தான் தனக்குத் தேவை" என்றார். முதியவரைவிட இந்த இளைஞர் சிறந்தவர் என்றனர் அவர்கள். ஒருவரை மதீனாவுக்கு அனுப்பி அப்துல் மலிக்கைத் தொடர்பு கொண்டார் முஸ்லிம் பின் உக்பா. அவர், "நீங்கள் மதீனாவின் அருகில் வந்ததும், கலீஃபா யஸீத் உங்களைக் கண்ணியமானவர்கள் என்று கருதுகிறார். உங்கள் இரத்தம் மதீனா மண்ணில் சிந்துவதை அவர் விரும்பவில்லை. ஆகவே, நீங்கள் கிலாஃபத்துக்குக் கீழ்ப்படிய

வேண்டும். அல்லது, எங்கள் வாட்களை நாங்கள் உறையிலிருந்து உருவ வேண்டிய கட்டாயத்திற்குள்ளாவோம் என்று மக்களுக்கு ஒரு செய்தி அனுப்புங்கள்" என்றார்.

செய்தியை அனுப்பிவிட்டு முஸ்லிம் பின் உக்பா மூன்று நாள்கள் காத்திருந்தார். மதீனா மக்கள் போருக்கான ஏற்பாடுகளில் ஈடுபட்டனர். இறுதியில், ஹர்ராவின் அருகினூடே அவர் மதீனாமீது போர்த் தொடுத்தார்.

நகர மக்கள் வீரத்துடன் எதிர்கொண்டு, சிரியப் படைவீரர்களைப் புறமுதுகிடச் செய்தனர். ஆயினும், முஸ்லிம் பின் உக்பாவின் வீரமும் போர் அனுபவமும் மதீனா மக்களைத் தோற்கடித்தது. அப்துல்லாஹ் பின் ஹன்ழலா, ஃபுளைல் பின் அப்பாஸ், முஹம்மத் பின் ஸாபித், அப்துல்லாஹ் பின் ஸைத், முஹம்மத் பின் அம்ர், வஹப் பின் அப்துல்லாஹ், ஸுபைர் பின் அப்துர் ரஹ்மான், அப்துல்லாஹ் பின் நவ்ஃபல் ஆகியோரும் மதீனாவின் மேலும் பல தலைவர்களும் போரில் உயிர்த்தியாகம் செய்தனர்.

வெற்றியடைந்த படைகள் மதீனாவுக்குள் ஊடுருவின. கொள்ளையும் தீ வைப்புமாக மூன்று நாள்களாக நடந்த பெரும் கொடுமைகளை முஸ்லிம் பின் உக்பா தலைமையேற்று நடத்தினார். போருக்கும் தொடர்ந்து நடந்த கொடுமைகளுக்கும் இரையாகி 1000 பேர் உயிரிழந்தனர். இதில் குறைஷிகள் மற்றும் அன்சார்களில் மேன்மை மிக்க 300 பேர் உட்படுவார்கள்.

நான்காவது நாள், முஸ்லிம் பின் உக்பா தன்னிடம் வாக்குறுதியளிக்கும்படி மக்களுக்கு உத்தரவிட்டார். வாக்குறுதியளித்தவர்கள் உயிர் தப்பினர். மறுத்தவர்கள் கொலை செய்யப்பட்டனர். முஸ்லிம் பின் உக்பா மதீனாவுக்குள் நுழைந்த ஹிஜ்ரீ 63 துல்ஹிஜ்ஜா மாதம் 27 அன்று முஹம்மத் பின் அப்துல்லாஹ் பின் அப்பாஸ் பின் அப்துல் முத்தலிப் பிறந்தார். முஹம்மத் அபுல் அப்பாஸ் ஸஃப்ஃபா என்று அறியப்படும் இவர்தான் அப்பாசியரின் முதல் கலீஃபா. முஸ்லிம் பின் உக்பா, முன்திர் பின் ஸுபைரைப் பிடிக்கும்படி உத்தரவிட்டார். ஆனால் அவர் மக்காவுக்குத் தப்பித்துச் சென்றுவிட்டார்.

மக்கா முற்றுகையும் யஸீதின் இறப்பும் : மதீனாவைக் கீழ்ப்படுத்திய முஸ்லிம் பின் உக்பா தொடர்ந்து மக்காவை நோக்கி

முன்னேறினார். வழியில், அப்வாவில் வைத்து அவரது உடல்நிலை மோசமடைந்தது. ஹஸீன் பின் நுமைரை தனக்குப் பதிலாக நியமித்துவிட்டு அவர் இறந்துபோனார்.

மதீனாவிலிருந்து தப்பியோடியவர்கள் மக்காவில் ஒன்று திரண்டனர். அப்துல்லாஹ் பின் ஸுபைருக்கு உதவியாக இருப்பதையே கவாரிஜ்களும் விரும்பினர். அதே ஆண்டு ஹிஜாஸ் மக்கள் அனைவரும் அப்துல்லாஹ் பின் ஸுபைரின் கிலாஃபத்துக்கு வாக்குறுதியளித்தனர்.

ஹஸீன் பின் நுமைர் தமது படையுடன் மக்காவின் அருகில் வந்து யஸீதுக்குக் கீழ்ப்படியுமாறும் இல்லையெனில் மக்காவின்மீது போர்த்தொடுக்க இருப்பதாகவும் அப்துல்லாஹ் பின் ஸுபைர் (ரலி) அவர்களுக்குத் தகவல் அனுப்பினார்.

அப்துல்லாஹ் பின் ஸுபைர் (ரலி) போருக்கான முன்னேற்பாடுகளில் ஈடுபட்டார். மதீனாவிலிருந்து வந்திருந்த தமது சகோதரர் முன்திர் பின் ஸுபைர் (ரலி) அவர்களை ஒரு படைப்பிரிவுக்குத் தலைவராக நியமித்தார்.

போர்க்களத்தில் முதலாவதாக வந்து சிரியர்களுக்கு அறைகூவல் விடுத்தவர் முன்திர்தான். போரின் தொடக்க நிலையில் அவர் பல சிரியர்களை வீழ்த்தினார். பிறகு, முழு அளவில் தொடங்கிய போர், முடிவு தெரியாமல் மாலைவரை தொடர்ந்தது. ஹிஜ்ரீ 64 முஹர்ரம் மாதம் 27 ஆம் நாள் போர் தொடங்கியது.

மறுநாள், கஅபாவை இலக்காகக்கொண்டு மக்காவை முற்றுகையிட்ட ஹஸீன் பின் நுமைர், குபைஸ் மலைமீது பெரிய கவண்கள் அமைத்தார். ஹிஜ்ரீ 64 ரபீயுல் அவ்வல் மாதம் 3 ஆம் நாள்வரை முற்றுகையும் கவண் மூலம் தீக்கல் எறிவதும் தொடர்ந்தது. சிரியர்கள், பருத்தியும் கந்தகமும் கலந்த எரியீட்டிகளைக் கொளுத்தி மக்காவின்மீது வீசத் தொடங்கினர்.

இதில், கஅபாவின் போர்வை எரிந்து அதன் சுவர்களும் நாசமாயின. இரண்டு கவண்கள் தொடர்ந்து கற்களையும் எரியீட்டிகளையும் ஏவின. மக்களுக்கு வீடுகளிலிருந்து வெளியே வர இயலாமல் போனது. பறந்து வந்து மோதும் கற்களால் கஅபாவின் சுவர்கள் பெயர்ந்தன. அதன் கூரை உட்புறமாகக்

சூழிந்தது. முற்றுகை தீவிரமடைந்தது. துணைப்படைகள் வந்ததுடன் எதிரிகளின் எண்ணிக்கை 5,000 ஆனது.

சிரியர்கள் அல்லாஹ்வின் இல்லத்தின்மீதும் மக்கா நகர்மீதும் கற்களை வீசிக்கொண்டிருந்த ரபீயுல் அவ்வல் பத்தாம் நாளன்று, மூன்று ஆண்டுகளும் எட்டு மாதங்களும் கலீஃபாக ஆட்சி புரிந்த யஸீத், ஹவாரின் நகரில் தனது 38 அல்லது 39 ஆவது வயதில் காலமானார். செய்தியை முதலில் அறிந்துகொண்ட அப்துல்லாஹ் பின் ஸுபைர் (ரலி) சிரியர்களைப் பார்த்து உரத்தக் குரலில் சொன்னார்: "துரதிர்ஷ்டக்காரர்களே, தீமையின் வழியில் சென்ற உங்கள் தலைவர்தான் இறந்துவிட்டாரே! இன்னமும் எதற்காகப் போரிடுகிறீர்கள்?"

ஹஸீன் பின் நுமைர் இதை நம்பவில்லை. அப்துல்லாஹ் பின் ஸுபைர் (ரலி) அவர்களின் போர்த் தந்திரங்களில் இதுவுமொன்று என்று நினைத்து விட்டார். மூன்றாவது நாள், கூஃபாவிலிருந்து வந்த ஸாபித் பின் கைஸ் நகயீ, யஸீத் இறந்ததைத் தெரிவித்தான். உடனடியாக, முற்றுகையை நிறுத்திவிட்டு படைகளை அணிவகுத்துத் திரும்பும்படி உத்தரவிட்டார் ஹஸீன். புறப்படும்போது, பத்தாவில் அப்துல்லாஹ் பின் ஸுபைரை மீண்டும் எதிர்கொள்ளும் தனது விருப்பத்தைச் செய்தியாக அனுப்பி வைத்தார்.

உடன்படிக்கை விதிகளின்படி அப்துல்லாஹ் பின் ஸுபைர் (ரலி) பத்து பேரையும், ஹஸீன் பின் நுமைர் பத்து பேரையும் தங்களுடன் அழைத்துச்சென்றனர். ஹஸீன் அவரிடம், "உங்களைக் கலீஃபாவாக ஏற்று வாக்குறுதியளிக்க நான் தயாராக இருக்கிறேன். என்னுடன் 5,000 சிரிய படைவீரர்கள் உள்ளனர். அவர்கள் எனக்குக் கீழ்ப்படிபவர்கள். தயவுசெய்து சிரியாவுக்கு வாருங்கள். சிரியர்கள் அனைவரையும் உங்களுக்கு வாக்குறுதியளிக்கச் சொல்கிறேன். ஹிஜாஸ் மக்கள் ஏற்கனவே உங்களுக்கு வாக்குறுதியளித்துள்ளனர். சிரியர்களும் வாக்குறுதியளித்தால் முழு இஸ்லாமிய உலகும் உங்களைக் கலீஃபாவாக ஏற்றுக்கொள்ளும்" என்றார்.

அப்துல்லாஹ் பின் ஸுபைர் (ரலி) தாம் ஏமாற்றப்படுவதாக நினைத்து ஏற்க மறுத்தார். செய்த தவறுக்கு தண்டிக்கப்படும்வரை சிரியர்களைத் தாம் மன்னிப்பதாக இல்லை என்றார்.

ஹஸீன் மிக மென்மையாக உரையாடியபோது, அப்துல்லாஹ்

பின் ஸுபைர் (ரலி) உரத்தக் குரலிலும் கடுமையாகவும் பதிலளித்தார். “நான் உங்களுக்குக் கிலாஃபத்தை அளிக்க விரும்புகிறேன். ஆனால், நீங்கள் என்னிடம் வெறுப்பாகவும் கடுமையான குரலிலும் பதிலளிக்கிறீர்கள்” என்ற ஹஸீன், அந்த இடத்தை விட்டகன்று தமது படையிடம் வந்து அணி வகுத்துச் செல்லும்படி உத்தரவிட்டார்.

தவறை உணர்ந்த அப்துல்லாஹ் பின் ஸுபைர் (ரலி) தம்மை சிரியாவுக்கு வர வற்புறுத்த வேண்டாம் என்றும் பதிலாக, மக்காவிலேயே வாக்குறுதியளிக்கக்கேட்டு ஹஸீனிடம் ஒரு தூதரை அனுப்பி வைத்தார். “நீங்கள் சிரியாவுக்கு வராமல் நமது எண்ணம் நிறைவேறாது” என்றார் ஹஸீன். அப்துல்லாஹ் பின் ஸுபைர் (ரலி) மறுத்து விட்டார். ஹஸீன் மக்காவிலிருந்து புறப்பட்டார்.

மதீனாவுக்கு அருகில் அவர் சென்றபோது, யஸீதின் இறப்புச் செய்தியைக் கேள்விப்பட்ட மதீனா மக்கள், மீண்டும் உமய்யா வம்சத்தினருக்கு எதிரான நடவடிக்கைகளை மேற்கொண்டு முஸ்லிம் பின் உக்பா நியமித்திருந்த ஆளுநரை மதீனாவைவிட்டு விரட்டி விட்டதாக அறிந்தார். மதீனாவின் அருகில் முகாம் அமைத்து ஹஸீன் தங்கினார். அப்போது கூச்சல் அடங்கியது. உமய்யா வம்சத்தினர் வந்து ஹஸீனின் படையுடன் இணைந்துகொண்டனர். தங்களையும் சிரியாவுக்கு அழைத்துச் செல்லும்படி அவர்கள் வேண்டுகோள் விடுத்தனர்.

மறுநாள் காலையில் அவர்கள் தங்களுடன் வரலாம் என்று உறுதியளித்த ஹஸீன், அன்றிரவு தங்களுடன் தங்கியிருக்கும்படி கேட்டுக்கொண்டார். இரவில் அவர், அலீ பின் ஹுசைனைத் தேடிச்சென்று அவரிடம் கூறினார்: “யஸீத் இறந்துவிட்டார். தற்போது இஸ்லாமிய உலகில் தலைவர்கள் யாருமில்லை. என்னுடன் சிரியாவுக்கு வாருங்கள். உங்களது கிலாஃபத்துக்கு வாக்குறுதியளிக்க நான் முழு உலகையும் தூண்டுகிறேன். இராக்கியர்கள்போல் சிரியர்களை எண்ணவேண்டாம். அவர்கள் உங்களை ஒருபோதும் காட்டிக்கொடுக்கமாட்டார்கள்; உங்களுக்கு இடையூறு செய்யமாட்டார்கள்.”

அலீ பின் ஹுஸைன் சொன்னார்: “எனது வாழ்நாளில் நான் வாக்குறுதி பெறுவதில்லை என்று அல்லாஹ்வுக்கு

ஒப்புதலளித்துள்ளேன். என்னைத் தனியாக விட்டுவிடுங்கள். கிலாஃபத்துக்கு வேறு யாரையேனும் தேர்வு செய்துகொள்ளுங்கள்." இதைச் சொல்லிவிட்டு அவர் சென்றுவிட்டார். ஹஸீன், உமய்யா வம்சத்தினரையும் அழைத்துக்கொண்டு சிரியாவுக்குப் புறப்பட்டார்.

யஸீதின் வெற்றிகள்: யஸீதின் ஆட்சியின்போதுள்ள மிக முக்கியமான ஒன்று அவர் பெற்ற வெற்றிகள். கைர்வான் (வட மத்திய துனீசியா) நகரின் நிறுவனரான உக்பா பின் நஃபீ என்பவர், வட ஆப்பிரிக்காவிலிருந்து புறப்பட்டு டமாஸ்கஸிலிருந்த முஆவியா (ரலி) அவர்களிடம் அபுல் முஹாஜிர் என்பவருக்கு எதிராக முறையீடு செய்தார்.

அனைத்துப் படைகளையும் உக்பாவின் தலைமையில் வட ஆப்பிரிக்காவுக்கு அனுப்புவதாக முஆவியா (ரலி) உறுதியளித்தார். ஆனால், முஆவியா (ரலி) தமது பொறுப்பை நிறைவேற்றுவதற்குள் மரணம் முந்திக்கொண்டது. பிறகு, யஸீத் கலீஃபாவாக ஆனதும் தந்தையின் உறுதிமொழியை நிறைவேற்றினார். உக்பா, கைர்வானை அடைந்தார். அபுல் முஹாஜிரைக் கைது செய்தார். இதற்கான காரணம், அபுல் முஹாஜிர் தனது ஆட்சியின்போது நேர்மையற்ற முறையில் நடந்துகொண்டு உக்பாவை அவதூறு பேசி, அவரது பெயருக்கு இழுக்கேற்படுத்த முயற்சி செய்ததுதான்.

சிறையிலேயே அபுல் முஹாஜிரின் உயிர் பிரிந்தது. ஆயினும், இறப்பதற்குமுன் அவர் புதிதாக இஸ்லாத்தைத் தழுவிய பர்பர் இனத்தைச் சேர்ந்த குஸைலா என்பவரிடம் எச்சரிக்கையுடன் நடந்துகொள்ளுமாறு உக்பாவை அறிவுறுத்தினார். உக்பா இஸ்லாத்தைத் தழுவுவதற்குக் காரணம் அபுல் முஹாஜிர்தான். அவரது இயல்பையும் பழக்க வழக்கங்களையும் உக்பா நன்கறிவார். எனவே, அபுல் முஹாஜிரைச் சிறையில் வைத்திருக்கும் நிலையில் ஒரு வாய்ப்புக் கிடைத்தால் குஸைலா நிச்சயமாகப் பழி வாங்குவார் என்பதில் உக்பாவுக்கும் நம்பிக்கை இருந்தது. இருந்தும், உக்பா அதில் போதிய அக்கறை செலுத்தாமல் தனது படையின் ஒரு பிரிவுக்கு, குஸைலாவைத் தொடர்ந்து தலைவராக இருக்க அனுமதித்தார்.

ஹிஜ்ரீ 62இல், உக்பா தன் மகன்களை அழைத்து இறுதி

விருப்பத்தை அவர்களிடம் சொன்னார்: "நான் அல்லாஹ்வின் வழியில் ஜிஹாதுக்குச் செல்கிறேன். நான் தியாக மரணமடையவே விரும்புகிறேன்."

பிறகு அவர், கைர்வானின் பாதுகாவலுக்காக ஒரு சிறு படையை ஸுபைர் பின் கைஸ் பல்வி தலைமையில் நியமித்துவிட்டு, முஹாஜிர்களின் ஒரு படையுடன் வடக்கு நோக்கிப் புறப்பட்டார். அங்கே பகானா எனும் நகரில் ரோமானியப் படைகளுடன் எதிர்பாராத ஒரு போர் உருவானது. மிகக்கடுமையாக நடந்த அந்தப் போரின் முடிவில் ரோமானியர்கள் பின்வாங்கினர். மீண்டும் ரோமானியர்களுடனான ஒரு போர் அர்பா எனும் நகரில் நிகழ்ந்தது. இதிலும் ரோமானியர்கள் தோல்வியுற்றனர்.

முஸ்லிம்களின் வெற்றி கரைபுரண்டு வருவதைக்கண்ட ரோமானியர்கள், இன்னமும் இஸ்லாத்தைத் தழுவியிராத பர்பர்களைத் தங்களுடன் சேர்த்துக்கொண்டனர். அம்மாபெரும் ரோமானிய பர்பர் படைகள், சிறு முஸ்லிம் படைக்கெதிராகத் திரண்டன. கடுமையான ஒரு போரின் முடிவில் முஸ்லிம்கள் வெற்றி பெற்றனர். முஸ்லிம்கள் ரோமானியருக்கு எதிரான இறுதிப் போரைத் தாஞ்சியர் நகரில் நடத்தினர். இதில், உக்பா பின் நஃபீயிடம் ரோமானிய ஆளுநர் சரணடைந்தான். அவனை விடுதலை செய்த உக்பா, நகருக்கு எந்தச் சேதமும் விளைவிக்காமல் மேலும் தொடர்ந்து சென்றார். மொராக்கோவின் முழு எல்லைப்பகுதிகளையும் வெற்றிகொண்டு அட்லான்டிக் சமுத்திரத்தின் கரையை அடைந்ததும், "அல்லாஹ்வே! எனது வழியில் கடல் குறுக்கிடாதிருந்தால் நான் உனது வழியில் போரிட்டுக்கொண்டே நிலத்தின் எல்லைவரை சென்றிருப்பேனே" என்றார்.

உக்பாவின் தியாக மரணம் : உக்பா, கைர்வானுக்குத் திரும்புவது குறித்துச் சிந்தித்தார். வடஆப்பிரிக்காவின் அனைத்துப் பகுதிகளும் முஸ்லிம்களின்கீழ் வந்திருந்தன. அவர் திரும்பி வரும்போது தமது படைகளைப் பல்வேறு சிறு பிரிவுகளாக்கி அனுப்பி வைத்துவிட்டு ஒரு பிரிவைத் தம்முடன் வைத்துக் கொண்டார். வழியில், தண்ணீர் கிடைக்காத ஒரு இடத்துக்கு அவர்கள் வந்து விட்டனர். வீரர்கள் தாகத்தால் அவதிப்பட்டனர். உயிரிழப்புகளும் நேர்ந்தன. உக்பா, அல்லாஹ்விடம் பிரார்த்தனை செய்தார். அவரது குதிரை தன்

குளம்புகளை தரையில் அடிக்கத் தொடங்கியது. ஆச்சரியப்படும் விதமாக அந்த இடத்திலிருந்து ஒரு நீரூற்று வெடித்துக் கிளம்பியது.

அந்த இடம் மாஉல் ஃபரஸ் (குதிரைக்காரனின் நீர்) எனும் பெயரில் அறியப்படுகிறது. தமது சிறு படையுடன் அங்கிருந்து புறப்பட்ட உக்பா, ஹத்தூஸா எனுமிடத்தை அடைந்தபோது, அவரது சிறு படையைக் கண்ட ரோமானியர்களும் பர்பர்களும் தாங்கள் ஏற்கனவே சரணடைந்திருந்தும் எதிர்த்துப் போரிட முன்வந்தனர்.

உக்பாவுடனிருந்த குஸைலாவுக்கு இது ஒரு வாய்ப்பாக அமைந்தது. அவர் உக்பாவை விட்டுப் பிரிந்து ரோமானியருடன் சேர்ந்து, தன்னுடைய பர்பர் இன மக்களைத் தூண்டிவிட்டார். ஒரு பெரும்படையுடன் வந்து உக்பாவின் சிறு படையை வளைத்துக்கொண்டார். மிகச்சிறு அளவிலான முஸ்லிம்கள் தங்கள் வாட்களை உருவினர். பெருமளவிலான ரோமானியர்களையும் பர்பர்களையும் அவர்கள் கொன்று குவித்தனர். பின்னர், ஒருவர் பின் ஒருவராக உயிர்த்தியாகம் செய்தனர். அல்லாஹ்வின் வழியில் உயிர்த்தியாகம் செய்யும் உக்பா பின் நஃபீயின் விருப்பம் இதன்மூலம் நிறைவேறியது.

குஸைலா தனது பெரும் படையுடன் கைர்வானை நோக்கி அணிவகுத்துச் சென்றார். உக்பா இறந்துபோய் விட்டார்; பெரும் படையொன்று கைர்வானை நோக்கி வந்துகொண்டிருக்கிறது என்ற செய்தியை அறிந்த ஸுபைர் பின் கைஸ் போருக்கான ஏற்பாடுகளைச் செய்தார். ஆனால், படைக்குள் எழுந்த கருத்து வேறுபாடுகளையும் ஒற்றுமையின்மையையும் கைஸால் கட்டுப்பாட்டுக்குள் வைக்க இயலவில்லை. இதனால் அவர் கைர்வானிலிருந்து வெளியேற நிர்ப்பந்திக்கப்பட்ட நிலையில் பர்க்காவை நோக்கிச் சென்றுவிட்டார். குஸைலா கைர்வானைக் கைப்பற்றினார்.

யஸீதின் கிலாஃபத் ஒரு பார்வை : யஸீத் ஏறத்தாழ மூன்று ஆண்டுகளும் ஒன்பது மாதங்களும் ஆட்சி புரிந்தார். இக்காலகட்டத்தில் வடஆப்பிரிக்காவுக்கு வெளியே எந்த எல்லைப் பகுதிகளும் முஸ்லிம்களின்கீழ் வரவில்லை. குறிப்பிட்டுச் சொல்வதானால், முஆவியா (ரலி) அவர்களின் இருபதாண்டு கால ஆட்சியைத் தொடர்ந்து உள்நாட்டுப் போரின், முரண்பாடுகளின்

காலம் தொடங்கியது. யஸீதின் கிலாஃபத்மீதான மாபெரும் அதிருப்தி, இமாம் ஹுஸைன் (ரலி) அவர்களின் மரணம்தான். இது, அவருடைய பிற குறைபாடுகளையும் உச்சத்துக்குக் கொண்டு வந்தது. கர்பலாவில் இமாம் ஹுஸைன் (ரலி) மீது நிகழ்த்தப்பட்ட கொடுமைகளின் பின்னணிகளை நேர்மையான முறையில் ஆய்வுக்குட்படுத்த வேண்டிய தேவை இதில் தவிர்க்க இயலாதது.

முகீரா பின் ஷுஅபாவின் தூண்டுதலின் காரணமாகவே முஆவியா (ரலி), யஸீதைத் தமது பிரதிநிதியாக நியமித்தார். இல்லையெனில், தம் மகனைக் கலீஃபாவாக நியமிக்க அவர் ஒருபோதும் முன்வந்திருக்கமாட்டார். அந்த எண்ணத்தை முதன் முதலில் அவரிடம் உருவாக்கியவரும் முகீராதான். இது, நபி வழி கிலாஃபத் மரபுக்கும் இஸ்லாமிய மக்களாட்சிக்கும் முற்றிலும் எதிரானது. இதற்கான எதிர்ப்பு உடனடியாகவே மதீனாவில் ஆரம்பித்தது.

அப்துர் ரஹ்மான் பின் அபூபக்ர், அப்துல்லாஹ் பின் உமர், அப்துல்லாஹ் பின் ஸுபைர், இமாம் ஹுஸைன் (ரலி) ஆகியோர் இதைக் கடுமையாக எதிர்த்தனர். மதீனாவின் அறிவார்ந்த, பொறுப்புள்ளவர்கள் முன், மர்வான் இந்த ஆலோசனையை முன்வைத்தபோது அனைத்துத் தரப்பினருமே இதைக் கடுமையாக எதிர்த்தனர்.

அப்துல்லாஹ் பின் ஸுபைர் (ரலி) முடிவாகச் சொன்னார்: "இறைத்தூதரின் வழிமுறைகளையும் கிலாஃபத் நெறிமுறைகளையும் தவிர வேறு எதுவும் ஏற்புடையதல்ல."

அப்துர் ரஹ்மான் பின் அபூபக்ர் (ரலி) சொன்னார்: "கலீஃபாவைத் தேர்வு செய்வதில் முஆவியா மேற்கொண்டது ரோமானிய - பாரசீக நடைமுறையாகும். நமக்கு இது ஏற்புடையதல்ல." இமாம் ஹுஸைன் (ரலி) சொன்னார்: "இது நம்முடைய உணர்வுகளைக் காயப்படுத்துவதற்காகவும் முஸ்லிம்களைப் பூண்டோடு அழிப்பதற்காகவுமே தேர்வு செய்யப்பட்டது. சீசரும் கிஸ்ராவும் பாதுகாத்துவந்த வாரிசு அரசுரிமைமுறையை இஸ்லாமிய கிலாஃபத்தில் ஏற்றுகொள்ள இயலாது."

அவர்களை இணங்கச் செய்வதற்காக சில ஆலோசனைகளை முன்வைத்தார் முஆவியா (ரலி). "யஸீத் வெறும் பெயரளவிலான

கலீஃபாவாக மட்டுமே இருப்பார். சட்டம் ஒழுங்கு முறைகளும், பணியாளர்களின் நியமனங்களும், இடம் மாறுதல்கள் உட்பட பிற நிர்வாகச் செயல்பாடுகள் அனைத்தும் உங்கள் அறிவுரைகளின்கீழ் மட்டுமே செயல்படும்." ஆலோசனைகள் எதையும் அவர்கள் ஏற்பதாக இல்லை.

பொதுமக்களின் கருத்துக்களையும் எண்ணங்களையும் நன்கறிந்துகொண்ட முஆவியா (ரலி), யஸீதின் நற்பண்புகள் குறித்து மக்களிடம் எடுத்துச்சொல்லவும் கலீஃபா நியமனம் குறித்து விளக்கம் தெரிவிக்கவும் மக்களின் பிரதிநிதிக் குழுக்களைத் தம்மிடம் அனுப்பி வைக்கும்படி அனைத்துப் பகுதி ஆளுநர்களுக்கும் உத்தரவிட்டார்.

இதன்படி வருகை தந்திருந்த பிரதிநிதிக் குழுக்களுடன் முஆவியா (ரலி) தனித்தனியாகப் பேசினார். பிறகு அவர்கள் அனைவரையும் ஒன்று சேர்த்து உரை நிகழ்த்தினார். அதில், கலீஃபாக்களுக்கான உரிமைகள், அவர்கள் ஆற்ற வேண்டிய கடமைகள் போன்றவற்றைக் குறிப்பிட்டுவிட்டு குடிமக்களுக்கு இருந்தாக வேண்டிய கீழ்ப்படிதலையும் பொறுப்புகளையும் விளக்கினார். பின்னர், யஸீதின் வீரத்தையும் கொடைத்தன்மையையும் அறிவையும் நிர்வாகத் திறனையும் சிலாகித்துப் பேசினார். இறுதியாக, யஸீதைத் தம்முடைய பிரதிநிதியாக நியமனம் செய்வதற்கு வாக்குறுதியளிக்க வேண்டுமெனும் தமது விருப்பத்தையும் தெரிவித்தார்.

மதீனாவிலிருந்து வந்த ஒரு குழுவின் உறுப்பினரான முஹம்மத் பின் அம்ர், எழுந்து, "இறை நம்பிக்கையாளர்களின் தலைவரே! யஸீதைக் கலீஃபாவாக நியமிக்க இருக்கும் நீங்கள் இறுதித் தீர்ப்பு நாளில் இதற்கான பதிலை அல்லாஹ்வுக்குச் சொல்ல வேண்டியதிருக்கும் என்பதை நினைவில் வைத்திருங்கள்" என்றார்.

இது, மக்கள் யஸீதை கலீஃபாவாக ஏற்க விரும்பவில்லை என்பதை வெளிப்படையாகவே காட்டியது. முஆவியா (ரலி) அவர்களின் இறப்பின்போது யஸீத் நடந்துகொண்ட முறைகள்கூட கிலாஃபத்துக்கு அவர் தகுதியற்றவர் என்பதையே காட்டியது.

முகீரா பின் ஷுஅபா, முஆவியா (ரலி) ஆகியோரின் முயற்சியின் விளைவாக இஸ்லாமிய உலகின் கலீஃபாவானார் யஸீத்.

தன்னுடைய மகனுக்கு கலீஃபா வாக்குறுதியளித்தது மாபெரும் வரலாற்றுத் தவறு. இதில் ஒரு தந்தையாக மட்டுமே முஆவியா நடந்துகொண்டார். ஆனால், இப்படியொரு முன்மொழிவின்மூலம் அந்த எண்ணத்தை அவரது மனதினுள் விதைத்த முகீரா அதை விடவும் மிகப்பெரிய தவறு செய்தவர் ஆவார்.

ஆட்சிப் பொறுப்பை ஏற்றுக்கொண்ட யஸீதால் கிலாஃபத்துக்குத் தகுதியானவர் என்று தன்னை நிறுவ இயலவில்லை. தங்களது மாசற்றப் பண்புகளாலும் சிறந்த பழக்க வழக்கங்களாலும் ஒழுங்கமைதியாலும் இறைநம்பிக்கை சார்ந்து உலகியல் இன்பங்களின் கட்டுப்பாடுகளைப் பேணி, தங்கள் வாழ்க்கையையே பயிற்சிக் களமாக்கிய பெரியோர்கள் பலர் அப்போதும் வாழ்ந்து வந்தனர். யஸீதும் இதை நன்கறிவார். முன்னோர்களின் கிலாஃபத் தனக்குக் காட்டிய வழியும் அவர் முன் இருந்தது. இவர்களிடமிருந்து யஸீதால் எந்த நன்மைகளையும் பெற்றுக்கொள்ள இயலவில்லை.

இவர்களுடைய அறிவுரைகளைப் பின்பற்றி தனது நிர்வாகத்தை நடத்திச் செல்வதற்கு மாறாக, கலீஃபாவாக ஆனதும் தனது அராஜகங்களை அரங்கேற்றத் துணிந்தார். மதீனாவிலும் மக்காவிலுமிருந்த அறிவார்ந்தவர்கள் அனைவரிடமும் தன்னைக் கலீஃபாவாக ஏற்று வாக்குறுதி பெறச்சொல்லி ஆளுநர்களுக்கு உத்தரவிட்டார்.

இமாம் ஹுஸைன் (ரலி) போன்ற மேன்மை நிறைந்தவர்கள் யஸீதைக் கலீஃபாவாக ஏற்று வாக்குறுதியளிக்க இயலாத நிலையில் இருந்தனர். முதலாவதாக, யஸீதின் தேர்வு இஸ்லாமிய நெறிமுறைகளுக்கு முற்றிலும் புறம்பானது எனும் நிலையில் நேர்மையற்றது. அடுத்து, யஸீதின் இயல்பான பண்பு நலன்கள், செயல்பாடுகள் எதுவுமே சிறப்புக்குரியவை அல்ல. வேட்டையும் பயணங்களும் கேளிக்கைகளும் இன்பங்களுமே அவருக்கு மனநிறைவைத் தருபவையாக இருந்தன.

அரண்மனைப் பெண்களுக்குத் தொண்டூழியம் புரிவதற்கென திருநங்கைகளை நியமித்திருந்தார் யஸீத். ஆடல், பாடல் நிகழ்ச்சிகளில் கலந்துகொண்டார். இவரது எந்தப் பழக்க வழக்கங்களும் ஒரு கலீஃபாவாக மட்டுமல்ல முஸ்லிமாகவும்கூட ஏற்றுக்கொள்ள இயலாதவையாக இருந்தன. இப்படியான ஒருவரைக்

கலீஃபாவாக ஏற்று வாக்குறுதியளிப்பது என்பது இமாம் ஹுஸைன் (ரலி) போன்ற மேன்மைமிக்கவர்களால் இயலாத காரியம்.

யஸீதின் ஆட்சிக்கு எதிராக இமாம் ஹுஸைன் (ரலி) அவர்களைத் தூண்டியதன் அடிப்படை அம்சங்கள் இவைதான். நேர்மையற்ற அரசுக்கு எதிரான அவருடைய போராட்டம், இறுதித் தீர்ப்பு நாள் வரைக்கும் உண்மையையும் நேர்மையையும் விளக்குகளாக ஏந்தி நிற்கும் மக்களுக்கு முன்மாதிரியாக அமைந்தது. தமது பயணத்தின்போதும் கர்பலாவிலும் அவர் இதைக் குறிப்பிட்டார். பைதாவில் ஹர் என்பாரையும் தம் தோழர்களையும் விளித்து அவர் ஆற்றிய உரையில் குறிப்பிட்டார்:

"மகாஜனங்களே! ஒரு கொடுங்கோல் ஆட்சியாளன் அல்லாஹ்வால் வெறுக்கப்பட்டதை விருப்பத்துடன் செய்கிறான். இதன்மூலம், அல்லாஹ்வுடனான ஒப்புதலிலிருந்து அவன் தடம் புரள்கிறான். இறைத்தூதரின் வாழ்வியல் நெறியிலிருந்து விலகுகிறான். அல்லாஹ்வின் அடியார்களைப் பாவங்கள் செய்தும் ஒடுக்கியும் ஆட்சி புரிகிறான். இதற்கு ஒத்தாசையாக இருக்க நிர்ப்பந்திக்கப்பட்டவர்கள் எந்த வெட்கமுமின்றி மௌனப் பார்வையாளர்களாக இருக்கிறார்கள். இதன்மூலம், அவர்களும் நரக நெருப்பில் எறிய தகுதி பெற்றவராகிறார்கள். இவர்கள், ஷைத்தானுக்கு அடிபணிந்து வாழ்வதற்காக, அல்லாஹ்வுக்குக் கீழ்ப்படிவதைக் கைவிட்டு விட்டவர்கள். பூமியில் அவர்கள் வன்மங்களை விதைக்கிறார்கள். அல்லாஹ்வால் ஏற்படுத்தப்பட்ட நியதிகளைச் செயல்படுத்த மறுக்கிறார்கள். போர்ப்பொருள்களில் பெருமளவு பங்குகளைக் கைப்பற்றுகிறார்கள். அல்லாஹ் அனுமதித்தவற்றை மறுக்கிறார்கள். ஆகவே, இத்தகைய தீய செயல்களை மார்க்க அடிப்படையில் நின்று எதிர்ப்பதில் நான் உண்மையின்வழி நிற்கிறேன்." இமாம் ஹுஸைன் (ரலி) கர்பலாவுக்குப் புறப்பட்டதற்கான அடிப்படைக் காரணங்கள் இவைதாம். இஸ்லாத்திற்கு எதிரானவற்றை வேருடன் அகற்ற அவரும் அவரது குடும்பமும் மேற்கொண்ட முயற்சிகள்தாம் அவர்களது உயிர்த் தியாகத்துக்கும் காரணமாக அமைந்தன.

முஆவியா பின் யஸீத் : அபூலைலா என்றும் அப்துர் ரஹ்மான் என்றும் அறியப்பட்டவர் முஆவியா பின் யஸீத், ஆழமான இறை நம்பிக்கையாளர். இறக்கும்போது இவரது வயது இருபது. ஹஸீன்

பின் நுமைர், தனது படையுடன் மதீனாவிலிருந்து வெளியேறிய உமய்யா வம்சத்தாரையும் அழைத்துக் கொண்டு சிரியாவை அடையும்போது, முஆவியா பின் யஸீத் வாக்குறுதி பெற்றுக் கொண்டிருந்தார். கிலாஃபத்திலோ வாக்குறுதி பெறுவதிலோ முஆவியா அக்கறையற்றவராகவே இருந்தார். அவரது உற்சாகமற்ற மனநிலையில்தான் மக்கள் அவருக்கு வாக்குறுதியளித்தனர். இவரது ஆட்சிக் காலம், நாற்பது நாள்கள் அல்லது இரண்டு மாதங்களில் முடிவுக்கு வந்தது. கலீஃபாவாக இருக்கும்போதே அவர் மரணமடைந்தார். இக்குறுகிய காலத்தில், குறிப்பிடத்தக்க எதையும் செய்ய அவரால் இயலவில்லை. உடல்நிலை சீரற்றதும் அவருக்குப் பிறகு கலீஃபாவாக ஒருவரை முன்மொழியும்படி அவரிடம் கேட்டுக் கொண்டனர்.

முஆவியா சொன்னார்: "கிலாஃபத்தை நடத்தும் ஆற்றல் என்னிடம் இல்லை. என்னை நீங்கள் வற்புறுத்தி கலீஃபாவாக நியமித்தீர்கள். உமர் பின் அல்கத்தாப் போன்ற ஒருவர் இருந்திருந்தால் மகிழ்ச்சியுடன் நான் கிலாஃபத்தை ஒப்படைப்பேன். அல்லது, அவர் செய்ததைப்போல் ஒரு குழுவை நியமித்து, கலீஃபாவைத் தேர்ந்தெடுக்கும் பொறுப்பை ஒப்படைப்பேன். ஆனால், அப்படியானவர்களை என்னால் அடையாளம் காண இயலவில்லை. ஆகவே, நீங்கள் விரும்புகிற யாரையாவது கலீஃபாவாக நியமிக்கும் சுதந்திரம் உங்களுக்கு இருக்கிறது. எனக்கு அதில் எந்தத் தொடர்புமில்லை."

இதைச் சொல்லிவிட்டு அவர் அங்கிருந்தவர்களைப் போய் விடச் சொன்னார். வாசல் கதவுகள் மூடப்பட்டன. பிறகு அரண்மனையைவிட்டு வெளியே சென்றது முஆவியா பின் யஸீதின் உயிரற்ற உடல்தான்.

உபைதுல்லாஹ் பின் ஸியாதுக்கு வாக்குறுதி : முஆவியா பின் யஸீதின் கிலாஃபத் சிரியர்களாலும் எகிப்தியர்களாலும் மட்டுமே ஏற்றுக் கொள்ளப்பட்டிருந்தது. ஹிஜாஸ் மக்கள் அப்துல்லாஹ் பின் ஸுபைருக்கு வாக்குறுதி அளித்திருந்தனர். யஸீதின் இறப்புச் செய்தி இராக்கை அடைந்தபோது உபைதுல்லாஹ் பஸ்ராவிலிருந்தார். அவர் மக்களை ஒன்றுதிரட்டி சொன்னார்:

"அமீருல் முஃமினீன் இறந்துவிட்டார். கிலாஃபத்தை ஏற்று

நடத்தும் திறனுள்ள யாரையும் என்னால் குறிப்பிட்டுச் சொல்ல இயலவில்லை. நான் இந்நாட்டில் பிறந்து வளர்ந்தவன். என் தந்தை ஆட்சி புரிந்த மண் இது. இன்று, நான் ஆட்சியாளனாக இருக்கிறேன். நமது எல்லைப் பகுதியின் வருமானம் முன்பை விட அதிகரித்திருக்கிறது. கருவூலமும் வளமாக இருக்கிறது. மக்களுக்குக் கொடுக்கப்படும் ஊதியமும் உதவித் தொகையும் முன்பை விடவும் மிக அதிகம். சண்டைகளும் குழப்பங்களுமின்றி நாடு அமைதியாக இருக்கிறது. நீங்கள் இப்போது சிரியர்களைச் சார்ந்து இயங்கவில்லை. ஆகவே, நீங்கள் விரும்பினால் உங்களுக்கான தனி கிலாஃபத்தை அமைத்துக்கொள்ள இயலும்."

உபைதுல்லாஹ்வின் பேச்சைக்கேட்ட மக்கள் அவருக்கு வாக்குறுதியளிக்க முன்வந்தனர். ஆனால், அவரை முழுமனதுடன் ஏற்கவில்லை. பஸ்ராவில் வாக்குறுதி பெற்ற உபைதுல்லாஹ் கூஃபா மக்களிடம் வாக்குறுதி பெறுவதற்காகச் சென்றார். ஆனால், அவர்கள் வெளிப்படையாகவே அவரை ஏற்க மறுத்தனர். கூஃபா மக்கள் அவரை ஏற்கவில்லை என்பதை அறிந்த பஸ்ரா மக்களும் தங்கள் வாக்குறுதியைத் திரும்பப் பெறுவதாக அறிவித்தனர்.

நிர்ப்பந்தமான சூழ்நிலையில் ஆதரவற்ற நிலையில் உபைதுல்லாஹ் இராக்கிலிருந்து டமாஸ்கஸுக்கு வந்தார். முஆவியா பின் யஸீதின் மரணத் தருவாயின்போது உபைதுல்லாஹ் அங்கு சென்றிருந்தார். கலீஃபா தேர்வு தொடர்பாக, அங்கே வாதப்பிரதிவாதங்களும் குழப்பக் கோலாகலங்களும் நிறைந்திருந்தன.

அப்துல்லாஹ் பின் ஸுபைரின் கிலாஃபத் இராக், எகிப்து : இமாம் ஹுஸைன் (ரலி) அவர்களுக்குக் கர்பலாவில் நிகழ்ந்த கொடுமைகளுக்குப் பிறகு கூஃபா நிலைகுலைந்திருந்தது. கடிதங்கள் மூலம் வரவழைத்து அவரைப் படுகொலை செய்வதற்குக் காரணமானவர்கள் வெளியே தலைகாட்ட இயலாத அளவுக்கு அவமானத்திற்குள்ளாயினர். யஸீதும் அவர்களைப் பாராட்டவோ பரிசுகள் வழங்கவோ இல்லை. மாறாக, குராசானின் ஒரு பகுதி (இன்றைய வடகிழக்கு இரான், தெற்கு துர்க்மெனிஸ்தான், வட ஆஃப்கானிஸ்தான்) உபைதுல்லாஹ்விடமிருந்து விலக்கப்பட்டது. இந்நிலையில் அவரும் இமாம் ஹுஸைன் (ரலி) அவர்களைக் கொன்றதற்காக வருந்தினார். கூஃபா மக்கள் இதில் வருத்தம் தெரிவிப்பதை அவர் தடுக்கவுமில்லை.

கூஃபாவிலிருந்த ஹுஸைன் (ரலி) அவர்களின் ஆதரவாளர்கள், சுலைமான் பின் ஸர்த் கஸாயின் இல்லத்தில் இரகசியமாக ஒன்றுகூடி, கலந்துரையாடல் நடத்தினர். தங்கள் தவறுகளை ஒப்புக்கொண்ட அவர்கள், அதற்குப் பதிலீடு செய்யும் வகையில் இமாம் ஹுஸைன் (ரலி) அவர்களின் கொலைக்குப் பழிவாங்குவதெனும் முடிவுக்கு ஒப்புதலளித்தனர்.

அவர்கள் அனைவரும் சுலைமானின் கைகளில் வாக்குறுதியளித்தனர். தங்களுடைய முடிவில் உறுதியாக இருப்பதுடன் இதை வெளிப்படையாகக் காட்டிக்கொள்வதைத் தவிர்க்கவும் படிப்படியாக, அனைத்து மக்களிடமும் இதற்கான ஆதரவைத் திரட்டிக்கொண்டு முடிவில், இமாம் ஹுஸைன் (ரலி) அவர்களின் அரசியல் கொலைக்குப் பழிவாங்குவதென்றும் அவர்கள் முடிவு செய்தனர்.

கூஃபா மக்களிடம் வாக்குறுதி பெறும் நோக்கத்துடன் அவர்களது கவனத்தைத் தன் பக்கம் திருப்ப முயன்றார் உபைதுல்லாஹ். மக்கள் சுலைமானின் நோக்கங்களையும் உத்தரவுகளையும் மனத்தில்கொண்டு அதை ஏற்க மறுத்ததுடன் பழிவாங்குவதற்கான முன்னேற்பாடுகளில் ஈடுபட்டனர். யஸீதின் மரணச்செய்தியை அறிந்த இமாம் ஹுஸைனின் ஆதரவாளர்கள் சுலைமானிடம் கிளர்ச்சியைத் தொடங்கும்படி கேட்டுக்கொண்டனர். அவர் அதற்கான காலகட்டம் இதுவல்ல என்பதை விளக்கிச் சொன்னார். ஏனெனில், கூஃபாவிலுள்ள பெரும்பாலான மக்களும் அப்போதைய நிலையில் இதில் அக்கறையுள்ளவர்களாக இல்லை. எனவே, ஆதரவாளர்கள் எண்ணிக்கையையும் நம்முடைய வலுவையும் மேலும் அதிகரித்துக்கொள்வதற்காக மேலும் சில நாள்களைத் தனியாக ஒதுக்கி முயற்சி செய்வது பாதுகாப்பானது என்றார். கூஃபா மக்கள் உபைதுல்லாஹ்வின் வேண்டுகோளைப் புறக்கணித்த பின், அவரால் கூஃபாவின் ஆளுநராக நியமிக்கப்பட்டிருந்த அம்ர் பின் ஹாரிசைத் துரத்திவிட்டு, அப்துல்லாஹ் பின் ஸுபைரின் கிலாஃபத்தை ஏற்றுக்கொண்டனர். அப்துல்லாஹ் பின் ஸுபைர், கூஃபா ஆளுநராகவும் ஸகாத் வரி திரட்டுபவராகவும் அப்துல்லாஹ் பின் யஸீத் அன்சாரியையும் இப்ராஹீம் பின் முஹம்மத் பின் தல்ஹாவையும் அனுப்பி வைத்தார்.

அப்துல்லாஹ் பின் ஸுபைரின் ஆளுநர் வருவதற்கு ஒரு

வாரத்திற்கு முன், முஹம்மத் பின் அல் ஹுனைஃபாவிடம் சென்றிருந்த முக்தார் பின் அபூ உபைதா கூஃபாவுக்குத் திரும்பினார். இது ஹிஜ்ரீ 64 ரமளான் மாதம் நடந்தது. உபைதுல்லாஹ்வின் வெளியேற்றத்துக்குப் பிறகு, பஸ்ரா மக்கள் கூஃபா மக்களைப் பின்பற்றி அப்துல்லாஹ் பின் ஹாரிஸ் தலைமையிலான ஒரு தூதுக்குழுவின் மூலம், அப்துல்லாஹ் பின் ஸுபைரின் கிலாஃபத்தை ஏற்றுக்கொண்டனர். இப்படி, இராக் முழுவதும் அப்துல்லாஹ் பின் ஸுபைரின் கீழ் வந்தது.

முஆவியா பின் யஸீதின் மரணச் செய்தியை அறிந்த எகிப்து ஆளுநர் அப்துர் ரஹ்மான் பின் ஜெஹ்தான், உடனடியாக ஒரு தூதுக்குழுவை அனுப்பி அப்துல்லாஹ் பின் ஸுபைருக்கு வாக்குறுதியளித்தார். நுஅமான் பின் பஷீரும் ஸஃபர் பின் ஹாரிசும் ஹிம்ஸ் மற்றும் கன்ஸரீன் (வடசிரியா) பகுதிகளின் ஆளுநர்களாக இருந்தனர். முஆவியாவின் இறப்புக்குப் பிறகு, விரைவில் யாரையும் கலீஃபாவாகத் தேர்வு செய்ய இயலாத நிலையில் இவர்களும் அப்துல்லாஹ் பின் ஸுபைர் கலீஃபாவாக வருவதை ஆதரித்தனர்.

முஸ்லிம்கள் அனைவருக்குமான ஒரு கலீஃபாவைத் தேர்வு செய்வதுவரைக்கும் ளஹ்ஹாக் பின் கைஸை தற்காலிக அமீராக ஏற்று வாக்குறுதியளித்தனர் டமாஸ்கஸ் மக்கள். ளஹ்ஹாக்கும், அப்துல்லாஹ் பின் ஸுபைர் (ரலி) கலீஃபாவாக வருவதை ஆதரித்தார்.

பாலஸ்தீன் ஆளுநரான ஹஸன் பின் மாலிக் புதிய கலீஃபா உமய்யா வம்சத்தைச் சேர்ந்தவராக இருக்க வேண்டுமென்று விரும்பினார். உமய்யா வம்சத்தினரைத் தவிர, முழு இஸ்லாமிய உலகும் முஆவியாவின் மரணத்துக்குப் பிறகு, அப்துல்லாஹ் பின் ஸுபைர் (ரலி) அவர்களின் கிலாஃபத்தையே விரும்பியது. முஸ்லிம் சமூகத்தில் செல்வாக்குப் படைத்தவர்களும் வாரிசுரிமை கிலாஃபத்தை முடிவுக்குக் கொண்டு வர அப்துல்லாஹ் பின் ஸுபைர் (ரலி) கலீஃபாவாக வருவதையே ஆதரித்தனர்.

யஸீதுக்குப் பிறகு, உபைதுல்லாஹ் பின் ஸியாதின் நிலைமைகள் குறித்து ஏற்கனவே சொல்லப்பட்டது. இனி, அவரது சகோதரரும் குராசான் ஆளுநருமான முஸ்லிம் பின் ஸியாத் குறித்து பார்ப்போம்.

யஸீதின் மரணச்செய்தியை அறிந்த முஸ்லிம் பின் ஸியாத், குராசான் மக்களிடம், "கலீஃபா யஸீத் இறந்துவிட்டார். அடுத்த கலீஃபா தேர்வு செய்யப்படாத, இது தொடர்பாக எந்த முன்மொழிவும் பிறப்பிக்கப்படாத இந்நிலையில் நீங்கள் எனக்கு வாக்குறுதியளிக்க வேண்டும்" என்றார். மக்களும் மகிழ்ச்சியுடன் அவருக்கு வாக்குறுதியளித்தனர். ஆனால், சில நாள்களில் மக்கள் வாக்குறுதியைத் திரும்பப் பெற்றுக்கொண்டனர். இராக்கில் அவரது சகோதரர் உபைதுல்லாஹ்வுக்கும் இதுதான் நிகழ்ந்தது.

முஸ்லிம் பின் ஸியாத் குராசானில் தனக்குப் பதிலாக முஹல்லப் பின் அபூ ஸுஃப்ராவை ஆளுநராக நியமித்துவிட்டு டமாஸ்கஸுக்குச் சென்றார். வழியில் அப்துல்லாஹ் பின் ஹஸீமைச் சந்தித்து அவரை குராசானின் ஆளுநராக நியமித்தார். முஹல்லப் பின் ஸுஃப்ரா முன்போல் படைத்தலைவராகத் தொடர்ந்தார்.

குராசானுக்குச் சென்ற அப்துல்லாஹ் பின் ஹஸீம், கிளர்ச்சிகளை அடக்கி அமைதியை நிலைநாட்டினார். டமாஸ்கசில் கிலாஃபத் குறித்த முடிவுக்கு வரும்போது, குராசானில் அப்துல்லாஹ் பின் ஹஸீம், துருக்கியர்களுக்கும் மங்கோலியர்களுக்கும் எதிராகப் போரிட்டு, அவர்களை வெற்றிகொண்டதுடன் மக்களிடையே இஸ்லாத்தைப் பரப்பினார்.

ஹஸீன் பின் நுமைரின் வேண்டுகோள்படி, அப்துல்லாஹ் பின் ஸுபைர் (ரலி) சிரியாவுக்குச் சென்றிருந்தால் அவரது கிலாஃபத் நிறுவப்பட்டிருக்கும் என்பதோ இஸ்லாமிய உலகின் கலீஃபா எனும் நிலையில் தனிமனிதராக அவரால் இஸ்லாமிய எல்லைப் பகுதிகளில் வேரோடிக் கிடந்த தீமைகள் அனைத்தையும் பூண்டோடு அழித்திருக்க முடியும் என்பதோ உறுதியில்லை. அப்படி நிகழவுமில்லை. மாறாக, எது சரியோ அதுவே நிகழ்ந்தது.

மர்வான் பின் ஹகம் : மர்வான் பின் ஹகம் ஹிஜ்ரீ 2இல் பிறந்தவர். இவரது முந்தைய தலைமுறை, அபூஅல்ஆஸ், உமய்யா, அப்த் ஷம்ஸ், அப்து மனாஃப். இவரது தாயார், அம்னா பின்த் அல் கமன் பின்த் ஸஃப்வான். மர்வான், உஸ்மான் (ரலி) அவர்களின் கிலாஃபத்தின்போது தலைமை எழுத்தராகவும் அமைச்சராகவும் பணியாற்றினார். முஆவியா (ரலி) அவர்களின் ஆட்சியின்போது பல முறை மதீனாவின் ஆட்சியாளராக இருந்தார். முஆவியா பின்

யஸீதின் இறப்பைத் தொடர்ந்து அப்துல்லாஹ் பின் ஸுபைர் (ரலி) ஆறேழு மாதங்கள் கலீஃபாவாக இருந்தார். உமய்யா வம்சத்தில் மர்வானைத் தவிர வேறு யாரும் கிலாஃபத்துக்கு உரிமை கோரவில்லை.

ஆளுநர்களும் செயல் பொறுப்பிலுள்ளவர்களும் அப்துல்லாஹ் பின் ஸுபைர் (ரலி) அவர்களின் கிலாஃபத்துக்கு ஆதரவாக இருந்தனர். ஆறேழு மாத போராட்டங்களின் முடிவில் சிரியாவைக் கைப்பற்றுவதில் மர்வான் வெற்றியடைந்தார். இவர், கிளர்ச்சியாளரும் கிலாஃபத்தை இழந்திருந்த உமய்யா வம்சத்தாரின் எழுச்சியுடன் பிணைக்கப்படுபவருமாக இருந்தார்.

கிலாஃபத் வாக்குறுதியும் மர்ஜ் ரஹத் போரும் : முஆவியா பின் யஸீதின் இறப்புக்குப் பின், சிரியாவில் இரண்டு பிரிவுகள் தோற்றம் பெற்றன. ஒரு பிரிவு, வாரிசுரிமைப்படி கிலாஃபத் தங்கள் இனக்குழுவுக்கு உரித்தானது என்று உரிமை கோரிய உமய்யா வம்சத்தார். இன்னொரு பிரிவு, அப்துல்லாஹ் பின் ஸுபைர் (ரலி) அவர்களின் கிலாஃபத்துக்கும் அதேநேரம், டமாஸ்கஸ் ஆளுநரான ளஹ்ஹாக் பின் கைசுக்கும் ஆதரவாக இருந்தவர்கள்.

முதலாவதாக, நுஅமான் பின் பஷீர் (ரலி) ஹிம்சில் அப்துல்லாஹ் பின் ஸுபைர் (ரலி) அவர்களுக்காக வாக்குறுதி பெறத் தொடங்கினார். கன்ஸரீன் ஆளுநரான ஸஃபர் பின் ஹாரிசும் இதைப் பின்பற்றி வாக்குறுதி பெற்றார். டமாஸ்கஸில் உமய்யா வம்சமும் கல்ப் வம்சமும் பெரும்பான்மையாக இருந்தனர். இவ்விரு வம்சத்தினரும் ஒரே மனோபாவமுள்ளவர்கள். அப்துல்லாஹ் பின் ஸுபைர் (ரலி) அவர்களை ஆதரிக்க வேண்டிய சூழல் இவர்களுக்குமிருந்தது. டமாஸ்கஸ் ஆட்சியாளரான ளஹ்ஹாக் பின் கைஸ், உள்ளூர அப்துல்லாஹ் பின் ஸுபைர் (ரலி) அவர்களுக்கு ஆதரவாக இருந்தாலும் அதைக் காட்டிக் கொள்ளாமலிருந்தார்.

ஹிம்ஸ் மற்றும் கன்ஸரீனின் படையினர் அப்துல்லாஹ் பின் ஸுபைரின் கிலாஃபத்துக்கு வாக்குறுதியளித்தது டமாஸ்கஸ் மக்களுக்குத் தெரியாது. உமய்யா வம்சத்தினருடனான உறவின் காரணமாக அவர்களுக்கு ஆதரவாக இருந்தவரும் பாலஸ்தீன் ஆளுநருமான ஹஸன் பின் மாலிக் கல்பிதான் முதலில் இதை அறிந்தார். ரூஹ் பின் ஸம்பாவைத் தனக்குப் பதிலாக நியமித்து

விட்டு அவரிடம் சொன்னார்: "அப்துல்லாஹ் பின் ஸுபைருக்காக அவரது படைத்தலைவர்கள், மக்களிடம் வாக்குறுதி பெறுகிறார்கள். ஜோர்டானிலுள்ள எனது இனக்குழுவினரை நான் காணச் செல்கிறேன். ஆகவே, எனக்குப் பதிலாக நீர் இங்கே எச்சரிக்கையுடனிருந்து எதிரிகளைத் தலைதூக்க விடாமல் கொன்றொழித்து விடுவீராக."

ஹஸன் பின் மாலிக் ஜோர்டானுக்குச் சென்றார். அவர் சென்றதும், அப்துல்லாஹ் பின் ஸுபைர் (ரலி) அவர்களின் ஆதரவாளரான கபீல் பின் கைஸ், ரூஹ் பின் ஸம்பாவை பாலஸ்தீனிலிருந்து வெளியேற்றினார். ரூஹ், ஜோர்டானில் ஹஸன் பின் மாலிக்கிடம் சென்றார். பாலஸ்தீன், அப்துல்லாஹ் பின் ஸுபைர் (ரலி) அவர்களின் கிலாஃபத்துடன் இணைந்தது. ஹஸன் பின் மாலிக் ஜோர்டானியரை ஒன்று திரட்டி அப்துல்லாஹ் பின் ஸுபைர் (ரலி) அவர்களுக்கெதிராகத் தூண்டி, காலித் பின் யஸீதைக் கலீஃபாவாக்க முயற்சி செய்வோம் என்று உறுதியளித்தார்.

டமாஸ்கஸ் ஆளுநரான ளஹ்ஹாக் பின் கைஸ், அப்துல்லாஹ் பின் ஸுபைர் (ரலி) அவர்களின் மறைமுக ஆதரவாளர் என்பதை அறிந்திருந்த ஹஸன் பின் மாலிக், அதை வெளிக்காட்டிக் கொள்ளாமல் காய் நகர்த்தினார். இதன்படி, "அரசியல் சூழ்ச்சிகள் மூலம் அப்துல்லாஹ் பின் ஸுபைரை அடக்கவும் உமய்யா வம்சத்தார் சார்பில் கிலாஃபத்துக்கு உரிமை கோரவும் தகுதியுடையவர் நீங்கள் ஒருவர்தான்" என்று ளஹ்ஹாக் பின் கைசுக்குக் கடிதமெழுதினார். மேலும், அப்துல்லாஹ் பின் ஸுபைர் (ரலி) அவர்களுக்காக மக்கள் வாக்குறுதி அளிப்பதற்கு முடிவு கட்ட வேண்டுமென்றும் அதில் குறிப்பிட்டார்.

டமாஸ்கஸுக்குக் கடிதத்தைக் கொண்டுசென்ற தூதரிடம், வெள்ளிக்கிழமை ஜுமுஆ மஸ்ஜிதில் செல்வாக்குப் படைத்தவர்கள் மற்றும் உமய்யா வம்சத்தார் முன்னிலையில் கடிதத்தை ளஹ்ஹாக் பின் கைசுக்குக் வாசித்துக் காட்டவேண்டும் என்று உத்தரவிட்டார். ளஹ்ஹாக் பின் கைசுக்கும் அப்துல்லாஹ் பின் ஸுபைருக்குமிடையே விரிசலை உருவாக்குவதும் அப்துல்லாஹ் பின் ஸுபைர் (ரலி) மீதான ளஹ்ஹாக்கின் நம்பிக்கையைக் குலைப்பதும் ஹஸன் பின் மாலிக்கின் நோக்கங்கள்.

டமாஸ்கஸ் மஸ்ஜிதுக்கு ளஹ்ஹாக் பின் கைசின் ஆதரவாளர்கள்

பெருமளவில் வந்திருந்தனர். கடிதத்தை வாசித்துக்கேட்ட அவர்கள், உமய்யா வம்ச ஆதரவாளர்கள், அப்துல்லாஹ் பின் ஸுபைர் (ரலி) ஆதரவாளர்கள் என இரு பிரிவுகளாயினர். நிலைமை கைகலப்பாகி, ஆயுதங்களைத் தூக்குமளவுக்குச் சென்றது. காலித் பின் யஸீத் தலையிட்டு அமைதிப்படுத்தினார்.

ளஹ்ஹாக் பின் கைஸ் அமைதியாகத் தனது வீட்டுக்குச் சென்றார். மூன்று நாள்கள் அவர் வெளியே வரவே இல்லை. அப்போது, இராக்கிலிருந்து வெளியேற்றப்பட்ட உபைதுல்லாஹ், விரக்தியடைந்த நிலையில் சிரியாவுக்குச் சென்று அங்கிருந்து டமாஸ்கஸுக்கு வந்தார். அவரது வருகை உமய்யா வம்சத்தினருக்கும் ஆதரவாளர்களுக்கும் பெரும் உற்சாகத்தை அளித்தது.

ளஹ்ஹாக் பின் கைசும் உமய்யா வம்சத்தினரும் ஜாபியாவுக்குச் சென்றனர். ஸவ்ர் பின் மாகன் சுலமி, ளஹ்ஹாக்கிடம் சென்று, “நீங்கள் அறிவுறுத்தியதன்பேரில், அப்துல்லாஹ் பின் ஸுபைருக்கு நாங்கள் வாக்குறுதியளித்தோம். இப்போது, ஹஸன் பின் மாலிக் கல்பியின் தூண்டுதலில் அவரது சகோதரரின் மகனான காலித் பின் யஸீதுக்கு வாக்குறுதியளிப்பதற்கான ஏற்பாடுகளில் ஈடுபட நினைக்கிறீர்கள்” என்றார்.

தலை குனிந்த ளஹ்ஹாக் இது குறித்து ஸவ்ரின் கருத்தைக் கேட்டார். அவர், “இவ்வளவு காலமும் நீங்கள் மனதிற்குள் வைத்திருந்ததை வெளிப்படையாக அப்துல்லாஹ் பின் ஸுபைருக்கு வாக்குறுதியளியுங்கள் என்று மக்களுக்கு அழைப்பு விடுக்கலாம்” என்றார். ளஹ்ஹாக் தனது ஆதரவாளர்களுடன் பிரிந்து சென்று மர்ஜ் ரஹத்தில் தங்கினார். உமய்யா மற்றும் கல்ப் வம்சத்தினர் ஜாபியாவில் தங்கினார்கள். தனது ஆதரவாளர்களுடன் ஹஸனும் ஜோர்டானிலிருந்து அங்கே வந்திருந்தார்.

உமய்யா, கல்ப் வம்சத்தார் 5,000 பேர் ஜாபியாவில் இருந்தனர். ளஹ்ஹாக் பின் கைசுடன் கைஸ் வம்சத்தார் 1,000 பேர் மர்ஜ் ரஹத்தில் இருந்தனர். ளஹ்ஹாக், டமாஸ்கசில் நியமித்திருந்த பிரதிநிதி, யஸீத் பின் அனீசால் வெளியேற்றப்பட்டார். இது ளஹ்ஹாக்கிற்கு பெரும் பின்னடைவாக அமைந்தது.

மர்ஜ் ரஹத்திலிருந்து அவர், ஹிம்சிலும் கன்ஸரீனிலும் பாலஸ்தீனிலுமிருந்த நுஅமான் பின் பஷீருக்கும் ஸுஃபர் பின்

ஹாரிசுக்கும் நயீல் பின் கைசுக்கும் தகவல் அனுப்பினார். உமய்யா வம்சத்தாரின் முன்னிருந்த முதல் பிரச்சினை இமாமையும் கலீஃபாவையும் தேர்ந்தெடுப்பது. பெரும்பான்மையினரின் ஆதரவு காலித் பின் யஸீதுக்கு இருந்தது.

மர்வான், தனது கிலாஃபத்துக்காக மக்களிடம் நயந்து பேச, ரூஹ் பின் ஸம்பா அவருக்கு ஆதரவாக உரையாற்றினார்: "காலித் பின் யஸீத் மிகவும் இளம் வயதினர். நமக்குத் திறமையும் அனுபவமும் வாய்ந்த ஒரு கலீஃபா தேவைப்படுகிறார். இதற்கு மர்வான் பின் ஹகமைவிடச் சிறந்தவர் யாருமில்லை. உஸ்மான் பின் அஃப்ஃபான் காலம் முதல், அவர் கிலாஃபத் தொடர்பான பணிகளை நிர்வகித்து வருபவர். அவருக்குப் பின், காலித் பின் யஸீதிடமும் அதன் பிறகு, அம்ர் பின் யஸீதிடமும் கிலாஃபத்தை ஒப்படைக்க வேண்டும் என்ற நிபந்தனையின்கீழ் நாம் கலீஃபாவாக மர்வானைத் தேர்வு செய்வதே சிறப்பானது."

கலீஃபா தேர்வுக்கான கலந்துரையாடல், ஜாபியாவில் 40 நாள்கள் நடந்தது. முடிவில், ஹிஜ்ரீ 64 துல்கஅதா மாதம் 3 ஆம் நாள், உபைதுல்லாஹ் பின் ஸியாதின் முயற்சியில் ரூஹ் பின் ஸம்பா முன்மொழிய, உமய்யா வம்சத்தாரும் கஸ்ஸான், தாயீ இனக்குழுவினரும் மர்வானின் கைகளில் வாக்குறுதியளித்தனர்.

வாக்குறுதி பெற்ற மர்வான் தனது ஆதரவாளர்களுடன் மர்ஜ் ரஹத்துக்குச் சென்று, ளஹ்ஹாக் பின் கைஸின் முன் முகாம் அமைத்தார். மர்வானிடம் 13,000 வீரர்கள் இருந்தனர். ளஹ்ஹாக்கிடம் அதைவிட நான்கு மடங்கு அதிகமான வீரர்களிருந்தனர்.

இரு படையினரும் தங்களது அணிகளை வரிசைப்படுத்தி மோதலைத் தொடங்கினர். முடிவு காண்பதற்கான போரில் ஈடுபடாமலேயே மோதல் இருபது நாள்கள் நீடித்தது. முடிவில், உபைதுல்லாஹ் பின் ஸியாத் எதிரிகளின் சிறு எண்ணிக்கையிலான படைப்பிரிவுமீது கவனம் செலுத்தவும் இரவு நேரத்தில் தாக்குதலை மேற்கொள்ளவும் மர்வானிடம் அறிவுறுத்தினார்.

இரு படையினரும் அதுவரைக்கும் எளிமையான போர் முறைகளையே கடைப்பிடித்து வந்தனர். இரவு நேரத் தாக்குதலில் ஈடுபடும் எண்ணம் யாரிடமும் இல்லாத நிலையில் ளஹ்ஹாக்கும் அது பற்றி யோசிக்கவில்லை. மேலும், பகலில் மர்வான்

அமைதிக்கான ஒரு முன்மொழிவையும் அதன் விதிகளையும் அனுப்பி கலந்துரையாட வசதியாகப் போர் நிறுத்தம் செய்யவும் கேட்டிருந்தார்.

போர் நிறுத்தம் செய்யப்பட்டிருந்தது. இரவில் ளஹ்ஹாக்கும் படையினரும் முழு ஓய்விலிருந்தனர். உபைதுல்லாஹ்வின் திட்டப்படி தாக்குதலுக்கான ஏற்பாடுகள் நடந்தன. நள்ளிரவுக்குப் பிறகு மர்வானின் படைகள் பல்வேறு முனைகளிலிருந்தும் தாக்குதல் தொடுத்தன.

இந்த எதிர்பாராத் தாக்குதலில், கைஸ் வம்சத் தலைவர்கள் 80 பேரும் சுலைம் வம்சத்தைச் சேர்ந்த 600 பேரும் உயிரிழந்தனர். ளஹ்ஹாக் பின் கைசும் கொலையுண்டார். எஞ்சியவர்கள் தப்பியோடினர். கல்ப் மற்றும் கைஸ் வம்சத்தாரிடையில்தான் உண்மையான போர் நிகழ்ந்தது. அறியாமைக் காலத்திலிருந்தே தொடர்ந்துகொண்டிருந்த பகைமை அது.

அவர்களது பழங்காலக் குடும்பப் பகைமையை இஸ்லாம் மறக்கச் செய்திருந்தது. முஆவியா (ரலி) இம்மக்களை அறிவார்ந்த முறையில் நடத்தி அவர்களது பகையை அடக்கி வைத்திருந்தார். தன் மகன் யஸீதுக்கு கல்ப் வம்சத்திலிருந்து மணமகளைத் தேர்வு செய்தார். இதன் மூலம் தொடர்ந்து அவர்களது ஆதரவைத் தக்க வைத்திருந்தார். கைஸ் வம்சத்தினர், கல்ப் வம்சத்தினரை விடவும் எண்ணிக்கையில் அதிகமிருந்தனர். எனவே, அவர்களை இணக்கத்துடனும் மகிழ்ச்சியுடனும் வைத்திருப்பதிலும் தனிக்கவனம் செலுத்தினார். இவ்விரு இனக்குழுவினரும் சிரியாவின் மாபெரும் சக்தியாக இருந்தனர்.

உமர் பின் கத்தாப் (ரலி) அவர்களின் இறப்புக்குப்பின், உமய்யா மற்றும் ஹாஷிம் வம்சத்தாரிடையே பழைய பகைமை மீண்டும் உருவானதுபோல், முஆவியா (ரலி) அவர்களின் இறப்புக்குப் பின் கைஸ் - கல்ப் வம்சத்தாரின் பழைய பகைமை மீண்டும் தலை தூக்கியது. இதை, மர்ஜ் ரஹத் போர் நிரந்தரப் பகையாக மாற்றியதுடன் இஸ்லாத்தின் வளர்ச்சிப் பாதையில் சீர்திருத்தம் செய்ய இயலாத ஒரு தடையாக மாறியது.

முஆவியா பின் யஸீதின் மரணத்தைத் தொடர்ந்து, டமாஸ்கசில் நடந்த கலீஃபா தேர்வின்போது கைஸ் மற்றும் கல்ப் வம்சத்தாரிடையே

பகைமையும் கருத்து வேறுபாடுகளும் உருவாயின. இராக்கும் எகிப்தும் சிரியாவின் பெரும் பகுதிகளும் அப்துல்லாஹ் பின் ஸுபைர் (ரலி) அவர்களுக்கு ஆதரவாக இருப்பதை அறிந்த மர்வான் பின் ஹகம், டமாஸ்கஸிலிருந்து புறப்பட்டுச் சென்று மக்காவில் அப்துல்லாஹ் பின் ஸுபைர் (ரலி) அவர்களுக்கு வாக்குறுதியளிப்பதாக முடிவு செய்தார்.

டமாஸ்கஸின் ஜாமிஆ மஸ்ஜிதில் மக்களிடையே உருவான பிரச்சினையின்போது உமய்யா வம்சத்தார் கிலாஃபத்தை மீண்டும் பெறுவார்கள் என்பதில் நம்பிக்கை இழந்த மர்வான், மக்கா பயணத்துக்கான ஏற்பாடுகளைச் செய்தார். அப்போது, டமாஸ்கஸுக்கு வந்திருந்த உபைதுல்லாஹ், மர்வானின் எண்ணத்தைப் புரிந்துகொண்டு பயணத்தைக் கைவிடும்படி அவரை வற்புறுத்தினார். மர்வானின் கிலாஃபத்துக்கான வாக்குறுதியும் மர்ஜ் ரஹத் போரில் கைஸ் வம்சத்தின் தோல்வியும் ளஹ்ஹாக்கின் மரணமும் உபைதுல்லாஹ்வின் சூழ்ச்சிகளின் விளைவாக நடந்தவை.

மர்ஜ் ரஹத் வெற்றிக்குப்பிறகு மர்வான், டமாஸ்கஸுக்கு வந்து முஆவியா (ரலி) அவர்களின் அரண்மனையில் தங்யிருந்தார். அவர் அங்கே வந்ததும், அப்துல்லாஹ் பின் ஸுபைரின் அறிவுரைப்படி கல்ப் கிளையினரின் ஆதரவுக்காகவும் காலித் பின் யஸீதின் கிலாஃபத்திலிருந்து விடுதலை பெறுவதற்காகவும் காலித் பின் யஸீதின் தாயாரைத் திருமணம் செய்தார்.

பின்னர், பாலஸ்தீனுக்கும் எகிப்துக்கும் முன்னேறிச்சென்று, ஹிஜ்ரீ 65இன் முற்பகுதியில் அப்துல்லாஹ் பின் ஸுபைரின் ஆதரவாளர்கள் அனைவரையும் தோல்வியுறச் செய்து கொன்றார். அல்லது நாடு கடத்தினார்.

வாய்ப்புகளிலிருந்தும் சிரியா நிகழ்வுகளிலிருந்தும் பயனடையவில்லை என்பதாலும் தகுந்த நேரத்தில் தனது படைகளுக்கு உதவி செய்யத் தவறியதாலும் அப்துல்லாஹ் பின் ஸுபைர், சிரியாமீது படையெடுக்கும்படி உத்தரவிட்டார். எனினும், அவர்களது கைகளிலிருந்த அரிய வாய்ப்பு அந்நேரம் நழுவிப்போயிருந்தது. நம்பிக்கையற்ற நிலையில் அவர்களின் மனங்கள் சிதறுண்டுச் சோர்ந்துபோயிருந்தன.

தவ்வாபீன் போர் : ஹிஜ்ரீ 64 ரமளான் மாதம், அப்துல்லாஹ் பின் ஸுபைர் (ரலி) அவர்களின் கூஃபா ஆளுநராக அப்துல்லாஹ் பின் யஸீத் அன்சாரி நியமிக்கப்பட்டார் என்பதையும் இதே காலகட்டத்தில் முக்தார் பின் உபைதா கூஃபாவுக்கு வந்தார் என்பதையும் ஏற்கனவே பார்த்தோம்.

இமாம் ஹுஸைன் (ரலி) அவர்களின் படுகொலைக்குப் பழிவாங்க வேண்டுமென்று மக்களைத் தூண்டினார் முக்தார். மக்கள், இதை முன்னிட்டு ஏற்கனவே சுலைமான் பின் ஸர்துக்கு வாக்குறுதி அளித்திருப்பதாகவும், அதைச் செயல்படுத்துவதற்கான நேரம் இன்னும் வரவில்லை என்றும் சொன்னார்கள்.

முக்தார் அவர்களிடம் சொன்னார்: "சுலைமான் இதற்குப் பொருத்தமானவர் அல்ல. அவர் போரைத் தவிர்ப்பவர். ஹுசைனின் சகோதரரான இமாம் மஹ்தீ முஹம்மத் பின் அல்ஹனஃபியா அவரது பிரதிநிதியாக என்னை இங்கே அனுப்பியிருக்கிறார். எதிரிகளிடமிருந்து இழப்பீட்டைப் பெற எனக்கு நீங்கள் வாக்குறுதியளிக்க வேண்டும்." மக்கள், இமாம் மஹ்தீக்காக முக்தாரிடம் வாக்குறுதி அளிக்கத் தொடங்கினர்.

தகவலை அறிந்த கூஃபா ஆளுநர் அப்துல்லாஹ் பின் யஸீத், இமாம் ஹுசைனின் கொலைக்குப் பழிவாங்க விரும்பும் முக்தாரும் அவரது ஆதரவாளர்களும் தங்களுடன் ஒத்துழைக்க வேண்டும் என்றும் தங்கள் விருப்பப்படி நடவடிக்கைகளில் ஈடுபடுவார்கள் எனில் அடக்கி வைக்கப்படுவார்கள் என்றும் அறிவித்தார்.

இதையறிந்த சுலைமான் பின் ஸர்தும் ஆதரவாளர்களும் வெளிப்படையாகவே போருக்கான ஏற்பாடுகளில் ஈடுபட்டனர்.

ஹிஜ்ரீ 65 ரபீயுல் அவ்வல் மாதம் முதல் நாள் 17,000 படைவீரர்களுடன் கூஃபாவை விட்டகன்ற சுலைமான், நக்ஹீலாவில் முகாமிட்டார். கூஃபா ஆளுநரான அப்துல்லாஹ் பின் யஸீத் அவரை எதிர்க்கவில்லை. இமாம் ஹுஸைன் கொலைக்குப் பழிவாங்கும் அதே எண்ணத்துடன் முக்தாரும் வீரர்களைத் திரட்டிக்கொண்டிருந்தார். ஆனால், முக்தார் இதை வெளிப்படையாகச் சொன்னார். ஆகவே, கூஃபாவிலுள்ள சில உயர் குடியினர், முக்தாரைக் கைது செய்யும்படி அப்துல்லாஹ் பின் யஸீதிடம் கேட்டுக்கொண்டனர். முக்தார் கைது செய்யப்பட்டார்.

ரபீயுல் அவ்வல் மாதம் 5 ஆம் நாள் சுலைமான், சிரிய எல்லையை நோக்கி தனது 17,000 போர் வீரர்களுடன் புறப்பட்டார். அப்போது, அப்துல்லாஹ் பின் ஸஅத் பின் நுஃபைல், சுலைமானிடம், “ஹுசைனைக் கொன்றவர்கள் இங்கே கூஃபாவில்தான் இருக்கிறார்கள்” என்றார். சுலைமான் சொன்னார்: “இவர்கள், உபைதுல்லாஹ்வின் உத்தரவின்கீழுள்ள படைவீரர்கள். அவர்தான் முதல் குற்றவாளி. ஆகவே, அவர்தான் முதல் இலக்கு. இதன் பிறகு, மற்ற நடவடிக்கைகள் எளிதாக இருக்கும்.”

சுலைமானின் படைகள் கர்பலாவை அடைந்தன. ஹுஸைன் (ரலி) அவர்களின் உடல் மட்டும் அடக்கம் செய்யப்பட்ட இடத்தில் அவர்கள் சோகத்துடன் அழுது நின்றனர். ஒரு பகலும் இரவும் அங்கு தங்கியிருந்துவிட்டு மீண்டும் புறப்பட்டு அய்ன் அல்வர்தாவை அடைந்து அங்கே முகாமிட்டனர்.

மோசிலின் புதிய ஆளுநராக நியமிக்கப்பட்டிருந்த உபைதுல்லாஹ், சுலைமானின் வருகையை அறிந்து ஹஸீன் பின் நுமைரின் தலைமையில் 12,000 வீரர்களை அனுப்பிவைத்தார்.

சுலைமான், ஹிஜ்ரீ 65ஆம் ஆண்டு ஜுமாதல் ஆகிரா மாதம் 21ஆம் நாள் அய்ன் அல்வர்தாவை அடைந்தார். ஐந்து நாள்கள் அங்கே முகாமிட்ட பிறகு, 26ஆம் நாள் ஹஸீனும் அய்ன் அல்வர்தாவுக்கு வந்து சேர்ந்தார். அன்றே போர் தொடங்கியது. மாலைக்குள் சிரியர்கள் பெரும் இழப்பைச் சந்தித்தனர். இரவு குறுக்கிட்டு அவர்களைக் காப்பாற்றியது.

உபைதுல்லாஹ், மறுநாள் காலையில் ஏறத்தாழ 8,000 சிரிய படைவீரர்கள்கொண்ட ஒரு துணைப்படையை அனுப்பி வைத்தார். அன்றும் கடுமையான போர் நிகழ்ந்தது. அதிகாலைத் தொழுகைக்குப் பிறகு ஆரம்பித்த போர், மஃக்ரிப்வரை முடிவே இல்லாமல் தொடர்ந்தது. இரு படைகளும் நம்பிக்கையுடனும் அச்சத்துடனும் இரவைக் கழித்தன. காலையில், ஹஸீன் பின் நுமைரின் படைக்குத் துணையாக மேலும் 10,000 சிரிய வீரர்கள் வந்து சேர்ந்தனர். அன்றும் மாலைவரை போர் நடந்தது. சுலைமான் பின் ஸர்தும் கூஃபாவின் மாபெரும் தலைவர்களும் கொல்லப்பட, சிலர் மட்டுமே உயிர் பிழைத்தனர். அவர்கள் எஞ்சிய வீரர்களுடன் இரவின் மறைவில் களத்தைவிட்டுச் சென்றனர். ஹஸீன் அவர்களைப்

பின்தொடரவில்லை.

சுலைமான் பின் ஸர்தும் அவரது ஆதரவாளர்களும் தவ்வாபீன்கள் என்று அழைக்கப்பட்டனர். இமாம் ஹுஸைன் (ரலி) அவர்களின் கொலை நிகழ, தாங்கள் அவரைக் காட்டிக்கொடுத்த குற்றத்திற்குப் பிராயச்சித்தம் தேட முயற்சி செய்ததால் அவர்கள் தவ்வாபீன்கள் என்று குறிப்பிடப்பட்டனர். ஆகவேதான் அய்னுல் வர்தா போர், தவ்வாபீன் (பிராயச்சித்தம் வேண்டுவோர்) போர் எனக் குறிப்பிடப்பட்டது. எந்த அரசுக் குழுவினராலும் பயிற்சியளிக்கப்பட்ட படைவீரர்களல்ல அவர்கள். ஆனால், உபைதுல்லாஹ்வைக் கொல்வதற்காக அவர்கள் ஒன்று திரண்டிருந்தனர். அவர்களில் பெரும்பாலானோர் உயிரிழந்தனர். மிகச் சிலரே உயிருடன் மீண்டனர்.

கவாரிஜ்களின் போர் : அய்னுல் வர்தாவில் தவ்வாபீன் போர் நிகழும்போது பஸ்ராவில் கவாரிஜ்கள், அப்துல்லாஹ் பின் ஸுபைர் (ரலி) அவர்களின் ஆளுநரான அப்துல்லாஹ் பின் ஹாரிஸை எதிர்த்துப் போரிடும் முயற்சிகளில் ஈடுபட்டனர். பஸ்ராவிலும் அதன் அண்மைப் பகுதிகளிலுமுள்ள கவாரிஜ்கள், அஹ்வாசிலுள்ள டொலாபில் ஒன்று சேர்ந்து கிளர்ச்சியில் ஈடுபட்டனர். கிளர்ச்சியை அடக்குவதற்காக அப்துல்லாஹ் பின் ஹாரிஸ், முஸ்லிம் பின் உபைஸை நியமித்தார். முஸ்லிம் பின் உபைஸ் வீரர்களுடன் டொலாபுக்கு வந்து சேர்ந்தார்.

போரில் கவாரிஜ்களின் தலைவனாகவும் படைத்தலைவனாகவுமிருந்த நஃபீ பின் அர்ஸக்கும் முஸ்லிம் பின் உபைசும் கொலையுண்டனர். ஆனால், போரின் வெற்றி தோல்விகள் முடிவுக்கு வரவில்லை. பஸ்ரா படையினர், முஸ்லிம் பின் உபைசுக்குப் பதிலாக ஹஜ்ஜாஜ் பாபையும், கவாரிஜ்கள், நஃபீயிக்குப் பதிலாக அப்துல்லாஹ் பின் அஹ்வர் தமீமியையும் தலைவர்களாக நியமித்துக்கொண்டனர்.

போர் முழு வீச்சில் நடந்துகொண்டிருந்த நிலையில் ஹஜ்ஜாஜ் கொல்லப்பட்டார். ஹாரிஸ் பின் ஸைத் படைத்தலைவரானார். இறுதியில் கவாரிஜ்கள் வெற்றி பெற்றனர். எஞ்சிய வீரர்களுடன் ஹாரிஸ் பின் ஸைத், அஹ்வாசுக்குத் தப்பிச் சென்றார்.

வெற்றி பெற்ற கவாரிஜ்கள் பஸ்ராவை நோக்கி நகர்ந்தனர். கவாரிஜ்களின் வெற்றியையும் பஸ்ரா படையின் தோல்வியையும்

அறிந்த பஸ்ரா மக்கள் அதிர்ச்சியடைந்தனர். மக்காவிலிருந்த அப்துல்லாஹ் பின் ஸுபைர் (ரலி) அவர்களுக்கு உடனடியாகத் தகவல் சென்றது. குராசானின் ஆளுநராக முஹல்லப் அபூஸுஃப்ராவை நியமித்த அப்துல்லாஹ் பின் ஸுபைர், பஸ்ரா ஆளுநராக இருந்த அப்துல்லாஹ் பின் ஹாரிசுக்குப் பதிலாக ஹாரிஸ் பின் ரபீஆவை நியமித்தார்.

ஹாரிஸ், ஆளுநராகப் பொறுப்பேற்ற நிலையில் பஸ்ராவின் உயர் குடியினரில் ஒருவரான முஹல்லப் பின் அபூஸுஃப்ரா குராசான் ஆளுநராகச் செல்ல இருந்தார். அப்போது கவாரிஜ் படையினர் பஸ்ராவின் அண்மைப் பகுதியை அடைந்திருந்தனர். கவாரிஜ்களை எதிர்கொள்ளவும் அவர்களின் முன்னேற்றத்தைத் தடுக்கவும், அஹ்நஃப் பின் கைசை படைத்தலைவராக நியமிக்க விரும்பினார் ஹாரிஸ். “இதற்கு முஹம்மத் பின் ஸுஃப்ராவே மிகவும் பொருத்தமானவர்” என்றார் அஹ்நஃப். முஹல்லப் சொன்னார்: “நான் குராசான் ஆளுநராகச் செல்லவிருக்கிறேன். இருப்பினும், படைச்செலவுகளுக்குப் போதிய பணமும் பொருள்களும் கவாரிஜ்களிடமிருந்து கைப்பற்றப்படும் எல்லைப் பகுதிகளும் எனக்கு அளிக்கப்பட வேண்டுமென்ற நிபந்தனையுடன் இதை நான் ஏற்றுக்கொள்கிறேன்.”

அவரது நிபந்தனைகளை ஹாரிஸ் பின் ரபீஆ ஏற்றுக்கொண்டார். பஸ்ரா மக்களிடையே தேர்வு செய்யப்பட்ட 12,000 வீரர்களுடன் முஹல்லப், கவாரிஜ்களை எதிர்க்கப் புறப்பட்டார். கடுமையான போர் நிகழ்ந்தது. கவாரிஜ்கள் மிகவும் திறமையுடன் போரிட்டனர். ஆயினும், முஹல்லபின் தனித்துவமான போர்த்திறனும் அனுபவமும் அவருக்குச் சாதகமாக அமைந்தது. கவாரிஜ்கள் முறியடிக்கப்பட்டனர். மீண்டும் தங்களை ஒருங்கிணைத்துக்கொண்ட கவாரிஜ்கள் போரிடத் தொடங்கினர். முடிவில், சிறு அளவிலான போருக்குப் பின், முற்றிலுமாகத் தோற்கடிக்கப்பட்ட கவாரிஜ்கள் கர்மானையும் இஸ்ஃபஹானையும் நோக்கிச் சென்றனர்.

கர்க்கிஸா முற்றுகை : மர்வான் பின் ஹகமின் கிலாஃபத்துக்கு முன், கன்ஸரீனை ஸஃபர் பின் ஹாரிஸ் ஆண்டு வந்தார் என்பதை ஏற்கனவே பார்த்தோம். மர்வானின் வெற்றிக்குப் பிறகு, அப்துல்லாஹ் பின் ஸுபைர் (ரலி)யிடம் சென்ற ஸஃபர், மர்வான் எகிப்தைக்

கைப்பற்றிய செய்தியை அவரிடம் சொன்னார். அப்துல்லாஹ் பின் ஸுபைர் (ரலி), அவரை சிரியாவுக்கும் இராக்குக்குமிடையிலுள்ள எல்லைப் பகுதியான கர்க்கிஸாவுக்கு அரசுப் பிரதிநிதியாக அனுப்பி வைத்தார். அய்னுல் வர்தா போருக்குப் பிறகு மர்வான், கர்க்கிஸாவிலிருந்து ஸஃபரை வெளியேற்றும் பொறுப்பை உபைதுல்லாஹ் பின் ஸியாதிடம் ஒப்படைத்தார்.

உபைதுல்லாஹ் கர்க்கிஸாவை முற்றுகையிட்டார். பெரும் துணிச்சலுடனும் உறுதியுடனும் ஸஃபர் அதை எதிர்கொண்டார். மர்வானின் மரணச் செய்தியை அறியும்வரைக்கும் உபைதுல்லாஹ்வின் முற்றுகை நீடித்தது. பின்னர், வெற்றி வாய்ப்புக் குறித்த அவநம்பிக்கையுடன் முற்றுகையை நிறுத்திவிட்டு டமாஸ்கஸுக்குத் திரும்பினார்.

மர்வான் வாரிசுகளின் கிலாஃபத் : கர்க்கிஸாவை முற்றுகையிடச்சொல்லி உபைதுல்லாஹ்வுக்கு உத்தரவிட்ட மர்வான், கிலாஃபத் உரிமை தனது வாரிசுகளான அப்துல் மலிக்கிற்கும் அப்துல் அஸுசுக்கும் செல்ல வேண்டும் எனும் நோக்கத்துடன் அதற்கான ஏற்பாடுகளில் ஈடுபட்டார். மர்வானை கலீஃபாவாக நியமித்த உடன்படிக்கையின்படி, மர்வானுக்குப் பிறகு காலித் பின் யஸீதும் தொடர்ந்து, அம்ர் பின் ஸயீத் பின் ஆஸும் பொறுப்புக்கு வரவேண்டும். ஆனால், மர்வான் மக்களிடம் சொன்னார்: "எனது இறப்புக்குப் பிறகு காலித் பின் யஸீத் கிலாஃபத்துக்கு வர நான் அனுமதிக்க மாட்டேன். கிலாஃபத்தை முடிவு செய்யும் உரிமையை மக்களிடமிருந்து நான் வாக்குறுதியாகப் பெற்றுக்கொள்வேன்."

இது மக்களிடையே பல்வேறு வதந்திகளுக்குக் காரணமாக அமைந்தது. காலித் பின் யஸீதின் முக்கிய ஆதரவாளராக இருந்த ஹஸன் பின் மாலிக் கல்பிக்கு வாக்குறுதிகள் அளித்து வஞ்சித்து, அவரைத் தன் பக்கம் ஈர்த்துக்கொண்டார் மர்வான். தனக்குப் பிறகு, தன் மகன்கள் அப்துல் மலிக்கும் தொடர்ந்து, அப்துல் அஸீஸும் அமீராக நியமிக்கப்படுவார்கள் என்று முன்மொழியுமாறு ஹஸன் பின் மாலிக்கைத் தூண்டினார்.

டமாஸ்கஸின் ஜாமிஆ மஸ்ஜிதில் பொதுமக்களின் முன் ஹஸன் பின் மாலிக், "அமீருல் முஃமினீனான மர்வானுக்குப் பிறகு, கிலாஃபத் குறித்து மக்கள் குழப்பமடைவார்கள் என்று

நாம் கேள்விப்படுகிறோம். இதைத் தவிர்க்கும் முகமாக ஒரு தீர்வை உங்கள் முன் வைக்கிறேன். இதற்கு அமீருல் முஃமினீனும் பொதுமக்களும் ஒப்புதலளிப்பார்கள் என்றும் நம்புகிறேன். அமீருல் முஃமினீன் தம் மகன்களான அப்துல் மலிக்கையும் அப்துல் அஸீஸையும் கிலாஃபத்துக்காகத் தேர்வு செய்யும் உரிமையை வாக்குறுதியாகப் பெற நான் முன்மொழிகிறேன்" என்றார். இதை எதிர்க்கவோ மாறுபட்ட கருத்தைச் சொல்லவோ யாரும் துணியவில்லை. அப்துல் மலிக் மற்றும் அப்துல் அஸீஸின் கிலாஃபத்துக்கு மக்கள் வாக்குறுதியளிக்க முன்வந்தனர்.

மர்வான் பின் ஹகமின் மரணம் : வாக்குறுதி காலித் பின் யஸீதுக்கு எதிராக அமைந்தது. அவரது ஆதரவாளர்கள் அனைவரும் ஏற்கனவே மர்வான் தரப்பு ஆதரவாளர்களாக மாற்றப்பட்டிருந்தனர். காலித் அதிர்ச்சியடைந்து நின்றார். அவரால் எதுவும் செய்ய இயலவில்லை. தனக்குக் கிடைத்த அரசியல் வெற்றிக்குப் பிறகும், காலித் பின் யஸீதின் செல்வாக்கையும் நற்பெயரையும் குலைக்கும் பணியை மர்வான் தொடர்ந்து செய்து வந்தார். இதிலும் அவருக்குத் திருப்தியேற்படவில்லை. தனது பதவிக்கு காலித் அச்சுறுத்தலாக இருப்பதாக நினைத்தார். ஆகவே, காலிதைக் கொலை செய்வதற்குத் திட்டமிட்டார்.

மர்வானின் மனைவியாக இருந்த தன் தாயாரிடம், மர்வான் தன்னைக் கொலை செய்யத் திட்டமிடுவதாக முறையிட்டார் காலித். "அமைதியாக இரு. மர்வான் அதைச் செய்வதற்குள் நான் அவரைக் கொன்றுவிடுகிறேன்" என்ற காலிதின் தாயார், மர்வானைக் கொலை செய்ய தன்னுடைய நான்கைந்து அடிமைப் பெண்களை ஏற்பாடு செய்தார். ஒரு நாளிரவு, மர்வான் தனது அரண்மனையில் தூக்கத்தில் ஆழ்ந்திருந்தார். காலிதின் ஏற்பாட்டின்படி, சத்தம் வெளிவராமலிருக்க மர்வானின் வாயில் துணியைத் திணித்துக் கழுத்தை நெரித்துக் கொன்றனர் பணிப்பெண்கள். இது, ஹிஜ்ரீ 65 ரமளான் மாதம் நடந்தது. அன்றைய தினம் டமாஸ்கஸில் அப்துல் மலிக்கின் கிலாஃபத்துக்காக மக்கள் வாக்குறுதியளித்தனர்.

மர்வானின் கொலைக்குப் பழியாக, காலிதின் தாயாரை அப்துல் மலிக் கொன்றார். இறப்பின்போது மர்வானின் வயது 63. அவரது ஆட்சி ஒன்பதரை மாதங்களே நீடித்தது.

அப்துல்லாஹ் பின் ஸுபைர் (ரலி) : அப்துல்லாஹ் பின் ஸுபைர் (ரலி) குறித்தும் அவரது கிலாஃபத் குறித்தும் ஏற்கனவே பார்த்தோம். மர்வான் பின் ஹகமின் இறப்பு, அப்துல்லாஹ் பின் ஸுபைர் (ரலி) அவர்களின் கிலாஃபத்தின்போது நிகழ்ந்தது. மர்வானின் இறப்புக்குப் பிறகும் அவரது கிலாஃபத் தொடர்ந்தது. எனவே, யஸீத் பின் முஆவியா மற்றும் முஆவியா பின் யஸீதின் கிலாஃபத்துக்குப் பிறகு, மர்வான் பின் ஹகமின் தனிப்பட்ட நிலைகளையும் சூழல்களையும் தொடர்ந்து அப்துல்லாஹ் பின் ஸுபைரின் விஷயங்களும் இடம்பெறுவது பொருத்தமாக இருக்குமென்று கருதி இங்கே பதிவு செய்யப்பட்டன.

அப்துல் மலிக் பொறுப்புக்கு வந்தார். அவரது ஆட்சி, அப்துல்லாஹ் பின் ஸுபைர் (ரலி) அவர்களின் காலத்துக்குப் பிறகும் நீடித்தது. எனவே, அப்துல் மலிக்கின் ஆட்சிக்காலம் குறித்த தகவல்கள் அப்துல்லாஹ் பின் ஸுபைர் (ரலி) அவர்களைத் தொடர்ந்து இடம்பெறுகின்றன.

இளமை வாழ்வும் குணநலன்களும் : அப்துல்லாஹ் பின் ஸுபைர் (ரலி) அவர்களின் முந்தைய தலைமுறை அவ்வாம், குவைலித், அசத், அப்துல் உஸ்ஸா, குஸையி என்பதாகும். இவரது இயற்பெயர் அபூகுபைப். இவர் நபித்தோழரும் நபித்தோழர் ஒருவரின் மகனுமாவார். இவரது தந்தையான ஸுபைர் (ரலி), அஷ்ரத் முபஷ்ஷிரீன் எனும் சுவர்க்கம் செல்பவர்கள் என்று அறிவிக்கப்பட்ட பத்து நபித்தோழர்களில் ஒருவர்.

இவரது தாயாரான அஸ்மா, அபூபக்ர் (ரலி) அவர்களின் மகளும் ஆயிஷா (ரலி) அவர்களின் சகோதரியுமாவார். இவரது பாட்டியார், இறைத்தூதரின் தாய்வழி உறவினரான ஸஃபியா (ரலி) அவர்களின் தாயார்.

அப்துல்லாஹ் பின் ஸுபைர் (ரலி), இறைத்தூதர் அவர்கள் மதீனாவுக்குப் புலம் பெயர்ந்து ஓராண்டு எட்டு மாதங்களுக்குப் பிறகு பிறந்தவர். புலம்பெயர்ந்த முஹாஜிர்களில் ஒருவருக்கு முதன் முதலாக மதீனா முனவ்வராவில் பிறந்தவர். இவரது பிறப்பு முஹாஜிர்களுக்கு மிகுந்த மகிழ்ச்சியளிப்பதாக இருந்தது. ஏனெனில், மதீனாவுக்குப் புலம்பெயர்ந்த யாருக்கும் நீண்ட காலமாகக் குழந்தைகள் பிறக்காமலிருந்ததைக்கண்ட யூதர்கள், தாங்கள் சூனியம்

வைத்திருப்பதாகவும் புலம்பெயர்ந்தவர்களுக்குக் குழந்தைகள் பிறக்காது என்றும் புரளி பரப்பினார்கள். இந்நிலையில், அப்துல்லா பின் ஸுபைர் பிறந்ததும் முஸ்லிம்கள் மிகுந்த மகிழ்ச்சியடைந்தனர். இது, யூதர்களுக்கு அவமானமாகவும் அமைந்தது.

பிறந்த குழந்தை இறைத்தூதரிடம் எடுத்துச் செல்லப்பட்டது. இறைத்தூதர், ஒரு பேரீச்சம் பழத்தைக் குழைத்து அதில் சிறு அளவைக் குழந்தைக்குக் கொடுத்தார்.

அப்துல்லாஹ் பின் ஸுபைர் (ரலி) நோன்பிருப்பதையும் தொழுவதையும் வழக்கமாகக் கொண்டிருந்தார். சிலவேளைகளில் தொழுகைக்காக நின்ற நிலையிலும் ருகூஉ, சுஜூது நிலைகளிலும் முழு இரவையும் கழிப்பார். தேவைப்படுபவர்களுக்கு குறிப்பாக, உறவினர்களுக்கு பல்வேறு உதவிகள் செய்தார். மிகுந்த வீரமுள்ளவர். மாபெரும் படைத்தலைவர். அவரது குதிரையேற்றம் குறைஷிகள் பெருமைப்படும் ஒன்றாக இருந்தது. விடாமுயற்சியும் பெரும் உறுதியும்கொண்டவர். அழுத்தமான குரலில் நேர்த்தியாகப் பேசும் திறன்கொண்டவர். அவரது பேச்சு, குன்றின்மீது நின்று பேசுவதுபோல் எதிரொலிக்கும்.

அப்துல்லாஹ் பின் ஸுபைர் (ரலி) அவர்களிடம் பல்வேறு மொழிகள் பேசும் 100 அடிமைகள் இருந்ததாகவும் ஒவ்வொருவருடனும் அவர்களது மொழியிலேயே அவர் பேசியதாகவும் உமர் பின் கைஸ் கூறுகிறார். மேலும் அவர், "இறையியல் சிந்தனைகளில் அவர் ஈடுபட்டிருப்பதைக் காண்பவர்கள், அவரது மனதிற்குள் உலகியல் ஆர்வங்கள் அணுவளவுகூட இருக்க இயலாதென்ற முடிவுக்கே வந்து சேர்வார்கள்" என்றார்.

ஒருநாள், அப்துல்லாஹ் பின் ஸுபைர் (ரலி) அவர்களைச் சந்தித்த அப்துல்லாஹ் பின் அஸதி, "நீங்களும் நானும் இன்ன முன்னோர்கள் வழியில் உறவினர்கள்" என்றார். அப்துல்லாஹ் பின் ஸுபைர் (ரலி), "நீங்கள் சொல்வது உண்மைதான். மேலும் ஆழ்ந்து யோசித்தால், மனித குலம் முழுமைக்குமான முன்னோர்கள் ஆதமும் ஹவ்வாவும். ஆகவே, மனித இனம் முழுவதுமே உறவினர்கள்தான் என்ற முடிவுக்கு வருவீர்கள்" என்றார்.

"நான் பொருளாதார நிலையில் மிகவும் ஏழ்மையிலுள்ளேன்" என்றார் அப்துல்லாஹ் பின் அஸதி. "உங்கள் பொருளாதாரம்

வளம்பெற நான் பிணையாளியாக இருக்க இயலாது'' என்றார் அப்துல்லாஹ் பின் ஸுபைர் (ரலி). "எனது ஒட்டகம் குளிரால் இறந்துகொண்டிருக்கிறது'' என்றார் அப்துல்லாஹ் அஸதி. "வெப்பமுள்ள இடத்துக்குக் கொண்டு போய், அதன் மீது கம்பளியையோ போர்வையையோ போர்த்துங்கள்'' என்றார் அப்துல்லாஹ் (ரலி). "நான் அறிவுரை பெறுவதற்காக உங்களிடம் வரவில்லை. எதையேனும் பெற்றுக்கொள்ளவே வந்தேன். உங்களிடம் என்னைக் கொண்டு வந்த ஒட்டகம் சபிக்கப்படுவதாக'' என்றார் அஸதி. "ஒட்டகத்தின்மீது சவாரி வந்தவரையும் சபியுங்கள்'' என்றார் அப்துல்லாஹ் (ரலி).

அப்துல்லாஹ் பின் ஸுபைர் (ரலி) கிலாஃபத் - முக்கிய நிகழ்வுகள் : அமீர் முஆவியா (ரலி) அவர்களின் இறப்பு தொடங்கி மக்காவின் ஆட்சியாளராக அப்துல்லாஹ் பின் ஸுபைர் (ரலி) இருந்து வந்தார். யஸீதின் ஆட்சியின்போது மக்காவில் அவரது ஆட்சியை நிறுவ அப்துல்லாஹ் (ரலி) அனுமதிக்கவில்லை. யஸீதின் இறப்புக்குப் பிறகு, கிலாஃபத்துக்கான வாக்குறுதியைப் பெற்றார். குறுகிய காலத்தில் சிரியாவில் ஒரு சில பகுதிகளைத் தவிர, முழு இஸ்லாமிய உலகும் அவரைக் கலீஃபாவாக ஏற்றுக் கொண்டது.

சிரியாவில் தனக்கிருந்த ஆதரவு நிலையை அவர் சரியாகக் கவனத்தில்கொண்டு பயன்படுத்திக்கொள்ள தவறினார். முஆவியா (ரலி) அவர்களின் காலத்திலிருந்து சிரியாவில் நிறுவப்பட்டிருந்த உமய்யா வம்சத்தினரின் அரசாற்றலையும் செல்வாக்கையும் குறைவாக மதிப்பிட்டதன் மூலம் அவர் தவறு செய்தார்.

கைஸ் மற்றும் கல்ப் வம்சத்தினரிடையிலான பகைமையையும் சிரியாவில் தனக்கிருந்த செல்வாக்கையும் அவர் சரியாகக் கணித்திருந்தால் சிரியாவை நோக்கிப் பயணம் மேற்கொண்டிருந்திருப்பார். உமர் பின் கத்தாப் (ரலி) அவர்களின் சிரியா பயணம் இஸ்லாமிய உலகுக்கு பலனளித்ததுபோலாகி இருக்கும். எனில், மர்வானின் கிலாஃபத்தும் உமய்யா வம்சத்தாரின் அரசாட்சியும் செல்வாக்கும் எழுச்சி பெற்றிருக்காது.

யஸீதின் இறப்பைத் தொடர்ந்து, மக்காவுக்குப் பதில் மதீனாவைத் தலைநகராக்கியிருந்தால் சிரியா கை விட்டுச்

செல்வதை அனுமதித்திருக்கமாட்டார். அண்மையில் இருக்கும் அதைக் கட்டுப்படுத்துவதும் எளிதாக இருந்திருக்கும். இதன் மூலம், ளஹ்ஹாக் பின் கைஸ், ஸஃபர் பின் ஹாரிஸ், நுஅமான் பின் பஷீர், அப்துர் ரஹ்மான் பின் ஜெஹ்தம் ஆகியோரின் தோல்விகள் தடுக்கப்பட்டிருக்கும். அப்துல்லாஹ் பின் ஸுபைர் (ரலி) அவர்களின் இத்தவறுகளின் விளைவாக எகிப்தும் சிரியாவும் பாலஸ்தீனுடன் ஒன்றிணைந்து அவரது கட்டுப்பாட்டை விட்டகன்றன. மர்வான் தனது இனமரபுக்கான கிலாஃபத்துக்கு அடித்தளம் அமைத்துக்கொண்டார்.

முக்தாரின் பொல்லாங்கு : முக்தார் பின் அபூஉபைத் பின் மஸுஊத் ஸகஃபீ குறித்து, முன்பக்கங்களிலும் குறிப்பிடப்பட்டிருக்கிறது. ஹுஸைன் (ரலி) அவர்களின் கொலைக்குப் பழிவாங்க, தவ்வாபீன் குழுவினரில் சுலைமான் பின் ஸர்தும் இருந்தார். பழிவாங்குவது குறித்து அவர் காட்டிய ஆர்ப்பாட்டங்களை முன்வைத்து கூஃபாவின் ஆளுநர் அவரைக் கைது செய்தார். கூஃபாவுக்குத் திரும்பிய பிற தவ்வாபீன்களுக்கு தனது வேதனையை வெளிப்படுத்தும் விதமாக முக்தார் ஒரு கடிதம் எழுதினார்.

அதில், "கவலை வேண்டாம். நான் உயிரோடிருந்தால், தியாகிகளான உங்கள் தோழர்களின் சிறப்பைப் போற்றும் விதமாக, படைவீரர்களின் கொலைக்கும் ஹுசைனின் கொலைக்கும் பழிவாங்குவேன் என்பதில் நீங்கள் உறுதியோடிருங்கள். ஒரு கொலையாளியையும் நான் விட்டு வைக்கப் போவதில்லை. இஸ்ராயீலின் சந்ததியினரைக் கொன்ற புக்த் நஸ்ரின் நிகழ்வுபோல் அது அமையும். ஹுசைனின் இறப்புக்குப் பழிவாங்க விரும்பும் யாராவது இருந்தால், அவர்கள் என்னுடன் உடன்படிக்கை செய்துகொள்ள வேண்டும்" என்று எழுதியிருந்தார்.

கடிதம், தவ்வாபீன் குழுவின் ரஃபீ பின் ஷத்தாத், முதன்னா பின் மக்ரிபா அப்தி, ஸஅத் பின் ஹுதைஃபா பின் யாமன், யஸீத் பின் அனஸ், அஹ்மர் பின் ஸுமைத் ஹிம்ஸி, அப்துல்லாஹ் பின் ஷத்தாத் பஅலீ, அப்துல்லாஹ் காமில் ஆகியோர் முன்னிலையில் வாசிக்கப்பட்டது. ரஃபீ பின் ஷத்தாத், நான்கைந்து பேர்களைத் தன்னுடன் அழைத்துக்கொண்டு சிறைக்கூடத்துக்குச் சென்று அனுமதி பெற்று முக்தாரைச் சந்தித்துப் பேசினார். சிறையை உடைத்தேனும்

அவரை விடுவிப்பதாகச் சொன்னார். முக்தார் சொன்னார்: "வீணாகத் தொந்தரவுக்குள்ளாக வேண்டாம். எனது விருப்பப்படி கூஃபா ஆளுநரே என்னை விடுதலை செய்வார். அதற்கான நேரம் இன்னும் வரவில்லை. இன்னும் சில நாள்கள் பொறுத்திருங்கள்."

தவ்வாபீன்கள் தோல்வியுற்றுத் திரும்புவதற்கு முன்பே, முக்தார் சிறையிலிருந்தவாறே அப்துல்லாஹ் பின் உமர் (ரலி) அவர்களுக்கு ஒரு கடிதம் அனுப்பியிருந்தார். அதில், "கூஃபா ஆளுநர் அப்துல்லாஹ் பின் யஸீத் என்னைக் கைது செய்திருக்கிறார். எனக்கு அநீதி இழைக்கப்பட்டுள்ளது. தாங்கள் அருள்கூர்ந்து என்னை விடுவிக்கச் சொல்லி அவரிடம் பரிந்துரைக்க வேண்டும். இதற்கான வெகுமதியை அல்லாஹ் உங்களுக்கு அளிப்பான்" என்று குறிப்பிட்டிருந்தார்.

அப்துல்லாஹ் பின் உமர் (ரலி) நிச்சயமாகப் பரிந்துரை செய்வார் என்றும் தான் விடுதலை செய்யப்படுவோம் என்றும் முக்தார் உறுதியாக நம்பினார். இந்த உண்மையை மறைத்து, தனக்கு இறையாற்றல் இருப்பதாக மற்றவர்கள் நம்ப வேண்டுமென்ற நோக்கத்துடன் தனது விடுதலை குறித்து ரஃபீயிடம் பதில் சொன்னார். சில நாள்களில், அப்துல்லாஹ் பின் உமர் (ரலி) எழுதிய கடிதம், அப்துல்லாஹ் பின் யஸீதுக்கு வந்தது. அவர், முக்தாரை வரவழைத்து, "கூஃபாவில் தொந்தரவுகள் எதையும் ஏற்படுத்தாமல் வீட்டுக்குள் இருந்துவிட வேண்டுமென்ற நிபந்தனையின்பேரில் உங்களை விடுதலை செய்கிறேன்" என்றார்.

இதற்கு ஒப்புதலளித்த முக்தார் வீட்டுக்குச் சென்றார். முக்தார், தனது அற்புத ஆற்றலின் காரணமாக விடுதலை பெற்றதாக நம்பிய அவரது ஆதரவாளர்கள், மதிப்புடனும் ஆழ்ந்த நம்பிக்கையுடனும் அவரிடம் நடந்துகொண்டனர். சில நாள்களுக்குப் பிறகு, கூஃபாவின் ஆளுநர் பொறுப்பிலிருந்து அப்துல்லாஹ் பின் யஸீதை நீக்கிய அப்துல்லாஹ் பின் ஸுபைர் (ரலி), அப்துல்லாஹ் பின் மோத்தியை நியமித்தார். ஹிஜ்ரீ 66 ரமளான் மாதம் 25 ஆம் நாள், அப்துல்லாஹ் பின் மோத்தி கூஃபாவுக்கு வந்தார். ஆளுநர்களின் நீக்கமும் நியமனமும் தனது அற்புத ஆற்றலின் விளைவே என்பதுபோல் பாவித்துக்கொண்டார் முக்தார். கூஃபாவின் ஆளுநர் நீக்கப்பட்டு புதிய ஆளுநர் நியமிக்கப்பட்டதும் அவர் சுதந்திரமாக வலம் வந்தார். பெரும் திரளான மக்கள் அவரைக் காண வந்தனர்.

அவரது ஆதரவாளர்கள் எண்ணிக்கை பெருமளவு அதிகரித்தது.

அப்துல்லாஹ் பின் மோத்தி, நகரின் குற்றவியல் நடுவராக அயாஸ் பின் முத்தாரிபை நியமித்தார். ஒருநாள் அயாஸ், ஆளுநரான மோத்தியிடம்,: "முக்தாரின் ஆதரவாளர்கள் ஆற்றல் வாய்ந்தவர்களாகவும் அபாயமாகவும் மாறியிருக்கிறார்கள். உங்களுக்கெதிராக அவர்கள் கிளர்ச்சியில் ஈடுபடக்கூடுமென்று நான் சந்தேகிக்கிறேன். ஆகவே, அவரைக் கைது செய்வது நல்லது" என்றார்.

அப்துல்லாஹ் பின் மோத்தி, ஒரு முக்கிய விஷயம் குறித்துப் பேச வேண்டுமென்று முக்தாரை வரவழைத்தார். இதற்கு முக்தாரின் உறவினரான ஸைத் பின் மஸ்ஊத் ஸகஃபியை ஹுஸைன் பின் ரஃபீ அஸ்தீயுடன் அனுப்பி வைத்தார். அவர்கள் முக்தாரிடம் சென்று ஆளுநர் அழைப்பதாகச் சொன்னார்கள். அவர் புறப்படத் தயாரானதும் ஸைத், குர்ஆனின் இவ்வசனத்தை ஓதினார்: "... நிராகரிப்போர் உம்மைச் சிறைப்படுத்தவோ கொலை செய்யவோ அல்லது அவர்கள் (ஊரை விட்டு) வெளியேற்றவோ உமக்கெதிராகச் சூழ்ச்சி செய்ததை..." (குர்ஆன் *8:30*)

இவ்வசனத்தின் மூலம் ஸைத் சொல்ல வருவதைப் புரிந்துகொண்ட முக்தார், "எனக்குக் குளிர்வதுபோல் இருக்கிறது. ஒரு போர்வை கொடுங்கள்" என்றார்.

போர்வை கிடைத்ததும் அதைப் போர்த்திப் படுத்துக்கொண்டு ஹுஸைன் பின் ரஃபீயிடம் சொன்னார்: "திடீரென்று குளிர் ஜுரம் வந்து விட்டது. என்னால் அசைய முடியவில்லை. தயவு செய்து என்னுடைய உடல்நிலையை நீங்கள் அமீருக்கு அறிவித்து விடுங்கள். நாளைக் காலையில் நான் நலமடைந்து எழுந்த பின், அமீரின் உத்தரவின்படி நடந்து கொள்வேன்" என்றார்.

அவர்கள் இருவரும் திரும்பிச் சென்றனர். வழியில் ஸைதிடம் ரஃபீ சொன்னார்: "அமீரைச் சந்திக்க முக்தார் தயாரான நிலையில் நீங்கள் அவரைத் தடுத்து நிறுத்துவதற்காகவே அந்த வசனத்தை ஓதினீர்கள். உடனே அவர் ஒரு காரணத்தைக் கண்டுபிடித்தார்" என்று சொல்லிவிட்டு, "பயப்பட வேண்டாம். நான் இதை அப்துல்லாஹ் பின் மோத்தியிடம் சொல்ல மாட்டேன். ஏனெனில், முக்தாரிடமிருந்து சில நன்மைகளை நான் பெற வேண்டும்"

என்றார். இருவரும் அப்துல்லாஹ் பின் மோத்தியிடம் சென்று, முக்தார் கடுமையாக நோய்வாய்ப்பட்டிருப்பதாகச் சொன்னார்கள். "அவர் வரமுடியாத நிலையிலிருப்பதை நாங்கள் நேரடியாகப் பார்த்தோம். இறைவன் நாடினால் நாளை வருவார்" என்றனர்.

ஸைதும் ஹுஸைனும் சென்றதும், செல்வாக்கும் நம்பிக்கையும் மிகுந்த தன்னுடைய ஆதரவாளர்களில் சிலரை வரவழைத்த முக்தார், "மேலும் காலதாமதம் கூடாது. உடனடியாகக் கிளர்ச்சிக்கான ஏற்பாடுகளைத் தொடங்கியாக வேண்டும்" என்றார். முக்தாரின் உத்தரவுக்குக் கீழ்ப்படிவதாகச் சொன்ன அவர்கள், "இருப்பினும், எங்களுக்கு ஒரு வார காலஅவகாசம் தேவை. போருக்கான முன்னேற்பாடுகளைச் செய்ய வேண்டும்" என்றனர்.

"இதன்மூலம், அப்துல்லாஹ்வுக்கும் ஒரு வார காலஅவகாசமளிக்க நான் தயாராக இல்லை" என்றார் முக்தார். ஸஅத் பின் அபூஸஅத் சொன்னார்: "கவலை வேண்டாம். அப்துல்லாஹ் உங்களைக் கைது செய்தால் மிக எளிதாக நாங்கள் உங்களை விடுதலை செய்வோம்." அவர்கள் முக்தாரை யாருமறியாத ஒரு இடத்துக்கு அழைத்துச் சென்று தலைமறைவாக வைத்தனர். பின்னர், ஸஅத் பின் அபூஸஅத், தனக்கு நெருக்கமானவர்களிடம் சொன்னார்: "உண்மையிலேயே முக்தாரை தன்னுடைய பிரதிநிதியாக முஹம்மத் பின் ஹனஃபியா நியமித்தாரா என்பதைக் கிளர்ச்சியைத் தொடங்குவதற்கு முன் நாம் அறிந்து கொள்ள வேண்டும். ஹனஃபியா தனக்காக வாக்குறுதி பெற இவரை நியமித்திருந்தால் இவரது தலைமையின்கீழ் தயக்கமின்றி அணி வகுக்கலாம். அப்படி இல்லையெனில் இவர் நம்மைச் சூழ்ச்சியால் கீழ்ப்படுத்த நினைக்கிறார் என்பதைப் புரிந்துகொண்டு இவருடனான தொடர்புகளைத் துண்டித்துக்கொள்ள வேண்டும்."

மூன்று அல்லது நான்கு பேரைத் தன்னுடன் அழைத்துக்கொண்டு ஸஅத் பின் அபூஸஅத் மதீனாவுக்குச் சென்று முஹம்மத் பின் ஹனஃபியாவைச் சந்தித்து இது குறித்துக் கேட்டார். ஹுஸைன் (ரலி) அவர்களின் கொலைக்குப் பழி வாங்கும் அனுமதி உண்மையிலேயே முக்தாருக்கு அளிக்கப்பட்டிருப்பதாக அவர் தெரிவித்தார். பிறகு, ஸஅத் பின் அபூஸஅத் கூஃபாவுக்குத் திரும்பி வந்து மற்றவர்களிடமும் இதைச் சொன்னார். அவர்கள் முக்தாரிடம் வாக்குறுதியளிக்கத் தயாராயினர்.

தன்னுடைய செயல்பாடுகள் உண்மையென நிரூபிக்கப்பட்டதை அறிந்த முக்தார் மிகுந்த மகிழ்ச்சியடைந்தார். தங்கள் வெற்றியை உறுதிப்படுத்திக்கொள்ளும் பொருட்டு, கூஃபாவின் உயர் குடியினர்களில் ஒருவரான இப்ராஹீம் பின் மாலிக்கையும் தங்கள் குழுவில் சேர்த்துக் கொள்ளச் சொன்னார் முக்தார்.

முக்தாரின் ஆதரவாளர்களில் ஒருவரான அமீர் பின் ஷுரஹ்பிள், இப்ராஹீம் பின் மாலிக்கிடம் சென்று, “அலீ பின் அபூதாலிபின் ஆட்சியின்போது உங்கள் தந்தையார் பல அரிய செயல்களைச் செய்துள்ளார். ஹுசைனின் கொலைக்கு இழப்பீடு கேட்க பெருமளவிலான மக்கள் முடிவு செய்துள்ளனர். அதில் நீங்கள் முதலாமவராக இருக்க வேண்டும்” என்றார்.

என்னைத் தலைவராக ஏற்பதாக இருந்தால் இதற்கு உடன்படுகிறேன் என்றார் இப்ராஹீம். “முஹம்மத் பின் ஹனஃபியா எங்களுடைய இமாமாக இருக்கிறார். அவரது பிரதிநிதியாக முக்தார் நியமிக்கப்பட்டுள்ளார். ஆகவே, நாங்கள் முக்தாருக்கு வாக்குறுதி அளித்திருக்கிறோம்” என்றார் அமீர் பின் ஷுரஹ்பிள்.

முக்தாரை நான் நேரில் சந்திக்க வேண்டும் என்றார் இப்ராஹீம். அமீர் பின் ஷுரஹ்பிள் இதை முக்தாரிடம் வந்து சொன்னார். மறுநாள், தன்னுடன் பதினைந்து பேரை அழைத்துக்கொண்டு இப்ராஹீமிடம் சென்றார் முக்தார். அவர் அப்போது தொழுகையில் ஈடுபட்டிருந்தார். முக்தார் அவரிடம், “உங்கள் தந்தையார் அலீ பின் அபூதாலிபின் ஆதரவாளர்களில் முக்கியமானவர். மேலும், நீங்கள் எங்களைச் சேர்ந்தவராகவும் நாங்கள் உங்களைச் சேர்ந்தவர்களாகவும் இருக்கிறோம். இமாம் மஹ்தீ முஹம்மத் பின் அல்ஹனஃபியா தனது பிரதிநிதியாக என்னை நியமித்துள்ளார். நீங்கள் என்னிடம் வாக்குறுதியளிக்க வேண்டும். நாம் வெற்றி பெற்றால் நீங்கள் விரும்பும் பதவி உங்களுக்கு அளிக்கப்படும் என்று நான் வாக்குறுதியளிக்கிறேன்” என்றார்.

முக்தாரின் வாக்குறுதியை ஏற்றுக்கொண்ட இப்ராஹீம் தமது விரிப்பிலிருந்து எழுந்து முக்தாரிடம் வாக்குறுதியளித்தார். முக்தார் அங்கிருந்து புறப்பட்டார். ஹிஜ்ரீ 66 ரபீயுல் அவ்வல் மாதம் 14 ஆம் நாளிரவு, கீழ்வரும் செய்தியுடன் தன்னுடைய தூதுவரை இப்ராஹீமிடம் அனுப்பினார் முக்தார்: “கிளர்ச்சியைத்

தொடங்குவதாக நான் முடிவு செய்துள்ளேன். நீங்கள் உங்கள் குழுவினருடன் இதில் கலந்துகொள்ள வேண்டும்." நள்ளிரவுவரை இப்ராஹீமின் ஆதரவாளர்கள் ஒன்று திரண்டு கொண்டிருந்தனர்.

உளவுப் பிரிவினர், இன்றிரவு ஒரு கிளர்ச்சி வெடித்தெழும் என்று அயாஸ் பின் முதாரிபிடம் அறிவித்தனர். அவர், அதை அப்துல்லாஹ் பின் மோத்திக்கு அறிவித்து, அதை எதிர்கொள்வதற்கான வழிவகைகள் குறித்து ஆலோசனை கேட்டார். "கூஃபாவுக்கு எட்டுப் பகுதிகள் இருக்கின்றன. ஒவ்வொரு பகுதியிலும் 500 வீரர்கள் அடங்கிய அமைப்புகளை ஏற்படுத்த வேண்டும். வீட்டைவிட்டு வெளியே வருபவர்கள் கைது செய்யப்படுவார்கள்; அல்லது கொல்லப்படுவார்கள் என்று அறிவிக்க வேண்டும்" என்றார் அப்துல்லாஹ் பின் மோத்தி.

இம்முன்மொழிவு ஏற்கப்பட்டது. மக்கள் ஒன்றுகூடுவதைத் தடுப்பதற்காக ஒவ்வொரு பகுதிக்கும் பொறுப்பாளர்கள் நியமிக்கப்பட்டனர். இப்ராஹீம் தன் ஆதரவாளர்களுடன் முக்தாரைச் சந்திக்கச் செல்லும் வழியில் எதிர்பாராமல் அயாஸ் பின் முதாரிப் எதிர்ப்பட்டார். இரு பிரிவினரும் மோதிக்கொண்டதில் அயாஸ் கொல்லப்பட்டார். முக்தாரின் ஏறத்தாழ 4,000 ஆதரவாளர்கள் அவரது வீட்டைச் சுற்றி ஒன்றுதிரண்டனர். அரசின் இரண்டாம் நிலைப் படைப்பிரிவொன்று இவர்களை எதிர்கொண்டது. ஒரு புறமிருந்து எதிர்த்துத் தாக்கியபடி இப்ராஹீம், முக்தாரின் வீட்டை அடைந்தார். அரசுப் படைவீரர்கள் முன்னால் வந்தனர். முக்தாரின் வீட்டின் முன் போர் நிகழ்ந்தது. இப்ராஹீம், அரசுப் படையை தோற்கடித்துப் பின்வாங்கச் செய்தார்.

அப்துல்லாஹ் பின் மோத்தி மேலும் அதிகமான புதிய படைகளுடன் வந்தார். இப்ராஹீமும் முக்தாரும் சேர்ந்து அப்துல்லாஹ் பின் மோத்தியை அமீரின் தலைமையகத்துக்குள் தள்ளினர். போர் இரவு முழுவதும் தொடர்ந்து நடந்தது. இதனிடையே தொடர்ந்து புதியவர்கள் வந்து இணைய முக்தாரின் ஆதரவாளர்கள் எண்ணிக்கை அதிகரித்துக்கொண்டிருந்தது.

அப்துல்லாஹ் பின் மோத்தி தனது தலைமையகத்துக்குள் முற்றுகைக்குள்ளானார். முற்றுகை மூன்று நாள்கள் நீடித்தது. தலைமையகத்தினுள் மக்கள் மிக அதிகமாக இருந்ததால்

இடவசதியும் உணவும் போதாமலிருந்தது.

அங்கிருந்து இரகசிய வழியினூடே வெளியேறிய அப்துல்லாஹ் பின் மோத்தி, அபூமூஸா அஷ்அரீயின் வீட்டில் ஒளிந்துகொண்டார். எஞ்சியவர்கள் அமைதியை வேண்டி, ஆளுநர் இல்லத்தின் நுழைவாயில்களைத் திறந்துவிட்டனர். தலைமையகத்தையும் கருவூலத்தையும் கைப்பற்றிய முக்தார், அதிலுள்ள பெருமளவிலான பணத்தைத் தனது ஆதரவாளர்களுக்குப் பகிர்ந்துக் கொடுத்தார். பின்னர், கூஃபா மக்கள் ஜாமிஆ மஸ்ஜிதில் ஒன்றுகூடினர். அதில் சொற்பொழிவாற்றிய முக்தார், முஹம்மத் பின் அல்ஹனஃபியாவின் தலைமையை ஏற்றுக்கொள்ளும்படி மக்களிடம் கேட்டுக் கொண்டார்.

தாங்கள் குர்ஆனையும் நபிவழியையும் பின்பற்றுவோம் என்றும் இறைத்தூதரின் வம்சாவளியினருடன் பரிவுடனிருப்போம் என்றும் மக்கள் வாக்குறுதியளித்தனர். முக்தாரும் அவர்களை மதிப்புடன் நடத்துவதாக உறுதியளித்தார். பின்னர், அப்துல்லாஹ் பின் மோத்தி, அபூமூஸா அஷ்அரீயின் வீட்டில் ஒளிந்திருப்பதாக முக்தாருக்குத் தகவல் வந்தது. மோத்திக்கு ஒரு லட்சம் திர்ஹம்களை அனுப்பி வைத்த முக்தார், “பயணச் செலவுக்குப் பணமில்லாமல் நீர் அபூமூஸாவின் வீட்டில் தங்கியிருப்பதாகத் தகவல் கிடைத்தது. தயவுசெய்து இந்த ஒரு லட்சம் திர்ஹம்களை ஏற்று, உமது உடைமைகள் அனைத்தையும் எடுத்துக்கொண்டு மூன்று நாள்களுக்குள் கூஃபாவை விட்டு வெளியேறுவீராக” என்றார். பெரிதும் அவமானத்திற்குள்ளான அப்துல்லாஹ் பின் மோத்தி மக்காவுக்குச் செல்ல விரும்பாமல் பஸ்ராவுக்குச் சென்றார்.

சுலைமான் பின் ஸர்தீயின் ஆதரவாளர்கள் தங்கள் தோல்வியைத் தொடர்ந்து பஸ்ராவுக்கு வந்தபோது அவர்களிடையே பஸ்ராவைச் சேர்ந்த முஸன்னா பின் மக்ரமா அப்தீ எனும் ஒருவர் இருந்தார். முக்தாரின் கடிதத்தைப் படித்த அவர்கள் அவரைக் காணச் சிறைக்குச் சென்றனர். இது ஏற்கனவே குறிப்பிடப்பட்டுள்ளது. முக்தாரிடம் முஸன்னா வாக்குறுதியளித்தார். தமது சார்பில் அலீ பின் அபூதாலிப் (ரலி) அவர்களின் ஆதரவாளர்களிடமிருந்து வாக்குறுதி பெற்று, ஆதரவாளர் எண்ணிக்கையை அதிகப்படுத்தி, தான் கூஃபாவில் கிளர்ச்சியைத் தொடங்கும் அதே நேரத்தில் பஸ்ராவிலும் கிளர்ச்சியைத் தொடங்க வேண்டும் எனும்

உத்தரவுடன் அவரை பஸ்ராவுக்கு அனுப்பி வைத்தார் முக்தார். முஸன்னா, மக்களிடமிருந்து இரகசியமாக வாக்குறுதி பெற்று ஒரு குழுவை உருவாக்கினார்.

தான் கூஃபாவில் கிளர்ச்சி செய்யவிருப்பதை பஸ்ராவிலிருந்த முஸன்னாவுக்கு அறிவித்தார் முக்தார். முஸன்னாவும் கிளர்ச்சியை ஆரம்பித்தார். அப்போது, அப்துல்லாஹ் பின் ஸுபைர் (ரலி) அவர்களால் பஸ்ரா ஆளுநராக நியமிக்கப்பட்ட ஹாரிஸ் பின் அபூரபீஆ, கிளர்ச்சியை முறியடித்து பஸ்ராவிலிருந்து அவர்களை வெளியேற்றினார். அவர்கள் கூஃபாவில் முக்தாரிடம் சென்றனர். கூஃபா, அப்துல்லாஹ் பின் ஸுபைர் (ரலி) அவர்களின் கட்டுப்பாட்டிலிருந்து விலகியது.

கூஃபாவில் தனது ஆட்சியை நிறுவிக்கொண்ட முக்தார், உயர்குடி மக்களை நட்பாக்கிக் கொண்டார். ஒவ்வொரு போர் முயற்சியையும் வேறுபடுத்திக்காட்டும் சில கொடிகளுக்கு ஏற்பாடு செய்தார். இஸ்லாமிய எல்லைகளின் பிற நகரங்களைக் கைப்பற்றவும் திட்டம் தீட்டினார். அப்துல்லாஹ் பின் ஹாரிசிடம் சில கொடிகளைக் கொடுத்து அவரை ஆர்மேனியாவுக்கு அனுப்பி வைத்தார். இஸ்லாமிய ஆட்சிப் பகுதியிலுள்ள பிற நகரங்களைக் கைப்பற்ற படைத்தலைவர்களிடமும் கொடிகளைக் கொடுத்தார். முஹம்மத் பின் உமைரிடம் ஒரு கொடியைக் கொடுத்து அஸர்பைஜானுக்கும், இன்னொரு கொடியை அப்துர் ரஹ்மான் பின் கைசிடம் கொடுத்து மோசிலுக்கும் அனுப்பி வைத்தார். தொடர்ந்து இஷாக் பின் மஸ்ஊதை மதாயினைக் கைப்பற்றவும் ஸஅத் பின் ஹுதைஃபாவை ஹல்வானைக் கைப்பற்றவும் அனுப்பி வைத்தார்.

அப்துல்லாஹ் பின் காமிலும், ஷுரைஹும் நகரக் குற்றவியல் நடுவராகவும் நீதிபதியாகவும் நியமிக்கப்பட்டனர். முக்தாரின் ஆட்சியின்மீது மக்கள் நம்பிக்கை வைத்து வாக்குறுதி பெறும் நோக்கத்துடன் அவர் நியமித்த அனைவரும் வெற்றியுடன் திரும்பினார்கள். அப்துர் ரஹ்மான் பின் சயீதால் மட்டும் மோசிலைக் கட்டுப்பாட்டுக்குள் கொண்டுவர முடியவில்லை. ஏனெனில், அங்கே அப்துல் மலிக் பின் மர்வானால் நியமிக்கப்பட்ட உபைதுல்லாஹ் பின் ஸியாத் ஆளுநராக இருந்தார்.

தக்ரைத்தில் நின்றிருந்த அப்துர் ரஹ்மான், முக்தாருக்குத்

தகவல் அனுப்பினார். அவர், 3,000 குதிரை வீரர்களை யஸீத் பின் அனஸ் தலைமையில் மோசிலுக்கு அனுப்பி வைத்தார். யஸீதின் வருகையை அறிந்த உபைதுல்லாஹ், ரபீஆ பின் முக்தார் கான்வீயை அனுப்பினார். ஹிஜ்ரீ 66ஆம் ஆண்டு துல்ஹிஜ்ஜா மாதம் 9ஆம் நாள், பாபிலில் இரு பிரிவினருக்குமிடையில் மோதல் நடந்தது. இதில் ரபீஆ கொல்லப்பட்டார். சிரிய படை தோல்வியடைந்தது.

சிரிய படைவீரர்கள் பின்வாங்கும் நிலையில் ரபீஆவுக்கு உதவியாக, உபைதுல்லாஹ் அனுப்பிய 3,000 படைவீரர்களுடன் அப்துல்லாஹ் பின் ஜும்லா கஷ்அமீ வருவதைக் கண்ட அப்துல்லாஹ், அவர்களை அழைத்துக்கொண்டு, மறுநாள் ஈதுல் அள்ஹா நாளன்று கூஃபா படையைத் தாக்கினார்.

இதிலும் சிரிய படைகள் தோல்வியடைந்தன. யஸீத் பின் அனசின் உத்தரவின்படி கைதான ஆயிரக்கணக்கான சிரிய வீரர்கள் கொலை செய்யப்பட்டனர். உடல் நலிவுற்றிருந்த யஸீத் பின் அனஸ் அன்று மாலையில் மரணமடைந்தார். இறப்பதற்கு முன் அவர், வரக்கா பின் ஆஸிபைப் படைத்தலைவராக்கினார்.

மறுநாள், உபைதுல்லாஹ் படைகளுடன் புறப்பட்டு வருகிறார் எனும் தகவல் வந்ததும் வரக்கா, பாபிலை விட்டு இராக்குக்கு வந்து, “என்னிடம் மிகச்சிறிய படையே இருப்பதால் நான் பின் வாங்க நேர்ந்தது” என்று முக்தாருக்கு எழுதினார்.

இச்செய்தி வரக்காவைக் கண்டிக்கும் அளவுக்குக் கூஃபா அதிகாரிகளைக் கொண்டு வந்து சேர்த்தது. கூஃபாவின் 7,000 படைவீரர்களை இப்ராஹீம் பின் மாலிக்குக் கொடுத்த முக்தார், யஸீதின் கீழிருந்த படைவீரர்கள் அனைவரையும் தன்னுடன் சேர்த்துக்கொள்ளும்படி உத்தரவிட்டார்.

இப்ராஹீம் சென்ற பிறகு கூஃபாவினர் சிலர், ஷீஸ் பின் ரபீயியிடம் வந்து, முக்தார் தங்களைக் கண்ணியமாக நடத்தவில்லை என்றும் பணத்தைக் கையாடல் செய்வதாகவும் தங்களுக்கான உரிமைகளை மறுப்பதாகவும் முறையிட்டனர். இது தொடர்பாக முக்தாரிடம் சென்று பேசினார் ஷீஸ். கூஃபா மக்களுடன் கலந்து பேசி அவர்களுடைய முறையீடுகளை நிறைவு செய்ய தான் தயாராக இருப்பதாகவும் உமய்யா வம்சத்தார் மற்றும் அப்துல்லாஹ் பின் ஸுபைருக்கு எதிராக கூஃபா மக்கள் போரிடுவார்கள் எனில் போர்

இலாபங்களில் அவர்களும் பங்கு பெறுவார்கள் என்றும் சொன்னார் முக்தார்.

முக்தார் ஆட்சிப்பொறுப்புக்கு வருவதற்கு நீண்ட காலத்துக்கு முன்பே அவரிடம் வாக்குறுதி அளித்து அவர்மீது நம்பிக்கை வைத்தவர்கள் அனைவருக்கும் அவர் பெருமளவில் உதவித்தொகை அளித்து வந்தார். அரசுக்குக் கட்டுப்படவேண்டும் என்பதற்காக முக்தாரின் ஆட்சியை ஏற்று, வாக்குறுதி அளித்தவர்கள் ஹுஸைன் (ரலி) அவர்களின் கொலைக்குப் பழிவாங்குவதில் முக்தாருக்கு எதிரான மனநிலையில் இருந்தனர்.

ஷீஸ் திரும்பி வந்ததும் முக்தாருக்கு எதிராக அவர்கள் ஆர்ப்பாட்டம் செய்தனர். முக்தாரின் தலைமையகத்திற்கு வந்து, "நாங்கள் உங்களைப் பணிநீக்கம் செய்திருக்கிறோம். ஆட்சியை விட்டுக் கீழிறங்குங்கள். நீங்கள், முஹம்மத் பின் அல்ஹனஃபியாவின் பிரதிநிதியோ கலீஃபாவோ அல்ல" என்றனர்.

முக்தார் கவனமாகவும் முன்னெச்சரிக்கையுடனும் இதைக் கையாண்டார். "உங்களைக் கண்டிப்புடன் எதிர்கொள்ள நான் விரும்பவில்லை. ஹுஸைனைக்கொன்ற பிரச்சினையில் உங்கள் அனைவரையும் நான் மன்னித்தேன். உங்களுக்கான சலுகைகள் அனைத்தும் உங்களுக்கு வழங்கப்படும். தற்போது நாம் உமய்யா வம்சத்தாருக்கெதிரான ஒரு போருக்குத் தயாராக வேண்டிய நிலையில் இருக்கிறோம். இதில் நீங்கள் தொந்தரவு தராமல் விலகியிருக்க வேண்டும். இல்லையெனில், நிலைமைகள் உங்களுக்குச் சாதகமாக அமையாது. இது, நீங்கள் ஆற அமர சிந்திக்க வேண்டிய விஷயம். நீங்கள் செய்ய விரும்பும் செயல் ஆபத்தான விளைவுகளை உள்ளடக்கியது" என்றார். இப்ராஹீம் ஆபத்தாக இல்லாத அளவுக்கு முடிந்தவரை கூஃபாவிலிருந்து தொலைவுக்குச் செல்வதற்கான காலஅவகாசத்தை அவர்கள் ஏற்படுத்திக்கொண்டனர்.

இப்ராஹீம் தன்னுடனில்லாத இந்நிலையின் பாதுகாப்பின்மை குறித்து முக்தாரும் யோசித்தார். முடிந்தவரை வெகுவிரைவாக கூஃபாவுக்கு வந்து சேரும்படி, இப்ராஹீமுக்கு அவர் தகவல் அனுப்பியதுடன் அமீரின் தலைமையகத்தில் பாதுகாப்பை வலுப்படுத்தித் தங்கியிருந்தார்.

மறுநாள், கிளர்ச்சியாளர்கள் தலைமையகத்தை முற்றுகையிட்டனர்.

மூன்றாவது நாள் தனது படையுடன் கூஃபாவுக்கு வந்து சேர்ந்த இப்ராஹீம், கிளர்ச்சியாளர்களைக் கொலை செய்யத் தொடங்கினார். உயிரிழப்புகள் இல்லாத ஒரு வீடுகூட கூஃபாவில் கிடையாது எனும் அளவுக்குக் கொலைகள் நடந்தன.

ஒரு பட்டியல் தயாரித்தார் முக்தார். ஹுஸைன் (ரலி) அவர்களின் கொலையின்போது உபைதுல்லாஹ்வின் படையிலிருந்த வீரர்கள், கர்பலா படுகொலையில் ஏதேனும் வகையிலாவது பங்குபெற்றவர்களின் பெயர்கள் என அனைத்தும் அதில் பதிவுசெய்யப்பட்டன. அம்ர் பின் ஸஅதும் ஷிம்ர் துல்ஜவ்ஷானும்கூட கைது செய்யப்பட்டுக் கொலையுண்டனர். அம்ர் பின் ஸஅத், தன்னிடம் பெற்றிருந்த பாதுகாப்பு உறுதியையும் மீறி அவரது கழுத்தை வெட்டினார் முக்தார். அவரது மகன் ஹஃப்ஸ் பின் அம்ர் அப்போது முக்தாருடனிருந்தார்.

அம்ர் பின் ஸஅதின் தலை அரசவைக்குக் கொண்டுவரப்பட்டது. முக்தார், ஹஃப்சிடம் கேட்டார்: "இது யாருடைய தலை என்று தெரிகிறதா?" "ஆம், தெரிகிறது. இதன்பிறகான என்னுடைய வாழ்க்கை நிம்மதியற்றதாகவும் தெரிகிறது" என்றார் ஹப்ஸ். உடனடியாக ஹப்சின் தலையைத் துண்டிக்கும்படி உத்தரவிட்டார் முக்தார். இப்படியே, சிறைப் பிடிப்பதும் கொலை செய்வதும் பல நாள்கள் தொடர்ந்துகொண்டிருந்தன. மக்கள் தங்கள் வீடுகளில் வைத்தே கைது செய்யப்பட்டு, கொல்லப்பட்டனர். அம்ர் பின் ஸஅத் மற்றும் ஷிம்ரின் தலைகளை மதீனாவிலிருந்த முஹம்மத் பின் அல்ஹனஃபியாவுக்கு அனுப்பி வைத்தார் முக்தார்.

முக்தார், மிகுந்த எச்சரிக்கையும் திறமையும் வாய்ந்தவர். கூஃபாவைக் கைப்பற்றிய அவர், அப்துல்லாஹ் பின் ஸுபைர் (ரலி) அவர்களுக்கு ஒரு கடிதம் அனுப்பினார். அதில், "நான் கூஃபாவில் அமீரின் தலைமையகத்தில் இருக்கிறேன். மனதின் அடியாழத்தில் நான் உங்களுக்குக் கீழ்ப்படிபவனாகவும் உங்களது கிலாஃபத்தை விரும்புகிறவனாகவும் இருக்கிறேன். ஆகவே, அருள்கூர்ந்து என்னைக் கூஃபாவின் ஆளுநராக நியமியுங்கள்."

முக்தார் ஆட்சியைக் கைப்பற்ற நினைக்கிறார் என்பதையும் அவரது ராஜதுரோக நடவடிக்கைகளை தாம் கண்டுகொள்ளாமலிருப்பதற்காக ஏமாற்ற சூழ்ச்சி செய்கிறார் என்பதையும் அப்துல்லாஹ் பின்

ஸுபைர் (ரலி) புரிந்துகொண்டார். முக்தாரைச் சோதித்துப் பார்க்க முடிவு செய்த அவர், அம்ர் பின் அப்துர் ரஹ்மான் பின் ஹாரிசை கூஃபா ஆளுநராக நியமித்து அனுப்பி வைத்தார்.

இதையறிந்த முக்தார், ஸைத் பின் குதாமாவின் தலைமையில் 500 வீரர்கள்கொண்ட ஒரு குதிரைப் படையை நியமித்து, அம்ர் பின் அப்துர் ரஹ்மானுக்கு 70,000 திர்ஹம்கள் இழப்பீடாகக் கொடுத்து அவரைத் திருப்பியனுப்பும்படி உத்தரவிட்டார். இதை அவர் ஏற்க மறுத்தால் கைது செய்யவும் உத்தரவிட்டார்.

முதலில் இதை ஏற்க மறுத்த அம்ர், குதிரைப் படையைக் கண்டதும் ஏற்றுக்கொள்வதுதான் சரியாக இருக்குமென்று முடிவு செய்து பணத்துடன் பஸ்ராவுக்குப் புறப்பட்டார். ஏற்கனவே பஸ்ராவுக்குச் சென்றிருந்த அப்துல்லாஹ் பின் மோத்தியுடன் அம்ர் பின் அப்துர் ரஹ்மானும் சேர்ந்து கொண்டார். அப்போதைய பஸ்ரா ஆளுநராக இருந்தவர் ஹாரிஸ் பின் அபூரபீஆ.

நபித்துவக் கோரிக்கையும் அலீ (ரலி) அவர்களின் இருக்கையும்:

அலீ (ரலி) அவர்கள் கூஃபாவில் வாழ்ந்தபோது அவரிடம் தனித்துவமான ஒரு இருக்கை இருந்தது. அதில் அமர்ந்தபடி உத்தரவுகள் பிறப்பிப்பதை அவர் வழக்கமாகக்கொண்டிருந்தார். உம்முஹானி பின்த் அபூதாலிப் எனும் அவரது சகோதரியின் மகன் ஜதா பின் ஹுபைரா என்பவர் கூஃபாவில் வாழ்ந்து வந்தார். அந்த இருக்கை பிறகு அவரிடம் வந்தது. கூஃபாவின் ஆளுநராகத் தன்னைத் தானே நியமித்துக்கொண்ட முக்தார், அந்த இருக்கையைக் கைவசப்படுத்த முயற்சி செய்தார். "எனக்கு ஒரு வார கால அவகாசம் கொடுங்கள். அதை நானே உங்களிடம் ஒப்படைத்து விடுகிறேன்"என்றார் ஜதா பின் ஹுபைரா. "அதிகபட்சம் மூன்று நாள்கள் காலஅவகாசம் தருகிறேன். அதற்குள் அந்த இருக்கையை என்னிடம் ஒப்படைக்க வேண்டும். தவறினால், நான் கடுமையாக நடந்துகொள்வேன்" என்றார் முக்தார்.

ஜதா வாழ்ந்துகொண்டிருந்த பகுதியில் ஒரு எண்ணெய் வணிகர் இருந்தார். இது போன்ற ஒரு இருக்கை அவரிடமும் இருந்தது. ஜதா அதை விலைக்கு வாங்கி யாருமறியாமல் வீட்டுக்குக் கொண்டுவந்தார். அதைச் சுத்தம் செய்து, பாதுகாப்பான முறையில்

மரியாதைகளுடன் முக்தாரிடம் எடுத்துச் சென்றார்.

இருக்கையைப் பெற்றுக்கொண்ட முக்தார், ஜதாவுக்குத் தகுந்த வெகுமதிகள் அளித்துவிட்டு, இருக்கையை முத்தமிட்டுத் தன்முன் வைத்துத் தொழுதார். பின்னர், தன்னுடைய ஆதரவாளர்களை ஒன்று திரட்டி அவர்களிடம் சொன்னார்: "இஸ்ராயீலின் சந்ததியினருக்கு அல்லாஹ் அளித்த வெற்றிப் பேழைபோல், இந்த இருக்கை, அலீ அவர்களின் ஆதரவாளர்களுக்கான ஒரு அடையாளமாக அல்லாஹ் ஆக்கியிருக்கிறான். இன்றிலிருந்து நாம் அனைத்திலுமே வெற்றியாளர்கள்தான்."

அவரது ஆதரவாளர்கள் அதை பக்தியுடன் தடவி முத்தமிட்டு அதன்முன் தலை தாழ்த்தினார்கள். பின்னர், அவர் அந்த இருக்கையை வைப்பதற்கு ஒரு பேழை செய்ய உத்தரவிட்டார். வெள்ளிப் பூட்டுடன் கூடிய அழகான ஒரு பேழைக்குள் அது வைக்கப்பட்டது. தொழுகைக்குச் செல்பவர்கள் அதனை முத்தமிட்டனர்.

கூஃபாவில் ஆட்சிப் பொறுப்புக்கு வருவதற்கு முன்பே, முக்தார் தனது வஞ்சக வலையை விரித்தார். தன்னிடம் அசாதாரண ஆன்மிக வலுவிருப்பதாக மக்களை நம்ப வைத்தார். கூஃபாவின் அரசதிகாரம் கையில் வந்த பிறகு, இதை மிக எளிதாக அவரால் செய்ய முடிந்தது. மெல்ல மெல்ல நபித்துவ உரிமை கோரும் ஒரு திசையை நோக்கி அவர் நகர்ந்துகொண்டிருந்தார்.

கூஃபாவைக் கைப்பற்றிய முக்தார், அப்துல்லாஹ் பின் ஸுபைருக்குக் கடிதம் எழுதிய ஏறத்தாழ அதே காலகட்டத்தில் அப்துல் மலிக் பின் மர்வான், அப்துல் மலிக் பின் ஹாரிஸின் தலைமையில் ஒரு படையை வாதில் குராவுக்கு அனுப்பினார். அப்துல் மலிக் பின் மர்வான், அப்துல்லாஹ் பின் ஸுபைர் (ரலி) மீது தொடுத்த முதல் படையெடுப்பு இதுதான்.

படையெடுப்புச் செய்தியைக் கேள்விப்பட்ட முக்தார், அப்துல்லாஹ் பின் ஸுபைருக்கு மீண்டுமொரு கடிதம் அனுப்பினார். அதில், "நீங்கள் விரும்பினால், உங்கள் உதவிக்காக கூஃபாவிலிருந்து நானொரு படையை அனுப்புகிறேன்" என்றிருந்தது. அப்துல்லாஹ் பின் ஸுபைர் (ரலி), "நீங்கள் அனுப்ப விரும்பும் படையை வாதில் குராவை நோக்கி அனுப்புங்கள்" என்று பதிலெழுதினார்.

3,000 வீரர்கள்கொண்ட ஒரு படைக்கு, ஷுரஹ்பிள் பின் வார்ஸ் ஹமதானியைத் தலைவராக நியமித்த முக்தார், "நேராக மதீனா சென்று அங்குள்ள நிலைமைகளை எனக்குத் தெரிவிக்க வேண்டும். தொடர்ந்து, நான் பிறப்பிக்கும் உத்தரவுகளை நிறைவேற்ற வேண்டும்" என்று உத்தரவிட்டார். மதீனாவுக்கு ஒரு படையை அனுப்புவதன் மூலம் முஹம்மத் பின் அல்ஹனஃபியாவை மகிழ்ச்சிப்படுத்துவதே முக்தாரின் நோக்கமாக இருந்தது. மேலும், இதை அப்துல்லாஹ் பின் ஸுபைரால் எதிர்க்க இயலாது. அலீ (ரலி) அவர்களின் ஆதரவாளர்களிடம் தனது செல்வாக்கு அதிகரிக்கவும் இது உதவியாக இருக்கும் என்று எதிர்பார்த்தார்.

முக்தாரின் திட்டமிட்ட இச்செயல்பாடுகளை அப்துல்லாஹ் பின் ஸுபைர் (ரலி) நன்றாகப் புரிந்துகொண்டிருந்தார். முக்தாரின் கடிதத்திற்குப் பதிலெழுதியபோதே, 2,000 வீரர்களுக்கு அப்பாஸ் பின் ஸஹ்லைத் தலைவராக நியமித்து ஓர் உத்தரவுடன் அனுப்பி வைத்தார். "கூஃபாவிலிருந்து முக்தார் அனுப்பும் படைகள் துணைப்படையாக வருகிறதா அல்லது கிளர்ச்சியில் ஈடுபடும் நோக்கத்துடன் வருகிறதா என்பதை முதலில் உறுதிப்படுத்திக்கொள்ள வேண்டும். உதவும் நோக்கத்துடன் வரவில்லை எனில், அவர்களைத் திருப்பியனுப்பி விட வேண்டும். மறுத்தால், எதிர்கொள்ள வேண்டும்."

அப்பாசும் ஷுரஹ்பிளும் ரக்கீமில் சந்தித்தனர். அப்பாஸ் அவரிடம், "பகைவர்களை எதிர்கொள்ள நாங்களும் உங்களுடன் வாதில்குராவுக்கு வருகிறோம்" என்றார். ஷுரஹ்பிள், "நேராக மதீனாவுக்குச் செல்ல வேண்டுமென்பது எங்களுக்கான உத்தரவு. அங்கே நாங்கள் மற்றொரு உத்தரவை எதிர்பார்ப்போம். பிறகுதான் நாங்கள் நகர இயலும்" என்றார்.

அப்பாஸ் முதலில் இணக்கமாகப் பேசிப் பார்த்தார். அவர்கள் மறுப்புத் தெரிவித்ததும் தாக்குதலை மேற்கொண்டார். முக்தாரின் 3,000 வீரர்களை அப்பாசின் 2,000 வீரர்கள் எதிர்கொண்டனர். இதில், 70 பேர் கொலையுண்டனர். ஷுரஹ்பிளின் படையை கூஃபாவுக்குத் திருப்பியனுப்பினார் அப்பாஸ். இதைத் தனக்குச் சாதகமாக்கிக்கொண்ட முக்தார், அப்துல்லாஹ் பின் ஸுபைர்மீது, முஹம்மத் பின் அல்ஹனஃபியாவிடம் முறையிட்டுக் கடிதமெழுதினார். "உங்களுக்குத் துணையாக அனுப்பிய எனது படைகளை அவர்கள் திருப்பியனுப்பி விட்டனர். ஆகவே, நீங்கள்

நம்பகத்தன்மையுள்ள ஒரு படைத்தலைவரை இங்கே அனுப்பி வைக்கவும். நான் அவரது தலைமையில் வலுவான ஒரு படையை அனுப்பி வைக்கிறேன். நீங்கள் தூதுவரை அனுப்பும் பட்சத்தில் மக்கள் பெருமையும் மகிழ்ச்சியும் அடைவார்கள்.''

முஹம்மத் பின் அல்ஹனஃபியா இதற்குத் தகுந்த பதிலளித்தார்: "உண்மைமீதான உங்களின் அக்கறையை நான் நன்கறிவேன். என்னை அமைதியாகத் தனிமையிலிருக்க அனுமதிப்பதுடன் அல்லாஹ்வின் படைப்புகளை இரத்தம் சிந்த வைப்பதை நீங்கள் தவிர்த்துக்கொள்ள வேண்டும். ஆட்சியின்மீதும், தலைமைமீதும் எனக்கு ஆர்வமிருந்தால் உங்களை விடவும் அதிகமான மக்கள் என்னைச் சுற்றிலுமிருப்பார்கள். ஆனால், நான் என்னுடைய ஆதரவாளர்கள் அனைவரையும் தவிர்த்துக்கொண்டேன். இறுதி முடிவை அல்லாஹ்விடம் ஒப்படைத்துவிட்டேன்.''

உபைதுல்லாஹ் பின் ஸியாத் கொலை நிகழ்வு : ஹிஜ்ரீ 66 ஆம் ஆண்டு ஈதுல் அள்ஹா நாளன்று, கூஃபாவினர் சிரியர்களைத் தோற்கடித்தனர். இருந்தும், உபைதுல்லாஹ்வின் வருகையை அறிந்த கூஃபா படைத்தலைவர் பின்வாங்கினார். செய்தியை அறிந்த முக்தார், இப்ராஹீம் பின் மாலிக்கின் தலைமையில் 7,000 வீரர்களை அனுப்பி வைத்தார். ஆயினும், இப்ராஹீம் கூஃபாவுக்குத் திரும்பிவிட நேர்ந்தது. இத்தகவல்கள் ஏற்கனவே குறிப்பிடப்பட்டன.

கூஃபாவில் பெருமளவிலான மக்கள் படுகொலை செய்யப்பட்டனர். அலீ (ரலி) அவர்களின் ஆதரவாளர்களை எதிர்த்தவர்கள் முற்றிலுமாக ஒடுக்கப்பட்டனர். இது, எதிர்காலத்தில் நிகழவிருந்த சில ஆபத்துகளைத் தடுத்து நிறுத்தியது. இந்நிலையிலிருந்து விடுபட்ட முக்தார், ஹிஜ்ரீ 66ஆம் ஆண்டு துல்ஹிஜ்ஜா மாதம் 22ஆம் நாள், உபைதுல்லாஹ்வை எதிர்த்துப் போரிடுவதற்காக கூஃபாவிலிருந்து இப்ராஹீம் பின் மாலிக்கை அனுப்பி வைத்தார். மக்கள் மிகுந்த பயவுணர்வுடன் இருந்ததால் கூஃபா அப்போது கிளர்ச்சிகள் எதுவுமின்றி அமைதியாக இருந்தது. கூஃபாவில் செல்வாக்குப் படைத்தவர்களும் முக்கியமான தலைவர்களும் இப்ராஹீமுடன் அனுப்பி வைக்கப்பட்டனர். படைவீரர்களில் மனதில் வெற்றி குறித்த நம்பிக்கையை உருவாக்கும் நோக்கத்துடன்

பேழையுடன்கூடிய இருக்கையும் அனுப்பி வைக்கப்பட்டது.

இராக் எல்லையை மிக வேகமாகக் கடந்த இப்ராஹீம் பின் மாலிக், அப்துல் மலிக் பின் மர்வானின் ஆளுநராக உபைதுல்லாஹ் பின் ஸியாத் ஆட்சி புரிந்துகொண்டிருந்த மோசிலில் நுழைந்தார். படைகள் நெருங்கிவிட்டதை அறிந்த உபைதுல்லாஹ், மோசிலிலிருந்து புறப்பட்டார். காஸிரின் அருகிலுள்ள ஒரு இடத்தில் இரு படைகளும் முகாமிட்டன.

இரவு முடிந்து, அதிகாலைத் தொழுகையை நிறைவேற்றிய பின், இரு படைகளும் மோதிக்கொண்டன. பயங்கரமான போர் நிகழ்ந்தது. கூஃபா படையினரில் தோல்விக்கான அறிகுறிகள் தென்பட்டாலும் இப்ராஹீம் பின் மாலிக்கின் துணிவின், தளராத மனவுறுதியின் விளைவாக அசையாமல் நின்றிருந்தன. இரு பிரிவு படைத்தலைவர்களும் பெரும் வீரத்துடன் போரிட்டனர். இறுதியில், சிரியர்கள் தோல்வியடைந்தனர். படைத்தலைவரான உபைதுல்லாஹ் பின் ஸியாத் கொல்லப்பட்டார். தொடர்ந்து, சிரியாவின் படைத்தலைவரான ஹஸீன் பின் நுமைரை, ஷாரிக் பின் ஜதீத் தக்லிபி கொன்றார்.

போர் முடிவடைந்து சிரியர்கள் தோல்வியுற்ற நிலையில் இப்ராஹீம் பின் மாலிக், "கால்வாய்க்கருகில் பதாகையுடனிருந்த ஒருவனை நான் கொன்றேன். அவனது உடையில் கஸ்தூரி வாசம் வீசியது. எனது வாள் அவனை இரு கூறுகளாகப் பிளந்தது. ஆள் யாரென்று போய்ப் பாருங்கள்" என்றார். இறந்து கிடந்தவர் உபைதுல்லாஹ் பின் ஸியாத். அவரது தலை துண்டிக்கப்பட்டது. உடல் தீக்கிரையாக்கப்பட்டது. வெற்றி ஆரவாரத்துடன் அவர்கள், உபைதுல்லாஹ் பின் ஸியாதின் தலையை கூஃபாவிலிருந்த முக்தாருக்கு அனுப்பி வைத்தனர்.

நஜ்தீ பின் அமீர், யமாமாவைக் கைப்பற்றுதல்: ஹிஜ்ரீ 65 ஆம் ஆண்டு, நஜ்தீ பின் அமீர் பின் அப்துல்லாஹ், யமாமாவின் அண்மைப் பகுதிகளில் கிளர்ச்சி செய்ய ஆரம்பித்தார். ஆனால், அவர் புத்திசாதுரியமாக தலைமையைத் தான் ஏற்காமல், இதற்கெனத் தனது குழுவிலுள்ள அபூதாலூத்தை நியமித்தார். பயணக்குழுவினர்மீது இரவுத் தாக்குதல் நடத்தியதையும் பயணிகளின் பாதைகளை இடர் நிறைந்ததாக மாற்றியதையும் தவிர குறிப்பிடுவதுபோல் எதையும்

இவர்கள் செய்யவில்லை. ஹிஜ்ரீ 66இல், கொள்ளையடிக்கவும் நகரங்களை அழிக்கவும் தொடங்குமளவுக்கு அவர்களுக்கு ஆற்றல் கை வந்தது. இந்த ஆண்டின் இறுதியில் அபூதாலூத்தை நீக்கி விட்டு, நஜ்தீ தலைமைப் பொறுப்பேற்று அதன் அண்மைப் பகுதிகள் அனைத்துக்கும் ஆட்சியாளரானார்.

அக்காலகட்டத்தில், அப்துல்லாஹ் பின் ஸுபைர் (ரலி) அவர்களால் யமாமாவுக்குப் படைகள் எதையும் அனுப்ப இயலாத நிலை. ஏனெனில், சிரியாவும் இராக்கும் அவருக்கு மிக முக்கியமானவையாக இருந்தன. இதன் காரணமாக, யமாமாவில் நஜ்தீயின் ஆட்சி ஹிஜ்ரீ 69 அல்லது 70 ஆம் ஆண்டுவரை நீடித்தது.

கூஃபாமீது படையெடுப்பு முன்னேற்பாடுகள் : ஹிஜ்ரீ 64இல் அப்துல்லாஹ் பின் ஸுபைர் (ரலி) கலீஃபாவாக அறியப்பட்டார். அதே ஆண்டு எகிப்தும் பாலஸ்தீனும் சிரியாவும் அவரது கிலாஃபத்திலிருந்து உமய்யா வம்சத்தாரின்கீழ் வந்தன. ஹிஜ்ரீ 65ஆம் ஆண்டு சில மாகாணங்களில் கிளர்ச்சிகள் நடந்தன. அப்துல்லாஹ் பின் ஸுபைர் (ரலி) தொடர்ந்து கலீஃபாவாக இருந்தார். அவரது கட்டுப்பாட்டுக்குள்ளிருந்த எந்த மாகாணமும் இழப்புக்குள்ளாகவில்லை.

ஹிஜ்ரீ 66 இல் கூஃபாவும் யமாமாவும் அவரது ஆளுகைக்குள்ளிருந்து விலகின. முக்தாரும் நஜ்தீ பின் அம்ரும் கூஃபாவிலும் யமாமாவிலும் தங்களை உறுதிப்படுத்தினர். பஸ்ராவும் பாரசீகமும் ஹாரிஸ் பின் ரபீஆ மற்றும் முஹல்லப் பின் அபூஸுஃப்ராவின்கீழ் வந்தன. கவாரிஜ்களின் கிளர்ச்சிகள் தலைதூக்கிய உடனேயே ஒடுக்கப்பட்டன. முக்தாரின் பொய்த்தோற்றத்தில் சிக்குண்டுக் கிடந்த பஸ்ராவில், கூஃபாவின் முன்னாள் ஆளுநரான அப்துல்லாஹ் பின் மோத்தியும் கூஃபாவின் அப்போதைய ஆளுநரான அம்ர் பின் அப்துர் ரஹ்மானும் இருந்தனர்.

உபைதுல்லாஹ் பின் ஸியாதின் மரணச் செய்தியை அறிந்த அப்துல்லாஹ் பின் ஸுபைர் (ரலி) நிம்மதி அடைந்தார். சிரியா பகுதிகளிலிருந்து உருவாகும் பிரச்சினைகளிலிருந்து ஆறுதல் கிடைத்தது. அப்துல் மலிக் பின் மர்வானின் ஆட்சிக்குப் பின்னடைவு ஏற்பட்டிருப்பதால் அவர் ஹிஜாசைத் தாக்க இப்போதைக்கு முன்வரமாட்டார் என்பதும் அவரது ஆறுதலுக்கான காரணம்.

இருந்தும், பஸ்ராவைச் சுற்றியிருந்த ஆபத்துக்கள் பன்மடங்கு பெருகின. முக்தாரின் கவனம், பஸ்ராவின்மீதே இருந்தது. அப்துல்லாஹ் பின் ஸுபைர், பஸ்ராவின் ஆளுநரான ஹாரிஸ் பின் ரபீஆவை நீக்கிவிட்டுத், தமது சகோதரர் முஸ்அப் பின் ஸுபைர் (ரலி) அவர்களை நியமித்தார்.

இக்காலகட்டத்தில் ஹுஸைன் (ரலி) அவர்களின் கொலை தொடர்பாக முக்தாரின் பழிவாங்குதலுக்குப் பயந்து கூஃபாவிலிருந்து தப்பியோடிய பலர் பஸ்ராவில் தஞ்சமடைந்தனர். இவர்களில் ஷீஸ் பின் ரபீயியும் முஹம்மத் பின் அல் அஷ்அஸும் உட்படுவார்கள். பஸ்ராவின் தலைமைப் பொறுப்பை ஏற்றுக்கொண்ட முஸ்அப் பின் ஸுபைர் (ரலி), பல்வேறுபட்ட நிலைகள் குறித்து நுட்பமாகவும் விரிவாகவும் ஆய்வு செய்தார். கூஃபாவிலிருந்து வந்தவர்களில் சிலர் மரியாதைக்கு உரியவர்களாகவும் அனுபவத்திறன் மிக்கவர்களாகவும் இருந்தனர். அவர்கள், கூஃபாமீது படையெடுக்கும்படி முஸ்அப் பின் ஸுபைர் (ரலி) அவர்களை அறிவுறுத்தினர்.

முஸ்அப் (ரலி) சொன்னார்: "பாரசீகத்திலிருந்து முஹல்லப் பின் அபூஸுஃப்ராவை அழைக்காமல் கூஃபாமீது படையெடுக்க வேண்டாம் என்பது அமீருல் முஃமினீனின் உத்தரவு. ஆகவே, முதலில் முஹல்லபை அழைக்க வேண்டும்."

முஹல்லபுக்கு அழைப்பு விடுக்கும் ஒரு கடிதம், முஹம்மத் பின் அஷ்அஸ் மூலம் அனுப்பி வைக்கப்பட்டது. அஷ்அஸைக் கண்ட முஹல்லப், "தூதுவராக அனுப்ப உங்களைத் தவிர இன்னொருவரை நம்ப இயலாத அளவிலா முஸ்அப் இருக்கிறார்?" என்று கேட்டார். அதற்கு அவர், "நான் தூதுவன் மட்டுமல்ல! என்னுடைய சுயநலம் கருதி கூஃபாவின் நிலைமைகளை எடுத்துச் சொல்வதற்காக வந்திருக்கிறேன். எங்கள் அடிமைகளின் வாரிசுகள் சொத்துக்களையும் வீடுகளையும் இழந்தவர்களாக எங்களை ஆக்கி விட்டனர். பாதிக்கப்பட்டவர்கள் இப்போது பஸ்ராவில் தஞ்சம் புகுந்திருக்கிறார்கள். எங்களை இந்த அழிவிலிருந்து காப்பாற்றச் சொல்லி அவர்கள் கதறுகிறார்கள்" என்றார்.

முஹல்லப், பாரசீக மாகாணத்தின் நிர்வாகப் பொறுப்பை மகன் முகீராவிடம் ஒப்படைத்துவிட்டு, எல்லைப்பகுதி பாதுகாப்புகளைப் போதுமான அளவுக்கு வலுப்படுத்தினார். பிறகு, பெருமளவிலான

பணத்தையும் பொருள்களையும் வீரர்களையும் திரட்டிக்கொண்டு பஸ்ராவை நோக்கி அணிவகுத்துச் சென்று முஸ்அப் பின் ஸுபைரைச் சந்தித்தார்.

முஸ்அப் பின் ஸுபைர் (ரலி) அவர்களுடன் இணைந்து கூஃபாவின்மீது படையெடுக்கச் சொல்லி, அப்துல்லாஹ் பின் ஸுபைர் (ரலி) எழுதிய கடிதம், ஏற்கனவே முஹல்லபுக்குக் கிடைத்திருந்தது. முஹல்லப் தயக்கத்துடன் காலம் தாழ்த்திய நிலையில் பஸ்ராவிலிருந்து முஸ்அபின் தூதரும் வந்தார்.

கூஃபாமீதான தாக்குதலை மேற்கொள்ள அப்துல்லாஹ் பின் ஸுபைர் (ரலி) மேலும் காலதாமதம் செய்திருப்பார். ஆனால், கூஃபாவில் பெருமளவிலான மக்களைப் படுகொலை செய்யத் தொடங்கிய முக்தார் அல்லாஹ், ஜிப்ரீலைத் தன்னிடம் வஹீயுடன் அனுப்பியதாகவும் ஆகவே, தானுமொரு நபியாக மாறியிருப்பதாகவும் அறிவித்தார். மக்கள் நகரிலிருந்து தப்பித்தோட ஆரம்பித்தனர். சிலர் பஸ்ராவுக்குச் சென்றனர். சிலர் நேரடியாகவே அப்துல்லாஹ் பின் ஸுபைர் (ரலி) அவர்களிடம் சென்று முக்தாரின் வன்கொடுமைகளையும் அவரது நபித்துவப் பிரகடனத்தையும் அறிவித்தனர்.

முக்தாரின் நபித்துவப் பிரகடனத்தை அறிந்த அப்துல்லாஹ் பின் ஸுபைர், இதைப் பூண்டோடு அழிப்பதில் காலதாமதம் ஏற்படுத்துவது சரியல்ல என்று முடிவு செய்தார். அப்துர் ரஹ்மான் பின் அஹ்நஃபைக் கூஃபாவுக்கு அனுப்பி வைத்து, தம்முடைய பிரதிநிதியாக இருந்து மக்களிடம் வாக்குறுதி பெறச் சொன்னார். அப்பாத் பின் ஹஸீன் ஹத்மி தமீமியை முன்னணிப் படைக்கும் உமர் பின் உபைதுல்லாஹ் பின் மஅமரை வலப்புற அணிக்கும் முஹல்லப் பின் அபூஸுஃப்ராவை இடப்புற அணிக்கும் தலைமையேற்க ஏற்பாடு செய்தார். நடு அணிக்குத் தாமும் தலைமையேற்றார். படைகள் பஸ்ராவிலிருந்து புறப்பட்டுக் கூஃபாவை நோக்கிச் சென்றன.

இதையறிந்த முக்தார் தனது படைகளுடன் கூஃபாவைவிட்டு வெளியே வந்தார். அப்போது மோசில் ஆளுநரான இப்ராஹீம் பின் மாலிக், கூஃபாவுக்கு வரத் தவறினார். கூஃபாவிலிருந்து தப்பித்து பஸ்ராவில் தஞ்சமடைந்தவர்களின் பிரிவும் பஸ்ரா படையிலிருந்தது.

அதற்கு முஹம்மத் பின் அஷ்அஸ் தலைமைவகித்தார். மதார் எனும் சிற்றூரின் அருகில் வைத்து, இரு படைகளும் பயங்கரமாக மோதிக்கொண்டன. இதில், முக்தாரின் படைகள் தோல்வியடைந்தன. தப்பியோடிய முக்தார், அரண்மனைப் பாதுகாப்பை வலுப்படுத்தி அபயம் புகுந்தார்.

தப்பியோடிய கூஃபா படையினரை முஹம்மத் பின் அஷ்அஸ், நீண்ட தொலைவுவரைக்கும் பின்தொடர்ந்து சென்று கொன்றொழித்தார். முஸ்அப் பின் ஸுபைர் (ரலி), முக்தாரின் அரண்மனையை முற்றுகையிட்டார். முற்றுகை பல நாள்கள் நீடித்தது. அரண்மனைக்குள் முக்தார் உட்பட ஆயிரம் பேரிருந்தனர்.

இறுதியில், உணவுப்பொருள்கள் பற்றாக்குறை ஏற்பட்ட நிலையில், கோட்டை வாசலைத் திறந்து, போரிட்டு மடிவதாக முடிவு செய்தார் முக்தார். நுழைவாயிலைத் திறப்பதற்கு முன், முஸ்அபிடம் தனது உயிருக்கு உறுதியளிக்கக் கேட்கும்படி முக்தாரை அறிவுறுத்தினர் அவரது தோழர்கள். முஸ்அப் உறுதியளிப்பார் என்பதில் அவர்களுக்கு சந்தேகமில்லை. எனினும், முக்தார் இதை ஏற்க மறுத்தார்.

தலையில் வாசனைத் தைலம் புரட்டி, உடைகளில் நறுமணம் பூசி, போர்க்கருவிகள் பூண்டு அரண்மனை விட்டு வெளியே வந்தார் முக்தார். அவருடன் பத்தொன்பது பேர் மட்டுமே வந்தனர். வெளியில் வந்ததும் தாக்குதலைத் தொடங்கிய முக்தாரை அப்துல்லாஹ் பின் தஜாஜா ஸைஃபியின் மகன்கள் கொன்றனர்.

ஹிஜ்ரீ 67 ஆம் ஆண்டு, ரமளான் மாதம் 14 ஆம் நாளன்று முக்தார் கொல்லப்பட்டார். அவரது தோழர்களில் உபைதுல்லாஹ் பின் அலீ பின் அபூதாலிபும் ஒருவர். அரண்மனையிலிருந்த அனைவரும் கைது செய்யப்பட்டனர். போர்க்கைதிகள் உட்பட அனைவரும் ஒரு பரந்த வெளிக்குக் கொண்டு வரப்பட்டனர். கைதிகள் குறித்து ஆலோசனை மேற்கொள்ளப்பட்டது. அவர்களை விடுதலை செய்து விடலாம் என்றார் முஹல்லப் பின் அபூஸுஃப்ரா. முஹம்மத் பின் அஷ்அஸ் உட்பட்ட கூஃபாவாசிகள் இதை ஏற்க மறுத்தனர்.

முஸ்அப் பின் ஸுபைர் (ரலி) முடிவு செய்ய இயலாத சூழ்நிலைக்குள்ளானார். "கூஃபாவில் குறைந்தபட்சம் ஒருவர்கூட உயிரிழக்காத வீடே கிடையாதெனும் அளவுக்குக் கொன்றொழித்தவர்

இஸ்லாமிய வரலாறு மூன்றாம் பாகம் 155

முக்தார். அதற்குத் துணை நின்ற இவர்களை விடுவிப்பது கூஃபா மக்களைக் கிளர்ச்சியில் ஈடுபடத்தூண்டும்" என்றனர் கூஃபாவாசிகள். 6,000 கைதிகளில் 700 பேர் அரேபியர்கள்; மீதமுள்ளவர்கள் பாரசீகர்கள். முஸ்அப் பின் ஸுபைர் (ரலி) அவர்களின் ஆழ்ந்த யோசனையின் முடிவில் கைதிகள் அனைவருக்கும் மரண தண்டனை விதிக்கப்பட்டது.

முக்தாரின் இரு கைகளும் துண்டிக்கப்பட்டு கூஃபாவின் ஜாமிஆ மஸ்ஜிதில் தொங்க விடப்பட்டன. அவை ஹஜ்ஜாஜின் ஆட்சிக்காலம் வரையிலும் அதிலேயே கிடந்தன.

கூஃபாவைக் கைப்பற்றிய முஸ்அப் பின் ஸுபைர் (ரலி), மோசில் ஆளுநராக முக்தாரால் நியமிக்கப்பட்ட இப்ராஹீம் பின் மாலிக்குக்கு ஒரு கடிதமெழுதினார். "என்னிடம் நீர் சரணடைந்தால் சிரியாவின் ஆளுநராக உம்மை நியமிப்பேன். மேலும், நீர் கைப்பற்றுகிற மேற்கிலுள்ள நிலப்பகுதிகள் அனைத்தும் உமது ஆட்சியின்கீழ் வருமென்று உறுதியளிக்கிறேன்."

முக்தாரின் மரணத்துக்குப் பின், டமாஸ்கஸிலிருந்து அப்துல் மலிக் பின் மர்வானும் இப்ராஹீமுக்கு ஒரு கடிதம் எழுதினார். அதில், "எனது முன்னிலையில் உமது போர்க்கருவிகளை ஒப்படைப்பீராக. உம்மை இராக்கின் ஆளுநராக நியமிப்பதுடன் நீர் கைப்பற்றுகிற கிழக்குப் பகுதிகள் அனைத்தும் உமது ஆட்சியின்கீழ் இணைக்கப்படும்."

இரு புறமிருந்தும் ஒரே விதமான கடிதங்கள் இப்ராஹீமுக்கு வந்திருந்தன. அப்துல் மலிக்கை விடவும் அவர் முஸ்அபை விரும்பினார். கூஃபாவுக்குச் சென்று அப்துல்லாஹ் பின் ஸுபைர் (ரலி) அவர்களின் கிலாஃபத்தை ஏற்று முஸ்அபிடம் வாக்குறுதியளித்தார். முஹல்லப் பின் அபூஸுஃப்ராவை மோசிலுக்கும் ஜஸீராவுக்கும் ஆளுநராக நியமித்த முஸ்அப், இப்ராஹீமைப் படைத்தளபதியாக நியமித்துக்கொண்டார்.

முக்தாரின் மரணமும் தொடர்ந்து கூஃபா கீழ்ப்படிந்ததையும் அறிந்த அப்துல்லாஹ் பின் ஸுபைர் (ரலி), கூஃபா ஆளுநராக முஸ்அபையும் பஸ்ரா ஆளுநராக தம் மகன் ஹம்ஸா பின் அப்துல்லாஹ்வையும் நியமித்தார். ஹம்ஸாவின் செயல்பாடுகளில் பஸ்ரா மக்களுக்குத் திருப்தியில்லை. அவர்கள், ஹம்ஸாவை

நீக்கிவிட்டு முஸ்அபை ஆளுநராக நியமிக்கும்படி அப்துல்லாஹ் பின் ஸுபைர் (ரலி) அவர்களுக்குக் கோரிக்கை விடுத்தனர். இறுதியில், ஹிஜ்ரீ 68 ஆம் ஆண்டு, பஸ்ராவின் ஆளுநராக நியமிக்கப்பட்டார் முஸ்அப்.

அம்ர் பின் ஸயீத் கொலை நிகழ்வு : ஸஃபர் பின் ஹாரிஸ்மீதான முற்றுகையில் தோல்வியடைந்த உபைதுல்லாஹ் பின் ஸியாத், கர்க்கிஸாவை விட்டுப் புறப்பட்டதாக ஏற்கனவே பார்த்தோம். அவரது மரணத்துக்குப் பின், அப்துல் மலிக் தனது படைகளை அணிவகுத்து இராக்மீது போர் தொடுக்க விரும்பினார். இதன் முதல்படியாக, கர்க்கிஸாமீது படையெடுப்பதாக முடிவு செய்து, தனது சகோதரியின் மகனான அப்துர் ரஹ்மான் பின் உம்மு ஹகமை டமாஸ்கஸில் தன்னுடைய பிரதிநிதியாக நியமித்தார். பின்னர், அம்ர் பின் ஸயீதுடன் கர்க்கிஸாவை நோக்கிப் புறப்பட்டார்.

தனக்குப் பின், காலித் பின் யஸீதும் அம்ர் பின் ஸயீதும் நியமிக்கப்படுவார்கள் எனும் ஒப்புதலுடன் ஆட்சியாளரான மர்வான் பின் ஹகீம் வாக்குறுதியை மீறினார். தனது வாரிசுகளான அப்துல் மலிக்கையும் அப்துல் அஸீஸையும் அடுத்த ஆட்சியாளர்களாக அறிவித்தார். ஏராளமான அடிமைகளும் நிறைந்த பொருள் வசதியும் படைத்த அம்ர் பின் ஸயீத், உமய்யா வம்சத்தினரிடையே மேன்மையும் மதிப்பும் வாய்ந்தவராக இருந்தார்.

மர்வானுக்குப் பிறகு, ஆட்சிப்பொறுப்பேற்ற அப்துல் மலிக், அம்ர் பின் ஸயீதின் மனதிலிருந்த வெறுப்பு மறையுமளவுக்கு அவரை மேன்மையாக நடத்தினார். அப்துல் மலிக்குடன் இணைந்து கர்க்கிஸாவுக்குச் செல்லும்வழியில் அடுத்த ஆட்சியாளராகத் தன்னை நியமிக்கவும் இதுபோன்ற ஒரு வாக்குறுதி ஏற்கனவே அளிக்கப்பட்ட நிலையில் அதற்கான உறுதியும் தரும்படி அப்துல் மலிக்கிடம் கேட்டுக்கொண்டார் அம்ர்.

அப்துல் மலிக் இதை ஏற்க மறுத்தார். அம்ர் பின் ஸயீத், தான் வஞ்சிக்கப்படுவதாகவும் அவமரியாதை செய்யப்படுவதாகவும் உணர்ந்தார். பயணத்தின்போது வாய்ப்பை உருவாக்கி, அங்கிருந்து நழுவி டமாஸ்கஸுக்குத் திரும்பி வந்தார். அப்துல் மலிக்கின் பிரதிநிதியாகப் பொறுப்பிலிருந்த அப்துர் ரஹ்மானை விரட்டி விட்டு, டமாஸ்கஸைக் கைப்பற்றி, தனது ஆட்சியைப் பிரகடனப்படுத்தினார்.

தொடர்ந்து, மக்களை ஒன்றுதிரட்டி ஓர் உரை நிகழ்த்தினார். அதில், மக்களுக்கான ஊதியங்களை நிர்ணயிப்பதாகவும் அவர்களை மரியாதையுடன் நடத்துவதாகவும் வாக்குறுதிகள் அளித்தார்.

இத்தகவலை அறிந்த அப்துல் மலிக், உடனடியாக டமாஸ்கஸுக்குத் திரும்பி வந்து முற்றுகையில் ஈடுபட்டார். முற்றுகை நீண்ட காலம் நீடித்தது. அப்துல் மலிக்கால் வேறு எதிலும் கவனம் செலுத்த முடியவில்லை. கடைசியில், மக்களின் வேண்டுகோளுக்கிணங்கி ஓர் உடன்படிக்கைக்கு முன்வந்தார்.

உடன்படிக்கை எழுதப்பட்டது. அம்ர் பின் ஸயீத் நகரிலிருந்து வெளியே வந்து, அப்துல் மலிக்கை அவரது முகாமில் சந்தித்து டமாஸ்கசின் ஆட்சிப் பொறுப்பை அவரிடம் ஒப்படைத்தார்.

அம்ர் பின் ஸயீத் குறித்த ஒரு பயவுணர்வு அப்துல் மலிக்கிடம் எப்போதுமே இருந்து வந்தது. அதைப் போக்குவதை மிக முக்கிய தேவையாகக் கருதினார் அப்துல் மலிக். அதற்கான ஒரு சூழ்ச்சியாக அம்ருவைத் தனது அரசவைக்கு வரவழைத்தார். வழக்கம்போல் அம்ர், அப்துல் மலிக்கின் அருகில் வந்தமர்ந்தார். இதை எதிர்பார்த்து ஏற்கனவே நியமிக்கப்பட்ட சிலர் அம்ர் பின் ஸயீதைப் பிடித்துக் கொலை செய்தனர்.

அம்ர் கொலை செய்யப்பட்டதை அறிந்த அவரது சகோதரர் யஹ்யா, ஆயிரம் பேருடன் சென்று அமீரின் தலைமையகத்தை முற்றுகையிட்டார். துண்டிக்கப்பட்ட தலையை மேலே இருந்து அவர்களை நோக்கி வீசியெறிந்த அப்துல் மலிக், கூடவே பணத்தையும் அள்ளி வீசினார். மக்கள் பணத்தைப் பொறுக்கத் தொடங்கினார்கள். தனியாக விடப்பட்ட யஹ்யா கைது செய்து சிறையில் அடைக்கப்பட்டார். அவருடன் அம்ர் பின் ஸயீதின் பிள்ளைகளும் சிறையில் அடைக்கப்பட்டனர். முஸ்அப் பின் ஸுபைர் (ரலி) கொல்லப்பட்டு அப்துல் மலிக் இராக்கைக் கைப்பற்றும்வரை அவர்கள் சிறையில் இருந்தனர். அம்ர் பின் ஸயீத் கொலையுண்ட ஆண்டு ஹிஜ்ரீ 69.

முஸ்அப் பின் ஸுபைர் (ரலி) அவர்களின் உணராமை : பஸ்ராவில் ஹம்ஸா பின் அப்துல்லாஹ் பின் ஸுபைரின் ஆட்சி ஓர் ஆண்டிற்கும் குறைவாகவே நீடித்தது என்றும் பிறகு, முஸ்அப் பின் ஸுபைர் ஆட்சிப் பொறுப்பை ஏற்றுக்கொண்டார் என்றும்

ஏற்கனவே பார்த்தோம். முஸ்அப், பஸ்ராவுக்கு நேரடியாகச் சென்று தனது பிரதிநிதியாக அம்ர் பின் உபைதுல்லாஹ்வை நியமித்தார். தேவைப்பட்டால், பஸ்ராவில் பிரதிநிதி ஒருவரை நியமித்துவிட்டு, கவாரிஜ்களை அடக்கப் பாரசீகத்துக்குச் செல்லவும் உத்தரவிட்டார். இம்மாகாணங்களிலுள்ள ஆளுநர்களையும் படைத்தலைவர்களையும் பதவி நீக்கம் செய்தும், பொறுப்புகளை மாற்றியும் அமைத்த பின், சில நாள்கள் அங்கே தங்கியிருந்துவிட்டு, கூஃபாவுக்குத் திரும்பினார்.

கவாரிஜ்களின் தீய செயல்கள் ஹிஜ்ரீ 70ஆம் ஆண்டு தீவிரமடைந்தன. முகீரா பின் முஹல்லபும் அம்ர் பின் உபைதுல்லாஹ்வும் இவர்களை ஒடுக்கத் தவறிவிட்டனர். கவாரிஜ்களின் நடவடிக்கைகளை முஹல்லப் பின் அபூஸுஃப்ராவால் மட்டுமே கட்டுப்படுத்த இயலுமென்ற நோக்கத்தில், மோசுல் ஆளுநராக இருந்த முஹல்லபை பாரசீக ஆளுநராக மாற்றி கவாரிஜ்களை ஒடுக்குமாறு உத்தரவிட்டார் முஸ்அப் பின் ஸுபைர்,

முஹல்லப் பின் அபூஸுஃப்ரா சொன்னார்: "பாரசீகத்துக்குச் செல்வதில் எனக்கு மகிழ்ச்சிதான். ஆனால், என்னை இங்கிருந்து மாற்றுவது உங்களுக்கு மிகப் பெரிய சிக்கலை விளைவிக்கும். ஏனெனில், அப்துல் மலிக் பின் மர்வான் இராக்கில் தனது சதி வலையை விரிக்கத் தொடங்கிவிட்டார். நான் மிக நுட்பமாக அவரது செயல்பாடுகளைக் கவனித்து வருகிறேன். நான் இங்கு இல்லாத நிலையில் அவர் தனது படை நடவடிக்கைகளில் ஈடுபடக்கூடுமென்று அஞ்சுகிறேன்."

வரவிருக்கும் பிரச்சினையைவிட வந்த பிரச்சினைக்கு முக்கியத்துவம் அளிப்பது உடனடித் தேவையென்று கருதினார் முஸ்அப். முஹல்லப் பாரசீகத்துக்குப் புறப்பட்டார். முஸ்அபிடமிருந்த மிகுந்த ஆற்றலும் அனுபவமுமுள்ள படைத்தலைவர்கள் இப்ராஹீமும் முஹல்லபும். அப்துல்லாஹ் பின் ஸிம்மைக் குராசான் ஆளுநராக நியமித்ததுடன், அப்பாத் பின் ஹஸீனை முஹல்லபுக்கு துணையாக நியமித்தார் முஸ்அப்.

இப்படியாக, தன்னிடமிருந்த ஆற்றல் மிக்கவர்களைத் தொலைவிடங்களுக்கு அனுப்பினார் முஸ்அப். கூஃபாவில் இப்ராஹீம் பின் மாலிக்கும் பஸ்ராவில் அம்ர் பின் உபைதுல்லாஹ்வும்

இஸ்லாமிய வரலாறு மூன்றாம் பாகம் **159**

மட்டுமே எஞ்சியிருந்தனர்.

அம்ர் பின் ஸயீதைக் கொன்றதன் மூலம் தனது ஆட்சியின்மீதான உள்நாட்டு எதிர்ப்பிலிருந்து விடுபட்ட அப்துல் மலிக் பின் மர்வான், அப்துல்லாஹ் பின் ஸுபைர் (ரலி) அவர்களின் ஆட்சிக்கெதிரான சதித்திட்டங்களில் ஈடுபட்டார். தன்னுடைய ஆட்களை பாரசீகத்துக்கு அனுப்பி, கவாரிஜ்களைக் கிளர்ச்சியில் ஈடுபடத் தூண்டினார். இன்னும் சிலரை, கூஃபாவுக்கும் பஸ்ராவுக்கும் அனுப்பி வைத்தார். உமய்யா வம்சத்தினரின் ஆதரவாளர்கள் மூலம் தனது சதித்திட்டங்களை நிறைவேற்றினார். முஸ்அப் பின் ஸுபைரின் படைத்தலைவர்களைக் கடிதங்கள் மூலம் வசப்படுத்த முயன்றார். முஹல்லபையும் இப்ராஹீமையும்கூட தங்கள் பக்கம் கொண்டு வர அவர் முயற்சி செய்தார். ஆனால், முஸ்அபைக் காட்டிக் கொடுக்க அவர்கள் தயாராக இல்லை. ஆகவேதான், பாரசீகத்துக்குப் புறப்படும்படி முஸ்அப் உத்தரவிட்டபோதும் சூழ்நிலையைக் கருதி முஹல்லப் தயக்கம் காட்டினார்.

அப்துல் மலிக்கின் போர் ஏற்பாடுகள் : உமய்யா வம்சத்தினருக்கு ஆதரவாகவும் அப்துல்லாஹ் பின் ஸுபைர் (ரலி) அவர்களுக்கு எதிராகவும் மக்களைத் தூண்டும் ஓர் இரகசியச் செயல்பாட்டின்படி காலித் பின் உபைதுல்லாஹ்வை பஸ்ராவுக்கு அனுப்பினார் அப்துல் மலிக். பஸ்ராவுக்கு வந்த காலித், குறிப்பிட்ட எண்ணிக்கையிலான மக்களைத் தங்கள் பக்கம் மாற்றினார்.

இதையறிந்த அம்ர் பின் உபைதுல்லாஹ் பின் மஅமர், பஸ்ராவுக்கு ஒரு படையை அனுப்பி வைத்தார். காலிதின் ஆட்கள் எதிர்த்துப் போரிட்டனர். முடிவில் காலித் பஸ்ராவை விட்டுத் துரத்தப்பட்டார். இச்செய்தி கூஃபாவை எட்டியது. பொறுப்புகள் அனைத்தும் முஸ்அபிடம் ஒப்படைக்கப்பட்ட நிலையில் அவர், கூஃபாவிலிருந்து பஸ்ராவுக்கு வந்தார். காலிதின் ஆட்களுக்கு அபராதம் விதித்து, சிலரது வீடுகளை இடிக்கவும் செய்தார். அப்துல் மலிக்கின் ஆதரவாளர்கள் கூஃபாவிலும் இரகசிய நடவடிக்கைகளில் ஈடுபட்டிருந்தனர். அத்தாப் பின் வரக்காபோன்ற படைத்தலைவர்கள் சிலரும் அப்துல் மலிக்குடன் சேர்ந்து சதிச்செயல்களில் ஈடுபட்டது மிகப்பெரிய சிக்கலாக இருந்தது.

அப்துல் மலிக் ஒரு புறம் போருக்கான முன்னேற்பாடுகளிலும் இன்னொரு புறம் கூஃபா மற்றும் பஸ்ரா படை வீரர்களிடையே

புரட்சி செய்வதற்கான சதி வேலைகளிலும் ஈடுபட்டு வந்தார். ஒரு நாள், அப்துல் மலிக் பின் மர்வானின் முத்திரையுடன்கூடிய ஒரு கடிதம் இப்ராஹீம் பின் உஷ்த்தூருக்கு வந்தது. அதில் என்ன எழுதப்பட்டிருக்கும் என்பதை புரிந்துகொண்ட இப்ராஹீம், முத்திரையைப் பிரிக்காமல் அப்படியே முஸ்அபிடம் கொடுத்தார். முஸ்அப் அதை வாசித்தார். அதில், நீர் எனக்கு ஆதரவாக இருப்பீராக! நான் உம்மை இராக் ஆளுநராக நியமிப்பேன் என்று எழுதப்பட்டிருந்தது.

முஸ்அப் பின் ஸுபைர் (ரலி) அவர்களின் இறப்பு : கடைசியாக, அப்துல் மலிக் தனது முன்னேற்பாடுகளை நிறைவு செய்த பின், சிரியாவிலிருந்து இராக்கை நோக்கிப் புறப்பட்டார். கூஃபாமீது உடனடியாகப் படையெடுக்கும்படி கூஃபாவின் உயர்குடியினர் அனுப்பி வைத்த கடிதங்களின்படியே அவர் டமாஸ்கஸை விட்டுப் புறப்பட்டார். இந்தக் கடிதங்கள் முன்பு, ஹுஸைன் (ரலி) அவர்களுக்கு அனுப்பி வைக்கப்பட்டவை போலிருக்கலாம் என்று சொல்லி ஆலோசகர்கள் அவரைத் தடுத்தனர்.

அப்துல் மலிக் சொன்னார்: “இமாம் ஹுஸைன் முற்றிலும் கூஃபாவையே சார்ந்திருந்தார். நானோ பலம் வாய்ந்த படையுடன் செல்கிறேன். இந்நிலையில், அவர்களால் நம்பிக்கைத் துரோகம் செய்ய இயலாது. நான் படைகளுடன் செல்வதால், தங்கள் வாக்குறுதிளை மீறி அவர்கள் செயல்பட மாட்டார்கள் என்பதில் நான் உறுதியாக இருக்கிறேன்.”

அப்துல் மலிக் தமது படைகளுடன் அணிவகுத்துச் சென்றார். மறுபுறம், முஸ்அப் பின் ஸுபைரும் போருக்கான தயாரிப்புகளில் ஈடுபட்டார். அப்துல் மலிக்கின் தாக்குதல் செய்தி, கூஃபாவை அடையும்போது, அம்ர் பின் உபைதுல்லாஹ்வை கவாரிஜ்களை ஒடுக்கும் நோக்கத்துடன் பாரசீகத்துக்கு அனுப்பியிருந்தார் முஸ்அப் பின் ஸுபைர்.

இரு படையினரும் தங்கள் முகாம்களை தைர் ஜத்தலீக் எனுமிடத்தில் அமைத்துக் கொண்டனர். முஸ்அப் பின் ஸுபைரின் படை எண்ணிக்கை மிகக் குறைவாக இருந்தது. கடைசி நேரத்தில், அவர்கள் போருக்கு வர மறுத்து, பொய்யான காரணங்களைச் சொன்னார்கள். வந்தவர்களிலும் பெரும்பான்மையோர் எதிரிகளுடன்

சேரத் தயாராக இருந்தனர்.

போர் தொடங்கியது. அப்துல் மலிக்கின் சகோதரர் முஹம்மத் பின் மர்வான் முதலில், இப்ராஹீம் பின் மாலிக்கின் தலைமையிலான படையின் ஒரு பகுதியைத் தாக்கினார். இரு பிரிவினரும் மிகுந்த வீரத்துடன் களத்தில் நின்றனர். முடிவில், முஹம்மத் பின் மர்வான் பின் வாங்கினார். இதைக்கண்ட அப்துல் மலிக், ஒரு படைப்பிரிவை உபைதுல்லாஹ் பின் யஸீத் தலைமையில் முஹம்மதுக்கு உதவியாக அனுப்பி வைத்தார். இப்போரில்தான் குத்தைபா பின் முஸ்லிமின் தந்தையான முஸ்லிம் பின் உமர் பஹ்லீ கொலையுண்டார்.

எதிரிகள் இப்ராஹீமைச் சூழ்ந்துகொண்டதைக் கண்ட முஸ்அப் பின் ஸுபைர் அவருக்கு உதவியாக அத்தாப் பின் வரக்காவை அனுப்பினார். ஏற்கனவே, அப்துல் மலிக்குக்கு இரகசிய வாக்குறுதியளித்திருந்த அத்தாப், களத்திலிருந்து தந்திரமாக விலகிக் கொண்டார். எதிரிகளால் சூழப்பட்ட இப்ராஹீம், வீரத்துடன் எதிர் நின்று பலரைக் கொன்றார். அவரது மரணத்துடன் அப்துல் மலிக்கும் சிரியர்களும் தூண்டுதல் பெற்றதுடன் தங்கள் வெற்றியில் உறுதியாக இருந்தனர்.

முஸ்அப் பின் ஸுபைர், தனது மற்ற படைத்தலைவர்களிடமும் வீரர்களிடமும் முன்னேறிச் சென்று தாக்கும்படி கேட்டுக்கொண்டார். யாருமே அதற்கு முன்வரவில்லை. கோரிக்கை காதில் விழாதவர்கள் போலிருந்தனர். களத்தில் நின்று ஒரு சில வீரர்கள் மட்டுமே போரிட்டுக் கொண்டிருந்தனர். எஞ்சிய கூஃபா படைவீரர்கள் பார்வையாளர்களாக மாறியிருந்தனர்.

இம்முறை, கூஃபாவினரின் செயல்பாடு, இமாம் ஹுஸைன் (ரலி) அவர்களுக்கு இழைத்த துரோகத்தையும் கடந்ததாக இருந்தது. இமாம் ஹுஸைனுக்கு ஆதரவாகச் செயல்படக்கூடாது என்று உபைதுல்லாஹ் அச்சுறுத்திய நிலையில் அவர்கள் அப்படி நடந்து கொண்டனர் என்றால், இதற்கான காரணம் பேராசை மட்டுமே!

முஸ்அப் கொல்லப்படுவதை அப்துல் மலிக் விரும்பவில்லை. அவர் தனது சகோதரர் முஹம்மத் பின் மர்வான் மூலம் தகவல் அனுப்பினார்: “போர் உங்களுக்கெதிராக மாறி விட்டது. நீங்கள் வெற்றி பெறப்போவதில்லை. நான் அளிக்கும் பாதுகாப்பையும் மன்னிப்பையும் தயவு செய்து ஏற்றுக்கொள்வீராக.”

"அல்லாஹ்வின் பாதுகாவல் மட்டும் எனக்குப் போதுமானது" என்று சொல்லி அதை ஏற்க மறுத்தார் முஸ்அப். முஹம்மத் பின் மர்வான், முஸ்அபின் மகன் ஈஸாவிடம், "அமீருல் முஃமினீனான அப்துல் மலிக் உமக்கும் உம் தந்தையாருக்கும் பாதுகாப்பு வழங்கியுள்ளார்" என்றார். தனது தந்தையிடம் இது குறித்துப் பேசிய ஈஸாவிடம் முஸ்அப் சொன்னார்: "ஆம்! உமது விஷயத்தில் சிரியர்கள் தங்கள் வாக்குறுதியைப் பேணுவார்கள் என்றுதான் நானும் நம்புகிறேன். நீர் விரும்பினால், அவர்களிடம் பாதுகாவல் தேடிக்கொள்ளலாம்."

"தன்னுடைய உயிரைக் காப்பாற்றிக்கொள்வதற்காக, தந்தையைக் கைவிட்ட ஈஸா என்று குறைஷிப் பெண்கள் குறைசொல்ல நான் வாய்ப்பளிக்கமாட்டேன்" என்றார் ஈஸா. முஸ்அப் சொன்னார்: "நல்லது. அப்படியென்றால் மக்காவிலுள்ள எனது சகோதரர் அப்துல்லாஹ் பின் ஸுபைரிடம் சென்று, இராக்கியர்களின் துரோகம் குறித்துச் சொல்லும். என்னை இங்கே இருக்க அனுமதியும். நான் ஏற்கனவே கொல்லப்பட்டுவிட்டதாக உணர்கிறேன்."

"அத்தகைய ஒரு செய்தியுடன் நான் செல்ல விரும்பவில்லை. போர்க்களத்தைவிட்டுத் தாங்கள் பஸ்ராவுக்குச் செல்லலாம். அங்குள்ள மக்கள் தங்கள்மீது மிகுந்த பரிவும் பற்றும் கொண்டவர்கள். அங்கே ஏதேனும் மாற்று வழிகள் கிடைக்கும். அல்லது நாம் மக்காவுக்குச் செல்வோம்" என்றார் ஈஸா.

"மகனே, இது சாத்தியமில்லை. ஏனெனில் போர்க்களத்தை விட்டு நான் ஓடுவது, குறைஷிகளிடையே ஒரு பேச்சுக்குக் காரணமாக அமைந்துவிடும். இந்த எண்ணங்களைக் கைவிட்டு எதிரியைத் தாக்குவதே சிறந்தது" என்றார் முஸ்அப்.

ஈஸா தனது படையுடன் எதிரிகள்மீது தாக்குதலைத் தொடர்ந்தார். பகைவர்கள் பலரைக் கொன்றுவிட்டு, தனது தந்தையின் எதிரில் வைத்து அவரும் கொல்லப்பட்டார். அப்துல் மலிக் முன் வந்து, "தயவுசெய்து களத்திலிருந்து திரும்பிச் செல்லுங்கள். அல்லது பாதுகாப்பை ஏற்றுக் கொள்ளுங்கள்" என்று முஸ்அபிடம் பணிவுடன் கேட்டுக்கொண்டார். ஆனால், முஸ்அப் ஏற்க மறுத்தார்.

தனது எதிரியான அப்துல் மலிக், தன்னிடம் பாதுகாப்பை ஏற்றுக்கொள்ளும்படி மன்றாடிய அதே நேரத்தில் கூஃபா படைகளின்

சதி அரங்கேறுவதையும் அவர் கவனித்துக்கொண்டிருந்தார். களத்தில் நின்றிருந்த கூஃபா படையினர் தங்கள் அமீரின் உத்தரவை ஏற்க மறுத்துப் பாராமுகமாக நின்றிருந்தனர். தங்கள் உயிர்களைத் தியாகம் செய்தாவது உத்தரவைப் பின்பற்ற வேண்டிய படைகள், துரோகமிழைப்பதைக் கண்ட முஸ்அப் திகைத்து நின்றார்.

கூஃபா படையினர் முஸ்அப், இமாம் ஹுஸைன் (ரலி) ஆகியோருக்கு இழைத்தத் துரோகம் இரு வேறு வகைப்பட்டதாக இருப்பினும் அடிப்படை ஒன்றுதான். போர்க்களத்தை விட்டு, தன்னை மக்காவுக்கோ டமாஸ்கஸுக்கோ அல்லது வேறு எங்கேனும் செல்ல அனுமதிக்கும்படி இமாம் ஹுஸைன் வேண்டுகோள் விடுத்தார். முஸ்அபின் எதிரிகள் அவரைக் களத்தைவிட்டு எங்காவது சென்றுவிடும்பட்டி வேண்டுகோள் விடுத்தனர்.

தன் மகன் இறந்ததும் முகாமுக்குச் சென்ற முஸ்அப் (ரலி) தலையில் எண்ணெய் புரட்டி, உடலில் நறுமணம் பூசி வெளியே வந்து எதிரிகளைத் தாக்கத் தொடங்கினார். எஞ்சியிருந்த ஏழு பேரும் அவருடன் சேர்ந்துகொலையுண்டனர். சிரிய படைகள் சிதறுமளவுக்குத் தாக்கினார் முஸ்அப். இறுதியில் அம்புகள், வாட்கள் ஈட்டிகள் போன்ற ஆயுதங்களால் ஏற்ற எண்ணற்ற காயங்களுடன் அவர் உணர்விழந்து வீழ்ந்தார். எதிரிகள் அவரது தலையைத் துண்டித்தனர். இவ்வாறாக ஹிஜ்ரீ 71 ஆம் ஆண்டு, தைர் ஜதலீக்கில் மீண்டுமொரு கர்பலா காட்சி அரங்கேறியது.

போர்க்களத்தில் கூஃபா வீரர்களிடமிருந்து தனது கிலாஃபத்துக்கான வாக்குறுதியைப் பெற்றுக் கொண்டிருந்தார் அப்துல் மலிக். பிறகு, அதை நிறுத்திவிட்டு கூஃபாவின் அருகிலுள்ள தக்லாவுக்குச் சென்று 40 நாள்கள் தங்கியிருந்தார். கூஃபாவினர் அரசுமீது பற்றுள்ளவர்களாக இருப்பார்கள் என்ற திருப்தி வந்த பின், நகருக்குள் வந்தார். ஜாமிஆ மஸ்ஜிதில் ஒரு பேருரை நிகழ்த்தி மக்களைப் பரிவுடன் நடத்துவதாக உறுதியளித்தார். பரிசுப் பொருள்கள் வழங்கி அவர்களை மகிழ்ச்சியூட்டினார். பாரசீகம், குராசான், பஸ்ரா, அஹ்வாஸ் மக்களிடமிருந்து தனக்கு வாக்குறுதி பெறச் சொல்லி அங்குள்ள ஆளுநர்களுக்குக் கடிதம் அனுப்பினார்.

முஹல்லப் பின் அபூஸுஃப்ரா முன்னர் இருந்த அதே பொறுப்பைத் தொடர அனுமதித்தார். மாற்று வழிகள் இல்லாத

நிலையில் அவர்கள் அனைவரும் அப்துல் மலிக்கின் கிலாஃபத்தை ஏற்றுக்கொண்டனர். குராசானின் ஒரு பகுதியை ஆண்டு வந்த அப்துல்லாஹ் பின் ஹாஸிம் மட்டும் வாக்குறுதியளிக்க மறுத்தார். சில நாள்களுக்குப் பிறகு, அவர் பஹ்ர் பின் வரக்காவால் கொலையுண்டார்.

காலித் பின் உசைதையும் தனது சகோதரரான பஷீர் பின் மர்வானையும் பஸ்ராவுக்கும் கூஃபாவுக்கும் ஆளுநராக நியமித்தார். முஸ்அப் பின் ஸுபைரின் தலையை டமாஸ்கஸுக்கு அனுப்பி வைத்தார். மக்கள் அதைக் காட்சிக்கு வைக்க விரும்பினர். அப்துல் மலிக்கின் மனைவியான அத்தீக்கா பின்த் யஸீத் தடுத்து, அதை சுத்தம் செய்து புதைக்க ஏற்பாடு செய்தார். முஹம்மத் பின் அபூஸுஃப்ரா, அப்துல் மலிக்கிடம் தஞ்சமடைந்து அவருக்காக மக்களிடமிருந்து வாக்குறுதி பெற்றார்.

ஸுஃபைர் பின் ஹாரிசும் அப்துல் மலிக்கும் : கர்க்கிஸா முற்றுகை குறித்து ஏற்கனவே சொல்லப்பட்டது. உபைத் பின் ஸியாதும் பிற இனக்குழுத் தலைவர்களும் ஸுபைர் பின் ஹாரிசைக் கீழ்ப்படுத்தத் தவறினார்கள். ஒவ்வொரு தாக்குதலின் முடிவிலும் சிரியர்கள் தோல்வியையே எதிர்கொண்டனர். அப்துல் மலிக் பின் மர்வான் தனது படையுடன் இராக்குக்குத் திரும்பிய நிலையில், ஹிம்சின் ஆளுநரான அபான் பின் உக்பாவின் தலைமையில் ஒரு படையை நியமித்து, தான் புறப்படுவதற்கு முன் அனுப்பி வைத்தார். இதன் நோக்கம் ஸுபைர் பின் ஹாரிசைத் தோற்கடிப்பது.

அபான் வந்து போரைத் தொடங்கினார். அது முடிவுக்கு வருவதற்குள் பெரும்படையுடன் வந்து சேர்ந்த அப்துல் மலிக், கர்க்கிஸாவை முற்றுகையிட்டார். ஸுபைர் பின் ஹாரிஸ், தன் மகன் ஹுதைலிடம் சிரியர்களைத் தாக்கவும் அப்துல் மலிக்கின் கூடாரம் காலியாவதுவரைக்கும் போர் நிறுத்தம் செய்ய வேண்டாமென்றும் உத்தரவிட்டார். தந்தையின் உத்தரவின்படி, தீவிரத் தாக்குதலை மேற்கொண்ட அவர் அப்துல் மலிக்கை வெற்றிகொண்டதுடன் பாதுகாப்பாகத் திரும்பினார்.

கர்க்கிஸாவை வென்றெடுத்த ஸுபைர் பின் ஹாரிசைக் கீழ்ப்படிய வைப்பது எளிதான செயல் அல்ல என்பதை உணர்ந்த அப்துல் மலிக், "உம்மையும் உமது மகனையும் மன்னித்துப்

பாதுகாப்பு வழங்குகிறேன். உமக்கு விருப்பமான பதவியையும் நீர் எடுத்துக்கொள்ளலாம்" என்று தகவல் அனுப்பினார்.

இதற்கான பதிலில் ஸுபைர் பின் ஹாரிஸ், "ஓர் ஆண்டு வரைக்கும் வாக்குறுதி அளிக்கும்படி என்னை வற்புறுத்தவோ, அப்துல்லாஹ் பின் ஸுபைருக்கெதிராக என்னிடமிருந்து எந்த உதவியும் கேட்டு வற்புறுத்தவோ கூடாது என்ற நிபந்தனைகளின்பேரில் அமைதி உடன்படிக்கைக்கு நான் இணங்குகிறேன்" என்றார்.

உடன்படிக்கை எழுதப்படவிருந்த நேரத்தில் நகரின் நான்கு கோபுரங்களும் தரைமட்டமாக்கப்பட்டதாக அப்துல் மலிக்குக்குத் தகவல் வந்தது. அவர், உடன்படிக்கையை மறுத்து, தாக்குதலைத் தொடரும்படி உத்தரவிட்டார். தாக்குதல் பலனளிக்கவில்லை. ஸுபைர் பின் ஹாரிஸ், அப்துல் மலிக்கின் படையைப் பின்வாங்கச் செய்தார்.

மீண்டும் அப்துல் மலிக் அவரது நிபந்தனைகளை ஏற்பதாகத் தகவல் அனுப்பினார். ஸுபைர் பின் ஹாரிஸ் சொன்னார்: "அப்துல்லாஹ் பின் ஸுபைர் வாழும் காலம்வரைக்கும் வேறு யாருக்கும் நான் வாக்குறுதியளிக்கமாட்டேன். மேலும், என் படைவீரர்கள்மீது விசாரணை மேற்கொள்ளவோ அவர்களைப் பழிவாங்கவோ மாட்டோமென்று எனக்கு உறுதியளிக்க வேண்டும்."

அப்துல் மலிக் அவரது நிபந்தனைகள் அனைத்தையும் ஏற்பதாக உடன்படிக்கை எழுதி அனுப்பி வைத்தார். அம்ர் பின் ஸயீதுக்கு நடந்ததை நினைவில்கொண்ட ஸுபைர் பின் ஹாரிஸ் உடன்படவில்லை. இறுதியில் அப்துல் மலிக், தன்னிடமிருந்த இறைத்தூதரின் கைத்தடியை ஸுபைர் பின் ஹாரிசுக்கு அனுப்பி வைத்தார். ஸுபைர், அந்தக் கைத்தடியை நம்பிக்கையாக ஏற்று அப்துல் மலிக்கைக் காணச்சென்றார்.

அப்துல் மலிக், ஸுபைரை அரசவையில் தன்னருகில் அமர வைத்து கௌரவப்படுத்தினார். பின்னர், தன் மகன் முஸ்லிம் பின் அப்துல் மலிக்கை ஸுபைர் பின் ஹாரிசின் மகளுக்குத் திருமணம் செய்துவைத்தார். கர்க்கிஸா பிரச்சினையிலிருந்து தன்னை விடுவித்துக்கொண்ட அவர், முஸ்அப் பின் ஸுபைரிடம் சென்றார். இதன் விளைவுதான் முன்னர் கூறப்பட்டது.

மக்காவில் நிகழ்ந்த முஸ்அப் (ரலி) அவர்களின் இறப்பு : தனது சகோதரரான முஸ்அப் பின் ஸுபைர் நயவஞ்சகமாகக் கொல்லப்பட்டாரென்றும் இராக்கின் அனைத்து எல்லைப் பகுதிகளும் அப்துல் மலிக் பின் மர்வானின் அதிகாரத்தின்கீழ் வந்து விட்டதென்றும் மக்காவிலிருந்த அப்துல்லாஹ் பின் ஸுபைர் (ரலி) அவர்களுக்குத் தகவல் வந்தது. அவர் மக்காவாசிகள் அனைவரையும் ஒன்றுதிரட்டிச் சொன்னார்:

“தனியொருவனாக இருப்பினும் நேர்வழியில் நிற்பவனை அல்லாஹ் இழிவுக்குள்ளாக்குவதில்லை என்பதையும் ஷைத்தானின் வழி நிற்கும் ஒருவனுக்கு எத்தனை ஆதரவாளர்கள் இருப்பினும் அல்லாஹ் அவனை இழிவுபடுத்துவான் என்பதையும் அறிவீர்களாக. எனக்கு வருத்தமளிப்பதும் அதே நேரம் மகிழ்ச்சியூட்டுவதுமான, முஸ்அப் பின் ஸுபைரின் இறப்புச் செய்தி வந்திருக்கிறது. இதில் மகிழ்ச்சிக்கான காரணம் அவர் உயிர்த்தியாகம் செய்திருக்கிறார் என்பது. வருத்தத்துக்கான காரணம், துன்பம் மிகுந்த காலகட்டத்தில் உறுதியாக நின்ற ஒரு நண்பரின் பிரிவு. ஒவ்வொரு நண்பனும் அனுபவித்தே ஆகவேண்டிய பிரிவின் வலியை நல்லறிவுள்ள மனிதர்கள் பொறுமையாகவும் தடுமாற்றமின்றியும் ஏற்றுக்கொள்வார்கள்.

இராக்கியர்கள் இராஜ விசுவாசமற்றவர்களும் பெரும் நயவஞ்சகர்களும் என்பதை அறிவீர்களாக. என்னுடைய ஆதரவாளர்களில் ஒருவரும், அல்லாஹ்வின் நல்லடியாருமான முஸ்அபிடமிருந்து பெற்ற கிலாஃபத்தை அவர்கள் அற்ப விலைக்கு விற்றுவிட்டனர். கொலைக்குள்ளானவர் முஸ்அப் மட்டுமல்ல, மென்மையான குணங்களும் இறையச்சமும் மிகுந்த அவரது தந்தையும் சகோதரரும் மகனும்கூட கொலையுண்டனர். அல்லாஹ்வின் மீதாணையாக அப்துல் மலிக்கின் முன்னோர்களான அபுல் ஆஸ் வம்சாவளியினர்போல் நாங்கள் படுக்கையில் கிடந்து மரணிக்க மாட்டோம். அறியாமைக் காலத்திலும் சரி, இஸ்லாத்திற்குப் பிறகும் சரி, அவர்களில் யாருமே போர்க்களத்தில் மாண்டதில்லை. நாங்கள் ஈட்டிகளாலும் வாட்களாலும் இறப்பதை வாழ்க்கை முறையாகக்கொண்டவர்கள். சகோதரர்களே, எச்சரிக்கையுடனிருங்கள். அஸ்தமிக்காத அரசையும் அழியாத எல்லைகளையும்கொண்ட மகத்தான பேரரசனிடமிருந்து கடனாகப் பெற்றதே இவ்வுலகம். அதை அடைவதற்காகத்

தவறிழைக்கும் வழிகேடர்கள்போல் நாம் நடந்துகொள்ள மாட்டோம். அதை இழந்துவிடும் நிலையேற்பட்டால் வலுவற்றவர்களும் அறிவற்றவர்களும்போல் நாங்கள் அழவும் மாட்டோம். இதை மட்டுமே உங்களுக்கு நான் சொல்ல விரும்புகிறேன். உங்கள் அனைவருக்காகவும் அல்லாஹ்விடம் நான் பாவமன்னிப்புக் கோருகிறேன்."

அப்துல் மலிக்கும் அப்துல்லாஹ் பின் ஸுபைர் (ரலி) அவர்களும் : இராக்கைத் தன்கீழ்க் கொண்டு வந்த அப்துல் மலிக், நகருக்கு வெளியே தங்கியிருக்கவும் தன்னிடமிருந்து அடுத்த உத்தரவு வரும்வரைக்கும் நகருக்குள் நுழைய வேண்டாமென்றும் சொல்லி 6,000 வீரர்களுடன் உர்வா பின் அனீஃபை மதீனாவுக்கு அனுப்பி வைத்தார். அப்துல்லாஹ் பின் ஸுபைர் (ரலி) அவர்களால் நியமிக்கப்பட்ட ஹாரிஸ் பின் ஹாத்திப், அப்போது மதீனா ஆளுநராக இருந்தார்.

உர்வாவின் வருகையை அறிந்த ஹாரிஸ் நகரைவிட்டுப் புறப்பட்டார். உர்வா, எதையும் கண்டுகொள்ளாமல் நகருக்கு வெளியே ஒரு மாதம் முகாமிட்டிருந்த பின், டமாஸ்கஸில் அப்துல் மலிக்கிடம் சென்றார். ஹாரிஸ் மதீனாவுக்குத் திரும்பினார்.

அப்துல்லாஹ் பின் ஸுபைர் (ரலி) கைபர் மற்றும் ஃபதக் ஆளுநராக சுலைமான் பின் காலிதை நியமித்தார். அப்துல் மலிக் பின் ஹாரிஸ் தலைமையில் 4,000 வீரர்களை நியமித்த அப்துல் மலிக் பின் மர்வான், ஹிஜாஸ்மீது போர்தொடுக்கும்படி உத்தரவிட்டார். அவர் வாதில்குராவில் முகாமிட்டார். அங்கிருந்து ஒரு படைப்பிரிவை இப்னு கம்கம் தலைமையில் சுலைமான்மீது இரவுத் தாக்குதல் மேற்கொள்ளும்படி உத்தரவிட்டு கைபரை நோக்கி அனுப்பினார். இதில் சுலைமான் கொல்லப்பட்டார். இப்னு கம்கம் கைபரில் தங்கினார்.

ஹிஜாஸ்மீதான படையெடுப்பை அறிந்த அப்துல்லாஹ் பின் ஸுபைர் (ரலி), மதீனாவின் ஆளுநர் பொறுப்பிலிருந்து ஹாரிஸ் பின் ஹாத்திபை நீக்கி விட்டு ஜாபிர் பின் அஸ்வதை நியமித்தார். மதீனாவை அடைந்த ஜாபிர் 600 வீரர்களடங்கிய ஒரு படையுடன் அபூபக்ர் பின் அபூகைசை கைபருக்கு அனுப்பி வைத்தார். அங்கு நடந்த சண்டையில் இப்னு கம்கம் தோல்வியடைந்து தப்பியோடினார்.

போரில், இப்னு கம்கமின் வீரர்கள் கொல்லப்பட்டனர்.

செய்தியை அறிந்த அப்துல் மலிக் பின் மர்வான், தாரிக் பின் அம்ரைப் படைத்தலைவராக நியமித்து ஹிஜாசுக்கு அனுப்பி வைத்தார். வாதில்குராவுக்கும் அய்லாவுக்குமிடையில் தங்கியிருக்கவும் அப்துல்லா பின் ஸுபைரின் ஆளுநர்கள் அதிகமாக எந்த எல்லைப் பகுதியையும் கைப்பற்ற விடாமல் இயன்றவரை அவர்களைத் தடுக்கவும் தனக்கெதிராக நடக்கும் முயற்சிகளை முறியடிக்கவும் அவருக்கு உத்தரவிடப்பட்டது.

தாரிக், வலுவான ஒரு படையை கைபரை நோக்கி அனுப்பி வைத்தார். தொடர்ந்த சிறு சிறு சண்டைகளில் 200 வீரர்களுடன் அபூபக்ர் பின் அபூகைஸ் கொல்லப்பட்டார். தாரிக், கைபரில் தங்கினார். தகவலை அறிந்துகொண்ட ஜாபிர் பின் அஸ்வத், தாரிக்கை எதிர்கொள்ள மதீனாவிலிருந்து 2,000 வீரர்களை அனுப்பி வைத்தார். கைபரின் அருகில் நடந்த போரில் வெற்றி பெற்ற தாரிக், பிடிபட்டவர்களையும் காயமுற்றவர்களையும் கொன்றார்.

மதீனாவின் ஆளுநர் பொறுப்பிலிருந்து ஜாபிர் பின் அஸ்வதை நீக்கிய அப்துல்லாஹ் பின் ஸுபைர் (ரலி), தல்ஹத்துன் நிதா எனும் தல்ஹா பின் அப்துல்லாஹ் பின் அவ்ஃபை நியமித்தார். கைபர் நிர்வாகம் அப்துல் மலிக்கின் கிலாஃபத்துடன் இணைக்கப்பட்டது. அப்துல்லாஹ் பின் ஸுபைர் (ரலி) அவர்களின் ஆளுநராக தல்ஹத்துன் நிதா, மதீனாவின் பொறுப்பில் இருந்தார். அப்துல் மலிக்கின் கவனம் இராக் மற்றும் இரானின் மீதிருந்ததால் அவர்களிடையே குறிப்பிடுவதுபோல் மோதல்கள் எதுவும் நிகழவில்லை.

மக்கா முற்றுகை : மக்காவின்மீது தாக்குதல் மேற்கொள்ளுமாறு சிரிய இனக்குழுத் தலைவர்களைத் தூண்டினார் அப்துல் மலிக். அப்துல்லாஹ் பின் ஸுபைர் (ரலி) அவர்களை எதிர்க்கவோ கஅபாவை போர்க்களமாக மாற்றவோ அவர்கள் மறுத்துவிட்டனர். பின்னர் டமாஸ்கஸிலிருந்து கூஃபாவுக்குச் சென்ற அவர் ஹஜ்ஜாஜ் பின் யூசுஃப் ஸகஃபியைத் தூண்டினார்.

ஹிஜ்ரீ 72ஆம் ஆண்டு ஜுமாதல் ஆகிரா மாதம், அப்துல் மலிக்கின் உத்தரவின்படி 3,000 வீரர்களுடன் கூஃபாவிலிருந்து புறப்பட்ட ஹஜ்ஜாஜ், மதீனாவுக்குச் சென்று அங்கிருந்து தாயிஃபை அடைந்து முகாம் அமைத்தார். தாயிஃபில் தங்கியிருந்தபடியே

அவர் அரஃபாத்தை நோக்கி, குதிரைப் படையை அனுப்புவதும், சிறு கைகலப்புகளை நடத்திவிட்டு அவர்கள் திரும்பி வருவதும் வழக்கமானது. இப்படியே பல மாதங்கள் கடந்தன.

பின்னர், துணைப்படைகளாக மேலும் வீரர்களை அனுப்பவும் மக்காவை முற்றுகையிடவும் தன்னை அனுமதிக்கக் கேட்டு அப்துல் மலிக்கிற்குக் கடிதமெழுதினார் ஹஜ்ஜாஜ். இதற்கு ஒப்புதலளித்த அப்துல் மலிக், 5,000 வீரர்களை அனுப்பியதுடன் மதீனாவைத் தாக்கிக் கைப்பற்றி விட்டு, ஹஜ்ஜாஜுக்கு உதவியாக மக்காவுக்குச் செல்லும்படி தாரிக்குக்குக் கடிதமெழுதினார்.

ரமளான் மாதத்தில் மக்காவை முற்றுகையிட்ட ஹஜ்ஜாஜ், அபூகுபைஸ் மலைமீது ஒரு பெரிய கவணைப் பொருத்திக் கற்களால் தாக்கினார். நோன்பு வைத்திருந்த நிலையில், முற்றுகையையும் தாக்குதலையும் எதிர்கொள்ள இயலாத மக்கள் நகரை விட்டு போகத் தொடங்கினர். ரமளானும் தாண்டி துல்கஅதா மாதம் வரை இந்நிலை நீடித்தது.

அப்துல்லாஹ் பின் ஸுபைர் (ரலி) தினமும் சென்று பகைவர்களை எதிர்கொண்டார். அவர்களை வழிக்குக் கொண்டுவர முயன்றார். ஆனால், அவரது படையினரின் எண்ணிக்கைக் குறைந்து கொண்டிருந்ததைத் தவிர பலனெதுவும் கிடைக்கவில்லை.

மக்காவாசிகளில் பலரும் நகரைவிட்டு வெளியேறினர். உணவுப் பற்றாக்குறையும் அதன் விலையும் மீதமிருந்தவர்களின் மனவுறுதியைக் குலைத்தன. ஹிஜ்ரீ 72ஆம் ஆண்டு துல்கஅதா மாதம் அப்துல்லாஹ் பின் ஸுபைரின் மதீனா ஆளுநராக இருந்த தல்ஹத்துன் நிதாவை வெளியேற்றிய தாரிக், சிரியர் ஒருவரை பொறுப்பில் நியமித்துவிட்டு, 5,000 வீரர்களுடன் மக்காவுக்குப் புறப்பட்டார்.

இது, ஹஜ்ஜாஜின் பலத்தை மேலும் வலுப்படுத்தியது. மக்காவாசிகளிடமிருந்த சிறிதளவு நம்பிக்கையும் இல்லாமல்போனது. துல்ஹிஜ்ஜா மாதம் தொடங்கியது. தொலை தூரங்களிலிருந்தெல்லாம் வந்திருந்த ஹஜ் பயணிகளால் நகரம் நிரம்பி வழிய ஆரம்பித்தது.

ஹஜ்ஜாஜ் தன்னுடைய ஹஜ் கடமையை நிறைவேற்றுவதற்கு

அப்துல்லாஹ் பின் ஸுபைர் (ரலி) அனுமதித்தார். ஆனால், அவர் கஅபாவை வலம் வரவோ, ஸஃபா, மர்வா குன்றுகளிடையே ஓடவோ இல்லை. அரஃபாவுக்குச் செல்லவிருந்த அப்துல்லாஹ் பின் ஸுபைர் (ரலி) அவர்களை ஹஜ்ஜாஜ் தடுத்தார். ஆகவே, அவர் பலி கொடுப்பதை மக்காவிலேயே நிறைவேற்றினார். அரஃபா வெளியில் தொழுகைகளை நடத்த இமாம் இல்லாததால் பயணிகளால் ஹஜ் கடமைகளை முழுமையாக நிறைவேற்ற முடியாமலாயிற்று.

ஹஜ்ஜாஜ், தனது முற்றுகையையோ கல் தாக்குதலையோ ஹஜ்ஜின்போதும் நிறுத்தவில்லை. இந்நிலையில் கஅபாவைச் சுற்றி வருவது ஆபத்தை விளைவிப்பதாக இருந்தது. பயணிகளின் வருகையுடன் மக்காவில் உணவுப் பஞ்சம் மேலும் அதிகரித்தது. அப்துல்லாஹ் பின் உமர் (ரலி) அவர்களும் ஹஜ் கடமையை நிறைவேற்ற வந்திருந்தார். நிலைமையின் விபரீதத்தை உணர்ந்த அவர் ஹஜ்ஜாஜுக்கு ஒரு செய்தி அனுப்பினார்: "அல்லாஹ்வின் அடியாரே, ஹஜ்ஜை நிறைவேற்றுவதற்காக தொலைதூரங்களில் இருந்தெல்லாம் வந்திருக்கும் மக்களின் நிலைமைகளைச் சிந்தித்துப் பாருங்கள். கஅபாவை வலம் வரவும் ஸஃபா, மர்வாவிடையே ஸயீ செய்யவும் அவர்களை அனுமதியுங்கள். ஹஜ் முடியும்வரையாவது கல்மாரிப் பொழிவதை நிறுத்தி வையுங்கள்."

இதற்குப் பலன் கிடைத்தது. ஹஜ்ஜாஜ் தனது தாக்குதலை நிறுத்தினார். ஆனாலும் அவர் கஅபாவை வலம் வரவில்லை. அப்துல்லாஹ் பின் ஸுபைரை அரஃபாவுக்குச் செல்லவும் அனுமதிக்கவில்லை. ஹஜ் முடிவுற்றதும், கல் தாக்குதல் மீண்டும் தொடர இருப்பதால் வெளியிலிருந்து வந்திருப்பவர்கள் உடனடியாகப் புறப்பட வேண்டுமென்று ஹஜ்ஜாஜின் தரப்பில் அறிவிக்கப்பட்டது. மக்கள் அங்கிருந்து புறப்படுவதற்கான ஏற்பாடுகளைச் செய்தனர். அவர்களுடன் எஞ்சியிருந்த மக்காவாசிகளில் பெரும்பாலானோரும் தப்பித்துச் சென்றனர்.

ஹஜ்ஜாஜ் தனது தாக்குதலை மீண்டும் தொடங்கினார். ஒரு பெரிய கல், கஅபாவின் கூரையில் விழுந்தது. கஅபாவின் நிலை தளர்ந்தது. அந்தக் கல், கஅபாவின்மீது விழவும் வானத்தில் பெரும் இடி முழக்கத்துடன் மின்னல் அடித்தது. எங்கும் இருள் கவிந்தது. ஹஜ்ஜாஜின் படைகள் பயந்து போயின. இத்துடன் அவர்கள் கவணைப் பயன்படுத்துவதை நிறுத்திவிட்டனர்.

ஹஜ்ஜாஜ் சொன்னார்: "தைரியமாகச் செயல்படுங்கள். இடியும் மின்னலும் எனக்கு உதவி செய்யவே வந்துள்ளன. எனது வெற்றிக்கான அறிகுறிகள்தான் இவை. பயப்படுவதற்கு எதுவுமில்லை."

இருள் சில நாள்கள் நீடித்தது. இடியுடன் தெறித்த ஒரு மின்னலில் ஹஜ்ஜாஜின் வீரர்கள் சிலர் மாண்டனர். படைவீரர்களிடையே பெரும் பயம் தொற்றிக்கொண்டது. மறுநாளும் இதுபோல் நிகழ்ந்தது. இம்முறை அப்துல்லாஹ் பின் ஸுபைரின் வீரர்கள் இருவர் மடிந்தனர். இது ஹஜ்ஜாஜுக்கும் வீரர்களுக்கும் ஆறுதலாக இருந்தது. ஹஜ்ஜாஜ் முன் நின்று கவணில் கற்களை ஏற்றி அவர்கள்மீது எறியத் தொடங்கினார். படைகளிடையே பீடித்திருந்த அச்சம் விலகியது. மீண்டும் முழுபலத்துடன் அவர்கள் கல்லெறிவதைத் தொடர்ந்தனர்.

அப்துல்லாஹ் பின் ஸுபைர் (ரலி) கஅபாவில் தமது கடமைகளை நிறைவேற்றினார். அவரைச் சுற்றிலும் விழுந்துகொண்டிருந்த பெரிய பெரிய கற்களால், அல்லாஹ்வின்மீதும் தொழுகையின்மீதும் அவர் கொண்டிருந்த ஈடுபாட்டிற்குக் குந்தகம் விளைவிக்க முடியவில்லை.

முற்றுகை தொடர்ந்தது. மக்காவுக்கு வெளியிலிருந்து எந்த உதவிகளும் உள்ளே வர முடியவில்லை. அப்துல்லாஹ் பின் ஸுபைர் (ரலி) தமது குதிரையை அறுத்து மக்களுக்குப் பகிர்ந்து கொடுக்கும் அளவுக்கு நிலைமை மோசமடைந்தது. தம்முடைய சேமிப்பிலிருந்த தானியங்களையும் பேரீச்சம்பழங்களையும் உயிர் பிழைப்பதற்குத் தேவையான அளவுக்கு மக்களுக்குப் பகிர்ந்தளித்தார். இயன்றவரைக்கும் முற்றுகையைத் தாக்குப்பிடித்து நிற்பதே அவரது நோக்கமாக இருந்தது.

தனது நோக்கம் நிறைவேறாது என்பதைப் புரிந்துகொண்ட ஹஜ்ஜாஜ், அப்துல்லாஹ் பின் ஸுபைர் உட்பட தங்களுடன் உடன்படுபவர்களுக்குப் பாதுகாப்பும் மன்னிப்பும் அளிக்கப்படும் என்று கடிதம் அனுப்பினார். மக்களில் பலர் அப்துல்லாஹ் பின் ஸுபைர் (ரலி) அவர்களிடமிருந்து பிரிந்து ஹஜ்ஜாஜின் பக்கம் சேர்ந்து கொண்டனர். ஒரு சிலர் மட்டுமே அவரது பக்கத்தில் மிச்சமிருந்தனர். அவரது இரண்டு புதல்வர்களான ஹம்சாவும் ஹபீபும்கூட ஹஜ்ஜாஜின் பக்கம் சேர்ந்துகொண்டனர். மூன்றாவது

புதல்வன் மட்டும் தந்தையுடன் இருந்தார். தமது இறுதி மூச்சுவரை அவர் போர்க்களத்தில் வீரத்துடன் நின்றார். தன்னிடம் வந்து சேர்ந்த ஆயிரக்கணக்கான மக்களை ஒன்றுதிரட்டிய ஹஜ்ஜாஜ் சொன்னார்:

“அப்துல்லாஹ் பின் ஸுபைரிடம் மிச்சமிருக்கும் ஆற்றலை உங்களால் புரிந்துகொள்ள இயலும். நீங்கள் ஆளுக்கொரு கற்களை எறிவீர்கள் எனில் இறந்துபோகும் எண்ணிக்கையில்தான் அவர்கள் இருக்கிறார்கள். தவிரவும் அவர்கள் பசியிலும் தாகத்திலும் வாடுகிறார்கள். எனதருமை சிரியா மற்றும் கூஃபா மக்களே, முன்னேறிச் செல்லுங்கள். அப்துல்லாஹ் பின் ஸுபைரால் இன்னும் சில நாள்களே உயிர் வாழ இயலும்.”

ஏற்கனவே, இப்படியான ஒரு கடிதத்தை அப்துல்லாஹ் பின் ஸுபைர் (ரலி) அவர்களுக்கு ஹஜ்ஜாஜ் அனுப்பியிருந்தார். “நீங்கள் இப்போது வலுவிழந்து, உதவியற்ற நிலையில் இருக்கிறீர்கள். எனது பாதுகாப்பின்கீழ் வந்து அமீருல் முஃமினீன் அப்துல் மலிக்குக்கு வாக்குறுதியளியுங்கள். எல்லாச் சிறப்புடனும் நீங்கள் நடத்தப்படுவீர்கள். உங்களது விருப்பங்கள் அனைத்தும் நிறைவுசெய்யப்படும். இணக்கத்தை ஏற்படுத்துவதற்கான அனைத்து முயற்சிகளைச் செய்யவும் உங்களைக் கொல்வதில் அவசரம் காட்ட வேண்டாம் என்றும் அமீருல் முஃமினீன் எனக்கு உத்தரவிட்டுள்ளார்.”

அப்துல்லாஹ் பின் ஸுபைர் (ரலி) அவர்களின் உயிர்த் தியாகம் : கடிதத்தை வாசித்த அப்துல்லாஹ் பின் ஸுபைர் (ரலி), தமது தாயார் அஸ்மா பின்த் அபூபக்ர் (ரலி) அவர்களிடம் சென்று, “ஆதரவற்ற நிலையில் நான் கைவிடப்பட்டிருக்கிறேன். எனக்கு ஆதரவாக இருப்பதாகச் சொல்லிக்கொள்ள இப்போது ஐந்துபேர் மட்டுமே இருக்கிறார்கள். ஹுஸைன் பின் அலீயைக் காட்டிக்கொடுத்ததுபோல் மக்கள் என்னையும் காட்டிக் கொடுத்துவிட்டார்கள். அவரது வாரிசுகள் தந்தைக்கு ஆதரவாக உயிருள்ளவரைப் போரிட்டனர். என்னுடைய வாரிசுகள் இழிவை நோக்கிச் சென்றுவிட்டனர். ஹஜ்ஜாஜ் என்னிடம் ‘நீயும் எனது பாதுகாப்பின்கீழ் வந்து விடு. நீ கேட்பதையெல்லாம் தருகிறேன்’ என்கிறார். இந்நிலையில் உங்கள் அறிவுரையை நாடி வந்திருக்கிறேன்” என்றார்.

அஸ்மா (ரலி) சொன்னார்: "என்னை விடவும் உன்னுடைய பிரச்சினைகளை நன்றாக அறிபவன் நீயே. உன்னுடைய வழியில் நீ நேர்மையாக இருந்தால், அதில் தொடர்ந்து பயணம் செய்வதுடன் அதை நோக்கி மக்களுக்கு அழைப்பு விடுப்பாயாக. உனது தோழர்கள் நேர்வழியில் நின்றுதான் இறப்பை எதிர்கொண்டனர். நீயும் அதில் உறுதியாக நின்று இறப்பை எதிர்கொள்வாயாக. உலக வாழ்க்கையில் உனக்கு நாட்டமிருந்தால் உன்னையும் உடனிருப்பவர்களையும் குழப்பத்திலாழ்த்தி விட்டவனாக மாறிவிடுவாய். என்னைப் பொறுத்தவரை, நான் சொல்லிக்கொள்ள விரும்புவது, உமய்யா வம்சத்தாரிடம் உன்னை ஒப்படைத்து விடாதே! மரணம் தவிர்க்க இயலாதது. நீ ஒரு மனிதனாக வாழ்ந்து மடிய வேண்டும். மாறாக, நான் நேர்மையானவன்; மக்கள் என்னைக் காட்டிக்கொடுத்ததால் பலமிழந்து விட்டேன் எனும் உன்னுடைய கூற்று, இறையச்சமுள்ள ஒருவனது நாவிலிருந்து வரக்கூடாத முறையீடாகி விடும்."

அப்துல்லாஹ் பின் ஸுபைர் (ரலி), "உயிரற்ற எனது உடல், குதிரை வீரர்களால் மிதித்துத் துவைக்கப்பட்டு தொங்கவிடப்படுமோ என்று அஞ்சுகிறேன்" என்றார். "மகனே, ஒரு ஆடு அறுக்கப்பட்ட பிறகு, தன்னைத் தோலுரிப்பார்களா என்றெல்லாம் கவலைப்படுவதில்லை. எதிலும் நீ அகநோக்குடன் ஈடுபடு. அல்லாஹ்வின் உதவியை மட்டுமே நாடு."

அப்துல்லாஹ் பின் ஸுபைர் (ரலி) தாயை உச்சிமுகர்ந்து விட்டுச் சொன்னார்: "எனக்கும் அதே நோக்கம்தான் தாயே! உலக இச்சையையும் அரசாற்றலையும் நான் ஒருபோதும் விரும்பியதில்லை. அல்லாஹ்வின் ஆணைகள் நிறைவேற்றப்படாத நிலையிலும் தடுக்கப்பட்டதை மக்கள் கடைப்பிடித்த நிலையிலுமே நான் ஆட்சிப் பொறுப்பேற்றேன். என்னுடைய இறுதி மூச்சு வரைக்கும் இறைவழியில் போரிடுவதைத் தொடர்வேன். உங்களுடைய அறிவுரையை நான் மிக முக்கியமாகக் கருதினேன். எனது மனஉறுதி இப்போது அதிகரித்துள்ளது தாயே! இன்று நான் கொல்லப்படுவேன் என்று கருதுகிறேன். கவலைப்பட வேண்டாம். என்னை அல்லாஹ்விடம் ஒப்படையுங்கள். நீதிக்குப் புறம்பானவற்றை செய்ய நான் ஒருபோதும் முன்வந்ததில்லை. யாருக்கும் எந்த நம்பிக்கைத் துரோகமும் செய்ததில்லை. யாரையும் நான் கொடுமைப்படுத்தியதில்லை. ஒடுக்குமுறையில் ஈடுபடும்

யாருக்கும் நான் ஆதரவளித்ததில்லை. இறைவனுக்கு உவப்பில்லாத எதையும் ஒருபோதும் நான் செய்ததில்லை. அல்லாஹ்வே! இதையெல்லாம் நான் என்னுடைய தாயின் ஆறுதலுக்காகவும் மனத்திருப்திக்காகவும் சொல்கிறேனே தவிர, வேறில்லை.''

''இதற்கான நற்கூலியை அல்லாஹ் உனக்கு வழங்குவான். பகைவர்களை அல்லாஹ்வின் பெயரால் எதிர்கொள்வாயாக'' என்று மகனை ஆரத்தழுவி விடை கொடுத்த அஸ்மா (ரலி) அவர்களின் கைகளில் மகன் அணிந்திருந்த மார்புக்கவசம் தட்டுப்பட்டது. ''நீ ஏன் கவசம் அணிந்திருக்கிறாய் மகனே?'' என்று கேட்டார் அஸ்மா (ரலி). ''மனத்திருப்திக்காகவும் உடல் பலத்துக்காகவும்'' என்றார் மகன். ''அதைக் கழற்றி வைத்துவிட்டு உனது உடைகளை அணிந்து கொண்டு எதிரிகளுடன் போரிடுவாயாக'' என்று சொல்லி வழியனுப்பி வைத்தார் அஸ்மா (ரலி).

அப்துல்லாஹ் பின் ஸுபைர் (ரலி), தமது கவசத்தைக் கழற்றி வைத்துவிட்டு, மேலுடையின் விளிம்பை உயர்த்தி இடுப்பில் கட்டிக்கொண்டார். உடையின் கைப்பகுதிகளை மேலே சுருட்டி வைத்துவிட்டு வீட்டிலிருந்து வெளியே வந்து தமது நண்பர்களிடம் சொன்னார்: ''சகோதரர்களே! வாட்களின் ஓசையைக் கேட்டுப் பயப்பட வேண்டாம். காயம் ஏற்படும் தருணத்தை விடவும் மருந்திடும்போதுதான் அதிகமாக வலிக்கிறது. உங்கள் வாட்களை கைகளில் ஏந்திக்கொள்ளுங்கள். முகத்தைப் பாதுகாப்பதுபோல் அநீதியான கொலையிலிருந்தும் உங்களைப் பாதுகாத்துக்கொள்ளுங்கள். போரிடும் வேளையில் நீங்கள் பார்வைகளைத் தாழ்த்திக் கொள்வீர்கள் எனில் வாட்களில் ஒளியால் உங்கள் கண்களில் கூச்சம் ஏற்படுவதைத் தவிர்த்துக் கொள்ளலாம். எதிரிகளுடன் மோதும்போது என்னைத் தேட வேண்டாம். அப்போது நான் முன்னணியில் நின்று எதிரிகளைத் தாக்கிக்கொண்டிருப்பேன்.''

அப்துல்லாஹ் பின் ஸுபைர் (ரலி), சிரியர்கள்மீது கடும் தாக்குதலை மேற்கொண்டார். அவர்களது அணியை வெட்டிப்பிளந்தவாறே இறுதி வரிசைக்கு ஊடுருவிச் சென்றார். மீண்டும் வெட்டிப் பிளந்தவாறு பழைய இடத்துக்குத் திரும்பினார். ஹஜ்ஜாஜ் தன் வீரர்களைத் தூண்டினார். யாரும் அப்துல்லாஹ் பின் ஸுபைர் (ரலி) அவர்களை எதிர்கொள்ளத் துணியவில்லை.

இறுதியில், தனது காலாட்படையுடன் வந்து பதாகை ஏந்தியவரைச் சுற்றி வளைத்துக்கொண்டார் ஹஜ்ஜாஜ்.

அப்துல்லாஹ் பின் ஸுபைர் (ரலி) ஒரு தாக்குதலுடன் முற்றுகையிலிருந்த பதாகை வீரரை விடுவித்தார். எதிரிகள் பின் வாங்கினர். திரும்பி வந்து கஅபாவின் முன், மகாமு இப்ராஹீமின் அருகில் இரண்டு ரக்அத் தொழுதார். ஹஜ்ஜாஜ் மீண்டும் தாக்கினார். பதாகை ஏந்தியவர் பாபு ஸஃபாவில் வைத்துக் கொலையுண்டார். ஹரம் ஷரீஃபின் எல்லா வாசல்களிலும் சிரியர்கள் காவலிருந்தனர். அல்பத்தா தொடங்கி மர்வாவரைக்கும் ஹஜ்ஜாஜ் மற்றும் தாரிக்கின் முற்றுகையின் கீழிருந்தது. கடைசிக்கட்ட போர், கஅபாவில் தடை செய்யப்பட்ட புனிதப் பகுதியில் நிகழ்ந்தது.

தொழுகையை நிறைவேற்றிய அப்துல்லாஹ் பின் ஸுபைர் (ரலி) மீண்டும் போரிட ஆரம்பித்தார். ஒரு பக்கமிருந்து தாக்கியபடியே பாபு ஸஃபாவை நோக்கி சிரியர்களை வெகுதூரம் பின்வாங்கச் செய்தார். ஸஃபா குன்றின்மீதிருந்து யாரோ எய்த அம்பு அவரது நெற்றியில் பாய்ந்தது. இரத்தம் பெருக்கெடுத்த நிலையிலும் தொடர்ந்து போரிட்டார். உலகம் அன்றுவரை கண்டிராத பெரும் வீராவேசத்துடன் காலையிலிருந்து பிற்பகல் தொழுகைக்குப் பின்புவரைக்கும் சிரியர்களை எதிர்த்துப் போரிட்டுக் கொன்றனர் அப்துல்லாஹ் பின் ஸுபைரும் தோழர்களும். இறுதியில், ஒவ்வொருவராக உயிர்த்தியாகம் செய்தனர்

இறையச்சம் மிகுந்த இம்மாபெரும் வீரர், நாலா திசைகளிலிருந்தும் பாய்ந்து வந்த கற்கள், ஈட்டிகள் வாட்களால் ஏற்கனவே காயமுற்றிருந்த நிலையில் ஹிஜ்ரீ 73 ஆம் ஆண்டு ஜுமாதல் ஆகிரா மாதம் செவ்வாய்க்கிழமையன்று இறப்பெய்தினார். இறையச்சம், தொழுகை, நேர்மை, அறிவு, வீரம், துணிவு ஆகியவற்றை அணிகலனாகக் கொண்டிருந்தவர் அப்துல்லாஹ் பின் ஸுபைர் (ரலி) அவர்கள்.

சிரிய படையினர் அவரது தலையைத் துண்டித்தனர். அதை ஹஜ்ஜாஜிடம் கொண்டு சென்றனர். அல்லாஹ்வுக்கு நன்றி செலுத்தும்விதமாக ஹஜ்ஜாஜ் சஜ்தா செய்தார். ‘அல்லாஹு அக்பர்’ என்று படையினர் குரலுயர்த்தினர். ஹஜுன் எனும் அதே இடத்தில் ஒரு காட்சிக் கம்பத்தில் தொங்கவிடப்பட்ட அவரது தலை, பின்னர்

அப்துல் மலிக்கிடம் அனுப்பி வைக்கப்பட்டது. இன்னொரு அறிவிப்பில் அவருக்கு அனுப்பப்படவில்லை என்றும் கஅபாவின் சுவரிலோ ஏதோ கால்வாய் அருகிலோ தொங்கவிடப்பட்டது என்றும் சொல்லப்படுகிறது.

மகனின் உடலை நல்லடக்கம் செய்ய அஸ்மா பின்த் அபூபக்ர் (ரலி) அனுமதி கேட்டார். ஹஜ்ஜாஜ் மறுத்துவிட்டார். இதையறிந்த அப்துல் மலிக், ஹஜ்ஜாஜைக் கண்டித்ததுடன் அதை அடக்கம் செய்ய அனுமதித்தார். சில நாள்களில் அஸ்மா (ரலி) அவர்களும் காலமானார்.

அப்துல்லாஹ் பின் ஸுபைர் (ரலி) இறந்த பின், ஹஜ்ஜாஜ் கஅபாவுக்குள் நுழைந்தார். அதன் தரைப்பகுதி முழுவதும் கற்கள் இறைந்துகிடந்தன. தரையில் இரத்தக் கறைகள் உறைந்திருந்தன. கற்களை அகற்றி, கறைகளைச் சுத்தம் செய்யச் சொன்னார். மக்காவாசிகளிடம் அப்துல் மலிக்கிற்கான வாக்குறுதி பெற்ற பின், மதீனாவுக்குத் திரும்பி இரண்டு மாதங்கள் அங்கு தங்கியிருந்தார். உஸ்மான் பின் அஃப்ஃபான் (ரலி) அவர்களைக் கொன்றவர்கள் என்ற எண்ணத்துடன் மதீனா மக்கள்மீது அடக்குமுறைகளை ஏவினார். நபித்தோழர்கள் சிலர்கூட இவரது அடக்குமுறைக்குள்ளாயினர். பின்னர், மக்காவுக்கு வந்து, அப்துல்லாஹ் பின் ஸுபைர் (ரலி) செய்திருந்த கஅபாவின் கட்டடப் பகுதியை இடித்துவிட்டு அதனை மீண்டும் கட்டினார். அப்துல் மலிக் அவரை ஹிஜாஸ் ஆளுநராக நியமித்தார்.

கிலாஃபத் ஒரு பார்வை : முஆவியா (ரலி) அவர்களின் இறப்பைத் தொடர்ந்து, பொறுப்புக்கு வந்தார் அவரது மகன் யஸீத். முஸ்லிம்களின் கலீஃபாவாக யஸீதுக்குத் தகுதியில்லை. இதற்கான தகுதிகள் பெற்ற வேறு பலர் இருந்தனர். இவர்களில் அப்துல்லாஹ் பின் ஸுபைரும் ஒருவர். யஸீதின் தனிப்பட்ட வாழ்க்கை சிறப்புக்குரியதாக இல்லை. ஆகவே, இஸ்லாத்தின்மீது பற்றுகொண்ட மேன்மை மிகுந்த சிலர், யஸீதின் கிலாஃபத்துக்கு வாக்குறுதியளிக்க மறுத்தனர்.

முஆவியா (ரலி) அவர்களுக்குப் பிறகு, இமாம் ஹுஸைன் (ரலி) உயிருடனிருந்தால், முஸ்லிம்கள் நிச்சயமாக அவரையே தங்கள் கலீஃபாவாக ஏற்றிருப்பார்கள். யஸீதை, அப்துல்லாஹ் பின் உமர்

(ரலி) எதிர்த்திருந்தால் உமய்யாக்களில் பெருமளவிலானோர் உட்பட இஸ்லாத்தின் அனைத்துப் பிரிவினரின் ஆதரவும் அவருக்குக் கிடைத்திருக்கும். ஆனால், அவர் அதில் கவனம் செலுத்த மறுத்தார்.

கிலாஃபத் பொறுப்பை ஏற்க இயன்றவரைக்கும் முயற்சி செய்த ஹுஸைன் (ரலி) கூஃபாவினரால் வஞ்சிக்கப்பட்டார். மக்கா, மதீனா மக்களின் அறிவுரைகளை அவர் ஏற்க மறுத்தார். ஹிஜாஸ் மக்களும் அவருக்கு உதவியாக இல்லை.

இவர்களுக்குப் பிறகு, கிலாஃபத்துக்குத் தகுதியானவர் அப்துல்லாஹ் பின் ஸுபைர் (ரலி) அவர்களைத் தவிர யாருமில்லை. இஸ்லாமிய எல்லைப் பகுதிகளில் வாழ்ந்த மக்கள் அனைவரும் சுதந்திரமான முறையில் அவரைத் தங்கள் கலீஃபாவாக ஏற்றுக்கொள்ள முன்வந்தமை அவரது நேர்மைக்கும் நீதிக்கும் கிலாஃபத்தின் தகுதிக்குமான மிகப்பெரிய சான்றுகள். சுதந்திரமான பகுதிகளில் வாழும் மக்களில் யாருமே அவருக்கு எதிராக இல்லை.

எதிராக இருந்தவர்கள் உமய்யாக்கள் மட்டுமே! அப்துல்லாஹ் பின் ஸுபைர் (ரலி) மட்டுமல்ல, தங்கள் பாதைகளில் குறுக்கீடாக யார் இருந்தாலும் அவர்கள் எதிர்த்திருப்பார்கள். தங்களுடைய ஆட்சியதிகாரத்தை சிரியாவிலும் பாலஸ்தீனிலும் எகிப்திலும் நிறுவிக்கொண்ட அவர்கள், கொடுங்கோன்மை முறைமைகளுடன் முழு இஸ்லாமிய உலகின் மீதும் தங்கள் ஆட்சியை நிறுவிக்கொள்வதில் வெற்றி பெற்றனர். அப்துல்லாஹ் பின் ஸுபைர் (ரலி) அவர்களின் கிலாஃபத்துடன் மர்வான் பின் ஹகம், அப்துல் மலிக் பின் மர்வான் ஆகியோரின் கிலாஃபத்துக்களை ஒப்பிட்டால், இவ்விரண்டும் கலவர ஆட்சிகளாகவே தென்படும். அப்துல்லாஹ் பின் ஸுபைர் (ரலி) அவர்களின் தியாக மரணத்திற்குப் பிந்தைய அப்துல் மலிக்கின் ஆட்சியை முழு சுதந்திரமுள்ள அரசாகவும் சட்டத்துக்குட்பட்ட கிலாஃபத்தாகவும் எடுத்துக்கொள்ள முடியும்.

அப்துல்லாஹ் பின் ஸுபைர் (ரலி) அவர்களின் காலத்தில் எல்லைப்புறச் சச்சரவுகளிலிருந்து விடுபட இயலவில்லை. இந்நிலையில், வெளியிலுள்ள சக்திகளை வெற்றிகொள்ளவோ உள்கட்டமைப்புகளைச் சீரமைக்கவோ இயலாமல்போனதில் ஆச்சரியமில்லை. மாபெரும் படைத்தலைவரும் மிகச்சிறந்த குதிரை

வீரரும் சிந்தனையாளரும் ஆட்சியாளருமான அவர், தம்முடைய எதிரிகளைப் பலம் மிகுந்தவர்களாக இயங்கச் செய்ததுடன் தன்னுடைய உயிரையே தியாகம்செய்ய நேர்ந்தது எனில் விதி அதுவாக இருந்திருக்கிறது. இறையச்சம், தொழுகை போன்ற நற்குணங்களின் அடிப்படையில் பார்த்தால் அவரது தனிப்பட்ட வாழ்க்கை மிகவும் சிறப்புக்குரியதாகவே இருந்தது.

ஒப்பீட்டளவில் பார்ப்பதாக இருந்தால், கிலாஃபத்தையும் அரசையும் வலுப்படுத்திக் கொள்வதற்குப் பணத்தையும் அரசாற்றலையும் பயன்படுத்தும் முறைகளில் தங்களுக்கான ஒரு வழிமுறையை உமய்யா வம்சத்தார் பின்பற்றினார்கள் என்பது முதன்மையான அம்சங்களில் ஒன்று. நிதி திரட்டுவதிலும் ஆட்சியதிகாரத்திற்குப் பயன்படும் முறையில் அதைக் கையாள்வதிலும் அவர்கள் திறமையானவர்களாக இருந்தனர்.

மக்களிடையே பண ஆசையைத் தூண்டாமலிருந்தால் உமய்யாக்கள் வெற்றியடைந்திருக்கவோ, அலீ, அப்துல்லாஹ் பின் ஸுபைர் (ரலி) ஆகியோர் தோல்வியடைந்திருக்கவோ மாட்டார்கள். அப்துல் மலிக் பின் மர்வானைப்போல் அப்துல்லாஹ் பின் ஸுபைரும் கருவூலத்தை நண்பர்களுக்கும் ஆதரவாளர்களுக்குமென திறந்தும் எளிய மக்களுக்கு மூடியும் வைத்திருந்தால் வாள் வீரர்கள் பலர் அவரைச் சூழ்ந்து பாதுகாப்பாக நின்றிருந்திருப்பார்கள். உமய்யா வம்சம் தலை தூக்கியிருக்க முடியாது. ஆனால், இறையச்சத்துடன் வாழ்ந்து வந்த அப்துல்லாஹ் பின் ஸுபைர் (ரலி) இஸ்லாத்திற்குப் புறம்பான இந்நடைமுறையை ஏற்க மறுத்தார். அவரது இயல்புக்கும் நற்பெயருக்கும் இந்நிலைபாடுதான் பொருத்தமாகவும் இருந்தது.

அவரது ஆட்சியின்போது கூஃபாவில் நிகழ்ந்த முக்தார் பின் அபூஉபைதின் கொலை, குறிப்பிடத் தக்க ஒரு சாதனை. கவாரிஜ்களின் தீய செயல்களை ஆற்றலுடன் அவர் எதிர்கொண்டு ஒடுக்கினார். இது மிகுந்த பலனளிப்பதாகவும் அமைந்தது. போர்களிலும் உமய்யாக்களுடனான போட்டிகளிலும் அகப்பட்டிராதிருந்தால், தன்னை ஒரு நல்ல கலீஃபாவாக அவரால் நிரூபித்திருக்க இயலும். உலகில் இஸ்லாமிய ஷரீஆவை அவரால் மேலும் உயர்த்தியிருக்க முடியும். அவரது உயிர்த் தியாகத்துடன் நபித்தோழர்கள் மற்றும் அவர்களது ஆட்சி முறைகள் முடிவுக்கு வந்தன. இஸ்லாமியப் பகுதியில் அரசாட்சி புரிந்த நபித்தோழர்களில் இறுதியானவர்

அப்துல்லாஹ் பின் ஸுபைர் (ரலி) அவர்கள்தாம். அர்ப்பண உணர்வும் பயபக்தியுமான அவரது வாழ்க்கை, குன்றின்மீது வைத்த விளக்குபோன்றும் வழிகாட்டும் நட்சத்திரம் போன்றதுமாகும். இன்றுவரையிலான வரலாற்றில் மக்காவைத் தலைநகராகக்கொண்ட ஒரே கலீஃபா அப்துல்லாஹ் பின் ஸுபைர் (ரலி) தாம்.

அவரது சகோதரர் முஸ்அப், தந்தையார் ஸுபைர் பின் அல்அவ்வாம், தாயார் அஸ்மா பின்த் அபூபக்ர் (ரலி) ஆகியோரது துணிச்சலும் அருஞ்செயல்களும் வரலாற்று முக்கியத்துவம் வாய்ந்தவை. இவற்றை வாசித்துப் புரிந்துகொள்கிற மக்கள் இயல்பாகவே அவர்கள்பால் ஈர்க்கப்படுகிறார்கள். நேர்மையின் வழியில், புழுதியிலும் குருதியிலும் புரண்டு, வாட்களாலும் அம்புகளாலும்கொண்ட விழுப்புண்களை மார்பில் தாங்கியபடியே முன்னேறி, நேர்மைக்குப் புறம்பான எதிரிகளை மரணத்தை நோக்கிக்கொண்டு செல்வது என்பது வாழ்க்கையின் மிகக்கடினமான தேர்வுகளில் சில. இருப்பினும், நோக்கத்தைப் புரிந்துகொள்ளும் நிலையில் அவை ஏற்புக்கும் சிறப்புக்கும் உரியதாகின்றன.

தல்ஹா ஸுபைர், காலித் தர்ரார், ஷுரஹ்பிள் அப்துர் ரஹ்மான், ஹுஸைன் பின் அலீ அப்துல்லாஹ் பின் ஸுபைர் (ரலி) ஆகியோர் மற்றும் தாரிக் பின் ஸியாத், முஹம்மத் பின் காசிம், இரண்டாம் முஹம்மத், சுலைமான், ஸலாஹுத்தீன் அய்யூபி நூர்தீன் ஸங்கி, மஹ்மூத் கஸ்னவி ஸஹாபுத்தீன் கோரி ஆகியோரது வீரதீரச் சிறப்பு மிக்க, அச்சமூட்டும் வரலாற்று உண்மைகளைச் சொல்லும் காட்சிகளை இறைநம்பிக்கையின் அடிப்படையில் காலகட்டத்தின் சூழல்களும் தேவைகளும் சார்ந்து மட்டுமே புரிந்துகொள்ள இயலும்.

வரலாற்றுப் பக்கங்களில் பதிவாகியுள்ளபடி தங்கள் இன்னுயிர்களை அர்ப்பணித்த முஸ்லிம்களின் வீரதீர சாகசங்களைப் புரிந்துகொள்ள இயலவில்லை எனில் அது சூழல்களைக் கடந்த ஒரு காலகட்டத்தின் போதாமை. மார்புகளைத் துளைத்தேறும் ஈட்டிகள், பீறிட்டுப்பாயும் குருதி, குதிரைகளின் குளம்படிபட்டு உருண்டோடும் தலைகள், துடித்தடங்கும் உடல்கள், புழுதி மேகங்களின் பின், ஒளிந்து நிற்கும் சூரியக் கதிர்கள், அல்லாஹு அக்பர் என்று ஓங்கியொலிக்கும் மந்திரச் சொல்லை உச்சரித்தவாறே தங்கள் இன்னுயிர்களை இறைவன்பால் அர்ப்பணிக்க முன்வரும்

காட்சிகள். இவற்றைப் புரிந்துகொள்வதில் தடையாக நிற்பவை காலகட்டத்தின் போதாமையாகவே இருக்கும்.

வலுவிழந்த இறைப்பற்றும், பலவீன இதயமுமுள்ள மக்களின் நிலை அல்ல அது. வலுவான பற்றுறுதியுடன் எதிரெதிரில் நின்று ஆயுதங்களைப் பிரயோகிக்கிற வீரம். வாட்களும் ஈட்டிகளும் அம்புகளும் கவசங்களுமில்லாமல் தொலைவில் அமர்ந்துகொண்டு மக்களைக் கொன்று குவிக்கும் இன்றைய பார்வையுடன் இதைப் புரிந்துகொள்வதில் சிரமங்கள் இருக்கலாம். இறைநம்பிக்கையில் உறுதியும் தீர்மானமான குறிக்கோளும் பயமின்மையும் ஒன்றிணைந்த நிலையிலுள்ள வீரம், ஒளிந்துகொண்டு வெளிப்படுவதைவிட பெரும் ஆற்றலுடன் வாள் முனையில் வெளிப்படும்.

கூஃபா : இதுவரை சொல்லப்பட்ட தகவல்களிலிருந்து கூஃபாவினர் குறித்து மாறுபட்ட பார்வைகள் உருவாவது இயல்புதான். இஸ்லாமிய உலகம் குறித்த புரிதல்களில் சிக்கல்கள் உருவாகும் பகுதிகளில் கூஃபாவும் ஒன்று. அப்துல்லாஹ் பின் ஸபா உட்பட சதிகாரர்கள் அனைவரும் அங்கே வெற்றி பெற்றனர். உஸ்மான் பின் அஃப்ஃபான் (ரலி) அவர்களின் கொலையில் முன்னணி வகித்தவர்களும் கூஃபாவினரே. அலீ (ரலி) மீது ஆர்வமும் நேசமும் அதே நேரம், அவருக்கு மிக அதிகம் தொல்லை கொடுத்தவர்களும் அவர்கள்தான்.

அவரது தோல்விகளுக்குக் காரணமும் கூஃபாவினர்தான். அலீ (ரலி) அவர்களின் இறப்புக்கும் அவரது கிலாஃபத் வீழ்ச்சிக்கும் பழி வாங்கும்பொருட்டு, ஹுஸைன் (ரலி) அவர்களை நயந்து வரவழைத்து, கர்பலாவில் வைத்து அவரை இரக்கமின்றிக் கொன்றவர்களும் அவர்களே. ஹுஸைன் (ரலி) மீதான தங்கள் அன்பை உயர்வான முறையில் நிரூபிக்க, அவருடைய இறப்புக்கான இழப்பீட்டைக் கோருவதில் முதன்முதலில் கருவியாகப் பயன்பட்டவர்களும் அவர்களே. இறைத்தூதரின் வம்சாவளியினரின் மாபெரும் ஆதரவாளராக இருந்த முக்தார் பின் அபூஉபைதுக்கு எதிராகவும் கூஃபாமீது தாக்குதல் நடத்துவதற்காகவும் முஸ்அப் பின் ஸுபைர் (ரலி) அவர்களை வரவழைத்ததன் மூலம், அவரது கொலைக்குக் காரணமாக அமைந்தவர்களும் அதை முன் நின்று நடத்தியவர்களும் அவர்களே.

தங்களது ஈடற்ற வீரத்தைப்போலவே, கோழைத்தனத்தையும் அவர்கள் வெளிப்படுத்தினர். சில நேரங்களில் பயமற்ற நிலையில் கொலைசெய்யப்பட்டனர். கூஃபா ஆளுநர்களை வெளிப்படையாக எதிர்க்கும் துணிவும் உபைதுல்லாஹ் பின் ஸியாத்போன்ற அடக்குமுறை ஆட்சியாளர்களை விசாரணைகள் எதுவுமின்றி கொலைசெய்து அச்சமூட்டுபவர்களாகவும் விளங்கினர்.

இத்தகைய முரண்பட்ட கூறுகள்கொண்ட கூஃபாவாசிகளைப் புரிந்துகொள்ளும் முயற்சியாக முதலில் அவர்களது வாழ்நிலைகளையும் சூழல்களையும் உள்வாங்கியாக வேண்டும். உமர் பின் கத்தாப் (ரலி) அவர்களின் கிலாஃபத்தின்போது, இரானில் அக்னி வழிபாடு இருந்து வந்தது. அவர்களுக்கு எதிராகப் போரிடும் வீரர்களின் படைமுகாமாக இருந்தது கூஃபா. இதன் ஒரு பகுதி மக்கள் ஹிஜாஸிலிருந்தும் யேமனிலிருந்தும் ஹள்ரமவுத்திலிருந்தும் குடிபெயர்ந்தவர்கள். உமர் (ரலி) அவர்களின் தூண்டுதலின்பேரில் மதீனாவில் ஒன்றுதிரண்ட இவர்கள், இராக்குக்கு அனுப்பி வைக்கப்பட்டனர். இவர்களில் சிலர், கூஃபாவுக்கும் பஸ்ராவுக்கும் அருகிலுள்ள இராக் எல்லைப்புறப் பகுதிகளில் அமைந்த அரேபிய நிலப்பகுதிகளில் குடிசைகளில் வாழ்ந்து வந்தனர்.

நபித்தோழர்கள் மூலம் இஸ்லாத்தை ஏற்றுக்கொண்ட இவர்கள், இஸ்லாமியப் படைகளில் இணைந்தனர். மதீனாவுடன் குறிப்பிடுவதுபோன்ற தொடர்புகள் எதையும் நிறுவிக்கொள்ள இயலாதவர்களாகவே இவர்கள் இருந்து வந்தனர். இவர்களில் சிலர் அரபியைத் தாய்மொழியாகக் கொண்டிருந்தாலும் அக்னியை வணங்கும் அரசின் குடிமக்களாக இருந்து பின்னர் இஸ்லாத்தைத் தழுவியவர்கள். அதன் நெறிமுறைகளால் கவரப்பட்டு மனமுவந்து அதனைப் பின்பற்றியதுடன் முஸ்லிம்களின் சார்பில் இரானியருக்கு எதிராகப் போரிட்டனர்.

வேறு சிலர், மதீனாவின் முஹாஜிர் மற்றும் அன்சார்களின் மதிப்பைப் பெற்றவர்கள். இராக்கின் படைத்தலைவர், படை நிலையமான கூஃபாவில் வசித்து வந்தார். இரானிய இனக்குழுக்கள் இங்கு வசித்து வந்ததால் பல்வேறு நகரங்களிலுள்ள இரானிய மக்கள் தேவைகளின் பொருட்டு கூஃபாவுடன் தொடர்பு வைத்தனர்.

அரேபிய பாலைவன வாழ்க்கையுடன் ஒப்பிடும்போது கிஸ்ரா,

நவ்ஸீர்வான், கேக்கோஸ், கைக்குஸ்ரூ ஆகிய பகுதிகளின் வாழ்க்கை முறை மகிழ்ச்சி நிரம்பியதாகவே இருந்திருக்கும். இதில், போர்ப்பொருள்களின் அதிகப்படியான பங்கீடு இன்னொரு காரணம். படைவீரர்களில் பெரும் பகுதியினரும் நிலங்களைப் பெற்று இங்கேயே வசிக்கலாயினர்.

கூடவே, தற்காலிகப் படை முகாமாகவும் ஓய்விடமாகவும் இருந்த கூஃபா, மிக விரைவிலேயே பெருநகரமாகவும் இராக்கின் தலைநகரமாகவும் மாறியது. மக்களில் அதிகம்பேரும் படை வீரர்களாக இருந்தனர். கல்வி கற்கவும் நற்பண்புகளைப் பேணவும் ஒழுங்கமைக்கவுமான வாய்ப்புகள் குறைவாக இருந்தன. இந்நிலையில், மக்களின் ஆர்வம் நிலையான ஒரு மாற்றத்தை வேண்டி நின்றது. இப்படியான ஒரு நிலப்பகுதியில் அறிவுக்கும் சிந்தனைத் தெளிவுக்கும் புத்துணர்ச்சிக்கும் இடமில்லை. தெளிவின்மையாலும் உணர்ச்சிகளாலும் வழிநடத்தப்பட்டனர் மக்கள்.

ஆகவேதான், அவர்களை விருப்பம்போல் மற்றவர்கள் பயன்படுத்த முடிந்தது. யாரையாவது எதிர்த்துப் போரிடச் சொல்லி பயமுறுத்தினால் அதற்குக் கீழ்ப்படிந்து அவர்களது விருப்பத்தை நிறைவேற்றினர். காட்டிக்கொடுக்கத் தூண்டினால் அதையும் செய்தனர். தங்களது இராஜ விசுவாசத்தை நினைவூட்டினால் அதன்படிச் செயல்பட்டனர்.

உணர்ச்சிகளின் கட்டுப்பாட்டின்கீழ் செயல்படுவதிலுள்ள இயல்பான அறிவீனமும் தெளிவின்மையும் கூஃபா மக்களிடமும் இருந்தன. ஆகவே, பிறரின் எதிர்பார்ப்புகளுக்கு அவர்கள் கருவியாகச் செயல்பட்டனர். உலக மாற்றங்களும் காலவேறுபாடுகளும் அடிப்படைக் கூறுகளில் உருவாக்கிய மாற்றங்களின் விளைவாக நிலையற்ற பழைய இயல்பு படிப்படியாக மறைந்தது.

அப்துல் மலிக் : அப்துல் மலிக்கின் முன்னோர், மர்வான், ஹகம், அப்துல் ஆஸ், உமய்யா, அப்த் ஷம்ஸ், அப்த் மனாஃப், கிலாப் என்பதாகும். அப்துல் மலிக், ஹிஜ்ரீ 23ஆம் ஆண்டு ரமளான் மாதம் பிறந்தார். இவரது சிறப்புப் பெயர், அபுல் வலீத். அப்துல் மலிக்கின் வாரிசுகள் பலர் அரசர்களாக இருந்ததால், அபுல் முலூக் (அரசர்களின் தந்தை) என்றும் அறியப்பட்டார்.

யஹ்யா கஸ்ஸானி கூறுகிறார்: "உம்மு தர்தா (ரலி) அவர்களின் அருகில் அமர்வதை அப்துல் மலிக் வழக்கமாகக்கொண்டிருந்தார். ஒருமுறை அவர், 'வழிபாட்டாளனாக மாறிய பிறகும் நீ மது அருந்துவதாகக் கேள்விப்பட்டேன்' என்றார். அதற்கு அப்துல் மலிக், 'குருதி வேட்கைக் கொண்டவனாகவும் மாறியிருக்கிறேன்' என்றார்.

நாஃபிஉ கூறுகிறார்: "அப்துல் மலிக்கைப்போல் சுறுசுறுப்பும் அறிவும் குர்ஆன், ஹதீஸ்களைக் கற்றுணர்ந்தவரும் மார்க்கப்பற்றுள்ளவரும் கடுமையாக நோன்பு அனுஷ்டிப்பவருமான இளைஞர்கள் யாரும் அப்போது மதீனாவில் இல்லை."

அபூஸனத் கூறுகிறார்: "ஸயீத் பின் அல்முஸய்யிப், அப்துல் மலிக் பின் மர்வான், உர்வா பின் ஸுபைர், கபீஸா பின் ஸுவைப் ஆகியோர் மதீனாவின் இஸ்லாமியச் சட்டவியல் கல்வியாளர்களாவர்." இப்னு உமர் (ரலி) அவர்களிடம் உபாதா பின் முஸன்னா கேட்டார்: "சட்டத் தீர்வுகளுக்காக நாம் யாரைச் கலந்தாலோசிப்பது?" அவர் சொன்னார்: "மர்வானின் புதல்வரும் சட்ட வல்லுநருமான அப்துல் மலிக்கை."

ஒருநாள், அபூஹுரைரா (ரலி) அவர்களை அப்துல் மலிக் சென்று சந்தித்தார். அப்போது அவர், "நீர் ஒரு நாள் அரேபியாவின் அரசனாக வருவீர்" என்றார். உம்மு தர்தா அப்துல் மலிக்கிடம், "நீர் அரசனாக வருவீர் என்பதை நான் முன்னரே அறிவேன்" என்றார். "எப்படி?" என்று கேட்டார் அப்துல் மலிக். "உம்மைவிட, சொல்லாற்றலும் செவிமடுக்கும் திறனுமுள்ள இன்னொருவரை நான் பார்த்ததில்லை" என்றார் உம்மு தர்தா.

ஷாஃபி கூறுகிறார்: "என்னுடன் கலந்துரையாடுபவர்கள் எனது அறிவை வியப்பதுண்டு. நானோ அப்துல் மலிக்கின் அறிவைக் கண்டு வியக்கிறேன். நான் ஒரு ஹதீஸைச் சொன்னால் அவர், விடுபட்ட இன்னொன்றைச் சொல்வார். நான் ஒரு இறைவசனத்தை ஓதினால், அவர் அதன் உட்பொருளுடன் தொடர்புள்ள வேறு இறைவசனங்களை ஓதுவார்."

தபீ கூறுகிறார் : "உஸ்மான், அபூஹுரைரா, அபூஸயீத், உம்முஸலமா, பரீரா, இப்னு உமர், முஆவியா ஆகியோரிடமிருந்து அப்துல் மலிக் நபிமொழிகளைக் கேட்டறிந்தார். உர்வா, காலித்

பின் ஸஅதான், ரஜா பின் அய்வா, ஸுஹ்ரி, யூனுஸ் பின் மைசரா, ரபீஆ பின் ஸயீத், இஸ்மாயீல் பின் உபைதுல்லாஹ், ஜரீர் பின் உஸ்மான் ஆகியோர் அப்துல் மலிக்கிடமிருந்து கேட்டறிந்தனர்."

யஹ்யா கஸ்ஸானி கூறுகிறார்: "முஸ்லிம் பின் உக்பா மதீனாவுக்கு வருகை தந்தபோது, நான் மஸ்ஜிதுந் நபவீக்குச் சென்று அப்துல் மலிக்கின் அருகில் அமர்ந்தேன். தனது படையில் நானும் இருக்கிறேனா என்று அவர் என்னிடம் கேட்டார். நான் ஆம் என்றேன். அவர் சொன்னார்: 'முஹாஜிர்களுக்கு முதன் முதலாமவராகப் பிறந்தவரை எதிர்த்து நீர் ஆயுதம் தாங்கியிருக்கிறீர். அவர் இறைத்தூதரின் தோழர். இறைத்தூதர் அவர்களது தஹ்னீக் வழிவந்தவர்.' (தஹ்னீக் - பிறந்த குழந்தைக்கு பேரீச்சம்பழத்தை மென்று கொடுக்கும் வழக்கம். இறைத்தூதர் அவர்களால் பேரீச்சம்பழம் மென்று கொடுக்கப்பெற்றவர் அப்துல்லாஹ் பின் ஸுபைர்). அப்துல் மலிக்கிடம் நான் அறிந்துகொண்ட மாபெரும் குணம், பகல் நேரங்களில் சந்திக்கும்போது அவர் நோன்பு நோற்றிருப்பார். இரவு நேரங்களில் தொழுகையில் ஈடுபட்டிருப்பார். அறிந்துகொள்வீராக! அப்துல் மலிக்குக்கு எதிராக யார் போரிடுகிறார்களோ அவர்கள் நரகத்தில் தலைகீழாகத் தொங்கவிடப்படுவார்."

அப்துல் மலிக் அனுப்பி வைத்த ஹஜ்ஜாஜால் அப்துல்லாஹ் பின் ஸுபைர் (ரலி) கொலையுண்டார்.

அப்துல் மலிக்கிடம் ஒரு பெண் வந்து, "என்னுடைய சகோதரர், 600 தினார்களை வைத்து விட்டு இறந்துபோனார். இதில் என்னுடைய பங்காக ஒரு தினார் மட்டுமே கிடைத்துள்ளது" என்றார். அவர் ஷாஃபியை அழைத்து இது குறித்துக் கேட்டார். அவர், "சரியாகவே பங்கிடப்பட்டுள்ளது. இறந்தவரின் இரண்டு பெண் மக்களுக்கு மூன்றில் இரண்டு பங்கு. அதாவது 400 தினார்கள். தாயாருக்கு ஆறில் ஒரு பங்கான 100 தினார்கள். மனைவிக்கு எட்டில் ஒரு பங்கான 75 தினார்கள். 12 சகோதரர்களுக்கு 24 தினார்கள். இதன்படி இந்தப் பெண்ணுக்கு ஒரு தினார் மட்டும் கிடைத்துள்ளது" என்றார்.

அப்துல்லாஹ் பின் ஸுபைர் (ரலி) தியாக மரணம் அடைந்த பின், அப்துல் மலிக் நிகழ்த்திய பேருரை குறித்து ஜுரைஜ் சொல்கிறார்:

"நான் உஸ்மானைப்போன்ற பலவீனனோ, முஆவியாவைப்போன்ற செயல் திறனற்றவனோ யஸீதைப்போன்ற உறுதியற்ற சிந்தனைகொண்டவனோ அல்ல. எனக்கு முந்தைய கலீஃபாக்கள் அனைவரும் கருவூல நிதியில் வாழ்ந்துவந்தனர். நான் அதனை வாள் முனையில் சீர்ப்படுத்துவேன். உங்கள் ஈட்டிகள் எனக்கு ஆதரவாக உயர வேண்டும். முஹாஜிர்கள்போல் செயலாற்ற என்னை நீங்கள் அனுமதிக்க வேண்டும். ஆனால், உங்களை அவர்களாகக் கருதிக்கொண்டால் நினைவிருக்கட்டும், இறக்கும்வரை உங்களுக்குச் சித்திரவதையாகவே இருக்கும். நமக்கிடையிலான நீதியை என்னுடைய வாள்தான் வழங்கும். இதில் எச்சரிக்கையுடனிருங்கள். உங்களுடைய கருத்துக்களை நான் அனுமதிப்பேன். ஆனால், ஆட்சிக்கு எதிரான செயல்பாடுகளை ஒருபோதும் அனுமதிக்கமாட்டேன். அல்லாஹ்வின் பேரால், அச்சுறுத்துபவர்களுக்குச் செவி சாய்க்காமல் அவரவர் செயல்பாடுகளைக்கொண்டே கழுத்துகள் சுற்றி இறுக்கப்படும்."

கஅபாவைப் பட்டு விரிப்பால் போர்த்திய முதல் அரசர் அப்துல் மலிக். அவரிடம் ஒருவர், "அமீருல் முஃமினீன், தாங்கள் வெகுசீக்கிரமாக முதிர்ச்சியடைந்துவிட்டீர்கள்" என்றார். "உண்மைதான். ஒவ்வொரு வெள்ளிக்கிழமையும் நான் எனது மிகச்சிறந்த அறிவை அல்லவா மக்களுக்காகச் செலவு செய்கிறேன்" என்றார் அப்துல் மலிக். இன்னொருவர், "மக்களில் மிகச் சிறந்தவராக தாங்கள் யாரைக் குறிப்பிடுவீர்கள்?" என்று கேட்டார். "உயர் நிலையில் மகிழ்ச்சியுடனிருந்தாலும் பணிவுடன் நடந்துகொள்பவர்; ஆட்சிப்பொறுப்பிலும் சுயநலத்தை விரும்பாதவர்; அதிகாரத்தைக் கையில் வைத்திருந்தும் நேர்மையுடன் நடந்துகொள்பவர்" என்றார் அப்துல் மலிக்.

தன்னைப் பற்றி முழுமையாக அறியாமல் எதையாவது சொல்பவர்களிடம் அப்துல் மலிக் சொல்வார்: "நான்கு விஷயங்களை மனதில்கொள்ளுங்கள். ஒன்று, நான் பொய்யை வெறுப்பவன். ஆகவே, பொய் சொல்லாதீர். அடுத்தது, என்னுடைய கேள்விக்குப் பதில் சொல்லுங்கள். மூன்றாவது, நான் தன்னை அறிந்தவன். ஆகவே, என்னைப் புகழ வேண்டாம். நான்காவது, நேர்மையுடன் அணுக வேண்டிய எனது செயல்பாடுகளில் உங்கள் நிர்ப்பந்தங்களைச் செலுத்தாதீர்."

மதைனி சொல்கிறார்: "தனது இறுதிக் காலம் நெருங்கிவிட்டது

என்பதை அறிந்துகொண்ட அப்துல் மலிக், 'ஒரு துறவியாக வேண்டுமென்பது என்னுடைய நெடுங்கால ஆர்வம்' என்றார். பிறகு, தன் மகன் வலீதை அழைத்து, அல்லாஹ்வுக்குப் பயப்படவும் உள்நாட்டுப் பிரச்சினைகளில் கவனம் செலுத்தவும் வலியுறுத்தினார். 'போர்களின்போது ஆர்வத்துடனும் நல்ல முன்மாதிரியாகவும் நடந்துகொள்' என்று தன் மகனிடம் வலியுறுத்திய அவர், 'நல்லதொரு அன்பளிப்பு, நற்செயல்களை உறுதிப்படுத்துகிறது. இன்னல்களின்போது அல்லாஹ் உதவியாக இருக்கிறான். கடினமான சூழல்களிலும் மக்களிடம் மென்மையாக நடந்துகொள். ஏனெனில் தனியொரு அம்பை எளிதாக ஒடிக்க இயலும். ஒன்றாகக் கட்டப்பட்டிருக்குமெனில் ஒடிக்க இயலாது. அவர்களுக்கு வெறுப்பூட்டாமல் நடந்துகொள். நான் உன்னை கலீஃபாவாக நியமித்துள்ளேன். ஹஜ்ஜாஜைக் கவனமாகப் பார்த்துக்கொள். கிலாஃபத்தை நான் அடைவதற்குக் காரணமே அவர்தான். அவரை, உனது வலக் கரமாகவும் வாளாகவும் கருது. எதிரிகளிடமிருந்து அவர் உன்னைப் பாதுகாப்பார். அவருக்கெதிராக யாருடைய முறைப்பாட்டையும் ஏற்கவேண்டாம். நினைவில் வைத்துக்கொள். ஹஜ்ஜாஜுக்கு உன்னைவிடவும், உனக்கு ஹஜ்ஜாஜ் தேவைப்படுகிறார். அனைவரிடமும் வாக்குறுதி பெறுவாயாக! இதற்கு உடன்படாதவரை விட்டு வைக்காதே."

அப்துல் மலிக்கின் மரண வேதனையின்போது அருகில் நின்றிருந்த வலீத் அழத்தொடங்கினார். அப்துல் மலிக் சொன்னார்: "பெண்களைப்போல் ஏன் பயனின்றி அழுகிறாய்? எனது இறப்புக்குப் பிறகு நீ தயாராகி விடு. துணிச்சலுடன் வாளைக் கையிலேந்திக்கொள். உனக்கெதிராக உயரும் தலையைத் துண்டித்து விடு. அமைதியாக இருப்பவனை எதுவும் செய்யாதே. அவன் நோயுற்ற நிலையில் மடிய வேண்டியவன்."

தனது 63 ஆம் வயதில், ஹிஜ்ரீ 86 ஆம் ஆண்டு ஷவ்வால் மாதம், அப்துல் மலிக் மரணத்தைத் தழுவினார்.

இஹல்பி கூறுகிறார்: "அப்துல் மலிக் அடிக்கடிச் சொல்வார்: 'நான் ரமளானில் பிறந்தேன். ரமளானில் பால்குடி நிறுத்தப்பட்டேன். திருக்குர்ஆன் முழுவதையும் ஒரு ரமளானில் ஓதி முடித்தேன். வாரிசுரிமைக்குத் தேர்வு செய்யப்பட்டதும் ரமளானில்தான். ரமளானில்தான் கலீஃபாவாக ஆனேன். என்னுடைய இறப்பும்

ரமளானில் நிகழ வேண்டுமென்று விரும்புகிறேன்.' ஆனால், ரமளான் மாத இறுதியில் நோய் சற்றுத் தணிந்திருந்த நிலையில் ரமளானை அடுத்த ஷவ்வால் மாதம் இறந்தார்."

முக்கிய நிகழ்வுகள் : அப்துல்லாஹ் பின் ஸுபைர் (ரலி) அவர்களின் மரணத்தைத் தொடர்ந்து அப்துல் மலிக், ஹஜ்ஜாஜ் பின் யூசுஃபை ஹிஜாஸ் ஆளுநராக நியமித்தார். ஹஜ்ஜாஜ், அப்துல்லாஹ் பின் ஸுபைரின் ஆட்சியின்போது கட்டப்பட்ட கஅபாவின் ஒரு பகுதியை இடித்துவிட்டு மீண்டும் கட்டினார். பெருமதிப்புக்குரிய நபித்தோழர்களுக்குப் பெரும் இன்னல்கள் விளைவித்தார். அனஸ் (ரலி) அவர்களையும் மேன்மை மிகுந்த நபித்தோழர்கள் சிலரையும் கட்டிப்போட்டு முட்கசையால் அடித்தார். உண்மையைப் பேசி வெளிப்படையாக வாழ்ந்த அப்துல்லாஹ் பின் உமர் (ரலி) போன்ற நபித்தோழர்கள்மீது அவர் பெரும்பகை கொண்டிருந்தார். மக்களுக்கு நற்செயல்களைப் போதித்து பாவச்செயல்களிலிருந்து அவர்களைத் தடுக்க ஹஜ்ஜாஜின் நிர்வாகம் எவ்வித முனைப்பும் செலுத்தவில்லை. மனிதர்களைத் தாக்கவும் கொல்லவுமே அவர் ஆட்களை நியமித்தார். ஹஜ்ஜின்போது, கஅபாவை வலம் வந்துகொண்டிருந்த அப்துல்லாஹ் பின் உமரை ஹஜ்ஜாஜின் அடியாள் ஈட்டியால் கால்களில் குத்தினான். பலத்தக் காயமடைந்த அவர் சில நாள்களில் இறந்துபோனார். நபித்தோழர்களுக்கு ஹஜ்ஜாஜ் இழைத்த கொடுமைகள் அவரை ஒரு கொடுங்கோல் ஆட்சியாளராக உறுதிப்படுத்துகின்றன. அவரை மக்காவுக்கும் மதீனாவுக்கும் ஆளுநராக நியமித்த அப்துல் மலிக்கும் இந்தக் குற்றத்திற்கு உடந்தையாகிறார். ஹஜ்ஜாஜும் அப்துல் மலிக்கும் சில நற்பண்புகளையும் கொண்டிருந்தனர். அதே அளவிலான தீய பண்புகளும் அவர்களிடமிருந்தன.

கவாரிஜ்களின் தொல்லை : அப்துல்லாஹ் பின் ஸுபைர் (ரலி) அவர்களின் கிலாஃபத் வீழ்ச்சியின் தொடக்கம். அப்துல் மலிக்கால் நியமிக்கப்பட்டவர்கள் அப்துல்லாஹ் பின் ஸுபைருக்கெதிரான பரப்புரைகளையும் சதிச்செயல்களையும் இராக்கிலும் இரானிலும் நிறைவேற்றத் தொடங்கினர். இரான் பகுதிகளில் வாழ்ந்துகொண்டிருந்த கவாரிஜ்கள் அப்போது எழுச்சியுடன் செயல்படத் தொடங்கினர். முஸ்அப் பின் ஸுபைர் (ரலி) அவர்களின் கொலையையும் அப்துல் மலிக்கின் ஆதிக்கத்தையும் இரகசியச் செய்திகளாகப்

பரிமாறிக்கொண்டனர். மக்களிடையே கிளர்ச்சிக்கான எண்ணங்கள் முளைவிட்டன. இராக்கைக் கைப்பற்றிய அப்துல் மலிக், பஸ்ரா ஆளுநராக காலித் பின் அப்துல்லாஹ்வை நியமித்தார். இராக்கிலிருந்து டமாஸ்கஸுக்குச் சென்ற அப்துல் மலிக்கால் கவாரிஜ்கள்மீது கவனம் செலுத்த இயலவில்லை. ஏனெனில், ஹிஜாஸ்மீதும் அப்துல்லாஹ் பின் ஸுபைர்மீதுமே அவரது கவனம் இருந்து வந்தது.

அப்துல்லாஹ் பின் ஸுபைர் (ரலி) அவர்களின் கொலைக்குப் பிறகு ஹிஜாஸ் பிரச்சினைகளிலிருந்து விடுபட்ட அப்துல் மலிக், பஸ்ரா மற்றும் கூஃபா ஆளுநர்களைப் பதவி நீக்கம் செய்துவிட்டு, தனது சகோதரரான பிஷ்ர் பின் மர்வானை நியமித்தார். கவாரிஜ்களை அடக்க, முஹல்லப் பின் ஸுஃப்ராவை இரானுக்கு அனுப்பவும் அவர்களைக் காணுமிடத்தில் கொன்று விடவும் இதற்கு உதவியாக பஸ்ராவிலுள்ளவர்களைத் தேர்வுசெய்து அழைத்துச் செல்லவும் முஹல்லபுக்கு அதிகாரம் வழங்க வேண்டுமென்று தனது சகோதரருக்கு உத்தரவிட்டார். இதே உத்தரவு முஹல்லபுக்கும் அனுப்பப்பட்டது.

கவாரிஜ்களின் பிரச்சினைகளை ஒரேயடியாக இல்லாமல் செய்யும்வகையில், முஹல்லபுக்கு உதவியாக கூஃபாவாசிகளின் வலுவான ஒரு படை தயார் செய்து அனுப்பி வைக்கப்பட்டது. அமீருல் முஃமினீன் நேரடியாக முஹல்லபிற்கு உத்தரவிட்டது பிஷ்ர் பின் மர்வானுக்குப் பிடிக்கவில்லை. அரசதிகாரக் கட்டமைப்பின்படி கவாரிஜ்களை எதிர்கொள்ளும் அதிகாரம் தன்னுடைய உத்தரவின்கீழ் மட்டுமே செயல்பட வேண்டுமென்றும் அவர் விரும்பினார்.

அப்துல் மலிக்கின் உத்தரவின்படி முஹல்லப் பின் ஸுஃப்ரா பஸ்ராவிலிருந்து தனது படையுடன் புறப்பட்டார். கூஃபாவிலிருந்து பிஷ்ர் பின் மர்வான், அப்துர் ரஹ்மான் பின் முக்நஃபின் தலைமையிலான ஒரு படையை முஹல்லபுக்கு உதவியாக அனுப்பி வைத்தார். படைகள் புறப்படும்போது அப்துர் ரஹ்மானிடம் பிஷ்ர் சொன்னார்: "முஹல்லபைவிடவும் ஆற்றலுள்ள படைத்தலைவராக உங்களை நான் கருதுகிறேன். ஆகவே, எல்லா நிலைகளிலும் முஹல்லபுக்குக் கீழான நிலையில் உங்களை நீங்கள் கருதத் தேவையில்லை. சந்தர்ப்பத்திற்கேற்ப உங்கள் கருத்துகளை நீங்கள் அவரிடம் வலியுறுத்தி ஏற்கச் செய்ய வேண்டும்."

தர் ஹுர்முஸ் எனுமிடத்தில் முஹல்லபைச் சந்தித்தார் அப்துர் ரஹ்மான். ஆனால், தனது படையுடன் அவர் மற்றொரு இடத்தில் முகாம் அமைத்து, தன்னுடைய சுதந்திரமான நிலையைக் காட்டிக்கொண்டார். சில நாள்களுக்குப் பிறகு, பிஷ்ர் பின் மர்வான் இறந்துவிட்டாரென்றும், தனக்குப் பதிலாக அவர் காலித் பின் அப்துல்லாஹ்வை நியமித்திருக்கிறார் என்றும் தகவல் வந்தது. இதையறிந்த பஸ்ரா மற்றும் கூஃபா வீரர்கள் தங்கள் நகரங்களுக்குத் திரும்பினர். நிலைமைகளை அவர்களிடம் விளக்கியும் பயமுறுத்தியும் பார்த்தார் காலித் பின் அப்துல்லாஹ். ஆனால், யாருமே திரும்பி முஹல்லபிடம் செல்வதற்குத் தயாராக இல்லை.

இன்னொருபுறம் குராசானில் நிலைமைகள் மோசமாகிக்கொண்டிருந்தன. ஏற்கனவே குறிப்பிட்ட அப்துல்லாஹ் பின் ஹசீனின் இறப்புக்குப் பின், துருக்கிஸ்தான் மற்றும் மங்கோலிய அரசரான ரத்பீல், குராசான் எல்லையில் காவல் படையை நியமித்துச் சுற்றிலும் கண்காணித்து வந்தார். அப்துல்லாஹ் பின் ஹஷீனின் மகன், மூஸா பின் அப்துல்லாஹ், தன் தந்தையின் ஆதரவாளர்களுடன் தப்பித்துச் சென்று, தர்மிஸ் கோட்டையில் (தெற்கு உஸ்பெக்கிஸ்தான் நகரம்) தஞ்சம் புகுந்து தனியாக ஓர் அரசை நிறுவிக்கொண்டார்.

மூஸா பின் அப்துல்லாஹ் துருக்கியர்களுடனான போரில் வெற்றி பெற்றார். அதே நேரத்தில் அப்துல் மலிக்கின் ஆளுநர்களுக்கு எதிராகவும் போரிட்டார். அப்போது குராசான் ஆளுநராக இருந்தவர் புஹைர் பின் வஷாஹ். அப்துல் மலிக் அவரை பதவி நீக்கம் செய்து, உமய்யா பின் அப்துல்லாஹ் பின் காலிதை நியமித்தார். பதவி நீக்கம் செய்யப்பட்ட புஹைர், குராசானுக்கு வந்து முக்கிய நகரங்களில் ஒன்றான மர்வில் தங்கியிருந்தார்.

உமய்யா பின் அப்துல்லாஹ், மர்வ் நகரின் பொறுப்பை புஹைரிடம் ஒப்படைத்தார். பின்னர், குராசானின் மற்றொரு முக்கிய நகரமான பல்க்கை நோக்கிச் சென்ற உமய்யா, ரத்பீலைத் தாக்கி இனிமேல், முஸ்லிம்கள்மீது படையெடுப்பதில்லை எனும் ஓர் உடன்படிக்கைக்கு அவரைப் பணிய வைத்தார். பின்னர், பல்க்கிலிருந்து மர்வுக்கு வரும் வழியில் மூஸா பின் அப்துல்லாஹ்வால் தாக்குதலுக்குள்ளாகி ஒருவழியாகத் தப்பித்து மர்வுக்கு வந்து சேர்ந்தார். மர்வை அடைந்தபோது

புஹைர் பின் வஷாஹ் மர்வைக் கைப்பற்றியிருப்பதையும், போருக்கான ஏற்பாடுகள் செய்யப்பட்டிருப்பதையும் கண்டார். புஹைருக்கும் உமய்யாவுக்குமிடையே கைகலப்பு ஏற்பட்டது. நகரத்தை வலுப்படுத்திய நிலையில் புஹைர், முற்றுகையில் இறங்கினார். இறுதியில், சில நாள்களுக்குப் பிறகு, குராசானின் ஒரு பகுதிக்கான ஆளுநர் பதவியை புஹைருக்குத் தருவதாக வாக்குறுதியளித்ததன்பேரில் இருவரும் இணக்கமாயினர்.

பிஷ்ர் பின் மர்வானின் இறப்பையடுத்து, தர் ஹுர்முசில் கவாரிஜ்களை எதிர்த்துப் போரிட கூஃபா மற்றும் பஸ்ரா படையினர் சென்ற பிறகு, எஞ்சியிருந்த சிறு படையுடன் முஹல்லபும் மக்னஃபும் இக்கட்டான நிலைக்குள்ளாயினர். இச்சூழலில் ஹிஜாசின் ஆளுநர் பதவியிலிருந்து ஹஜ்ஜாஜ் பின் யூசுஃபை மாற்றுவதே சரியாக இருக்குமென்று அவரை இராக்கின் ஆளுநராக நியமித்தார் அப்துல் மலிக். ஹிஜ்ரீ 75ஆம் ஆண்டு பஸ்ராவுக்கும் கூஃபாவுக்கும் அவரை ஆளுநராக நியமித்தார். ரமளான் மாதத்தில் கூஃபாவுக்குள் நுழைந்த ஹஜ்ஜாஜ், ஜாமிஆ மஸ்ஜிதின் உரைமேடையில் அமர்ந்து மக்கள் அனைவரும் இங்கே ஒன்று திரள வேண்டுமென்று உத்தரவிட்டார்.

ஆட்சியாளர்களிடம் அநாகரிகமாக நடந்துகொள்வது கூஃபாவாசிகளின் இயல்பு. தலைவர்களையும் ஆட்சியாளர்களையும் இழிவாக நடத்துவதை இயல்பாகக்கொண்டிருந்த அவர்கள் புதிய ஆளுநர்மீது எறியும் நோக்கத்துடன் கையில் கற்களுடன் தயாராக வந்தனர். ஹஜ்ஜாஜ் தமது உரையின் தொடக்கத்திலேயே அவர்களை அச்சுறுத்தி வைத்தார். அவர்களின் கைகளிலிருந்த கற்கள் தாமாகவே தரையில் விழுந்தன.

ஹஜ்ஜாஜ் சொன்னார்: “மிகச் சீக்கிரமாகவே இரத்தத்தில் நனையப்போகும் ஏராளம் தலைப்பாகைகளையும் தாடிகளையும் இங்கே காண்கிறேன். மிகச் சீக்கிரமாகவே வெட்டியெறியப்படும் ஏராளம் முக்கியத் தலைகளும் இக்கூட்டத்திற்கு வருகை தந்திருக்கின்றன. அமீருல் முஃமினீன் அப்துல் மலிக், தனது அம்பறாத்தூணியிலிருந்து தேர்வு செய்த கடினமான, கொலைத்தன்மையுடன்கூடிய ஒரு அம்பை உங்கள்மீது எய்திருக்கிறார். வேறு வார்த்தைகளில் சொல்வதானால், என்னை உங்கள்மீது ஆளுநராக எய்திருக்கிறார். உங்களுடைய எல்லா நோய்களையும்

ஒழுங்கீனங்களையும் குறைபாட்டையும் இல்லாமல் செய்து உங்களை முற்றிலுமாக நான் குணப்படுத்துவேன். எல்லாப் பிரச்சினைகளுக்கும் சீர்குலைவுக்கும் நீங்களே மையமாக இருந்து வருகிறீர்கள். நீங்கள் பாடம் படிக்கவும் உங்கள் கண்கள் திறக்கப்படவுமான காலம் கனிந்திருக்கிறது. கவாரிஜ்களை எதிர்கொள்ள உங்களுக்கு ஊதியமளித்து முஹல்லபிடம் அனுப்பும்படி அமீருல் முஃமினீன் உத்தரவிட்டிருக்கிறார். ஊதியம் பெற்றுக்கொண்ட பிறகு, உங்களுக்கு மூன்று நாள்கள் கால அவகாசம் தரப்படும். நான்காவது நாள் கூஃபாவில் எந்த ஒரு உயிராவது காணப்படுமெனில் அதன் தலை துண்டிக்கப்படும். நான் சொன்னதைச் செய்பவன் என்பதை நீங்களே நேரில் காண்பீர்கள். இது வெறும் அச்சுறுத்தல் அல்ல என்பதை நினைவில் வைத்துக்கொள்ளுங்கள்.”

அங்கிருந்து அமீரின் தலைமையகமான தாருல் இமாராவுக்குச் சென்ற ஹஜ்ஜாஜ், மக்களுக்கான ஊதியங்களை வழங்க ஆரம்பித்தார். முதுமையால் தள்ளாடியபடியே வந்த ஒருவர், “நான் வயது முதிர்ந்தவன். எனக்குப் பதிலாக என் மகனை அனுப்புங்கள்” என்றார். “உன் பெயரென்ன?” என்று கேட்டார் ஹஜ்ஜாஜ். “உமைர் பின் தாபி பர்ஜமீ” என்றார் அம்முதியவர். “உஸ்மான் பின் அஃப்ஃபானின் வீட்டைத் தாக்கிய உமைர் பின் தாபியாவா?” என்று ஹஜ்ஜாஜ் கேட்க, அம்முதியவர், “ஆம்” என்றார். ஹஜ்ஜாஜ் கேட்டார்: “அத்தகைய ஒரு கொலையைச் செய்ய உன்னைத் தூண்டியது எது?” “வயது முதிர்ந்த என் தந்தையை உஸ்மான் சிறைப்படுத்தியிருந்தார்” என்றார் முதியவர். “நீ உயிருடனிருப்பதை நான் விரும்பவில்லை” என்ற ஹஜ்ஜாஜ், அவரைக் கொலை செய்யவும் அவரது வீட்டைச் சூறையாடவும் உத்தரவிட்டார்.

மூன்றாவது நாள் அறிவிப்பு வெளியானது. “இன்றிரவு முஹல்லபின் படையில் அனைவரும் இணைந்துகொள்ள வேண்டும். தவிர்க்க நினைப்பவர்கள் கொல்லப்படுவார்கள்.”

முஹல்லபின்கீழ் கவாரிஜ்களை எதிர்கொள்வதற்கு வலுவான ஒரு படை திரண்டது. பின்னர், பஸ்ரா ஆளுநராக ஹகம் பின் அய்யூப் ஸகஃபீயை நியமித்து அனுப்பி வைத்தார் ஹஜ்ஜாஜ். ஸயீத் பின் அஸ்லம் பின் ஸர்ஆவை சிந்துப் பகுதிக்கு நியமித்தார்.

முஆவியா பின் ஹாரிஸ் கலபீயும் அவரது சகோதரர் முஹம்மதும்

படையில் இணைந்திருந்தனர். அப்பகுதியின் பெரும்பாலான நகரங்களையும் அவர்கள் தங்கள் கட்டுப்பாட்டின்கீழ் கொண்டு வந்தனர். எதிரிகளைக் கொன்றனர் அல்லது சிறைப்பிடித்தனர். பிறகு, முஆவியா பின் ஹாரிசும் அவரது சகோதரர் முஹம்மதும் ஸயீதைக் கொன்றனர்.

இதையறிந்த ஹஜ்ஜாஜ், அஜாஅ பின் ஸயீத் பின் ஸர்ஆவை அனுப்பி வைத்தார். அவர் அந்த எல்லைப் பகுதியைப் பிடித்தார். தனது ஓர் ஆண்டு ஆட்சிக்குப் பிறகு, சிந்து மாகாணத்தை அடுத்திருந்த மக்ரானின் பெரும்பாலான நகரங்களையும் தனது கட்டுப்பாட்டின்கீழ் கொண்டு வந்தார். (மக்ரான் இரான் மற்றும் பாகிஸ்தானின் கடலோரப் பகுதி.)

ஹஜ்ஜாஜ், கூஃபாவில் எல்லா முன்னேற்பாடுகளையும் செய்துவிட்டு உர்வா பின் முகீரா பின் ஷுஅபாவைத் தனக்குப் பதிலாக நியமித்தார். பிறகு, பஸ்ராவை நோக்கிச் சென்றார். கூஃபாவில் நிகழ்த்தியதுபோன்ற ஓர் உரையை பஸ்ராவிலும் நிகழ்த்தி முஹல்லபைக் கைவிட்டு விட்டு வந்தவர்களை அச்சுறுத்தினார்.

ஷாரிக் பின் அம்ர் யஸ்கூரீ, ஹஜ்ஜாஜிடம் வந்து, “நான் குடலிறக்க நோயால் அவதிப்படுகிறேன். பிஷ்ர் பின் மர்வான் இதை ஏற்றுக்கொண்டார். நீங்களும் தயவுசெய்து முஹல்லபின் படையில் சேர்வதிலிருந்து எனக்கு விலக்களியுங்கள்” என்றார். ஹஜ்ஜாஜ் உடனடியாக அவருக்கு மரண தண்டனை விதித்தார். இதைக்கண்ட பஸ்ராவாசிகள் அனைவரும் பயந்துபோய் முஹல்லபின் படையில் சேரத் தயாராயினர்.

பஸ்ராவிலிருந்தும் கூஃபாவிலிருந்தும் மக்களை வெளியேற்றிய பிறகு, ஹஜ்ஜாஜும் முஹல்லபின் படையை நோக்கிப் புறப்பட்டார். முஹல்லபின் முகாமுக்கு 18 மைல் தொலைவில் முகாமிட்ட ஹஜ்ஜாஜ் சொன்னார்: “கூஃபா மற்றும் பஸ்ராவாசிகளே! கவாரிஜ்களை முற்றிலுமாக அழிக்கவில்லை எனில் நீங்கள் இங்கேயே இருந்துவிட வேண்டியதுதான்.” அடுத்து, ஹஜ்ஜாஜ் பிறப்பித்த உத்தரவு சிக்கலை உருவாக்கி விட்டது.

முஸ்அப் பின் ஸுபைர் (ரலி) அவர்களின் ஆட்சிக் காலத்தில் தலைக்கு 100 திர்ஹம்கள் எனுமளவில் உயர்த்தப்பட்ட ஊதிய விகிதம் இன்னமும் நடைமுறையில் இருந்தது. இதைக் குறைக்க

யாரும் முன்வரவில்லை. முஸ்அப் ஆட்சிக்கு முன்பிருந்த ஊதியம் மட்டுமே அனைவருக்கும் இனி வழங்கப்படும் என்று அறிவித்தார் ஹஜ்ஜாஜ்.

இதையறிந்த அப்துல்லாஹ் பின் ஜரூத், "அப்துல் மலிக்கும் பிஷ்ர் பின் மர்வானும் தொடர அனுமதித்த எங்களுக்கான ஊதியத் தொகையைக் குறைக்க வேண்டாம்" என்றார். ஜரூதின் வேண்டுகோளை ஹஜ்ஜாஜ் ஏற்க மறுத்தார். அவர் ஹஜ்ஜாஜின் உத்தரவை மீறி மீண்டும் குரலுயர்த்தினார். அப்துல்லாஹ் பின் ஜரூதிடம் மஸ்கலா பின் கர்ப் அஸ்தீ, "அமீரின் உத்தரவுக்குக் கீழ்ப்படிவது நமது கடமை. அதை மீறுவது முறையல்ல" என்றார்.

மஸ்கலாவைத் திட்டியபடியே ஹஜ்ஜாஜின் அரசவையை விட்டகன்ற அப்துல்லாஹ் பின் ஜரூத், ஹகீம் பின் மஜாஷியிடம் சென்று நடந்ததைச் சொன்னார். அவரும் ஜரூதை ஆதரித்தார். படை வீரர்களில் பெரும்பாலானோரும் ஜரூதின் ஆதரவாளர்களாக மாறினர். ஹஜ்ஜாஜை இராக்கிலிருந்து வெளியேற்றும் நோக்கத்துடன் அவருக்கு வாக்குறுதியளித்தனர். ஜரூதின்கீழ் ஒன்றிணைந்த அவர்கள் ஹஜ்ஜாஜின் கூடாரத்தை முற்றுகையிட்டனர்.

ஹஜ்ஜாஜுடன் அப்போது ஒருசிலரே இருந்தனர். அவரைக் கொல்லவோ சிறைப்பிடிக்கவோ வாய்ப்பிருந்த நிலையில் மாலை நேரமாகிவிட்டது. அவர்கள் தங்கள் நடவடிக்கையைத் தற்போதைக்கு ஒத்தி வைப்பதாக முடிவுசெய்து விட்டு முகாமுக்குத் திரும்பினார்கள். ஹஜ்ஜாஜைக் கொல்லாமல் இராக்கிலிருந்து வெளியேற்ற மட்டுமே அவர்கள் விரும்பினார்கள்.

அன்றிரவு, ஹஜ்ஜாஜின் நண்பர்கள் அவரை அங்கிருந்து புறப்பட்டு அப்துல் மலிக்கிடம் செல்லும்படி வற்புறுத்தினார்கள். அவர் முடிவு செய்ய இயலாத நிலையிலிருந்தார். அதே நேரத்தில் ஜரூதின் ஆதரவாளர்களிடையே கருத்து வேறுபாடு ஏற்பட்டது. அப்பாத் பின் ஹஸீன் ஹப்த்தீ, ஜரூதுடன் கோபித்துக்கொண்டு ஹஜ்ஜாஜின் பக்கம் சேர்ந்துவிட்டார். தொடர்ந்து, குத்தைபா பின் முஸ்லிம், ஸப்ரா பின் அலீ கலபீ, ஸயீத் பின் அஸ்லம் கலபீ, ஜஅஃபர் பின் அப்துர் ரஹ்மான், அஸ்தி ஆகியோரும் ஹஜ்ஜாஜுடன் சேர்ந்துகொண்டனர். மறுநாள் காலையில் அவரைச் சுற்றி 6,000

வீரர்கள் திரண்டிருந்தனர். அப்போது, இரு பிரிவினருக்குமிடையே பயங்கரமான போர் மூண்டது.

ஹஜ்ஜாஜின் படைகள் தோல்வி முனையில் இருந்த நிலையில், ஜரூதின் கழுத்தில் ஒரு அம்பு பாய்ந்தது. அவர் மரணமடைந்தார். இத்துடன் தோல்விமுனையிலிருந்த ஹஜ்ஜாஜ் வெற்றி பெற்றார். ஜரூதின் ஆதரவாளர்கள் பலர் கொல்லப்பட்டனர். மேலும் பலர் தங்கள் உயிர்களைப் பாதுகாக்கும்பொருட்டு ஹஜ்ஜாஜிடம் சரணடைந்து படையில் இணைந்துகொண்டனர். ஜரூதின் முக்கிய ஆதரவாளர்கள் பதினெட்டுப் பேரின் தலைகளை வெட்டிய ஹஜ்ஜாஜ், அவற்றை முஹல்லபுக்கு அனுப்பினார். அவர், கவாரிஜ்களை பயமுறுத்துவதற்காக அவற்றை ஈட்டி முனைகளில் சொருகி வைத்தார்.

ஹஜ்ஜாஜுக்கும் ஜரூதுக்குமிடையே போர் நடந்துகொண்டிருக்கும்போது பஸ்ராவின் அண்மைப் பகுதியில் வசித்து வந்த, ஸஞ்ஜி எனும் ஸவோன் இனக்குழுவினர் கிளர்ச்சியில் ஈடுபட்டிருப்பதாக பஸ்ராவிலிருந்து தகவல் வந்தது. ஜரூதின் கொலைக்குப் பிறகு, அவர்கள்மீது நடவடிக்கை எடுப்பதாகச் சொல்லி, ஒரு சிறு படையைத் தன் மகன் ஹஃப்ஸின் தலைமையில் அனுப்பி வைத்தார் ஹஜ்ஜாஜ். ஸவோன்களின் கிளர்ச்சியை ஒடுக்கும்படி தன்னுடைய பிரதிநிதிக்கும் கடிதமெழுதினார். பல்வேறு திடீர்த் தாக்குதல்களின் முடிவில் கிளர்ச்சி ஒடுக்கப்பட்டது.

முஹல்லபை எதிர்கொள்வதற்காக இரான், குராசான், இராக் ஆகிய நகரங்களிலிருந்து வரவழைக்கப்பட்ட வீரர்கள் தர் ஹுர்முசில் ஒன்றுதிரண்டனர். முஹல்லபை வெற்றி கொள்ளவும் பஸ்ராவைக் கைப்பற்றவும் அவர்கள் தயார் நிலையிலிருந்தனர். தொடர்ந்து, பஸ்ராவிலிருந்தும் கூஃபாவிலிருந்தும் உதவிப் படைகள் வந்து சேர்ந்தன. கவாரிஜ்களுக்கெதிராக நின்றிருந்த அப்துர் ரஹ்மானும் மக்னஃபும் பலம் பெற்றனர். இதற்கு முன், படைவீரர்களின் போதாமையால் அவர்கள் தற்காப்புப் போர் நடத்தி, கவாரிஜ்களை முன்னேறாமல் தடுத்து வைத்திருந்தனர்.

படைகள் வலுப்பெற்ற நிலையிலும் கடுமையாகப் போரிட வேண்டியதாயிற்று. கவாரிஜ்களைக் கர்ஸுனுக்கே திரும்பவும் துரத்தினார்கள். கர்ஸுனின் அருகில் அகழிகள் தோண்டி, தங்களை

வலுப்படுத்திக்கொண்ட கவாரிஜ்கள் போரிடத் தொடங்கினர். முஹல்லப் ஆழமாக அகழி தோண்டி படைமுகாமைச் சுற்றிப் பாதுகாப்பை ஏற்படுத்தினார். தனது படை முகாமை முஹல்லபின் பகுதியிலிருந்து தொலைவில் தனியாக நிறுவியிருந்தார் அப்துர் ரஹ்மான். இரவுத் தாக்குதலின் ஆபத்திருப்பதால் முகாமைச் சுற்றிலும் அகழி அமைத்துக் கொள்வது பாதுகாப்பாக இருக்கும் என்று அப்துர் ரஹ்மானுக்குத் தகவல் அனுப்பினார் முஹல்லப். அது குறித்துப் பயப்பட வேண்டாம் என்றும் தங்களுடைய வாட்களே பகைவர்களைத் தடுத்து நிறுத்தும் அகழியாக அமையுமென்றும் பதில் சொன்ன அப்துர் ரஹ்மான் ஒரு திறந்த வெளியில் முகாம் அமைத்துக்கொண்டார்.

ஓர் இரவு நேரத்தில் கவாரிஜ்கள் முஹல்லபைத் தாக்கினார்கள். தங்களது முன்னேற்றத்திற்கு அகழிகள் தடையாக நிற்கவே, அவர்கள் அப்துர் ரஹ்மானை நோக்கி நகர்ந்தனர். திறந்த, தெளிவான வழிகளினூடே முன்னேறிச் சென்று தாக்கத் தொடங்கினர். தூக்கத்தில் ஆழ்ந்திருந்த படைவீரர்கள் எழுந்து திக்குத் தெரியாமல் ஓடினார்கள். மிகக்குறைந்த என்ணிக்கையிலான வீரர்களுடன் எதிர்த்துப் போரிட்ட அப்துர் ரஹ்மானும் வீரர்களும் கொல்லப்பட்டனர்.

முஹல்லபும் அப்துர் ரஹ்மானும் பெரும் படைத்தலைவர்களாவர். முஹல்லபின் படையில் பஸ்ரா வீரர்களும் அப்துர் ரஹ்மானின் படையில் கூஃபா வீரர்களுமிருந்தனர். கூஃபாவினருக்குப் பெரும் இழப்பு நேரிட்டது. தகவலறிந்த ஹஜ்ஜாஜ், அப்துர் ரஹ்மானின் இடத்தில் அத்தாப் பின் வரக்காவை நியமித்து முஹல்லபின் உத்தரவின்கீழ் செயல்பட வேண்டுமென்று உத்தரவிட்டார். அத்தாபுக்கு இதில் விருப்பமில்லை. அவர்களிடையே பிளவு உருவானது.

அத்தாப், தன்னைத் திருப்பியழைக்கும்படி ஹஜ்ஜாஜுக்கு எழுதினார். அவரது வேண்டுகோளை ஹஜ்ஜாஜ் ஏற்றுக்கொண்டார். பின்னர், கூஃபா வீரர்கள் அனைவரும் முஹல்லபின் நேரடி உத்தரவின்கீழ் கொண்டுவரப்பட்டனர். கூஃபா படையினருக்கான தன்னுடைய பிரதிநிதியாகத் தன் மகன் ஹபீபை நியமித்தார் முஹல்லப். படைகள் நிஷாப்பூரில் ஓர் ஆண்டு காலம் தங்கியிருந்து கவாரிஜ்களுக்கு எதிரான போரைத் தொடர்ந்து நடத்தி வந்தனர்.

கவாரிஜ்களிடையில் முரண்பாடு உருவானது. அவர்கள் இரு குழுவினராகப் பிரிந்து தங்களுக்குள் போரிடத் தொடங்கினர். அப்போது, முஹல்லப் அவர்களைத் தாக்காமல் பொறுமை காத்தார். வெற்றி பெற்ற குழு, தோல்வியடைந்த குழுவைத் தபரிஸ்தானை நோக்கி வெளியேற்றியது. வெற்றி பெற்ற குழுமீது தாக்குதலைத் தொடங்கிய முஹல்லப் வெற்றி பெற்றார். முடிவில் ஹிஜ்ரீ 77 ஆம் ஆண்டு, கவாரிஜ்களின் பிரச்சினைகளிலிருந்து முஹல்லப் விடுதலை பெற்றார்.

சில வேளைகளில் தங்களை விடவும் பத்து அல்லது இருபது மடங்கு அதிகமானப் படை வீரர்களைத் தோற்கடிக்குமளவுக்கு கவாரிஜ்கள் வீரம் செறிந்தவர்களாக இருந்தனர். ஒருமுறை, கூஃபாவின் அருகில், 1,000 கவாரிஜ்கள் 50,000 பேர்கொண்ட ஒரு படையை நிலைகுலைந்து ஓட வைத்தனர். முஹல்லப் மட்டும்தான் கவாரிஜ்களுக்கு எதிராக முழுமையான வெற்றியை அடைந்தவர். வெற்றிக்குப் பின், கூஃபாவுக்குத் திரும்பினார் முஹல்லப். ஹஜ்ஜாஜ் தனது அவையைக் கூட்டி முஹல்லபைத் தனக்கு அடுத்த பொறுப்பில் நியமித்தார். முஹல்லபுக்கு ஏழு ஆண் மக்கள். அவர்கள் அனைவருமே கவாரிஜ்களை வீரத்துடன் எதிர்கொண்டவர்கள். இதற்கான வெகுமதியாக ஆண்டிற்கு 2,000 திர்ஹம்கள் ஊதிய உயர்வு அவர்களுக்கு வழங்கப்பட்டது.

தப்பியோடிய கவாரிஜ்களின் பின்னால் ஒரு படையை அனுப்பி வைத்த ஹஜ்ஜாஜ், தபரிஸ்தானின் அருகில் அவர்களைத் தோற்கடித்தார்.

ஹிஜ்ரீ 76 ஆம் ஆண்டு, ஸாலே பின் மஸ்ராவின் தலைமையில் மற்றொரு கவாரிஜ் குழு மேலெழுந்தது. மோசுலின் ஆட்சியாளரும் அப்துல் மலிக்கின் சகோதரருமான முஹம்மத் பின் மர்வான், அவர்களை அடக்க ஒரு படையை நியமித்தார். பல்வேறு எதிர்பாராத தாக்குதல்களின் முடிவில் ஸாலே கொல்லப்பட்டார். அவரது பொறுப்பை ஏற்றுக்கொண்ட ஷபீப், தனது குழுவை மதாயினுக்கு அழைத்துச் சென்றார்.

ஹஜ்ஜாஜ், ஷபீபுக்கெதிராகத் தொடர்ந்து படைகளை அனுப்பியும் அவர்களை ஒடுக்க முடியவில்லை. ஷபீபிடம் 1,000 வீரர்கள் மட்டுமே இருந்தனர். ஒருமுறை எந்த எதிர்ப்புமில்லாமல் அவர்

கூஃபாவில் தன்னுடைய ஆதரவாளர்களுடன் தங்கியிருந்துவிட்டுச் சென்றார். அந்த 1,000 பேரை எதிர்கொள்வதற்காக ஹஜ்ஜாஜ், 50,000 பேரை அனுப்பி வைத்தார். ஷபீபின் சிறு படை, ஹஜ்ஜாஜின் பெரும் படையை நிலைகுலைய வைத்தது. இறுதியில், ஷபீபும் 1,000 வீரர்களும் பூண்டோடு ஒழிக்கப்பட்டனர்.

ஹஜ்ஜாஜும் முஹல்லபும் சிறப்பிக்கப்படுதல் : அப்துல்லாஹ் பின் ஸுபைர் (ரலி) அவர்களின் எதிர்ப்பைத் தொடர்ந்து, அப்துல் மலிக் பின் மர்வானின் மிகப்பெரிய ஆபத்து கவாரிஜ்களின் கிளர்ச்சிதான். கவாரிஜ்கள்மீது அவர் கவனம் செலுத்தாமலும் அவர்களது அச்சுறுத்தலைப் பெரிதாகக் கருதாமலும் இருந்திருந்தால் குராசான், இராக், பாரசீகம் ஆகிய பகுதிகள் அவருடைய கையைவிட்டுப் போயிருக்கும். கிளர்ச்சியாளர்களை ஒடுக்க ஹஜ்ஜாஜை விடவும் பொருத்தமானவர் யாருமில்லை. இராக் ஆளுநராகப் பொறுப்பேற்ற ஹஜ்ஜாஜ், தனது கடமைகளை மிகத்திறமையாக நிறைவேற்றியதுடன் கவாரிஜ்களை ஒடுக்குவதற்குப் பொருத்தமானவராக முஹல்லபைத் தேர்வு செய்தார்.

பல ஆண்டு போராட்டங்களின் முடிவில் கூஃபாவையும் பஸ்ராவையும் அவர் ஹஜ்ஜாஜின் கட்டுப்பாட்டுக்குள் கொண்டு வந்து ஒப்படைத்தார். அதில் குராசானும் சஜிஸ்தானும் உட்படும். ஆயினும் இராக்கின் பிற பகுதிகள் உட்படவில்லை. கிழக்குப் பகுதிகளிலுள்ள அனைத்து முஸ்லிம் நாடுகளையும் ஹஜ்ஜாஜின்கீழ் கொண்டு வந்தார். ஹஜ்ஜாஜ், முஹம்மத் பின் அபூஸுஃப்ராவையும் உபைதுல்லாஹ் பின் அபூபக்ராவையும் குராசான் மற்றும் சஜிஸ்தான் ஆளுநர்களாக நியமித்தார். அதுவரை புகழ்பெற்ற படைத்தலைவராக இருந்த முஹல்லபை குராசான் ஆட்சியாளராக நியமித்தார்.

ஹிஜ்ரீ 80 ஆம் ஆண்டு வரையிலும் முஹல்லப், பஸ்ராவில் வாழ்ந்தார். தனது சார்பாக அவர், தன் மகன் ஹபீபை குராசான் ஆட்சியாளராக அனுப்பி வைத்தார். குராசானுக்குச் சென்ற அவர், தந்தையின் கட்டளைக்கேற்ப, உமய்யா பின் அப்துல்லாஹ்வுடனும் அவரது ஆதரவாளர்களுடனும் இணக்கமாகவும் அவர்களது கௌரவத்திற்குக் குந்தகம் விளைவிக்காமலும் நடந்துகொண்டார். முஹல்லபின் மகளான ஹின்த் பின்த் முஹல்லபை ஹஜ்ஜாஜ் திருமணம் செய்த முறையில் முஹல்லபும் ஹஜ்ஜாஜும்

உறவினர்களாயினர்.

ஹிஜ்ரீ 80 ஆம் ஆண்டு, குராசானுக்குச் சென்ற முஹல்லப் ஆட்சிப்பொறுப்பைக் கையிலெடுத்தார். தொடர்ந்து, 5,000 படைவீரர்களுடன் மவரோன்னஹ்ரை நோக்கிப் புறப்பட்டு குஷ் நகரை முற்றுகையிட்டார். அப்போது, குத்தான் அரசரின் உறவினர் ஒருவர் முஹல்லபிடம் வந்து உதவி கேட்டார். முஹல்லப் தம் மகன் யஸீதை அனுப்பி வைத்தார். யஸீத், குத்தான் அரசரைக் கொன்று, உறவினரிடம் ஆட்சிப் பொறுப்பை ஒப்படைத்து, முஹல்லபின் உத்தரவின்படி அவர் எழுதிய உடன்படிக்கையை பெற்றுக்கொண்டார்.

அக்காலகட்டதில்தான் முஹல்லப், தன் மகன் ஹபீபுக்கு புகாராமீது படையெடுக்க 4,000 படை வீரர்களை அளித்தார். எதிர்த்துப்போரிட்ட புகாராவின் ஆளுநர் தோல்வியடைந்தார். வெற்றி பெற்ற ஹபீப் பெருமளவிலான போர்ப்பொருள்களுடன் முஹல்லபிடம் திரும்பினார். குஷ் நகர முற்றுகை இரண்டு ஆண்டுகள் நீடித்தது. முற்றுகைக்குள்ளானவர்கள் இறுதியில் ஜிஸ்யா வழங்குவதாக முடிவுக்கு வந்தனர். உடன்படிக்கைக்குப் பிறகு, அங்கிருந்து அவர் திரும்பினார்.

குஷ் நகர மக்களும் ஹுரைத் பின் கத்னாவும் : குராசான் தலைநகரான மர்வுக்குத் திரும்பிய முஹல்லப், பொறுப்பை மகன் முகீராவிடம் ஒப்படைத்து விட்டு குஷ் நகருக்குச் சென்றார். குஷ் நகர முற்றுகையின்போது முகீராவின் இறப்புச் செய்தி வந்தது. மர்வின் பொறுப்பாளரான தன் மகன் யஸீதை முப்பது பேருடன் அங்கே அனுப்பி வைத்தார்.

பாஸ்ட்டின் அருகில் ஒரு கணவாயை அடைந்த யஸீதை 500 துருக்கியர்கொண்ட ஒரு படை வழிமறித்தது. அவர்களிடமிருந்த உடைமைகள் அனைத்தையும் கேட்டு துருக்கியர் படை பயமுறுத்தியது. யஸீத் மறுத்தார். முடிவில், சிறிதளவு பணத்தைப் பெற்றுக்கொண்டு திரும்பிச் சென்ற அவர்கள், மீண்டும் வந்து உடைமைகள் அனைத்தையும் கொடுக்காமல் விடமாட்டோம் என்றனர்.

தன்னுடனிருந்த முப்பது வீரர்களுடன் எதிர்த்துப் போரிட்ட யஸீத், படைத்தலைவரைக் கொன்று அவர்களை ஓட வைத்தார்.

இந்நிகழ்வின் சிறிது காலத்திற்குப் பிறகு, குஷ் மக்களுடன் உடன்படிக்கை செய்துகொண்டு முஹல்லப் திரும்பினார். குஷ் மக்கள், தங்கள் அரசரின் ஆண் மக்களை முஸ்லிம்களிடம் ஒப்படைப்பது என்றும் ஒப்புக்கொண்ட தொகையைச் செலுத்துவது வரைக்கும் அவர்கள் முஸ்லிம்களின் பாதுகாப்பில் இருப்பார்கள் என்றும் அந்த உடன்படிக்கையில் சொல்லப்பட்டது.

தொகையைச் செலுத்தி அரசகுமாரர்களை மீட்கும் வசதிக்காக முஹல்லப், ஹுரைஸ் பின் கத்னாவை அங்கே விட்டு வந்திருந்தார். குஷ் நகரிலிருந்து புறப்பட்டு பல்க்கை அடைந்த அவர், யஸீதுக்கும் ஹுரைசுக்கும் தகவல் அனுப்பினார். "தொகையைப் பெற்றுக்கொண்ட பிறகு, நீங்கள் பல்க்கை அடையும்வரை மகன்களை மீட்க அனுமதிக்க வேண்டாம்."

ஹுரைஸ் எதிர்கொள்ள நேரும் ஆபத்தைத் தவிர்ப்பதற்காகவே முஹல்லப் எச்சரித்தார். அக்கடிதத்தை குஷ் மக்களிடம் காட்டிய ஹுரைஸ், "ஜிஸ்யாவை நீங்கள் இப்போதே செலுத்தினீர்கள் எனில், இளவரசர்களை உங்களிடம் ஒப்படைத்துவிட்டு, தகவல் கிடைப்பதற்குள் நான் தொகையைப் பெற்றுக்கொண்டு பையன்களை ஒப்படைத்து விட்டதாக அமீரிடம் நான் சொல்லி விடுவேன்" என்றார். குஷ் மக்கள் பணத்தைச் செலுத்திப் பையன்களை மீட்டுக் கொண்டனர்.

குஷ் நகரிலிருந்து திரும்பும் வழியில் துருக்கியர் படை ஹுரைசை வழிமறித்தது. அப்போது நடந்த திடீர்த் தாக்குதலில் ஹுரைஸ் தரப்பில் பலர் கொலையுண்டனர். மேலும் பலர் பிடிபட்டனர். பிணைத்தொகைச் செலுத்திய பிறகு பிடிபட்டவர்களை விடுவித்தனர். தனது உத்தரவை மீறியதற்காக ஹுரைசுக்கு 20 கசையடிகள் தண்டனை வழங்கினார் முஹல்லப். தண்டனைக்குப் பிறகு, தனது 300 ஆதரவாளர்களையும் அழைத்துக்கொண்டு அங்கிருந்து தப்பியோடிய ஹுரைஸ், தெர்மீசிலிருந்த மூஸா பின் அப்துல்லாஹ் பின் ஹாஷிமிடம் சென்றார். ஏற்கனவே குறிப்பிட்ட, மூஸா பின் அப்துல்லாஹ் சுதந்திரமான ஓர் அரசை நிறுவி குராசான் ஆளுநருக்கு எதிரானப் போரில் ஈடுபட்டிருந்தார். இது ஹிஜ்ரீ 82 ஆம் ஆண்டு நடைபெற்ற நிகழ்வு.

முஹல்லபின் இறப்பும் இறுதி ஆவணமும் : தன் மகன்

முகீராவின் இறப்பு குறித்து அதிர்ச்சியிலிருந்த முஹல்லப், மர்வுக்கு வந்து அதிக நாள்கள் உயிர் வாழவில்லை. ஹிஜ்ரீ 82 இறுதியில் நோய்வாய்ப்பட்ட அவர் அங்கேயே இறந்தார். அவரது வீரம், நற்பண்புகள், அரசப்பற்று ஆகியன நன்கறியப்பட்டவை. எந்த வகையான மீறுதலும் ஒருபோதும் அவரிடம் இருந்ததில்லை. ஆட்சிப்பொறுப்பை ஏற்றிருப்பவர்களுக்குக் கீழ்ப்படிந்து அவர்களது உத்தரவுகளை நிறைவேற்றுவதை அவர் கடமையாகக் கருதினார். தன்னுடைய இறுதிக் கட்டத்தில், மகன் யஸீதை குராசான் ஆளுநராகவும் இன்னொரு மகனைத் தொழுகைக்கான இமாமாகவும் நியமித்தார். தன் மகன்கள் அனைவரிடமும் அவர் வலியுறுத்திச் சொன்னார்:

“நீங்கள் அல்லாஹ்வுக்குப் பயந்து வாழ வேண்டுமென்றும் உறவினர்களிடம் அன்பு காட்ட வேண்டுமென்றும் நான் விரும்புகிறேன். ஏனெனில், இவை வாழ்க்கையை அர்த்தமுள்ளதாக்குகின்றன. செல்வத்தையும் வம்சத்தையும் வளம்பெறச் செய்கின்றன. இவற்றை மீறவேண்டாமென்று எச்சரிக்கிறேன். ஏனெனில், இவற்றை மீறுவது, நரகத்தை நோக்கி அழைத்துச் செல்லும். அமீருக்குக் கீழ்ப்படிவதும் முஸ்லிம்களுடன் இணக்கமாக வாழ்வதும் உங்கள்மீதான சமூகக் கடமைகளாகும்.

சொல்லைவிடவும் செயலையே சிறந்ததாக அமைத்துக்கொள்ளுங்கள். உணர்ச்சிகளின் அடிப்படையில் செயல்படுவதைத் தவிர்த்துக்கொள்ளுங்கள். சொற்களில் கவனமாக இருங்கள். கால்கள் இடறினால் தடுமாற்றம் ஏற்படும். நாவு இடறினால் அழிவை உருவாக்கி விடும். மக்களுக்குரிய கடமைகளை நிறைவேற்றுங்கள். பயனற்ற கதைகள் பேசி காலம் போக்குவதை விடவும் நீதியும் நேர்மையும் மிக்க இச்செயல் உயர்வானது. புகழ்ச்சியில் மயங்கிவிடாதீர்கள். உலோபிகளாக இல்லாமல் கொடையாளிகளாக இருங்கள். நன்மைகளை மட்டுமே விரும்புவீர்களாக. சுறுசுறுப்பாக இயங்குங்கள். போரில் விழிப்புணர்வுடன் இருங்கள். வீரம் போற்றத் தக்கது. திடீர்த்தாக்குதல் நிகழும்போது, விதி அல்லது இறப்பு விண்ணிலிருந்து இறங்குகிறது. திறமையும், செயலாற்றுகிற தன்மையுமுள்ள மனிதனால் வெற்றியை அடைய இயலும். திகைப்படைந்து விடுவானாயின் தோல்விதான் மிஞ்சும். அனைத்துக்கும் மேலாக, அல்லாஹ்வின் நாட்டப்படியே

எதுவும் நடக்கும். குர்ஆனைக் கற்கவும் மனனம் செய்யவும் மறவாதீர்கள். இறைத்தூதர் அவர்களின் வழிமுறைகளைப் பின்பற்றுவதும் இறையச்சமுள்ளவர்களுக்கு மதிப்பளிப்பதும் உங்கள்மீதான கடமைகளாகும். உரைகளின்போது தேவையற்ற பேச்சுக்களைத் தவிர்த்துக் கொள்வீர்களாக.”

ஹஜ்ஜாஜும் அப்துர் ரஹ்மானும் : ஹஜ்ஜாஜ் பின் யூசுஃப், ஹிஜ்ரீ 78 ஆம் ஆண்டு முஹல்லபையும் உபைதுல்லாஹ் பின் அபூபக்ராவையும் குராசானுக்கும் சஜிஸ்தான் சிந்துவுக்கும் ஆளுநர்களாக நியமித்தார் என்று ஏற்கனவே குறிப்பிடப்பட்டது. கிழக்குப் பகுதி ஆட்சியாளர்களாலும் வடக்கிலிருந்து துருக்கியராலும் மங்கோலியராலும் சிந்தும் சஜிஸ்தானும் தொடர்ந்து தாக்குதலுக்குள்ளாயின. எனவே, வேகமாக இயங்குகிற, முழு ஆயுதங்கள் தாங்கிய ஒரு படைப்பிரிவை ஹம்யன் பின் அதீயின் தலைமையில் கர்மானில் நிறுத்திய ஹஜ்ஜாஜ், தேவைப்பட்டால் சஜிஸ்தான் சிந்து பகுதியின் ஆளுநர்களுக்கு உதவவும் உத்தரவிட்டார்.

உபைதுல்லாஹ் பின் அபூபக்ரா தனது நாட்டுக்கு வந்தார். கர்மானில் தன்கீழ் பெரும்படை இருப்பதைக் கணக்கில்கொண்ட ஹம்யன் பின் அதீ, உபைதுல்லாஹ்வுக்கு உதவுவதற்குப் பதிலாக கிளர்ச்சியில் ஈடுபட்டு அவருடைய பகுதியைத் தாக்கத் தொடங்கினார். இதையறிந்த ஹஜ்ஜாஜ், ஹம்யன் பின் அதீயைக் கட்டுப்பாட்டுக்குள் கொண்டுவர, அப்துர் ரஹ்மான் பின் முஹம்மத் பின் அஷ்அஸை அனுப்பினார். அவரைத் தோற்கடித்துத் துரத்திய அப்துர் ரஹ்மான் கர்மானில் சில நாள்கள் தங்கியிருந்து விட்டுத் திரும்பினார்.

முஸ்லிம்களுக்கு வரி செலுத்துவதாக ஒப்புக்கொண்டு உடன்படிக்கை செய்துகொண்ட துருக்கி மன்னர் ரத்பீல், உபைதுல்லாஹ் வந்த பின்பும் வரி செலுத்துவதைத் தொடர்ந்தார். பிறகு, அவருக்கெதிராகக் கிளர்ச்சியில் ஈடுபட்டு திபெத்வரையிலுமான பதக்ஸானையும் கஃப்ரிஸ்தானையும் ஆஃப்கானிஸ்தானையும் தனது கட்டுப்பாட்டுக்குள் கொண்டு வந்தார். உபைதுல்லாஹ் அவரது ஆட்சியின் எல்லைப்பகுதி மீது படையெடுத்தார். தன்னைப் பின்தொடர்ந்து வரும் உபைதுல்லாஹ்வுக்குப்

போக்குக்காட்டியவாறே ஓடிய ரத்பீல், பயணம் செய்ய இயலாத கடினமான பகுதிகளுக்கெல்லாம் அவரை இழுத்தடித்தார். இறுதியில், ஒரு மலைப் பகுதியின் கணவாய்களிடையில் வைத்து முஸ்லிம்களைச் சுற்றி வளைத்துக்கொண்டார். இதில், ஷுரைஹ் பின் ஹனீ உட்பட பலர் கொல்லப்பட்டனர். எஞ்சியவர்கள் துயர்மிகுந்த நிலையில் இருந்தனர்.

படையின் பேரழிவைக் கேள்விப்பட்ட ஹஜ்ஜாஜ், இதை அப்துல் மலிக்கிற்கு அறிவித்து, ரத்பீலின்மீது படையெடுக்க அனுமதி பெற்றார். பஸ்ராவிலிருந்து 20,000 காலாட்படையினரை திரட்டிய ஹஜ்ஜாஜ், அப்துர் ரஹ்மான் பின் அஷ்அஸைத் தலைவராக நியமித்தார். அப்போது, சஜிஸ்தானிலிருந்த உபைதுல்லாஹ் பின் அபூபக்ராவின் இறப்புச் செய்தி வந்தது.

சஜிஸ்தான் ஆளுநராக அப்துர் ரஹ்மானை நியமித்து, ரத்பீலின்மீது படையெடுக்கும்படி உத்தரவிட்டார் ஹஜ்ஜாஜ். முஸ்லிம் படைகளுடன் அப்துர் ரஹ்மான் வருவதை அறிந்த ரத்பீல், நடுநடுங்கிப்போனான். அவனால் எதிர் நடவடிக்கைகளில் ஈடுபட இயலவில்லை. முன்னேறிச் சென்ற அப்துர் ரஹ்மான் கணவாய்கள், பள்ளத்தாக்குகளின் அருகில் காவல்களை வலுப்படுத்தினார். ரத்பீலின் ஆட்சிப்பரப்பில் ஒரு பகுதியை மிக விரைவில் கைப்பற்றிய அவர், மேலும் முன்னேறிச் செல்வதை அடுத்த ஆண்டுக்கு தள்ளி வைத்தார்.

தனது வெற்றிச் செய்தியை ஹஜ்ஜாஜுக்குக் கடிதம் மூலம் அறிவித்தார் அப்துர் ரஹ்மான். அதில், எஞ்சியிருக்கும் பகுதிகள் அனைத்தும் வெற்றிகொள்ளப்பட இருப்பதாகவும், எதிர் வரும் ஆண்டில் அதை நிறைவேற்றுவதாகவும் இதன்மூலம், தனது நிலையை உறுதிப்படுத்திக்கொள்ளவும் வெற்றிகொண்ட பகுதிகள்மீதான நடவடிக்கைகளைச் சீர்ப்படுத்தவும் படைவீரர்கள் புத்துணர்வு பெறவும் இயலுமென்று குறிப்பிட்டிருந்தார்.

கடிதத்தை வாசித்த ஹஜ்ஜாஜ் கடுங்கோபமுற்றார். தொடர்ந்து முன்னேறிச் செல்லவும் பிடிபட்ட எதிரிப் படைவீரர்களுக்கு மரணதண்டனை வழங்கவும் அவர்களது கோட்டைகளை இடித்துத் தள்ளவும் அப்துர் ரஹ்மானுக்கு உத்தரவிட்டார். ஒன்றன் பின் ஒன்றாக மூன்று கடிதங்கள் அனுப்பினார். மூன்றாவது கடிதத்தில், "எனது

உத்தரவுக்குக் கீழ்ப்படிவது நல்லது. மறுக்கும் பட்சத்தில் நீர் பதவி நீக்கம் செய்யப்பட்டதாகவும் உம்முடைய சகோதரர் முஹம்மத் பின் அஷ்அஸ் படைத்தலைவராக நியமனம் ஆகிறாரென்றும் பொருள்" என்று குறிப்பிட்டார்.

கடிதங்களை வாசித்த அப்துர் ரஹ்மான் படைவீரர்களை ஒன்று திரட்டிச் சொன்னார்: உங்களுடன் கலந்தாலோசனை செய்த பிறகுதான் எதிர்வரும் திட்டங்கள் குறித்து நான் முடிவுக்கு வந்தேன். துருக்கியரிடமிருந்து நாம் பெற்ற நிலப்பகுதியில் தேவையான சீர்திருத்தங்களையும் முன்னேற்பாடுகளையும் நிறைவுசெய்து மேலும் நம்மை வலுப்படுத்திய பிறகு, எஞ்சிய பகுதிகளை வெற்றிகொள்ளும் பணியை அடுத்த வருடம் நிறைவேற்றுவதாக இருந்தேன். ஆனால், அவற்றை நிறைவேற்றுவதில் காலதாமதம் கூடாதென்று ஹஜ்ஜாஜ் நமக்கு உத்தரவிட்டுள்ளார். உங்களுடைய களைப்பையும் இழந்த வலுவை மீண்டும் பெறுவதையும் அவர் கவனத்தில் கொள்ளவில்லை. நமது சகோதரர்கள் அழிக்கப்பட்டது இதே மண்ணில்தான். நானும் உங்கள் சகோதரன்தான். உங்களைப்போல் ஒரு மனிதன்தான் நானும். நீங்கள் தயாரெனில் போரிட்டு முன்னேறுவோம். நான் உங்களுடனிருப்பேன்."

இதைக் கேட்ட பஸ்ரா மற்றும் கூஃபா மக்கள் கோபத்துடன் ஒரே குரலில் பதில் சொன்னார்கள்: "ஹஜ்ஜாஜுக்கு நாங்கள் அடிபணியமாட்டோம்." அலீ பின் வஸ்லா, "ஹஜ்ஜாஜ் அல்லாஹ்வின் எதிரி. அவரை ஒதுக்கிவிட்டு அப்துர் ரஹ்மான் பின் அஷ்அஸுக்கு வாக்குறுதியளியுங்கள்" என்றார். அனைவரும் ஏக மனதுடன், "ஆம். நாங்கள் இதற்கு உடன்படுகிறோம்" என்றனர்.

அப்துர் ரஹ்மான், "முதலில் நாம் அல்லாஹ்வின் எதிரியான ஹஜ்ஜாஜை நம்முடைய நகரிலிருந்து வெளியேற்றுவோம்" என்றார். இதைக்கேட்ட மக்கள் அனைவரும் அப்துர் ரஹ்மானுக்கு வாக்குறுதியளிக்க முன்வந்தனர். ஹஜ்ஜாஜை இராக்கிலிருந்து வெளியேற்றும் வரைக்கும் நாங்கள் ஓயமாட்டோம் என்று அவர்கள் வாக்குறுதியளித்தனர்.

அப்துர் ரஹ்மான், ரத்பீலுக்குச் செய்தி அனுப்பினார். ஹஜ்ஜாஜை வெளியேற்றுவதில் வெற்றி பெற்றால் துருக்கியின்மீது விதிக்கப்பட்ட வரிகள் அனைத்தும் நீக்கப்படுமென்றும் ஹஜ்ஜாஜ் வெற்றி பெற்றால்

அவரது படைவீரர்கள் தனது நாட்டுக்குள் நுழைவதைத் தடுத்து அவர்களை எதிர்த்து ரத்பீல் போரிடுவதென்றும் ஓர் உடன்படிக்கை கையெழுத்தானது.

அப்துர் ரஹ்மானின் படைகள், வெற்றிபெற்ற ரத்பீலின் பகுதியைவிட்டு இராக்குக்குத் திரும்பியது. இதையறிந்த ஹஜ்ஜாஜ் நிலைமையின் தீவிரம் குறித்து அப்துல் மலிக்குக்கு எழுதி, தனக்கு உதவியாக ஒரு படையை அனுப்பும்படி கேட்டுக்கொண்டார். அப்துல் மலிக் படையை அனுப்பி வைத்தார். இதையறிந்த முஹல்லப், தான் ஹஜ்ஜாஜுக்கு ஆதரவாக இருப்பதாகக் கடிதம் மூலம் அறிவித்தார். அதில், "இராக்கியர்கள் திரும்பட்டும். அவர்கள்மீது இப்போதைக்கு எந்த நடவடிக்கையையும் மேற்கொள்ள வேண்டாம்" என்று குறிப்பிட்டார்.

ஹஜ்ஜாஜ் இதை ஏற்கவில்லை. உண்மையில் அவரது மனதில் இராக்கியர்மீதான வன்மம் இருந்து வந்தது. ஆகவே, முஹல்லபை அவர் தவறாகப் புரிந்துகொண்டார். அவர் குராசான் ஆளுநராக இருப்பதால், இராக்கியர் நலனை விரும்புபவராகவும் அவர்கள்மீது பரிவுகொண்டவராகவும் இருக்கலாம் என்று நினைத்தார்.

அப்துல் மலிக்கின் படைகளுடன் துஸ்த்தருக்கு வந்த ஹஜ்ஜாஜ், அங்கிருந்து ஒரு படைப்பிரிவை முன்னால் அனுப்பி வைத்தார். அப்துர் ரஹ்மானும் நெருங்கி வந்திருந்தார். இரு படைகளும் மோதின. ஹஜ்ஜாஜின் படை தோல்வியுற்றது. ஏராளமானோர் கொல்லப்பட்டனர்.

பஸ்ராவுக்குத் திரும்பும்படி வற்புறுத்தப்பட்ட ஹஜ்ஜாஜ், ஸாவியா எனுமிடத்துக்கு வந்தார். அப்துர் ரஹ்மான் நேராக பஸ்ராவுக்குள் நுழைந்தார். பஸ்ரா மக்கள் அவருக்கு வாக்குறுதியளித்தனர். ஹஜ்ஜாஜ், முஹல்லபின் அறிவுறுத்தலிலிருந்த உண்மையை உணர்ந்து கொண்டார். பஸ்ரா மக்கள் ஹஜ்ஜாஜின் கண்டிப்பான போக்கை வெறுத்தனர். அப்துல் மலிக்கின் கிலாஃபத்துக்கும் ஹஜ்ஜாஜுக்கும் எதிராக அவர்கள் உறுதியுடன் ஒன்றுபட்டிருந்தனர்.

இது, ஹிஜ்ரீ 81ஆம் ஆண்டு துல்ஹிஜ்ஜா மாதம் நடந்தது. ஹிஜ்ரீ 82ஆம் ஆண்டு ரமளான் மாதம் தொடக்கத்தில் ஹஜ்ஜாஜுக்கும் அப்துர் ரஹ்மானுக்குமிடையே தொடர்ச்சியான ஒரு போர் ஆரம்பமானது. முதலில் ஹஜ்ஜாஜ் வெற்றி பெற்றார். பிறகு, அப்துர்

ரஹ்மான் வெற்றி பெற்றார்.

ஹிஜ்ரீ 82ஆம் ஆண்டு முஹர்ரம் மாதம் 29ஆம் நாள் நடைபெற்ற ஒரு போரில் மிகமோசமாகத் தோல்வியடைந்த அப்துர் ரஹ்மான் தனது வீரர்களுடன் கூஃபாவுக்குச் சென்று அமீரின் தலைமையகத்தில் தங்கியிருந்தார். அவரது தோல்வியைத் தொடர்ந்து பஸ்ரா மக்கள் அப்பாஸ் பின் ரபீஆ பின் ஹாரிஸ் பின் அப்துல் முத்தலிபிற்கு வாக்குறுதியளித்து ஹஜ்ஜாஜுக்கெதிரான போர் நடவடிக்கைகளைத் தொடர்ந்தனர்.

அப்துர் ரஹ்மான் பின் அப்பாஸ், பயமூட்டும்விதமாக ஹஜ்ஜாஜை எதிர்கொண்டார். போர்க்கலையில் அவரது அனுபவமும் ஈடுபாடும் அப்துர் ரஹ்மான் பின் முஹம்மதுக்கு ஓய்வையும் கூஃபாவைக் கைப்பற்றுவதற்கான ஆற்றலையும் தந்தது. முடிவில், அப்துர் ரஹ்மான் பின் அப்பாஸ், பெரும் எண்ணிக்கையிலான பஸ்ரா மக்களுடன் கூஃபாவை நோக்கிச்சென்று அப்துர் ரஹ்மான் பின் முஹம்மதுடன் இணைந்துகொண்டார்.

பஸ்ராவுக்கு வந்த ஹஜ்ஜாஜ், ஹகீம் பின் அய்யூப் ஸகஃபீயை பஸ்ரா ஆளுநராக நியமித்தார். பிறகு, கூஃபாவை நோக்கி முன்னேறிச் சென்று தைக்கராவில் முகாமிட்டார். அப்துர் ரஹ்மான் பின் முஹம்மத், தைர்ஜாமில் அரண்கள் அமைத்தார். இரு பிரிவினரும் அகழிகள், அரண்கள், மதில்கள் எனப் பாதுகாப்பு ஏற்பாடுகளைச் செய்துகொண்டனர். போருக்கான ஆயத்தங்கள் தயாரான நிலையில் ஒவ்வொரு நாளும் இரு பிரிவினரும் களத்துக்கு வந்து எதிரியைப் பின்தள்ளினார்கள். தொடர்ந்து, நீண்ட நாட்களாக இந்நிலை நீடித்தது. வெற்றி தோல்விகளை முடிவு செய்வதற்கான போர் தொடங்கவில்லை.

இறுதியில் அப்துல் மலிக், தன் மகன் அப்துல்லாஹ்வையும் சகோதரர் முஹம்மத் பின் மர்வானையும் ஒரு பெரிய படையுடன் கூஃபாவுக்கு அனுப்பி வைத்தார். அவர்கள் மூலம், இராக்கியர்களுக்கு ஒரு செய்தி அனுப்பினார்.

“ஹஜ்ஜாஜைப் பதவி நீக்கம் செய்யவும், சிரியர்களுக்கு நிகராக இராக்கியர்களின் ஊதியங்களை அதிகரிக்கவும், அப்துர் ரஹ்மான் பின் முஹம்மத் விரும்பும் மாகாணத்திற்கு அவரை ஆளுநராக நியமிக்கவும் நாங்கள் ஒப்புக்கொள்கிறோம்.”

ஹஜ்ஜாஜை இந்தச் செய்தி மிகவும் வேதனைக்குள்ளாக்கியது. இதை மக்களுக்குக் கொண்டு செல்வதிலிருந்து அப்துல்லாஹ்வையும் முஹம்மதையும் தடுத்த அவர், அப்துல் மலிக்குக்குக் கடிதமெழுதினார். "நீங்கள் மேற்கொள்ளவிருக்கும் மாற்றங்களால் எந்த நன்மைகளும் விளையப் போவதில்லை. இராக்கியர்களை உங்கள் குடிமக்களாக அது மாற்றப்போவதுமில்லை. அவர்களது அகந்தை மேலும் அதிகரிக்கவே இது உதவும்." ஹஜ்ஜாஜின் மறுப்புகளை அப்துல் மலிக் ஏற்கவில்லை. அப்துல்லாஹ்வும் முஹம்மதும் அப்துல் மலிக்கின் செய்திகளை இராக் மக்களுக்கு அறிவித்தனர்.

இராக் மக்களுக்கு இது மாபெரும் வெற்றியாகத் தெரிந்தது. அப்துர் ரஹ்மான் பின் முஹம்மதும் இதை ஏற்கத் தயாரானார். ஆனால், படைவீரர்கள் இதை ஏற்க மறுத்து குரலுயர்த்தினர். அப்துல் மலிக்கிற்கு அளித்த வாக்குறுதியை நிராகரித்து வாக்குறுதியைப் புதுப்பித்தனர். நிலைமையை உணர்ந்த அப்துல்லாஹ்வும் முஹம்மதும் படையை ஹஜ்ஜாஜிடம் விட்டுவிட்டு அப்துல் மலிக்கிடம் திரும்பினர்.

மீண்டும் பழைய நிலை தொடர்ந்தது. சூழ்ச்சிகளுடனும் புதுப்பிக்கப்பட்ட வீரத்துடனும் போர் தொடர்ந்தது. தினமும் வந்து போரிட்டு விட்டு மாலை நேரம் வந்ததும் முகாம்களுக்குத் திரும்பினர். அப்துர் ரஹ்மானின் தாக்குதலில் ஹஜ்ஜாஜ் பெரும் இழப்புகளை எதிர்கொண்டார். ஆனால், தொடர்ந்து சிரியாவிலிருந்து அவருக்கு உதவிப் படைகள் வந்துகொண்டிருந்தன. முடிவில், ஹிஜ்ரீ 83 ஜுமாதல் ஆகிரா மாதம் நடந்த போரின் எதிர்பாராத சில நிகழ்வுகள் ஹஜ்ஜாஜுக்குச் சாதகமாக அமைந்தன. அவர் கூஃபாவுக்குள் நுழைந்து அதைக் கைப்பற்றினார்.

அப்துர் ரஹ்மான் பின் முஹம்மத் பஸ்ராவுக்குத் திரும்பி ஹஜ்ஜாஜின் ஆளுநரை வெளியேற்றிவிட்டு பஸ்ராவைக் கைப்பற்றினார். ஹஜ்ஜாஜ், கூஃபா மக்களிடமிருந்து வாக்குறுதி பெறத்தொடங்கினார். மறுத்தவர்கள் கொலைசெய்யப்பட்டனர். பஸ்ராவில் ஒரு பெரும் படையைத் திரட்டிய அப்துர் ரஹ்மான் பின் முஹம்மத், ஹஜ்ஜாஜை எதிர்க்கத் திட்டமிட்டார். இதையறிந்த ஹஜ்ஜாஜ், சிரிய படைகளுடன் பஸ்ராவை நோக்கிப் புறப்பட்டார். ஹிஜ்ரீ 83ஆம் ஆண்டு ஷஃஅபான் மாதம் முதல் நாள் தொடங்கிய கடுமையான இப்போர், பதினைந்து நாள்கள் தொடர்ந்தது. ஹஜ்ஜாஜ்

பலமுறை தோல்வியைச் சந்தித்தும் உறுதியுடன் நின்றார்.

ஹஜ்ஜாஜின் படையிலிருந்த அப்துல் மலிக் பின் முஹல்லப், தன் வீரர்களுடன் அப்துர் ரஹ்மானைத் தாக்கினார். பின்வாங்கியோடிய அப்துர் ரஹ்மானும் வீரர்களும் ஹஜ்ஜாஜின் முகாமைக் கொள்ளையிட்டுப் போர்க்களத்திலிருந்து அவரைப் பின்வாங்கச் செய்தனர். வெற்றி பெற்ற நிலையில் தங்கள் முகாமுக்குத் திரும்பிய அவர்கள்மீது அப்துல் மலிக் பின் முஹல்லப் படையினர் ஒரு திடீர் தாக்குதலை மேற்கொண்டனர். பின் வாங்கியோடிய அப்துர் ரஹ்மானின் படையினரில் பலர் அகழியில் விழுந்து இறந்தனர். பலர் கொலை செய்யப்பட்டனர். எஞ்சியவர்கள் தப்பியோடினர்.

தோல்வியைத் தழுவியிருந்த ஹஜ்ஜாஜ் திரும்பி வந்து, அப்துர் ரஹ்மானின் முகாமைக் கைப்பற்றினார். தோல்வியுற்ற அப்துர் ரஹ்மான், ஸோஸ், ஸபூர், கர்மான், ஸிரான்ஜ், பிஸ்ட் வழியாக துருக்கி மன்னரான ரத்பீலிடம் சென்றார்.

அப்துர் ரஹ்மான் பின் முஹம்மதின் வீரர்கள் சஜிஸ்தானில் ஒன்றுதிரண்டனர். அவர்கள், அப்துர் ரஹ்மான் பின் அப்பாஸ் பின் ரபீஆ பின் அப்துல் முத்தலிபை இமாமாகத் தேர்வு செய்தனர்.

அனைத்துப் பகுதிகளிலிருந்தும் தங்கள் ஆதரவாளர்களுக்கு அழைப்பு விடுத்த அவர்கள், திரும்பி வந்து குராசானைக் கைப்பற்றும்படி அப்துர் ரஹ்மானுக்கும் தகவல் அனுப்பினர்.

யஸீத் பின் முஹம்மத் குராசான் ஆளுநராக இருக்கிறார். அவரிடமிருந்து அதை அவ்வளவு எளிதாகக் கைப்பற்ற இயலாதென்று பதிலெழுதினார் அப்துர் ரஹ்மான். அவர்கள் மீண்டும் வலியுறுத்தவே அவர் திரும்பி வந்தார். அவர்களுடைய எண்ணிக்கை அப்போது இருபதாயிரம்.

அவர்களை ஹீரத்துக்கு அழைத்துச்சென்று அதைக் கைப்பற்றினார் அப்துர் ரஹ்மான். யஸீத் பின் முஹல்லபும் தனது படையுடன் வந்தார். அப்துர் ரஹ்மானின் வீரர்கள், போர் தொடங்குவதற்கு முன்பே அங்கிருந்து செல்ல ஆரம்பித்தனர். அவரது வற்புறுத்தலின் காரணமாக மிகச் சிலர் மட்டும் நின்றிருந்தனர். போர் நடந்தது. பலர் கொல்லப்பட்டனர். பலர் பிடிபட்டனர். அப்துர் ரஹ்மான் சிந்துவுக்கு ஓடினார். அவரைப் பின்தொடர வேண்டாமென்று தடுத்தார் யஸீத்.

அப்துர் ரஹ்மான் சிந்துப் பகுதியை அடைந்தார்.

ஹீரத் கைதிகளை மர்வுக்கு அழைத்து வந்த யஸீத், அங்கிருந்து ஹஜ்ஜாஜிடம் அனுப்பி வைத்தார். முஹம்மத் பின் ஸஅத் பின் அபீவக்காசும் அதிலொருவர். ஹஜ்ஜாஜின் உத்தரவின்படி அவர் கொல்லப்பட்டார். சிந்துவிலிருந்து மீண்டும் ரத்பீலிடம் சென்ற அப்துர் ரஹ்மான் எலும்புருக்கி நோயால் பாதிக்கப்பட்டார். அவரது தலையை வெட்டித் தன்னிடம் அனுப்பவும் பதிலுக்கு பத்து வருட வரியைத் தள்ளுபடி செய்வதாகவும் உறுதியளித்து ரத்பீலுக்குக் கடிதம் அனுப்பினார் ஹஜ்ஜாஜ். ரத்பீல், அப்துர் ரஹ்மான் பின் முஹம்மதைக் கொலை செய்து அவரது தலையை ஹஜ்ஜாஜுக்கு அனுப்பி வைத்தார். இது, ஹிஜ்ரீ 84 இல் நடந்தது.

வஸீத் நகர் : அப்துர் ரஹ்மான் பின் முஹம்மதை எதிர்கொள்ள, ஹஜ்ஜாஜ் மீண்டும் மீண்டும் அப்துல் மலிக்கிடம் உதவி கேட்டதை ஏற்கனவே பார்த்தோம். பதவி நீக்கம் செய்யப்பட்ட அப்துர் ரஹ்மான் சஜிஸ்தானுக்கு வந்தபோது ஹஜ்ஜாஜின்கீழ் பெரிய அளவிலான ஒரு சிரிய படை இருந்தது. கூஃபா மற்றும் பஸ்ராவினரால் அவருக்கு ஓய்வு என்பதே இல்லாமலாயிற்று. அப்துர் ரஹ்மானுடன் சேர்ந்து அவர்கள் தொடர்ந்து போரில் ஈடுபட்டு வந்தனர். இந்நிலையில் சிரிய படையை நீண்ட காலத்துக்கு தன்னுடன் வைத்துக்கொள்ள வேண்டிய தேவை ஹஜ்ஜாக்கு இருந்தது.

ஹஜ்ஜாஜ் முதலில் சிரியர்களைத் தங்களுடன் வீடுகளில் தங்க வைத்துக்கொள்ளும்படி கூஃபா மக்களுக்கு உத்தரவிட்டார். சில நாள்களிலேயே கூஃபா பெண்களிடம் சிரியர்கள் தவறாக நடக்க ஆரம்பித்தனர். இதையறிந்த ஹஜ்ஜாஜ் சிரிய படையினருக்கென்று தனியாக ஒரு தங்குமிடம் அமைப்பதாக முடிவு செய்தார். இதற்கான இடத்தைத் தேர்வு செய்வதற்கு ஒரு குழுவை உருவாக்கினார்.

ஓர் இடத்தை சுத்தம் செய்துகொண்டிருந்த துறவியைச் சந்தித்த ஹஜ்ஜாஜின் ஒரு குழுவினர், எதற்காக இந்த இடத்தை சுத்தம் செய்கிறீர்கள் என்று கேட்டனர். இங்கே ஓர் இறையில்லம் அமைக்க இருக்கிறோம். இது பற்றி எங்கள் மறைநூலில் குறிப்பிடப்பட்டிருக்கிறது என்றார் அவர். குழுவினர் ஹஜ்ஜாஜிடம் வந்து இதைச் சொன்னார்கள். ஹஜ்ஜாஜ் அந்த இடத்தில் ஒரு மஸ்ஜிதைக் கட்டி சுற்றிலும் படைத்தலைமையகம் ஒன்றை

நிறுவினார். இதுவே, பின்பு வசீத் நகரானது. இது ஹிஜ்ரீ 83இல் நிகழ்ந்தது.

யஸீத் பின் முஹல்லப் நீக்கப்படுதல் : அப்துர் ரஹ்மான் பின் முஹம்மதின் பிரச்சினைகளிலிருந்து விடுபட்ட ஹஜ்ஜாஜ், இராக்கியர்களை மிகக்கடுமையாக நடத்தத் தொடங்கினார். இழிவுபடுத்தினார். தலைவர்களைக் கொன்றார். ஹஜ்ஜாஜின் உத்தரவின்படி ஓர் உறுப்பினராவது கொல்லப்படாத எந்த வீடும் இராக்கிலும் கூஃபாவிலும் பஸ்ராவிலும் இல்லை என்றானது. ஹஜ்ஜாஜின்மீதுள்ள பற்றின் காரணமாக முஹல்லபின் வீடு மட்டுமே விடப்பட்டது. குராசான் ஆளுநராக இருந்தவர் யஸீத் பின் முஹல்லப். அவர், அப்துல் மலிக்கிற்கும் ஹஜ்ஜாஜுக்கும் பணிவுள்ளவராக இருந்தார். யஸீதைக் கூஃபாவுக்கு வருமாறு ஹஜ்ஜாஜ் பலமுறை அழைப்பு விடுத்தார். ஒவ்வொரு முறையும், தான் குராசானில் தங்கியிருக்க வேண்டிய ஏதாவதொரு பணியைக் காரணம் காட்டி அவர் தவிர்த்து வந்தார்.

இயல்பிலேயே சந்தேகக்குணமுள்ள ஹஜ்ஜாஜ், யஸீதைத் தவறாகப் புரிந்துகொண்டு குராசான் ஆளுநர் பதவியிலிருந்து அவரை நீக்குவதாக முடிவு செய்தார். யஸீதுக்கெதிராக அவர் அப்துல் மலிக்கிற்குக் கடிதங்கள் எழுதினார். முஹல்லபும் அவரது வாரிசுகளும் அரசப் பற்று மிகுந்தவர்கள் என்றும் விட்டுக்கொடுத்தல்களுக்குத் தகுதியுள்ளவர்கள் என்றும் ஒவ்வொரு முறையும் அவர், ஹஜ்ஜாஜுக்குப் பதிலெழுதினார். இருந்தும், யஸீதுக்கெதிரான தன்னுடைய நகர்வுகளைத் தொடர்ந்துகொண்டிருந்தார் ஹஜ்ஜாஜ்.

எரிச்சலடைந்த அப்துல் மலிக், "உமது முடிவில் நீர் விடாப்பிடியாக இருப்பதால், குராசான் ஆளுநர் பதவியில் உமக்கு விருப்பமுள்ளவரை நியமிக்க நான் அனுமதிக்கிறேன்" என்றார். குராசான் பிரச்சினை சிக்கலுக்குள்ளாவதைத் தவிர்க்கவும் இன்னொரு ஆளுநரை நியமித்து, அவர் குராசானைக் கைப்பற்றுவதைத் தவிர்க்கவும் யஸீத் பின் முஹல்லபின் சகோதரரான முஃபத்தல் பின் முஹல்லபை நியமித்து பொறுப்பை ஒப்படைத்த பிறகு, தன்னை வந்து சந்திக்கும்படி யஸீதுக்குத் தகவல் அனுப்பினார் ஹஜ்ஜாஜ்.

ஹஜ்ஜாஜின் உத்தரவின்படி, பயண ஏற்பாடுகளைச் செய்த யஸீத், தனது சகோதரரிடம், "ஒரு பொறுப்பிலிருக்கும் உன்னை

ஆளுநராக நியமித்து வந்திருக்கும் இந்தக் கடிதத்தை முன்வைத்து நீ ஏமாந்துவிட வேண்டாம். நீயும் எப்போது வேண்டுமானாலும் பதவி நீக்கம் செய்யப்படுவாய்” என்றார். ஹிஜ்ரீ 85ஆம் ஆண்டு ரபீயுல் ஆகிர் மாதம், யஸீத் மர்வுக்குப் புறப்பட்டார். அவர் சொன்னதுபோலவே நிகழ்ந்தது. ஒன்பதாவது மாதத்தில் முஃபத்தலைப் பதவி நீக்கம் செய்த ஹஜ்ஜாஜ், குத்தைபா பின் முஸ்லிமை ஆளுநராக நியமித்தார்.

மூஸா பின் அப்துல்லாஹ்: மூஸா பின் அப்துல்லாஹ் பின் ஹாஸிம், தர்முசில் சுதந்திர அரசை நிறுவியதும் கத்னா கஸாயியின் மகன்களான ஹுரைஸும் ஸாபித்தும் முஹல்லபிடமிருந்து தப்பியோடி தர்முசிலுள்ள மூஸா பின் அப்துல்லாஹ்விடம் சென்றதும் ஏற்கனவே குறிப்பிடப்பட்டது. முஹல்லப், குராசான் ஆளுநரானதும் தன் மகன்களிடம் சொன்னார்: “மூஸாவை மன்னித்து அவரைத் தனியாக விட்டுவிடுங்கள். ஏனெனில், மூஸா இல்லாத நிலையில் கைஸ் இனக்குழுவிலிருந்து வேறு யாராவது குராசானுக்கு ஆளுநராக வந்துவிடுவார்கள்.”

ஹீரத்தில் யஸீத் பின் முஹல்லபிடம் தோல்வியுற்ற நிலையில் தப்பியோடிய அப்துர் ரஹ்மான் பின் முஹம்மத் மற்றும் அப்துர் ரஹ்மான் பின் அப்பாசின் வீரர்கள், தர்முசிலுள்ள மூஸா பின் அப்துல்லாஹ்விடம் சென்றனர். ரத்பீல், அப்துர் ரஹ்மான் பின் முஹம்மதின் தலையைத் துண்டித்து ஹஜ்ஜாஜுக்கு அனுப்பியபோது, அங்கிருந்த அப்துர் ரஹ்மானின் படையினரும் தப்பியோடி தர்முசில் மூஸா பின் அப்துல்லாஹ்விடம் அடைக்கலம் புகுந்தனர்.

இப்படியாக, மூஸா பின் அப்துல்லாஹ்வின் கீழ் 8,000 அரபிகளிருந்தனர். ஹுரைஸ், ஸாபித் சகோதரர்கள் படைத்தலைவர்களாகப் பணியாற்ற, மூஸா பின் அப்துல்லாஹ் சுதந்திர அரசராக இருந்தார். ஹுரைசும் ஸாபித்தும் மூஸாவிடம், “புகாரா மக்களும் துருக்கியின் இனத்தலைவர்களும் யஸீத் பின் முஹல்லப்மீது வெறுப்புடனிருக்கிறார்கள். அவர்களை நம்முடன் சேர அனுமதித்தால், யஸீத் பின் முஹல்லபை வெளியேற்றிவிட்டு குராசானை நம்மால் கைப்பற்ற முடியும்” என்றனர்.

மூஸா சொன்னார்: “குராசானிலிருந்து யஸீதை வெளியேற்றினால், அப்துல் மலிக் வேறு யாரையாவது ஆளுநராக நியமிப்பார்.

குராசானை நம்மால் தக்க வைத்துக்கொள்ள இயலாமல்போய் விடும். துருக்கியிலிருந்து அப்துல் மலிக்கின் ஆளுநர்களை வெளியேற்றினால், அந்த ஆட்சிப் பகுதிகள்மீது நமது பிடியை வலுப்படுத்திக்கொள்ள முடியும். அப்துல் மலிக்கின் படையினர் அங்கே வரப்போவதில்லை. மேலும், எல்லைகளின் அருகில் இப்போதிருக்கும் துருக்கியரும் மங்கோலியரும் நமக்கு உதவியாக இருப்பார்கள்.”

தொடர்ந்து, அப்துல் மலிக்கின் ஆளுநர்கள் துருக்கியிலிருந்து வெளியேற்றப்பட்டனர். மூஸா பின் அப்துல்லாஹ்வின் அரசு வலுவும் உறுதியுடையதாகவும் மாறியது.

சிறிது காலத்துக்குப் பிறகு, துருக்கியரும் மங்கோலியரும் திபெத்தியரும் சேர்ந்து மூஸாவின்மீது படையெடுத்தனர். துருக்கியர் தலைவர், தன்னுடைய 10,000 வீரர்களுடன் ஓர் உயர்ந்த பகுதியில் நின்றார். ஹுரைஸ் பின் கத்னா, துருக்கிப் படைகள் தாழ்வான பகுதிகளில் பதுங்கிக்கொள்ளும் அளவுக்கு பயங்கரமாகத் தாக்கினார். குழப்பமான அந்தச் சூழலில் ஹுரைசின் நெற்றியில் ஓர் அம்பு தைத்தது. படுகாயமுற்ற நிலையில் இரண்டு நாள்களுக்குப் பின் ஹுரைஸ் இறந்துபோனார்.

மாலை நேரம் நெருங்கிவிட்டதால் போர் நிறுத்தப்பட்டது. மறுநாள், மூஸாவின் தாக்குதலில் துருக்கியர் முறியடிக்கப்பட்டனர். பெருமளவிலான போர்ப்பொருட்களுடன் அவர் தர்முசில் தங்கள் கோட்டைக்குத் திரும்பினார். ஹுரைசின் இறப்புக்குப் பிறகு, அவரது சகோதரரான ஸாபித் பின் கத்னா, மூஸாவின்மீதான ஒரு தவறான புரிதலின் காரணமாக அவரிடமிருந்து பிரிந்தார். தர்முசிலிருந்து ஹொஷ்ராவுக்குச் சென்ற ஸாபித், அரபிகளையும் அரபிகள் அல்லாதாரையும் ஒன்று திரட்டத் தொடங்கினார்.

ஸாபிதை எதிர்த்துப் போரிட மூஸா படையுடன் புறப்பட்டார். புகாரா, குஷ், நஸ்ப் ஆகிய பகுதிகளின் படைவீரர்கள் ஸாபிதுக்கு ஆதரவாக இருந்தனர். உதவியற்ற நிலையில் மூஸா தர்முசுக்குத் திரும்பினார். சில நாள்களுக்குப் பிறகு, துருக்கியர் ஒன்று திரண்டு, ஸாபிதையும் அழைத்துக்கொண்டு 8,000 படைவீரர்களுடன் முற்றுகையிட்டனர். மூஸா பெருந்துணிச்சலுடன் தற்காப்புப் போரிட்டார். இதில் ஸாபித் கொல்லப்பட்டார். துருக்கியர் சிதறி,

முற்றுகையைக் கைவிட்டு விட்டு அகன்றனர்.

இது நடந்த சிறிது காலத்திற்குப் பிறகுதான், குராசான் ஆளுநர் பதவியிலிருந்து யஸீத் பின் முஹல்லப் நீக்கப்பட்டதும் அவரது சகோதரர் முஃபத்தல் பின் முஹல்லப் நியமிக்கப்பட்டதும். பொறுப்பை ஏற்றுக்கொண்ட முஃபத்தல், உஸ்மான் பின் மஸ்ஊதின் தலைமையில் ஒரு படையை நியமித்து மூஸாவின்மீது படையெடுக்க மர்வுக்கு அனுப்பி வைத்தார். பல்க்கிலிருந்த தனது சகோதரர் முத்ரிக் பின் முஹல்லபிடம் தர்முசைத் தாக்கச்சொல்லி கடிதமெழுதினார். மேலும், துருக்கி மன்னர்களான ரத்பீலும் தர்க்கூனும் தங்கள் படைகளுடன் உஸ்மான் பின் மஸ்ஊதுக்கு உதவியாக அங்கே செல்லவும் கடிதமெழுதினார்.

மூஸாவிடம் தொடர்ந்து தோல்வியடைந்து கோபத்துடனிருந்த துருக்கி மன்னர்கள் தங்கள் படைகளுடன் உடனடியாக தர்முசுக்குப் புறப்பட்டனர். மூஸா தனது கோட்டைக்குள் முற்றுகைக்குள்ளான நிலையில் நாலாபுறமிருந்தும் எதிரிகள் வந்து குவிந்தனர். மாபெரும் படைகளால் மேற்கொள்ளப்பட்ட இம்முற்றுகை இரண்டு மாதங்கள் நீடித்தது.

இறுதியாக மூஸா பின் அப்துல்லாஹ் தன் வீரர்களிடம் சொன்னார்: "இனியும் நம்மால் கட்டுப்பாட்டைப் பேண இயலாது. நாம் ஒரு திடீர்த்தாக்குதலில் ஈடுபடுவதே இப்போதைய நிலையில் சரியாக இருக்கும்." அனைவருமே இதை ஏற்றுக்கொண்டனர். மூஸா தன்னுடைய உறவினரான நதர் பின் சுலைமானைப் பொறுப்பில் நியமித்து, "நான் கொல்லப்பட்டால் நகரையும் கோட்டையையும் உஸ்மான் பின் மஸ்ஊதுக்குக் கீழ்ப் படியச் செய்துவிட வேண்டாம். மாறாக, முத்ரிக் பின் முஹம்மதுக்குக் கீழ்ப்படியச் செய்யுங்கள்" என்று வலியுறுத்திச் சொன்னார்.

தாக்குதலை முதலில் தொடங்க வேண்டாமெனும் உத்தரவுடன் உஸ்மானை எதிர்கொள்ள படையில் மூன்றிலொரு பகுதியை நியமித்தார். எஞ்சிய இரு பகுதியைத் தன்கீழ் வைத்துக்கொண்டு, தர்க்கூனும் ரத்பீலும் தலைமையேற்றிருந்த அணிகளைத் தாக்கினார். அவர்கள் பின்வாங்கினர். பெருந்தொலைவுவரை அவர்களைத் துரத்திச்சென்ற மூஸா, திரும்பிவரும்போது, ஸக்ஹாத் படையும் பிற துருக்கியர் படைகளும் அவர் கோட்டைக்குச் செல்லும் வழியைத்

தடை செய்தனர். மீண்டுமொரு போர் தொடங்கியது. எல்லாத் திசைகளிலிருந்தும் சுற்றிவளைக்கப்பட்டார் மூஸா. உஸ்மான் பின் மஸ்ஊதும் தனது கவனத்தை மூஸாமீது திருப்பினார். முதலில், மூஸாவின் குதிரை கொல்லப்பட்டது. பிறகு, வீரத்துடன் களத்தில் நின்றுகொண்டிருந்த மூஸா கொல்லப்பட்டார்.

தர்முசை 15 ஆண்டுகள் சுதந்திரமாக ஆட்சி செய்த கைஸ் இனக்குழுவைச் சார்ந்த மூஸாவின் உலக வாழ்க்கை முடிவுற்றது. இத்தகவலை முஃபத்தல், ஹஜ்ஜாஜுக்கு அறிவித்தார். ஆனால், ஹஜ்ஜாஜ் மகிழ்ச்சியடையவில்லை. நதர் பின் சுலைமான், தர்முசை முத்ரிக்கிற்குக் கீழ்ப்படியச் செய்தார். முத்ரிக் அதை உஸ்மானிடம் கையளித்தார்.

இஸ்லாமிய நாணயங்களின் தொடக்கம் : அப்துல் மலிக் பின் மர்வானின் பல்வேறு சிறப்புகளில் ஒன்று, அவரது ஆட்சியின் போதுதான் முதன்முதலாக தங்களுக்கான நாணயங்களை அறிமுகப்படுத்தினார் என்பது. அதுவரை, சிரியாவிலும் அரேபியாவிலும் எகிப்திலும் ரோமானிய நாணயங்கள்தான் புழக்கத்திலிருந்து வந்தன. இராக்கில், இரானிய நாணயங்கள் புழக்கத்திலிருந்தன.

அரேபியாவில் வலுவான ஓர் அரசோ தனிப்பட்ட நாணய முறையோ இல்லை. அனைத்து நாடுகளிலும் பழங்காலம் முதல் ரோமானிய செலாவணிதான் புழக்கத்தில் இருந்து வந்தது. இஸ்லாமிய அரசுகள் பரந்து விரிந்து ஜைஹூனிலிருந்து அட்லாண்டிக் பெருங்கடலுக்குப் பரவியபோதுகூட இஸ்லாமிய நாணயங்களை அறிமுகப்படுத்த யாரும் முன்வரவில்லை.

அப்துல் மலிக் பின் மர்வான் தற்செயலாகச் சில கடிதங்களை ரோமானியப் பேரரசனுக்கு எழுத நேர்ந்தது. இஸ்லாமிய நெறிகளின்படி ‘அல்லாஹ்வைத் தவிர வேறு இறைவனில்லை; முஹம்மத் அவனுடைய தூதராவார்’ எனும் வாசகங்களை அவர் கடிதங்களின் தொடக்கத்தில் குறிப்பிட்டார். ரோமானியப் பேரரசன் எழுதிய பதிலில், ‘உங்கள் கடிதங்களின் மேற்பகுதியில் அல்லாஹ்வையும் இறைத்தூதரையும் குறித்த அந்தச் சொற்களை நீங்கள் தவிர்த்துக்கொள்ள வேண்டும். நாங்கள் அதை விரும்பவில்லை. நீங்கள் இதை மறுப்பீர்களெனில், உங்கள் இறைத்தூதரின் பெயரை

இழிவுபடுத்தும் வகையில் எங்கள் நாணயங்களில் பொறித்து நாங்கள் பயன்பாட்டுக்கு விடுவோம்.'

பதிலை வாசித்த அப்துல் மலிக்கைக் கவலையும் குழப்பமும் சூழ்ந்துகொண்டன. காலித் பின் யஸீத் பின் முஆவியாவிடம் அவர் ஆலோசனை கேட்டார். "ரோமானிய செலாவணி பயன்பாட்டைக் கைவிட்டு உங்களுடைய சொந்த நாணயங்களை அச்சடித்துப் பயன்படுத்துங்கள்" என்றார் காலித். இதன்படி, ஒரு அக்கசாலை நிறுவி ஐந்து மாஷா எடையுள்ள 14 காரட் திர்ஹம்களை அச்சடித்தார் அப்துல் மலிக். திர்ஹம், தினார்களின் ஒரு பக்கத்தில் 'குல்ஹுவல்லாஹ் அஹத்' என்று பொறித்தவர் ஹஜ்ஜாஜ். பிறகு, அரபு நாணயங்கள் மட்டுமே வரியாக ஏற்றுக்கொள்ளப்படுமென்று அறிவித்தார் அப்துல் மலிக். இப்படியாக, அரபு தினாரும் திர்ஹமும் அனைத்து நாடுகளிலும் பயன்பாட்டுக்கு வந்தன.

மேலும் சில முக்கிய நிகழ்வுகள்: கலீஃபாவான பிறகு, அப்துல் மலிக் பின் மர்வான் முதன் முறையாக ஹிஜ்ரீ 75இல் ஹஜ் கடமையை நிறைவேற்றச் சென்றார். ஹிஜ்ரீ 77இல் ஹரக்லா எனும் கோட்டை கைப்பற்றப்பட்டது. அதே வருடம், எகிப்தின் ஆளுநரும் அப்துல் மலிக்கின் சகோதரருமான அப்துல் அஸீஸ் பெரிய மஸ்ஜிதை இடித்துவிட்டு, அதை விரிவாக்கம் செய்தார்.

ஹிஜ்ரீ 81இல், ரோமானியரிடமிருந்து கலிகலாவை வெற்றி கொண்டார். ஹிஜ்ரீ 82 இல், சினான் கோட்டை கைப்பற்றப்பட்டது. மூஸாவைக் கொலைசெய்த பின், பிரச்சினைகளிலிருந்து விடுபட்ட குராசான் ஆளுநர் முஃபத்தல், பட்கைஸைக் கைப்பற்றினார். ஹிஜ்ரீ 84 இல், அப்துல்லாஹ் பின் அப்துல் மலிக், ரோமானியர்களிடமிருந்து மசீசாவைக் கைப்பற்றினார். ஹிஜ்ரீ 85 இல், அப்துல்லாஹ் அஸீஸ் பின் அபூ, அர்தாபில் நகரில் (காஸ்பியன் கடலோரப் பகுதியில் 38 மைல்களுக்கு அப்பால் வடமேற்கு இரானிலுள்ள ஒரு நகரம்.) மக்களைக் குடியமர்த்தினார்.

ஹிஜ்ரீ 85ஆம் ஆண்டு ஜுமாதல் ஊலா மாதம், எகிப்தின் ஆளுநரும் அப்துல் மலிக்கின் சகோதரருரான அப்துல் அஸீஸ் பின் மர்வான் மரணமடைந்தார். தொடர்ந்து எகிப்தின் ஆளுநராக, தன் மகன் அப்துல்லாஹ்வை நியமித்தார் அப்துல் மலிக்.

வலீத், சுலைமான் ஆகியோரின் பிரதிநிதிகள் : சகோதரர் அப்துல்

அஸீஸின் வாரிசுரிமையை மறுத்து, தன்னுடைய வாரிசுகளைப் பதவியில் அமர்த்துவது குறித்து சிந்தித்தார் அப்துல் மலிக். அது அவ்வளவு எளிமையானதும் அல்ல. மக்களின் எதிர்ப்பை நேரிட வேண்டிய அபாயமிருந்தது.

அப்துல் அஸீஸின் மரணச் செய்தியை இதற்கான ஒரு வாய்ப்பாகக் கருதினார் அப்துல் மலிக். ஹிஜ்ரீ 86ஆம் ஆண்டு ஈதுல் ஃபித்ர் பெருநாளன்று வலீதுக்கும் சுலைமானுக்கும் வாக்குறுதி பெறும்படி அனைத்து மாகாண ஆளுநர்களுக்கும் பொறுப்பாளர்களுக்கும் உத்தரவிட்டார். இதன்படி, அப்துல் மலிக்கின் பிரதிநிதிகளுக்கான வாக்குறுதி குறிப்பிட்ட நாளன்று பெறப்பட்டது.

மதீனாவின் நிர்வாக அதிகாரியாக இருந்த ஹிஷாம் பின் இஸ்மாயீல் மக்ஸூமி, மதீனா மக்களிடம் வாக்குறுதி பெற்றார். ஆனால், ஸயீத் பின் முசய்யிப் இதற்கு மறுப்புத் தெரிவித்தார். அவரைக் கைது செய்த ஹிஷாம், மக்கள் முன்னிலையில் அவரை முட்கசையால் அடித்துச் சிறையில் தள்ளினார். இதையறிந்த அப்துல் மலிக், ஹிஷாமுக்கு எழுதிய கடிதத்தில், "ஸயீத் பின் முசய்யிபிடம் நீர் கடுமையாக நடந்துகொண்டது தவறு. அவர், பகைமையோ எதிர்ப்போ நயவஞ்சகக் குணங்களோ கொண்டவரல்ல. இப்படியான ஒருவரை நீர் புண்படுத்தியிருக்கக் கூடாது" என்றார்.

அப்துல் மலிக் பின் மர்வானின் இறப்பு : வாரிசுகளுக்கு வாக்குறுதி பெற்ற அப்துல் மலிக் ஒரு மாதத்துக்குமேல் உயிர் வாழவில்லை. நோய்வாய்ப்பட்ட நிலையில், ஹிஜ்ரீ 85 ஷவ்வால் 15 (கி.பி. 705 அக்டோபர் 19) வியாழக்கிழமை அன்று அவர் மரணமடைந்தார். அப்துல்லாஹ் பின் ஸுபைரின் உயிர்த் தியாகத்தைத் தொடர்ந்து அப்துல் மலிக், 13 ஆண்டு 3 மாதங்களும் 23 நாள்களும் உயிர் வாழ்ந்தார். அவரது கிலாஃபத் காலமும் இதுதான். மரணத் தருவாயிலிருந்த அப்துல் மலிக், தன் பிள்ளைகளை அழைத்து, "நீங்கள் அல்லாஹ்வுக்குப் பயந்து வாழ வேண்டுமென்பது என்னுடைய ஆசை. அதுவே உங்களுக்கான மிகச்சிறந்த அணிகலனும் புகலிடமுமாகும். உங்களில் மூத்தவர்கள் இளையவர்களிடம் பரிவுகாட்ட வேண்டும். இளையவர்கள் மூத்தவர்களை மதித்து நடக்க வேண்டும். முஸ்லிம்களின் கருத்துகளுக்கும் அறிவுரைகளுக்கும் மதிப்பளியுங்கள். அறிஞர்களை

உங்களுடன் சேர்த்துக்கொள்ளுங்கள் அவர்களுடைய எதிர்ப்புகளைத் தவிர்த்துக்கொள்ளுங்கள். ஏனெனில், இவைதான் நீங்கள் மெல்லுவதற்கு உதவும் தாடைகள்; கடிப்பதற்கு உதவும் பற்கள்" என்று அறிவுறுத்தினார்.

மக்கள், வலீத் பின் அப்துல் மலிக்கை அமீராக ஏற்று வாக்குறுதியளித்தனர். அப்துல் மலிக்குக்கு பதினைந்து அல்லது பதினாறு ஆண்மக்களும் பல பெண்மக்களும் இருந்தனர். அவரது மனைவியரில், யஸீத் பின் முஆவியாவின் மகள்கள், அலீ (ரலி) அவர்களின் மகள், அப்துல்லாஹ் பின் ஜஅஃபர் (ரலி) அவர்களின் மகள் ஆகியோர் உட்படுவார்கள். வலீதும் சுலைமானும் வலதா பின்த் அப்பாசுக்குப் பிறந்தவர்கள்.

சுருக்கம் : அப்துல் மலிக் பின் மர்வான், உமய்யா குலத்தைச் சார்ந்த கலீஃபாக்களில் மிகுந்த புகழும் நற்பேறும் பெற்றவர்களில் ஒருவர். முழு இஸ்லாமிய உலகுக்கும் பலம் மிகுந்த ஒரு மையமாக இருந்து அரசாட்சி செய்தவர். உஸ்மான் (ரலி) அவர்களின் உயிர்த் தியாகத்தைத் தொடர்ந்து இஸ்லாமிய உலகில் உருவான முரண்பாட்டை இல்லாமல் செய்து மீண்டும் ஒன்றுபட்ட இஸ்லாமிய அரசை நிறுவியவர். இதன் பொருட்டு உறுதியான, கடுமையான சில வழிமுறைகளை அவர் மேற்கொண்டார். "இத்தகைய ஒரு சூழலில் இம்மக்களை அபூபக்ர் ஸித்தீக் அவர்களும் உமர் கத்தாப் அவர்களும் எதிர்கொள்ள நேர்ந்திருந்தால் என்ன செய்வார்களோ அதையே நானும் செய்தேன்" என்று அவர் கூறுவது வழக்கம். நிச்சயமற்றதாகவும் வலுவிழந்துமிருந்த உமய்யா வம்சத்தின் அரசாட்சிக்கு உறுதியும் பலமும் அளித்தவர் அப்துல் மலிக்.

அப்துல் மலிக்கின் குணவியல்பினுள் கண்டிப்பும் விவேகமும் நேர்மையும் நிறைந்திருந்தது. அவரது துணிவும் பயமின்மையும் பாராட்டுக்குரியது. தகுதியற்ற ஹஜ்ஜாஜுக்குப் பொறுப்பையும் அதிகாரத்தையும் வழங்கியதுதான் அப்துல் மலிக் செய்த மாபெரும் தவறு. ஹஜ்ஜாஜ், முழு சர்வாதிகாரத் தன்மையுடன் செயல்பட்ட ஒருவர். தனது ஆட்சியை உறுதிபட நிறுவ வேண்டுமென்ற எண்ணம்கொண்ட ஓர் அரசன் இத்தகைய தவறுகள் இழைப்பது இயல்பானதுதான். அப்துல் மலிக்கின் தொடர்ந்த வெற்றிகளின் பின்னணியில் செயல்பட்டவர்கள் உபைதுல்லாஹ் பின் ஸியாத்,

ஹஜ்ஜாஜ் பின் யூசுஃப் ஸகஃபீ, முஹல்லப் பின் ஸுஃப்ரா ஆகியோர்.

அவரது ஆட்சிக் காலத்தில் முஸ்லிம்கள் பல்வேறு நாடுகளை வெற்றிகொண்டனர். பூசல்களும் உட்பிரிவுகளும் ஒவ்வொன்றாக மறைந்தன. அவரது ஆட்சியின் 13 ஆண்டு கால சாதனைகளின் அடிப்படையில் மிகவும் புகழ்பெற்ற, மாபெரும் ஆற்றல் வாய்ந்த கலீஃபாக்களில் ஒருவராக மதிக்கப்படுபவர். விவேகத்திலும் நற்பண்புகளிலும் போற்றப்படும் நிலையிலுள்ளவர். அவரது வீரமும் படைத்திறனும் புகழ்பெற்ற படைத்தலைவர்களில் ஒருவராக அவரை இனம் காட்டுகிறது.

உமய்யா கிலாஃபத்
(இரண்டாம் கட்டம்)

வலீத் பின் அப்துல் மலிக் : அபுல் அப்பாஸ் வலீத் பின் அப்துல் மலிக் பின் மர்வான், ஹிஜ்ரீ 50 இல் பிறந்தார். தனது 36 ஆவது வயதில் தந்தையின் இறப்பைத் தொடர்ந்து கலீஃபாவாக பொறுப்பேற்றார். மிகவும் செல்லமாக வளர்க்கப்பட்ட வலீத், கல்வியிலும் அறிவிலும் ஒழுக்கத்திலும் குறைபாடுடையவராக இருந்தார். தந்தையின் உடலை அடக்கம் செய்தபின், பெரிய மஸ்ஜிதில் நிகழ்த்திய ஓர் உரையில் வலீத் குறிப்பிட்டார்.

"மகா ஜனங்களே! அல்லாஹ் முன்னோக்கிச் செலுத்தும் ஒருவரை யாரும் பின்னோக்கிச் செலுத்தவோ அவன் விரும்பாத யாரையும் யாரும் முன்நிறுத்தவோ இயலாது. இறப்பு அல்லாஹ்வின் அறிதலுக்குட்பட்டது. நபிமார்களும் நேர்வழி நிற்பவர்களும் உட்பட யாருமே அதைத் தவிர்க்க இயலாது. குற்றவாளிகளைத் திருத்தி நல்லொழுக்கத்துடன் வாழ வைக்கவும் நேர்வழி நிற்பவரை மென்மையாக அணுகி ஷரீஆவின் எல்லைகளைப் பாதுகாக்கவும் முடிவு செய்த ஒருவருக்கு அல்லாஹ் இச்சமூகத்தின் பொறுப்பை அளித்துள்ளான். அவர், ஹஜ் கடமையை நிறைவேற்றவும் எல்லைப் பகுதிகளில் மார்க்கத்தின் எதிரிகளைத் தாக்குமுகமாக ஜிஹாதை அறிவிக்கவும் முடிவு செய்துள்ளார். இதில் சோர்வடையவோ வரையறைகளை மீறவோ அவர் விரும்பவில்லை. மகாஜனங்களே!

கலீஃபாவுக்குக் கட்டுப்படுங்கள். முஸ்லிம்களிடையே அமைதியைப் பேணுங்கள். இதற்குக் கட்டுப்படாதவன் தனது தலை துண்டுபடுவதைக் காண்பான். அமைதியாக இருப்பவன் நோயால் மடிவான்.''

வலீதின் கரங்களில் மக்கள் கிலாஃபத் வாக்குறுதி அளித்தனர். அவர் கலீஃபாவாக ஆன பிறகும், தொடர்ந்து அதிகார மையமாக இருந்து வந்த ஹஜ்ஜாஜ், நிலைமைகளைத் தனது கட்டுப்பாட்டுக்குள் வைத்திருந்தார். குராசான் ஆளுநரான முஃபத்தல் பின் முஹல்லபை நீக்கிவிட்டு ரேயின் நிர்வாகியாக இருந்த குத்தைபா பின் முஸ்லிம் பஹ்லீயை நியமித்தார். குத்தைபா சீனா, துருக்கிஸ்தான்வரையுள்ள எல்லைப் பகுதிகளை வெற்றிகொண்டார். மேற்கில், ஆப்பிரிக்க ஆளுநரான மூஸா பின் நுஸைர், இஸ்லாமிய ஆட்சியை மொராக்கோவினூடாக ஸ்பெய்னுக்குள் கொண்டு சென்றார். வலீதின் சகோதரரான மஸ்லமா பின் அப்துல் மலிக் ரோமானியர்களின் பல நகரங்களையும் கோட்டைகளையும் கைப்பற்றினார்.

ஹஜ்ஜாஜின் உறவினரான முஹம்மத் பின் காசிம் ஸகஃபீ, சிந்துவையும் இந்தியாவையும் வெற்றிகொண்டார். வலீத், தனது உறவினரான உமர் பின் அப்துல் அஸீஸை மதீனா முனவ்வராவின் ஆளுநராக நியமித்தார். உமர் பின் அப்துல் அஸீஸின் மேற்பார்வையில் நபிகளாரின் மஸ்ஜித் புனரமைக்கப்பட்டது. நபிகளாரின் மனைவியரின் அறைகள் மஸ்ஜிதுக்குள் வரும்படி விரிவாக்கம் செய்யப்பட்டன. ரோமானியப் பேரரசர் விலை உயர்ந்த கற்களையும் அனுபவம் மிக்க தச்சர்களையும் வலீதுக்கு அன்பளிப்பாக அனுப்பி வைத்தார்.

குறிப்பிட்டுச் சொல்லுமளவிலான பல்வேறு நற்பணிகளைச் செய்தார் வலீத். புதிய சாலைகள் அமைத்தார். சிற்றூர்களிலும் நகரங்களிலும் கல்விக்கூடங்கள் திறந்தார். பயணியர் விடுதிகள் கட்டினார். கிணறுகள் தோண்டினார். மருத்துவமனைகள் தொடங்கினார். பயணிகளின் பாதுகாப்புக்கும் அமைதிக்கும் தேவையான முன்னேற்பாடுகள் செய்தார். மிக முக்கிய தேவையான கால்வாய் வெட்டும் பணியைச் செய்ததன்மூலம் மதீனா மக்களின் துன்பத்தைப் போக்கினார். அநாதை இல்லங்கள் தோற்றுவித்தார். எல்லாவகையான நிவாரணங்களும் அளித்து பொதுமக்களின் துயர்களைக் களைவதில் பெரும் கவனம் செலுத்தினார்.

வலீதின் ஆட்சிக்காலத்தில் வெற்றிகள் தொடர்ந்துகொண்டிருந்தன. குறிப்பிடுவதுபோல் உள்நாட்டுச் சண்டைகளோ கிளர்ச்சிகளோ உருவாகவில்லை. தொடர் வெற்றிகள் மக்களுக்கு உமர் பின் கத்தாப் (ரலி) அவர்களின் ஆட்சிக் காலத்தை நினைவூட்டின. இஸ்லாமியச் சட்டங்களைக் குறைவறக் கற்று, அதன் அடிப்படையில் ஃபத்வா வழங்கும் வறிய நிலையிலுள்ள ஃபக்கீஹ்களுக்கெனத் தனியாக ஒரு கருவூலத்தை ஏற்படுத்தினார். மிக நல்ல நிலையில், மகிழ்ச்சியுடன் வாழுமளவுக்கு உலமாக்களுக்குச் சிறப்பிடம் வழங்கப்பட்டது.

மக்கள் நலனை அடிப்படையாகக்கொண்டு பயனுள்ள சட்ட விதிகளையும் ஒழுங்குமுறைகளையும் அறிமுகப்படுத்தினார். மதீனா ஆளுநரான ஹிஷாம் பின் இஸ்மாயீல் மக்ஸூமியைப் பொறுப்பிலிருந்து நீக்கிவிட்டு உமர் பின் அப்துல் அஸீசை நியமித்தார். அவர் பொறுப்பேற்ற உடனேயே, மதீனாவின் ஃபக்கீஹ்களிலிருந்து பத்து கல்வியாளர்களைத் தேர்வு செய்து மஜ்லிஸ் அஷ்ஷூரா எனும் ஆலோசனைக் குழுவை உருவாக்கினார். அவர்களது அறிவுரைகளுக்கேற்பவே ஆளுநர்கள் செயல்பட்டனர். மஜ்லிஸ் அஷ்ஷூராவின் உறுப்பினர்களை அரசியலில் பங்குபெறச் செய்ததன் மூலம், பிற அரசுகளுக்கு மிகமேன்மையான ஒரு முன்னுதாரணத்தை உருவாக்கினார். மதீனா மக்கள், உமர் பின் அப்துல் அஸீஸை ஆளுநராக நியமித்ததற்காக வலீதுக்கு நன்றியும் வாழ்த்தும் தெரிவித்துக் கடிதங்கள் அனுப்பினர்.

யஸீத் பின் முஹல்லபும் அவரது சகோதரர்களும் பணத்தைப் பதுக்கி வைத்ததாக ஹஜ்ஜாஜ் குற்றம் சாட்டியது வலீத், கலீஃபாவாக பொறுப்பேற்ற பிறகு நடந்த நிகழ்வுதான். ஹிஜ்ரீ 87இல் மசீசாவினூடாக, ரோமானிய நிலப்பகுதிகளைத் தாக்கி லோலாக், அக்ரம், பியூல்ஸ், கமிக்கம் ஆகிய கோட்டைகளைக் கைப்பற்றினார் மஸ்லமா பின் அப்துல் மலிக். ஹிஜ்ரீ 88இல், ஜர்ஸமோவும் தவனாவும் வெற்றிகொள்ளப்பட்டன.

ஹிஜ்ரீ89 இல், மஸ்லமாவும் அப்பாஸ் பின் வலீதும் ரோமானிய எல்லைகள்மீது படையெடுத்தனர். பெரும் ரோமானியப் படையொன்று அவர்களை எதிர்கொண்டது. முஸ்லிம்கள் அவர்களைத் தோற்கடித்துப் பின்வாங்கச் செய்தனர். சூரியா, அர்டூலியா, உமூரியா, ஹர்கூலா, கம்ரூலியா ஆகிய கோட்டைகள் முஸ்லிம்களின்கீழ் வந்தன. அதே ஆண்டு, மஸ்லமா, அஸர்பைஜானின் அருகிலுள்ள

துருக்கியர்மீது படையெடுத்து, கோட்டைகளையும் நகரங்களையும் கைப்பற்றினார். அதே ஆண்டுதான் மத்திய தரைக்கடலின் ஸ்பெய்னின் பகுதியிலுள்ள மயூர்கா, மினோர்கா தீவுகள் முஸ்லிம்களின் வசமாயின.

ஹிஜ்ரீ 90 இல் சூரியாவின் எல்லைப் பகுதியிலுள்ள வலுவான ஐந்து கோட்டைகள் அப்பாஸ் பின் வலீதால் கைப்பற்றப்பட்டன.

ஹிஜ்ரீ 91 இல் ஜஸீரா மற்றும் ஆர்மேனியா ஆளுநர் பதவியிலிருந்து தனது உறவினர் முஹம்மத் பின் மர்வானைப் பணி நீக்கம் செய்த வலீத், தனது சகோதரர் மஸ்லமா பின் அப்துல் மலிக்கை நியமித்தார். துருக்கியர்மீது ஜிஹாத் அறிவித்த முஸ்லிம்கள், அஸர்பைஜானூடாக பாபூல் வரையிலான நிலப்பகுதியை வெற்றிகொண்டனர். அதே ஆண்டு நஸ்ஃப், குஷ், ஷுமான் முதலிய கோட்டைகளும் முஸ்லிம்களின்கீழ் வந்தன.

ஹிஜ்ரீ 92 இல் மூன்று கோட்டைகளைக் கைப்பற்றிய மஸ்லமா, சர்சினா மக்களை ரோமானிய எல்லைப் பகுதிக்கு நாடு கடத்தினார். அதே ஆண்டு சிந்துவில் தீப்பால், கர்க், பர்ஹம், பஜா, பைஸா, குவாரிஸ்ம், ஸபாத் ஆகிய பகுதிகளும் முஸ்லிம்களின்கீழ் வந்தன.

ஹிஜ்ரீ 93 இல் ரோமானிய நிலப்பகுதிகள்மீது படையெடுத்துச் சென்ற மஸ்லமாவும் வலீதின் மகன்களாகிய அப்பாசும் மர்வானும் ஸபித்தலா, ஹன்ஜரா, மஷா, ஹிஸ்னுல் ஹதீத், கஸாலா, மால்ட்டியா ஆகிய கோட்டைகளைக் கைப்பற்றினர்.

ஹிஜ்ரீ 94இல் அப்பாஸ் பின் வலீதும் அப்துல் அஸீஸ் பின் வலீதும் அன்டாக்யாவையும் கஸாலாவையும் கைப்பற்றினர். அதே ஆண்டு, வலீத் பின் ஹிஷாமும் யஸீத் பின் அபூகப்ஷாவும் தொடர் முயற்சிகளால் சூரியாவை வெற்றிகொண்டனர். காபூல், ஃபர்கானா, ஷாஷ், சிந்து ஆகிய பகுதிகளும் அதே ஆண்டு முஸ்லிம்களுக்குக் கீழ்ப்படிந்தன.

முஸ்லிம் படைகள் போரில் கவனம் செலுத்துவதைக்கண்ட ஹிரக்லாவாசிகள் ஹிஜ்ரீ 95 இல் கிளர்ச்சியில் இறங்கினர். அப்பாஸ் பின் வலீத் மீண்டும் அதைக் கட்டுப்பாட்டுக்குள் கொண்டு வந்தார். அதே ஆண்டு, மவ்க்கான் மதீனத்துல் பாப் வெற்றி கொள்ளப்பட்டது.

ஹிஜ்ரீ 96 இல் தூஸ் நகரும் அதன் அண்மைப்பகுதிகளும் வெற்றி கொள்ளப்பட்டன.

வலீத் பின் அப்துல் மலிக்கின் காலத்தில் நடந்த போர்களையும் மோதல்களையும் விரிவாகப் பதிவு செய்தால், அதுவே பெரியதொரு தொகுப்பாக அமையும். ஆகவே, புகழ்பெற்ற சில படைத் தலைவர்களின் சாதனைகள் மட்டும் இதில் பதிவுசெய்யப்பட்டுள்ளன. அத்தகைய படைத் தலைவர்களில் ஒருவர், மஸ்லமா பின் அப்துல் மலிக். அவரது வெற்றிகள் குறித்த தகவல்கள் ஏற்கனவே குறிப்பிடப்பட்டன. இனி, வேறு சில படைத் தலைவர்கள் குறித்து சில தகவல்களைப் பார்க்கலாம்.

குத்தைபா பின் முஸ்லிம் பஹ்லீ : ஹிஜ்ரீ 86இல் குத்தைபா பின் முஸ்லிம் பஹ்லீயைக் குராசான் ஆளுநராக நியமித்தார் ஹஜ்ஜாஜ். மர்வுக்கு வந்த குத்தைபா, பாதுகாப்பு அதிகாரியாகவும் ஊர்க்காவல் தலைவராகவும் அயாஸ் பின் அப்துல்லாஹ்வையும் நிதித்துறைக்கு உஸ்மான் பின் ஸஅதையும் நியமித்தார். பிறகு, ஒரு பெரும் படையை அழைத்துக்கொண்டு தலக்கானை நோக்கிப் புறப்பட்டார். ஸஃபதின் துருக்கிய மன்னர், இணக்கம் தெரிவித்து, வரி செலுத்துவதாக ஒப்புக்கொண்டதுடன், தக்ரிஸ்தான் பகுதிகளான அக்ரூன், ஷமோன் ஆகியவற்றின்மீது தாக்குதல் தொடுக்கவும் தூண்டினார். குத்தைபா, அக்ரூனையும் ஷமோனையும் அடைந்தார். அவற்றின் மன்னர்களும் வரி செலுத்துவதாக ஒப்புக்கொண்டு அமைதி உடன்படிக்கை செய்துகொண்டனர்.

தனது சகோதரரான ஸாலேயை ஃபர்கானாவுக்கு அனுப்பிவிட்டு மர்வுக்குத் திரும்பினார் குத்தைபா. ஃபர்கானாவில் ஸாலே, கஷானா தரஷ்த்தையும் அக்ஸீத்தையும் வெற்றிகொண்டார். ஹிஜ்ரீ 87 இல் குத்தைபா, புகாராமீது படையெடுத்தார். அப்பகுதியிலுள்ள துருக்கியர்கள், எல்லைப் பகுதியில் பாதுகாப்பு ஏற்பாடுகளைச் செய்திருந்தனர். ஆனால், அது பலனளிக்கவில்லை. இஸ்லாமியப் படையினருக்கு பெருமளவிலான போர்ப்பொருள்கள் கிடைத்தன.

ஹிஜ்ரீ 88இல் ஸஃபத், ஃபர்கானா பகுதிகளில் கிளர்ச்சி மேலெழுந்தது. சீன அரசரின் தங்கையின் மகனைப் படைத்தலைவராகக்கொண்டு இரண்டு லட்சம் வீரர்களடங்கிய ஒரு மாபெரும் படை குத்தைபாவை எதிர்க்க முன்வந்தது. அவர்களைத்

தோற்கடித்த குத்தைபா மர்வுக்குத் திரும்பினார். ஹிஜ்ரீ 89இல் புகாரா, குஷ், நஸ்ப், ஸஃபத் பகுதிகளின் தலைவர்கள் ஒன்றிணைந்து ஈடுபட்ட கிளர்ச்சியும் முறியடிக்கப்பட்டது. கிளர்ச்சியாளர்கள் நிபந்தனையின்றி சரணடையும்படி கேட்டுக்கொள்ளப்பட்டனர்.

ஹிஜ்ரீ 90இல் புகாரா மன்னர் துர்தானும் ஸஃபத் மன்னரும் அண்மைப் பகுதிகளிலுள்ள துருக்கியர் தலைவர்களும் கிளர்ச்சிக்கான முன்னேற்பாடுகளில் ஈடுபட்டனர். பட்காய்ஸின் இளவரசனான நிஸாக், முஸ்லிம்களுடன் இணக்கமாக இருந்தான். குத்தைபா, புகாராவை நோக்கிப் படையெடுத்தார். வீரத்துடன் எதிர்த்து நின்ற துருக்கியர் முதலில், உள்நாட்டு முன்னணிப்படையைத் தோற்கடித்தனர். சுதாரித்துக்கொண்ட முஸ்லிம் படைகளின் அடுத்த தாக்குதலில் அவர்கள் கீழ்ப்படிந்தனர். துருக்கியர் தலைவரும் அவரது மகனும் காயத்துடன் தப்பியோடினர். முஸ்லிம்கள் வெற்றி பெற்றனர். ஸஃபத் அரசரான தர்க்கூன், ஆண்டு தோறும் ஜிஸ்யா வழங்குவதாக ஒப்புக்கொண்டார். குத்தைபா மர்வுக்குத் திரும்பினார்.

அவர் மர்வுக்குத் திரும்பியதும் நிஸாக், துக்கரிஸ்தானுக்கு வந்து கிளர்ச்சி செய்தான். பல்க் மன்னர் அஸ்பஹான், மர்தரூத் மன்னர் பஸான், தல்க்கான் இளவரசன், ஜுர்ஜான் இளவரசன் ஃபயராப், காபூல் மன்னர் ஆகியோர் ஒன்று சேர்ந்து ஒரு சூழ்ச்சியின்மூலம் குத்தைபாவின் ஆளுநரை வெளியேற்றினர். குத்தைபா, 12,000 வீரர்கள்கொண்ட ஒரு படையை, தனது சகோதரரான அப்துர் ரஹ்மான் பின் முஸ்லிமின் தலைமையில் யர்த்கான் எனுமிடத்தில் முகாமிட அனுப்பி வைத்தார். மழைக்காலம் முடிந்ததும் சில படைகளை நிஷாப்பூருக்கு அனுப்பி, கிளர்ச்சியாளர்கள்மீது பலமுனைத் தாக்குதல் மேற்கொள்ளும்படி உத்தரவிட்டார். முடிவில், குற்றங்களின் அடிப்படையில் எதிரிகள் தண்டிக்கப்பட்டனர். அனைவரும் அரசுக்குக் கீழ்ப்படிந்து நடந்துகொள்ளவும் ஜிஸ்யா வழங்கவும் ஒப்புக்கொண்டனர். இப்படையெடுப்பின்போது ஸமங்கன் கோட்டை கைப்பற்றப்பட்டு இஸ்லாமிய ஆட்சிப்பகுதியுடன் இணைக்கப்பட்டது. நிஸாக் மரணதண்டனை விதிக்கப்பட்டான்.

ஜுர்ஜான் இளவரசன் மன்னிப்பு வழங்கப்பட்டு, அவனது நாட்டிலேயே மன்னராக இருக்க அனுமதிக்கப்பட்டான். துருக்கித் தலைவர்களின் தொடர் கிளர்ச்சிகள் ஒவ்வொரு முறையும்

தோல்வியில் முடிந்தன. இறுதியில், அவர்கள் கிளர்ச்சியே செய்வதில்லை எனும் முடிவுக்கு வந்து சேர்ந்தனர்.

ஏற்கனவே குறிப்பிட்டபடி, ஹிஜ்ரீ 92இல் கிளர்ச்சியில் ஈடுபட நினைத்த ரத்பீல், குத்தைபா படையுடன் வந்ததும் மன்னிப்புக்கேட்டு ஜிஸ்யா வழங்கினார். ஹிஜ்ரீ 93 இல், குவாரிஸ்ம் பகுதியைக் கைப்பற்றிய குத்தைபா, வரி செலுத்துவதாக மன்னரின் வாக்குறுதியை ஏற்று நாட்டை அவரிடமே ஒப்படைத்தார். குவாரிஸ்மைக் கைப்பற்றுகிற முயற்சியில் ஈடுபட்டிருந்த குத்தைபா மிகத்தொலைவில் இருப்பதை சாதகமாக வைத்து, ஸஃபத்வாசிகள், ஆளுநரை வெளியேற்றியதுடன் கிளர்ச்சியில் ஈடுபட்டனர். குவாரிஸ்மிலிருந்து போர்ப்பொருள்களை மதீனாவுக்கு அனுப்பி வைத்துவிட்டு ஒரு படையுடன் ஸஃபதை நோக்கி விரைந்தார் குத்தைபா.

குத்தைபாவின் வருகையை அறிந்த ஸஃபத் மக்கள், சீனப் பேரரசரின் உதவியை நாடினார்கள். அவர் திறமையான படைத்தலைவர்களையும் இளவரசர்களையும் அனுப்பி வைத்தார். துருக்கியர்கள் சமர்கண்ட் கோட்டையைப் பாதுகாப்பதற்கான முன்னேற்பாடுகளைச் செய்தனர். போர் தொடங்கியது. அச்சுறுத்தும்விதமான பல போர்கள் நடந்தன. சீனப் பேரரசனின் மகன் கொல்லப்பட்டான். கோட்டை, முஸ்லிம்களின்கீழ் வந்தது. ஆயிரக்கணக்கான துருக்கியர்கள் கொலையுண்டனர். துருக்கியர்கள்மீது கடும் வரிகள் சுமத்தப்பட்டன. கைது செய்யப்பட்ட தலைவர்கள் ஹஜ்ஜாஜிடம் அனுப்பி வைக்கப்பட்டனர்.

கைதிகளில் யஸ்கிர்தின் வழிவந்த ஒரு பெண்ணுமிருந்தாள். அவளை, வலீத் பின் அப்துல் மலிக் மணமுடித்தார். இவர்களுக்குப் பிறந்தவர்தான் யஸீத். மர்வுக்குத் திரும்பி வந்த குத்தைபா, நிஷாப்பூர் ஆளுநராக முகீரா பின் அப்துல்லாஹ்வை நியமித்தார். ஹிஜ்ரீ 94இல் ஷாஷ் மக்களிடம் கிளர்ச்சிக்கான அறிகுறிகள் தென்பட்டன. புகாரா, குஷ், நஸ்ஃப், குவாரிஸ்ம் பகுதி ஆளுநர்கள் உதவியுடன் குத்தைபா, 10,000 வீரர்கள்கொண்ட ஒரு படையைத் திரட்டினார். காஜண்டில் முகாமிட்டு ஒவ்வொரு படையையும் அவரவர் தலைமையில் ஷாஷுக்கு அனுப்பி வைத்தார். ஷாஷ் கீழ்ப்படிந்தது. குத்தைபா, மர்வுக்குத் திரும்பிச்செல்லும் வழியில் ஹஜ்ஜாஜ் இறந்துவிட்ட தகவல் கிடைத்தது.

அக்காலகட்டத்தில் கஷ்கார்வரையிலான நிலப்பகுதிகள் முழுவதையும் முஸ்லிம்கள் கைப்பற்றி, துருக்கிஸ்தானில் இஸ்லாமிய ஆட்சியை நிறுவியிருந்தனர். ஹபீரா பின் மஷ்மார்ஜ் கிலாபியின் தலைமையிலான ஒரு தூதுக்குழு, சீனப்பேரரசனிடம் அனுப்பி வைக்கப்பட்டது. அதில், "இஸ்லாமிய ஆட்சியை ஏற்றுக்கொள்வீராக! மறுத்தால், இஸ்லாமியப் படைவீரர்களின் குதிரைகள் சீனாவில் ஓடும்" என்று அறிவிக்கப்பட்டது.

முஹம்மத் பின் காசிம் : முஸ்லிம்கள் அரேபியாவுக்கு வெளியே வெற்றிகரமாக அணிவகுத்துச் சென்றுகொண்டிருந்த காலகட்டத்தில் சிந்து, பௌத்த அரசர் ஒருவரின் ஆட்சியின் கீழிருந்தது. இரானியப் பேரரசு முஸ்லிம்களின் கீழ் வந்தபோது அதன் தலைவர்கள் பலர் சிந்துவுக்கும் துருக்கிஸ்தானுக்கும் சீனாவுக்கும் தப்பிச்சென்று, முஸ்லிம்களுக்கு எதிரான போர் நடவடிக்கைகளில் ஈடுபட்டனர். வேறு சிலர், இஸ்லாத்தைத் தழுவிக்கொண்டு இரானிலேயே வாழ்ந்து வந்தனர். ஹாஷிம் - உமய்யா வம்சத்தாரிடையிலான பகைமைகள் அதிகரித்த நிலையில், இரானியர்களுக்குள்ளும் தேசம் சார்ந்த பழைய பகைமை வேர் விட்டது. அப்துல்லாஹ் பின் ஸபாவும் பிற நயவஞ்சகர்களும் முஸ்லிம்களுக்கெதிராகத் தீட்டிய சதித் திட்டங்களில் இவர்களும் பங்கு வகித்தனர். சிந்துவிலும் காபூலிலும் சீனாவிலும் திபெத்திலும் அகதிகளாக இருந்து முஸ்லிம்களுக்கெதிரான போர் ஆயத்தங்களில் ஈடுபட்டு வந்த இரானியர்களுக்கு, முஸ்லிம்களிடையிலான உள்நாட்டுப் போர்களும் பிரச்சினைகளும் ஊக்கமளித்தன. கூஃபாவிலும் பஸ்ராவிலும் இரானிலும் குராசானிலும் முஸ்லிம்கள் மீண்டும் மீண்டும் எதிர்கொள்ள வேண்டியிருந்த பிரச்சினைகளுக்கு இதுவும் காரணமாகும்.

சிந்து மாகாணம், பஸ்ராவுக்கும் கூஃபாவுக்கும் அருகில், இரானிய எல்லையை ஒட்டிய பகுதியாக இருந்ததால், நிலைகுலைந்துபோயிருந்த பல இரானியத் தலைவர்களுக்கு அது புகலிடமாக அமைந்தது. இஸ்லாமிய பிரவாகத்தில் கவலைகொண்ட சிந்து அரசர், இரானியர் தங்கள் ஆட்சியை மீண்டும் நிறுவிக்கொள்ள உதவியாக எல்லா சூழ்ச்சிகளையும் போர்த் தந்திரங்களையும் கையாண்டார். நஹாவந்த் போருக்குப் பிறகு, இரானின் கடைசி அரசர் பல முறை முஸ்லிம்களை

எதிர்த்துப் போரிட்டார். இப்போர்கள் அனைத்திலும் சிந்துவின் படைகள் இரானிய அரசருக்கு உதவியாக இருந்தன. இரானிய பேரரசன் கொலையுண்டதும், அதன் எல்லைப்புற மாகாணங்களை சிந்து அரசர் தன்னுடன் இணைத்துக்கொண்டார். முறியடிக்கப்பட்ட இரானியர், முஸ்லிம்களுக்கு அடிமைப்படக்கூடாது என்பதற்காகவும் தொடர்ந்து, சிந்து அரசரின்கீழ் வாழ்வதற்காகவும் கர்மானையும் பலுச்சிஸ்தானையும் தாங்களாகவே அளிக்க முன்வந்தனர்.

இரானியர்களுக்கு சிந்து அரசர் செய்யும் உதவிகளைத் துண்டிக்க வேண்டிய சூழலும் சிந்துவின்மீது தாக்குதல் தொடுக்க வேண்டிய நிர்ப்பந்தத்தை முஸ்லிம்களுக்கு உருவாக்கியது. உஸ்மான் பின் அஃப்ஃபான் (ரலி) அவர்களின் கிலாஃபத்தின்போது இரானையும் குராசானையும் முஸ்லிம்கள் முற்றிலுமாகக் கைப்பற்றுவதற்கு முன், இஸ்லாமிய நிலப்பரப்பின் முக்கியப் பகுதிகளில் உட்பூசல்கள் எழுந்தன. இந்நிலையில், சிந்துவின்மீதோ வேறு நிலப்பகுதிகள்மீதோ கவனம் செலுத்த இயலவில்லை.

உள்நாட்டுப் பிரச்சினைகளிலிருந்து தம்மை விடுவித்துக்கொண்ட முஆவியா (ரலி), தமது கவனத்தைப் பிற நாடுகள்மீது திருப்பினார். அவரது ஆட்சிக் காலத்தில்தான், சிந்து அரசரால் சேர்த்துக்கொள்ளப்பட்ட இரானிய எல்லைப் பகுதிகளைத் திரும்பப் பெறும் முயற்சிகள் முதன் முதலாக மேற்கொள்ளப்பட்டன. இது தொடர்பாக சிற்சில சண்டைகளும் நடந்தன. யஸீதின் ஆட்சியின்போது மீண்டும் உள்நாட்டுப் பிரச்சினைகள் தலை தூக்கிய நிலையில் தொடர்ந்து, பிற நாடுகள்மீது கவனம் செலுத்த இயலவில்லை.

அப்துல் மலிக்கின் ஆட்சியின்போது முஸ்லிம்களுக்கு வெளிநாட்டுப் படையெடுப்புகளில் கவனம் செலுத்தும் வாய்ப்பு கிடைக்கவில்லை. கீழ்த்திசை நாடுகளின் ஆளுநராக இருந்த ஹஜ்ஜாஜ், ஆஃப்கானிஸ்தான் மற்றும் பதக்ஸான் ஆளுநரான ரத்பீலைக் கட்டுப்படுத்தி வைத்திருப்பதை சிந்துவைத் தாக்குவதைவிட முக்கியத்துவம் வாய்ந்ததாகக் கருதினார். ஏனெனில், குராசான் மாகாணத்துக்கு ரத்பீல் பெரும் அச்சுறுத்தலாக இருந்தார். ஆகவே, அவரது கவனம் ரத்பீலை மையப்படுத்தியிருந்தது. சீனாவரையிலுமான எல்லைப் பகுதிகளில் கிளர்ச்சியாளர்களை அடக்குவதில் ஹஜ்ஜாஜின் ஆளுநரான குத்தைபா தொடர்ந்து வெற்றிபெற்றுக்கொண்டிருந்தார்.

முஸ்லிம்களின் பாதுகாப்புக்கு இடையூறான ஒரு பகுதி சிந்துவாக மட்டுமே இருந்தது. முக்கியத்துவம் வாய்ந்த இந்தச் செயலில் முஸ்லிம்கள் ஈடுபடுவதற்கான ஒரு வாய்ப்பாக, தனது நாட்டின் மீது படையெடுத்துவரும்படி சிந்து அரசர் அறைகூவல் விடுத்தார்.

சிந்து அரசரை இதற்குத் தூண்டிய சில காரணங்கள்: முஸ்லிம் வணிகர்கள் சிலர் தங்கள் பயணத்தின்போது இலங்கையில் மரணமடைந்தனர். அவர்களது மனைவி மக்களை முன்வைத்து, வலீத், ஹஜ்ஜாஜ் ஆகியோரின் பரிவையும் கவனத்தையும் ஈர்க்க இலங்கை மன்னர் முடிவு செய்தார். முஸ்லிம்களின் வெற்றிச் செய்திகளை அறிந்திருந்த இலங்கை மன்னருக்கு அவர்கள்மீது பயமுமிருந்தது. புதிய பேரரசுக்குத் தனது நட்பையும் மரியாதையையும் காட்டிக்கொள்வதற்குக் கிடைத்த நல்லதொரு வாய்ப்பாக இதைக் கருதினார்.

இறந்துபோன வணிகர்களின் மனைவி மக்களைத் தன்னுடைய கப்பலில் ஏற்றி, மிகவும் நம்பிக்கையான வழிகாட்டிகள் சிலருடன் ஹஜ்ஜாஜிடம் அனுப்பி வைத்தார். கூடவே, வலீதுக்கும் ஹஜ்ஜாஜுக்கும் விலையுயர்ந்த பல பரிசுப் பொருள்களையும் அனுப்பிவைத்தார். வணிகர்களின் உறவினர்கள் தனது நல்லெண்ணம் குறித்து ஹஜ்ஜாஜிடம் புகழ்ந்து பேசுவார்கள் என்றும் அவர் நம்பினார்.

இலங்கையிலிருந்து புறப்பட்ட கப்பல் அரபு வளைகுடாவை அடைந்தது. வளைகுடாப் பகுதியிலிறங்கி வணிகர்களின் குடும்பங்களை ஒப்படைத்துவிட்டு, ஹஜ்ஜாஜிடம் பரிசுப் பொருள்களைக் கொடுப்பதற்கென கூஃபாவை நோக்கிப் புறப்பட்டது. வழியில் புயலால் சிக்குண்ட கப்பல், தீபால் துறைமுகத்தில் ஒதுங்க வேண்டியதாயிற்று. அங்கே, சிந்துவின் அரசரான தஹீரின் படைவீரர்கள் கப்பலைச் சூறையாடியதுடன் பயணிகளையும் கைது செய்தனர்.

இதையறிந்த ஹஜ்ஜாஜ், அந்தக் கப்பல் தன்னிடம் வந்துகொண்டிருந்தது என்றும், அதைச் சூறையாடியவர்களைத் தண்டிக்க வேண்டும் என்றும் பறிமுதல் செய்யப்பட்ட பொருள்களுடன் பயணிகளைத் தன்னிடம் அனுப்பி வைக்க வேண்டுமென்றும் அரசருக்குக் கடிதம் அனுப்பினார். அவர்,

ஆணவமும் தற்பெருமையும் கலந்த ஒரு பதில் எழுதினார். ஹஜ்ஜாஜ் உடனடியாக அப்துல்லாஹ் அஸ்லமீயின் தலைமையில் 6,000 படைவீரர்களை சிந்துவுக்கு அனுப்பினார். சிந்து அரசருடன் நடந்த போரில் அப்துல்லாஹ் கொலையுண்டார். முஸ்லிம் படைகள் தோல்வியுற்றன.

அடுத்ததாக, புதைல் என்பவர் தலைமையில் ஹஜ்ஜாஜ், மீண்டும் 6,000 படைவீரர்களை அனுப்பி வைத்தார். இம்முறையும் படைத்தலைவர் கொல்லப்பட்டார். படைகள் தோல்வி கண்டன.

மிகவும் வருத்தமடைந்த ஹஜ்ஜாஜ், இம்முறை, தனது உறவினரான முஹம்மத் பின் காசிம் தலைமையில் 6,000 படைவீரர்களை அனுப்பினார். பதினேழு வயதே நிரம்பிய முஹம்மத் பின் காசிமுடன் செல்வதற்கு சிரிய படைவீரர்களைத் தேர்வு செய்தார். ஏனெனில், சிந்து மக்களிடம் இராக் மற்றும் இரானியர்களுக்குத் தொடர்பிருக்கக் கூடுமென்று அவர் சந்தேகித்தார்.

முஹம்மத் பின் காசிம், முதலில் சிந்து அரசின் கட்டுப்பாட்டின்கீழிருந்த மக்ரான் மாகாணத்தைக் கைப்பற்றினார். பின்னர், தீபாலுக்கு வந்து அதையும் கைப்பற்றி விட்டு நிரூனையும் பிரஹ்மினாபாத்தையும் நோக்கி நகர்ந்தார்.

முறியடிக்கப்பட்ட இரானியர்களும் கலீஃபாவுக்கு எதிரான சூழ்ச்சியில் ஈடுபட்டிருந்த அரபிகளில் பலரும் தப்பிச்சென்று சிந்து அரசர் தஹீரிடம் அபயம் புகுந்தனர். சிந்துவின் மீதான படையெடுப்பைத் தவிர்க்க இயலாததற்கு இது மற்றொரு காரணம். முஸ்லிம் படைகளை எதிர்த்துப் போரிட்ட தஹீர் கொலையுண்டார். பின்னர், முழு சிந்துவும் மூல்தானும் தனது கைவசமாகும்வரை முஹம்மத் பின் காசிம் ஒன்றன்பின் ஒன்றாக நகரங்களை வெற்றிகொள்ளத் தொடங்கினார்.

சிந்து வெற்றியின்போது, தனது முழுக்கவனத்தையும் முஹம்மத் பின் காசிமின்மீதே பதித்திருந்தார் ஹஜ்ஜாஜ். நாள்தோறும் போர்ச்செய்திகளை அறிந்து வந்தார். உத்தரவுகள் பிறப்பித்தார். முஹம்மத் பின் காசிம் தன்னை, மிகச்சிறந்த பண்பும் வீரமும் மக்கள்மீது அக்கறை கொண்டவராகவும் வெளிக்காட்டினார். இந்த இளம் வெற்றியாளர் காட்டிய சமத்துவம், பணிவு, பெருந்தன்மை ஆகியவை வரலாற்றுக் குறிப்புகளில் மிகத்

தெளிவாகவே காணப்படுகின்றன. ஹஜ்ஜாஜின் இறப்புச் செய்தி கிடைக்கும்போது முஹம்மத் பின் காசிம், மூல்தான் வெற்றியை முழுமைப்படுத்தியிருந்தார். தொடர்ந்து அவர், ஹிஜ்ரீ 96 இல் சூரத் முதல் காஷ்மீர்வரையிலான வடஇந்தியப் பகுதி முழுவதையும் தனது கட்டுப்பாட்டின்கீழ் கொண்டுவந்திருந்தார்.

ஹஜ்ஜாஜ் பின் யூசுஃப் அஸ்ஸகஃபீ : முந்தைய பக்கங்களில் தொடர்ந்து ஹஜ்ஜாஜ் பற்றிய குறிப்புகள் உள்ளன. வலீத் பின் அப்துல் மலிக் ஆட்சிப் பொறுப்பேற்றதும் உடனடியாக, யஸீத் பின் முஹல்லபையும் ஹபீப் பின் முஹல்லபையும் குராசான் மற்றும் கர்மானின் ஆளுநர் பதவிகளிலிருந்து நீக்கம் செய்த ஹஜ்ஜாஜ், அவர்களையும் அவர்களது மகன்களையும் சிறையில் வைத்தார். தனது சகோதரருடன் சிறையிலிருந்து தப்பித்த யஸீத், பாலஸ்தீன் நிர்வாகியாக இருந்த வலீதின் சகோதரர் சுலைமான் பின் அப்துல் மலிக்கிடம் சென்றார். ஹஜ்ஜாஜ், யஸீத் பின் முஹல்லப்மீது ஒரு முறையீட்டுக் கடிதத்தை வலீதுக்கு அனுப்பினார். ஆனால், சுலைமானின் பரிந்துரையின் காரணமாக, யஸீதையோ அவரது சகோதரரையோ வலீத் தண்டிக்கவில்லை.

ஹஜ்ஜாஜின் கடினமான அணுகுமுறையால் விரக்தியுற்ற நிலையிலிருந்த இராக்கியர்களில் பெரும்பாலானோர், உமர் பின் அப்துல் அஸீஸ் ஆளுநராக இருந்த மதீனாவிலும் மக்காவிலும் குடியேறினர். உமர் அவர்களை அன்புடன் நடத்தினார். "இராக்கின்மீது நீண்ட காலமாக ஹஜ்ஜாஜ் அடக்குமுறையை ஏவி வருகிறார். மக்களுக்கெதிராக அளவு கடந்த அநீதிகளை அவர் கட்டவிழ்த்துவிட்டுள்ளார்" என்று வலீதுக்கு உமர் பின் அப்துல் அஸீஸ் கடிதமெழுதினார். இதையறிந்த ஹஜ்ஜாஜ், "இராக்கிலுள்ள பெரும்பாலான கிளர்ச்சியாளர்களும் நயவஞ்சகர்களும் உமர் பின் அப்துல் அஸீஸிடம் செல்லவே விரும்புகிறார்கள். அவர்களைக் கைது செய்வதற்கு உமர் தடையாக இருக்கிறார். நிர்வாகத்தை நடத்திச் செல்வதில் இது மிகப்பெரிய இடையூறாக உள்ளது. ஹிஜாஸின் ஆளுநர் பதவியிலிருந்து உமரை நீக்குவது நல்லது" என்று வலீதுக்கு எழுதினார்.

உமர் பின் அப்துல் அஸீஸை ஹிஜாஸ் ஆளுநர் பதவியிலிருந்து நீக்கிய வலீத், காலித் பின் அப்துல்லாஹ்வையும் உஸ்மான்

பின் ஹப்பானையும் மக்காவுக்கும் மதீனாவுக்கும் ஆளுநர்களாக நியமித்தார். காலித் பொறுப்பேற்றதும் இராக்கியர் அனைவரையும் மக்காவிலிருந்து திருப்பியனுப்பினார். அவர்களுக்கு வீடு வாடகைக்குக் கொடுத்தவர்களும் அச்சுறுத்தப்பட்டனர். ஹஜ்ஜாஜின் அடக்குமுறைகளுக்குப் பயந்து மக்காவுக்குப் புலம்பெயர்ந்தவர்களில் ஸயீத் பின் ஜுபைரும் ஒருவர். அவர் செய்த குற்றம், அப்துர் ரஹ்மான் பின் அஷ்அஸுக்கு ஆதரவாக இருந்ததுதான். ஹஜ்ஜாஜின் பார்வையில் இது பெரிய குற்றம். ஸயீதைக் கைது செய்த காலித், ஹஜ்ஜாஜிடம் அனுப்பி வைத்தார். ஹஜ்ஜாஜ் அவரைக் கொன்றார். ஸயீத் பின் ஜுபைர் எந்தக் குற்றமும் செய்யவில்லை. இதுபோன்ற அமைதியான, இறையச்சமுள்ள பலரை இரக்கமின்றிக் கொலை செய்திருக்கிறார் ஹஜ்ஜாஜ்.

அப்துல் மலிக், தன் மகன் வலீதுக்குப் பிறகு, இன்னொரு மகனான சுலைமானைக் கலீஃபாவாகத் தேர்வு செய்து மக்களிடமிருந்து வாக்குறுதி பெற்றிருந்தார். ஆகவே, சுலைமான் கலீஃபா பொறுப்பை எதிர்பார்த்திருந்தார். ஆனால், வலீதோ தனக்குப் பிறகு, தன்னுடைய மகன் அப்துல் அஸீஸை வாரிசாக நியமித்து சகோதரரான சுலைமானைத் தவிர்க்க விரும்பினார். இது தொடர்பாக அவர் தன்னுடைய ஆலோசகர்களுடன் பேசியிருந்தார். ஹஜ்ஜாஜும் குத்தைபாவும் இதை வரவேற்றனர். வேறு சிலர், முஸ்லிம்களிடையே இது குழப்பத்தை ஏற்படுத்தக்கூடுமென்று எச்சரித்தனர்.

இருபதாண்டுகள் இராக்கை ஆட்சி செய்த ஹஜ்ஜாஜ், ஹிஜ்ரீ 95 ஆம் ஆண்டு, ஷவ்வால் மாதம் இறந்தார். மரண தறுவாயில் தன் மகன் அப்துல்லாஹ் பின் ஹஜ்ஜாஜை இராக் ஆளுநராக நியமித்தார். ஹஜ்ஜாஜால் நியமிக்கப்பட்ட ஆளுநர்கள் யாரையும் வலீத் பின் அப்துல் மலிக் பதவி நீக்கம் செய்யவில்லை.

மூஸா பின் நுஸைர் : கிழக்கெல்லைப் பகுதிகளுக்கு ஹஜ்ஜாஜ் எப்படி ஆளுநராக இருந்தாரோ அதுபோல், வலீதின் ஆட்சிக்காலத்தில், கைர்வானைத் தலைமையகமாகக்கொண்ட மேற்கெல்லைப் பகுதிகளின் ஆளுநராக இருந்தவர் மூஸா பின் நுஸைர். வடஆப்பிரிக்காவில் புகழ்பெற்றவரும் வலுமிக்கவருமான மூஸாவை ஸ்பெய்னிலிருந்து வந்த சிலர் சந்தித்தனர். தங்கள் அரசரான ரோடரிக்கின் அட்டூழியங்கள் குறித்து முறையிட்ட

அவர்கள், ஸ்பெயின்மீது படையெடுக்கவும் மொராக்கோவைப்போல் ஸ்பெயினையும் அவரது ஆட்சிப் பகுதியுடன் இணைக்கவும் கோரிக்கை விடுத்தனர்.

அவர்களது வேண்டுகோள் குறித்து மூஸா தீவிரமாக யோசித்தார். பிறகு, நிலைமையின் முதல் கட்டப் புரிதலுக்காக, 400 வீரர்களுடன் தன்னுடைய அடிமை ஒருவரையும் படகிலேற்றி ஸ்பெயினின் கரையோரப் பகுதிக்கு அனுப்பி வைத்தார். அதேவேளையில், ஸ்பெயின்மீது படையெடுப்பதற்கு வலீதிடம் அனுமதி பெற்றார். அனுப்பிவைத்த 400 வீரர்களும் பாதுகாப்பாகத் திரும்பி வந்தனர்.

ஹிஜ்ரீ 92இல், தன்னுடைய முன்னாள் அடிமையும், மொராக்கோவிலுள்ள தாஞ்சியரின் ஆளுநராகவுமிருந்த தாரிக் பின் ஸியாத் தலைமையில் 7,000 வீரர்களை ஸ்பெயின்மீது படையெடுப்பதற்காக நியமித்தார். படகுகளில் புறப்பட்ட வீரர்கள் ஜிப்ரால்டர் கால்வாயைக் கடந்து ஸ்பெயின் கரையில் இறங்கி வடக்கு நோக்கிச் சென்றனர்.

ஸ்பெயின் அரசர் ரோடரிக் ஒரு லட்சம் வீரர்கள்கொண்ட படையுடன் போருக்குத் தயாராக நின்றிருந்தார். ஹிஜ்ரீ 92 ரமளான் மாதம் (கி.பி. 711, ஜூலை) சிடோனியா நகரையடுத்த ஜண்டா கடற்கரையின் அருகிலுள்ள சிறு ஆற்றங்கரையில் இரு படைகளும் மோதின. போர் எட்டு நாள்கள் நீடித்தது. எட்டாவது நாள், (ஹிஜ்ரீ 92, ரமளான் 28) ரோடரிக்கை தாரிக் கொன்றார். அவரது படைகள் சிதறியோடியன. சிந்து அரசர் தஹீர், முஹம்மத் பின் காசிமால் கொல்லப்பட்டதும் இதே ஆண்டுதான் நிகழ்ந்தது.

முதல் கட்ட வெற்றிக்குப் பிறகு, ஸ்பெயின் நகரத்தை வென்றெடுப்பது மிகவும் எளிதானதென்று முடிவு செய்த தாரிக், தனது படைகளை ஒவ்வொரு நகரமாக வென்றவாறே வழி நடத்திச் சென்றார்.

வெற்றிச்செய்தியை அறிந்த மூஸா பின் நுஸைர், தான் அங்கே வந்து சேருவதுவரைக்கும் மேற்கொண்டு முன்னேறுவதை நிறுத்தி வைக்கும்படி தாரிக்குக்குத் தகவல் அனுப்பினார்.

தங்கள் முன்னேற்றத்திற்குத் தடை ஏற்படுத்தியதைத் தாரிக்கும் படைவீரர்களும் விரும்பவில்லை. இறுதியில், 18,000 படைவீரர்களுடன்

ஹிஜ்ரீ 93ஆம் ஆண்டு ரமளான் மாதத்தின் பிற்பகுதியில் ஸ்பெயினை அடைந்த மூஸா, பைர்னீஸ் மலைகள்வரையிலுமான முழுத்தீபகற்பப் பகுதிகளையும் கைப்பற்றினார். ஸ்பெயினின் கிழக்குப் பகுதியைக் கட்டுப்பாட்டுக்குள் கொண்டுவந்த பிறகு, வலீதுக்கு எழுதினார். "முழு ஸ்பெயினையும் நாங்கள் வென்றுள்ளோம். ஸ்பெய்னிலிருந்து ஐரோப்பிய நிலப்பகுதிகளைக் கைப்பற்றியவாறே கான்ஸ்டான்டிநோபிளுக்குச் செல்ல அனுமதி வழங்கும்படி கேட்டுக்கொள்கிறேன். அதனைக் கைப்பற்றிய பிறகு தங்களிடம் வந்து சேருகிறேன்."

ஸ்பெயினில் ஆளுநர் ஒருவரை நியமித்துவிட்டு தாரிக்குடன் ஆப்பிரிக்கா வழியாக தன்னிடம் வந்து சேரும்படி வலீத், மூஸாவுக்குத் தகவல் அனுப்பினார். அப்போதைய நிலையில் மூஸா, தொடர்ந்து செல்ல அனுமதிக்கப்பட்டிருந்தால் தெற்கு ஐரோப்பா முழுவதையும் எளிதாகக் கைப்பற்றியிருப்பார்.

கலீஃபாவின் உத்தரவின்படி மூஸா, தன் மகன் அப்துல் அஸீஸை ஸ்பெயினுக்கும் இரண்டாவது மகன் அப்துல் மலிக்கை மொராக்கோவுக்கும் ஆளுநர்களாக நியமித்தார். மூன்றாவது மகன் அப்துல்லாஹ்வை அப்துல் மலிக்குக்கு உதவியாக வடஆப்பிரிக்காவின் தலைமையகமான கைர்வானில் இருக்கச் செய்தார். தேவையான அனைத்து ஏற்பாடுகளையும் செய்து முடித்துவிட்டு அவர், டமாஸ்கசுக்குப் புறப்பட்டார். அவர் அங்கு வந்த அன்றைய தினம்தான் கலீஃபா வலீத் பின் அப்துல் மலிக் இறந்துபோனார்.

வலீத் பின் அப்துல் மலிக்கின் இறப்பு : சகோதரர் சுலைமான் கலீஃபாக வருவதை ஏற்க மறுத்து மகனைப் பொறுப்பில் நியமிக்க வலீத் மேற்கொண்ட முயற்சிகள் நிறைவேறவில்லை. மேலும் சில நாள்கள் அவர் உயிருடனிருந்தால் ஒருவேளை நிறைவேறியிருக்கலாம். தனக்குச் சேர வேண்டிய கிலாஃபத் உரிமையை வலீத் பறிக்க நினைத்ததன் காரணமாக அவருக்கு ஆதரவாக இருந்த தலைவர்கள்மீதும் அவர்மீது அன்பு கொண்டவர்களிடமும் சுலைமான் பகைமைப் பாராட்டினார். இதன் விளைவுகள், இஸ்லாமிய உலகின் எதிர்காலத்துக்கே தீங்கு விளைவிப்பதாக அமைந்தது.

ஒன்பது ஆண்டுகளும் எட்டு மாதங்களும் ஆட்சி செய்த வலீத், ஹிஜ்ரீ 96 ஜுமாதல் ஆகிரா, 25 ஆம் நாளன்று (கி.பி. 815, பிப்ரவரி 25) சிரியாவிலுள்ள தைர்மரானில் மரணமடைந்தார். அவரது ஆண்வாரிசுகள் பத்தொன்பது பேர்.

வலீதின் ஆட்சியின்போது சிந்து, துருக்கிஸ்தான், புகாரா, சமர்கண்ட், ஸ்பெயினிலும் ஆசியா மைனரிலுமுள்ள பெரும்பாலான நகரங்களும் கோட்டைகளும், பல தீவுகளும் இஸ்லாமிய ஆட்சிப் பகுதியுடன் இணைக்கப்பட்டன. இது, முஸ்லிம்களின் அமைதிக்கும் பொருளாதார வளத்துக்குமான ஒரு நல்ல தொடக்கமாக அமைந்தது. உமர் பின் கத்தாப் (ரலி) அவர்களின் கிலாஃபத்தைத் தவிர, வலீதுக்கு முன்புள்ள எந்த அரசும் இத்தகைய மகத்தான வெற்றிகளை அடைந்ததில்லை. வலீத் இறக்கும்போது சுலைமான் பின் அப்துல் மலிக், பாலஸ்தீனிலுள்ள ரமலாவில் இருந்தார்.

சுலைமான் பின் அப்துல் மலிக் : வலீதைவிடவும் அவரது சகோதரர் சுலைமான், நான்காண்டுகள் இளையவர். வலீதின் மரணத்துக்குப் பிறகு, ஹிஜ்ரீ 96 ஜுமாதல் ஆகிரா மாதம், சுலைமான் கலீஃபாவாக வாக்குறுதி பெற்றார். சுலைமான் கலீஃபாக வரக்கூடாதென்பதில் வலீதுடன் சேர்ந்து மிகவும் தீவிரமாக இருந்தவர்கள் ஹஜ்ஜாஜும் குத்தைபாவும். ஆகவே, சுலைமானின் பகைக்கு அவர்கள் ஆளாயினர். சுலைமான் ஆட்சிப்பொறுப்புக்கு வருவதற்கு முன் ஹஜ்ஜாஜ் இறந்துவிட்டார். வலீதின் நம்பிக்கையான ஆதரவாளர்களில் குராசான் ஆளுநர் குத்தைபா மட்டுமே உயிருடனிருந்தார். சுலைமானின் ஆட்சியில் தான் நடத்தப்படும் விதம் குறித்த சந்தேகம் குத்தைபாவுக்குள் இருந்து வந்தது.

குத்தைபா கொலை நிகழ்வு : வலீத் இறந்ததையும் சுலைமான் கலீஃபாக பொறுப்பேற்றதையும் அறிந்த குத்தைபா, குராசானின் படைவீரர்களையும் தலைவர்களையும் ஒன்று திரட்டி சுலைமானின் கிலாஃபத்தை ஏற்க மறுப்பது குறித்து ஆலோசனை செய்தார். குத்தைபாவின் படையில் தமீம் இனக்குழுவினர் அதிகமாக இருந்தனர். வக்கீஃ என்பவர் அதன் தலைவராக இருந்தார். இவர், சுலைமானுக்காக வாக்குறுதி பெறத்தொடங்கினார். இச்செய்தி படை வீரர்களிடையே பரவியது. அனைத்து இனக்குழுவினரும் வக்கீஹைச்

சுற்றித் திரண்டனர். குத்தைபா மேற்கொண்ட முயற்சிகள் எதுவும் பலனளிக்கவில்லை. அவர்கள் வெளிப்படையாகவே குத்தைபாவுடன் முரண்பட ஆரம்பித்தனர்.

சகோதரர்களின் மகன்கள் மற்றும் உறவினர்களின் ஆதரவு மட்டுமே குத்தைபாவுக்கு இருந்தது. படைவீரர்கள் அவரது பொருள்களைச் சூறையாடவும் தீக்கிரையாக்கவும் தொடங்கினர். அவரது உடைமைகளைக் காப்பாற்ற நினைத்த உறவினர்கள் கொலை செய்யப்பட்டனர். காயமுற்ற நிலையில் கீழே விழுந்து மயக்கமடைந்த குத்தைபாவின் தலை துண்டிக்கப்பட்டது. அவரது சகோதரர்கள் அவர்களது வாரிசுகள் என ஒன்பது பேர் கொலையுண்டனர். சகோதரர்களில், தமீம் வம்சத்தைச் சேர்ந்த தாய்க்குப் பிறந்தவரான உமர் பின் முஸ்லிம் உயிர் பிழைத்தார். குத்தைபாவின் தலையையும் அவரது மோதிரத்தையும் சுலைமானுக்கு அனுப்பி வைத்தார் வக்கீஹ். குத்தைபா பின் முஸ்லிம் ஒரு மாபெரும் வெற்றியாளரும், உமய்யா வம்சத்தைச் சேர்ந்த புகழ்பெற்ற தலைவர்களில் ஒருவருமாவார். தற்போதைய கலீஃபாவை எதிர்த்ததில் குத்தைபாவின் நிலைப்பாடு தவறாக இருக்கலாம். ஆனால், அவரது மரணம் கவலையளிப்பதாக இருந்தது. குத்தைபாவின் கொலையில் சுலைமான் பின் அப்துல் மலிக்மீது குற்றம்சாட்ட இயலாது.

முஹம்மத் பின் காசிமின் இறப்பு : கலீஃபா சுலைமான் பின் அப்துல் மலிக், ஹஜ்ஜாஜ்மீதுள்ள வெறுப்பின் காரணமாக அவரது உறவினர்கள் தொடர்ந்து பதவிகளில் நீடிப்பதை அனுமதித்திருக்க மறுத்திருக்கலாம். முஹம்மத் பின் காசிமையும் அவர் பணி நீக்கம் செய்ய முன்வரவில்லை.

முஹம்மத் பின் காசிம் கொல்லப்பட வேண்டியவர் என்று சுலைமான் முடிவு செய்தது தவறான ஒன்று. முஹம்மத் பின் காசிம் இறையச்சமும் வீரமும் மென்மையான குணங்களும் விவேகமுமுள்ள ஓர் இளைஞர். சிந்து உட்பட இந்தியப் பகுதிகள்மீதான அவரது வெற்றிகள் ஓர் இளைஞர் என்ற நிலையில், ருஸ்ட்டமின் அலெக்ஸாண்டரின் வெற்றிகளைவிடவும் உயர்வானது. நீதி நெறியிலும் மக்களை நேசிப்பதிலும் நுஷர்வானை விடவும் மேலானவராக தன்னை நிரூபித்தவர். சுலைமானால் வெறுக்கப்பட்ட

ஹஜ்ஜாஜின் உறவினர் என்பதைத்தவிர, கலீஃபாவுக்கு அவர் எதிரியல்ல.

ஹஜ்ஜாஜின் மரணத்துக்குப் பிறகும், முஹம்மத் பின் காசிம் தொடர்ந்து பல பகுதிகளை வெற்றி கொண்டார். படைவீரர்கள் அவர்மீது மிகுந்த பற்று வைத்திருந்தனர். தலைமைக்கு அவர்கள் முற்றிலுமாகக் கீழ்ப்படிந்து நடந்தனர் என்பது அவரது தலைமைப் பண்புகளுக்கான மாபெரும் சான்று.

முஹம்மத் பின் காசிமின் இளமையின் தொடக்கமே இவ்வளவு மகத்தானது எனில், பயிற்சியின் அடிப்படையில் அவரது சேவையை சுலைமான் பயன்படுத்தியிருந்தால், சீனா, ஜப்பான் வரையிலான முழு ஆசிய நிலப்பரப்பையும் தன்கீழ் கொண்டு வந்திருக்க முடியும். வலீத், ஹஜ்ஜாஜ் ஆகியோர் தொடர்பான அனைத்தையும் சுலைமான் வெறுத்தார். முஹம்மத் பின் காசிமைக் கைது செய்து தன்னிடம் அனுப்ப வேண்டுமெனும் உத்தரவுடன் சிந்து ஆளுநராக யஸீத் பின் கப்ஷாவை நியமித்தார்.

சுலைமானின் உத்தரவை, திறமையும் அரசப்பற்றும் மிகுந்த படைத்தலைவர்கள் மிகப் பெரும் நம்பிக்கைத் துரோகமாக உணர்ந்தனர். படைத்தலைவர்களின் மாபெரும் சாதனைகளைக் கௌரவிப்பதற்குப் பதிலாக அவர்களைக் கைது செய்து சிறையிலடைப்பது போன்ற வெட்கித் தலைகுனிய வேண்டிய செயல் வேறெதுவுமில்லை.

சிந்துவிலிருந்த முஹம்மத் பின் காசிமை, யஸீத் பின் அபூகப்ஷா கைது செய்வதென்பது எளிதல்ல! கலீஃபாவின் உத்தரவை அறிந்த முஹம்மத் பின் காசிமின் நண்பர்கள் யஸீதிடம், "கலீஃபாவின் உத்தரவை நீங்கள் நிறைவேற்ற வேண்டாம். உங்களையே நாங்கள் அமீராக ஏற்று வாக்குறுதி அளிக்கிறோம். கலீஃபாவால் உங்களை நெருங்க இயலாது" என்றனர். சிந்துவில் முஹம்மத் பின் காசிமிற்குக் கிடைத்திருந்த பரவலான நற்பெயரின் காரணமாக இதற்கான பல்வேறு வாய்ப்புகள் இருந்தன என்பது உண்மைதான். அதேநேரம், இதை முறியடிப்பதற்கான வாய்ப்புகளை சுலைமானும் பயன்படுத்தி இருப்பார்.

ஆனால், இறையச்சமும் கண்ணியமும் மிகுந்த முஹம்மத் பின் காசிம், எவ்விதத் தயக்கமுமின்றி "கலீஃபாவுக்குப் பணிய மறுக்கும்

குற்றத்தை நான் செய்யமாட்டேன்" என்று அபூகப்ஷாவிடம் தன்னை ஒப்படைத்தார். அவரைக் கைது செய்து டமாஸ்கசுக்கு அனுப்பி வைத்தார் அபூகப்ஷா. வசீத் நகரில் சிறைவைக்கப்பட்ட முஹம்மத் பின் காசிமை தற்காலிக கலீஃபாவான ஸாலே பின் அப்துர் ரஹ்மான் சித்திரவதைசெய்து கொன்றார்.

மூஸா பின் நுஸைரின் முடிவு : வடஆப்பிரிக்கா முழுவதிலும் அமைதியை நிறுவியதுடன் ஸ்பெயின் வெற்றியை முழுமைப் படுத்தியவர் மூஸா. இவரது தந்தையான நுஸைர், அப்துல் அஸீஸ் பின் மர்வானின் அடிமையாக இருந்ததுடன் அவரது குடும்ப உறுப்பினர்களில் ஒருவராகக் கருதப்பட்டவர். மூஸாவின் தலைமைப் பண்பையும் வீரத்தையும் துணிச்சலையும் 20,000 வீரர்களுடன் ஐரோப்பா நிலப்பகுதிகள் முழுவதையும் கீழ்ப்படிய வைக்க முடிவு செய்ததன் அடிப்படையில் புரிந்து கொள்ள முடியும். அவர், டமாஸ்கசை அடையும்போது கலீஃபா வலீத் இறந்துவிட்டார். கௌரவிக்கப்பட வேண்டிய மூஸாவை சுலைமான் கைது செய்தார். அவரால் செலுத்த இயலாத மிகப்பெரும் தொகையை அபராதமாக விதித்தார். இதற்காக, அரேபியத் தலைவர்களிடம் யாசிக்க வேண்டிய சூழ்நிலைக்குள்ளானார் மூஸா. இதன்மூலம் கௌரவத்தையும் தன்மானத்தையும் புகழையும் இழந்து நின்றார்.

வலீதின் படைத்தலைவர்களில் மஸ்லமா பின் அப்துல் மலிக் மட்டுமே சுலைமானின் அவமதிப்புக்குள்ளாகாமல் தப்பித்ததுடன் பதவியில் நீடிக்கவும் செய்தார். மஸ்லமாவும் சுலைமானும் சகோதரர்கள். மஸ்லமா அரச போக வாழ்க்கைமீது ஆர்வமற்றவராக இருந்தார். ஆகவே, சுலைமான் அவரை எதிரியாகக் கருதவில்லை.

யஸீத் பின் முஹல்லப் : முஹல்லபின் மகன்கள்மீது வெறுப்புற்றிருந்த ஹஜ்ஜாஜ் அவர்களைச் சிறையிலடைத்தார். அதிலிருந்து தப்பித்த யஸீத், அப்போது, பாலஸ்தீன் ஆளுநராக இருந்த சுலைமானுடன் சேர்ந்துகொண்டார். ஹஜ்ஜாஜ், தனது மரண தறுவாயில் இராக்கில் தனக்குப் பதிலாக மகன் அப்துல்லாஹ்வை வலீதின் அனுமதியுடன் ஆளுநராக நியமித்தார் எனும் தகவல்கள் ஏற்கனவே சொல்லப்பட்டன.

கலீஃபாவாக பொறுப்பேற்ற சுலைமானின் முதல் பணி,

ஹஜ்ஜாஜின் மகன் அப்துல்லாஹ்வைப் பதவிநீக்கம் செய்துவிட்டு யஸீதை நியமித்ததுதான். வரி வசூலிப்பதில் கண்டிப்பைக் கடைப்பிடித்தால் மக்கள் மனங்களில் மதிப்பை இழக்க நேரிடும் என்பதையும், மென்மையானப் போக்கைக் கடைப்பிடித்தால் சுலைமானிடம் மதிப்பை இழக்க நேரிடும் என்பதையும் யஸீத் அறிந்திருந்தார். எனவே சுலைமானிடம் அவர், வரி வசூலிக்கும் பொறுப்புக்கு ஸாலே பின் அப்துர் ரஹ்மானை நியமிக்கவும் பிற நிர்வாகங்களும் படைச்செயல்பாடுகளும் இராக்கின் ஆளுநர் எனும் முறையில் தனது பொறுப்பாக இருக்கும் என்றும் தெரிவித்தார்.

யஸீதின் வேண்டுகோளை சுலைமான் மறுக்கவில்லை. ஏனெனில், அரசுப் பணத்தைக் கையாடல் செய்ததாகக் குற்றம் சாட்டி ஹஜ்ஜாஜ் அவரைச் சிறையிலடைத்தார் என்பதை சுலைமானும் அறிவார். ஆகவே, ஸாலே பின் அப்துர் ரஹ்மானை வசூல் அதிகாரியாக நியமித்து இராக்கிற்கு அனுப்பினார். பிறகு, யஸீதும் சென்றார். கூஃபாவை அடைந்த யஸீத், ஸாலேயுடனான நட்பை முறித்துக்கொண்டார். அவருடைய அண்மை யஸீதைத் தொந்தரவுப்படுத்துவதாக மாறியது.

குராசானில் குத்தைபா பின் முஸ்லிம் கொல்லப்பட்டதாக அப்போது செய்தி வந்தது. யஸீத், குராசான் ஆளுநர் பதவியை விரும்பினார். அவரும் அவரது தந்தையாரும் ஒரு முறை அங்கே ஆளுநர்களாக இருந்தவர்கள். யஸீதின் விருப்பப்படியே அவரை குராசான் ஆளுநராக நியமித்த சுலைமான், இராக் ஆளுநராகத் தொடரவும் அவரை அனுமதித்தார். கூஃபாவிலும் பஸ்ராவிலும் வசீதிலும் தன்னுடைய உதவியாளர்களை நியமித்த யஸீத், குராசானுக்குப் புறப்பட்டார்.

அங்கே சென்றதும், காஹிஸ்தான்மீதும் தொடர்ந்து, ஜுர்ஜான்மீதும் படையெடுத்து, அபராதங்களும் வரிகளும் வசூலித்தார். பிறகு, கிளர்ச்சியாளர் தலைவர்களுடன் சமரசம் செய்துகொண்டார். ஜுர்ஜானியர் மீண்டும் கிளர்ச்சியில் ஈடுபட்டனர். யஸீத் அவர்கள்மீது தாக்குதல் தொடுத்தார். இதில், 40,000 துருக்கியர்கள் கொலையுண்டனர். பின்னர், தனது கைகளால் ஜுர்ஜான் நகருக்கு அடிக்கல் நாட்டினார். ஆளுநராக ஜஹ்ம் பின் துக்ர் ஜுஹ்ஃபியை நியமித்தார். அதற்கு முன்பு, ஜுர்ஜான் ஒரு நகரமாக இல்லை. பல சிற்றூர்களைக்கொண்ட ஒரு மலைப்பகுதியாகவே இருந்தது. யஸீத்,

அதனை மக்கள் செறிவுள்ள நகரமாக்கினார். பிறகு, தபரிஸ்தானைக் கைப்பற்றி ஓர் ஆளுநரை நியமித்தார்.

மஸ்லமா பின் அப்துல் மலிக் : ஹிஜ்ரீ 97ஆம் ஆண்டு மஸ்லமா பின் அப்துல் மலிக் ரஸாக்கியாவை வெற்றி கொண்டார். ஹிஜ்ரீ 98இல், அல்க்கோன் எனும் ரோமானியப் படைத்தலைவர் சுலைமானின் அரசவைக்கு வந்து கான்ஸ்டான்டிநோபிள்மீது படையெடுக்கும்படி கேட்டுக்கொண்டார். தனது சகோதரர் மஸ்லமாவின் தலைமையிலான ஒரு படையை மகன் தாவூதுடன் கான்ஸ்டான்டிநோபிளுக்கு அனுப்பி வைத்தார் சுலைமான்.

முஸ்லிம் படைகள் நகரை முற்றுகையிட்டன. முற்றுகைக்கான அணிவகுப்பின்போது படைவீரர்கள் ஒவ்வொருவரும் ஒரு பிடி தானியத்தை எடுத்து தலைமையகத்தின் அருகில் சேமித்து வைக்கும்படி சொன்னார் மஸ்லமா. அணிவகுப்பின் முடிவில் சிறு குன்றளவுக்குத் தானியம் குவிந்திருந்தது.

படை வீரர்களுக்கான குடில்கள் களிமண்ணாலும் கற்களாலும் கட்டப்பட்டன. பிறகு, நிலம் பண்படுத்தப்பட்டது. வயல்கள் விளைந்தன. அன்றாட தேவைக்காக, திடீர்த் தாக்குதல்களையும் நடத்தி வந்தனர்.

துணிச்சலுடனும் ஒரு முடிவுடனும் அன்றாட தேவைகளை நிறைவேற்றியபடி முற்றுகையிடுவதைப் பார்ப்பதில் நகர மக்கள் ஆர்வம் காட்டினர். முற்றுகை ஓர் ஆண்டைக் கடந்த நிலையில், அல்க்கோனிடம் ரோமானிய தலைவர்கள் முஸ்லிம்களின் முற்றுகையை முடிவுக்குக் கொண்டு வர உதவினால், ஆட்சிப்பரப்பின் இரண்டிலொரு பகுதியைத் தருவதாக இரகசிய வாக்குறுதிகள் அனுப்பினர். அல்க்கோன் இதற்கு உடன்பட்டார். அவர் மஸ்லமாவிடம், "நீங்கள் உங்கள் தானியக் களஞ்சியத்தையும் விளைநிலங்களையும் தீ வைப்பீர்கள் எனில், முஸ்லிம்கள் பெரியதொரு தாக்குதலுக்குத் தயாராகி விட்டார்கள் என்று பயந்து அவர்களாகவே நகரை உங்களிடம் ஒப்படைத்து விடுவார்கள். எந்த உயிரிழப்பும் இல்லாமல் நகரைக் கைப்பற்றி விடலாம்" என்றார்.

அல்க்கோன் சொன்னதை அப்படியே நம்பி விட்டார் மஸ்லமா. ஜிஸ்யா பெற்றுக்கொண்டு முற்றுகையைக் கைவிடும்படி

ரோமானியர்கள் ஏற்கனவே மஸ்லமாவிடம் கோரிக்கை விடுத்தனர். அவர் அதை ஏற்க மறுத்தார். முற்றுகை நீடித்திருந்தால், மகத்தான வெற்றி கிடைத்திருக்கும் என்பதில் சந்தேகமில்லை. முஸ்லிம்கள் கான்ஸ்டான்டிநோபிளைக் கைப்பற்ற அல்லாஹ் விதிக்கவில்லை.

சேமித்து வைத்த தானியங்களுக்கும் விளைநிலங்களுக்கும் மஸ்லமா தீ மூட்டினார். முட்டாள்தனமான இச்செய்கை ரோமானியர்களை மகிழ்ச்சியில் ஆழ்த்தியதுடன் போரிடுவதற்கான துணிச்சலையும் அளித்தது. விரைவிலேயே உணவுப் பற்றாக்குறையால் முஸ்லிம்கள் அவதிக்குள்ளாயினர். அல்க்கோன், தனது ஆதரவாளர்கள் அனைவருடனும் முஸ்லிம் படையிலிருந்து விலகி ரோமானியர்களுடன் சேர்ந்துகொண்டான்.

மஸ்லமா புறப்படும்போது சுலைமான், தாபிக்கில் முகாமிட்டிருந்தார். அங்கிருந்தபடியே மஸ்லமாவின் படைகளுக்குத் தேவையான உதவிகளைச் செய்து வந்தார். சேமிப்பிலிருந்த தானியங்களும் விளைநிலங்களும் தீக்கிரையாகிவிட்ட நிலையில் மழையின் காரணமாக, சுலைமானால் உணவுப் பங்கீட்டை மேற்கொள்ள இயலவில்லை. படைவீரர்கள் பட்டினியால் சாகத்தொடங்கினார்கள். ஏனெனில், மழைக்காலத்தின் கடுமையால் அண்டைப்பகுதியில் சூறையாடும் பிரிவினராலும் உணவு பெற முடியாமல் இருந்தது.

ஸக்கலியா நகரின் ஆளுநராக இருந்த பார்ஜான் எனும் ரோமானியப் படைத்தலைவர், முஸ்லிம்களின் துயரமான நிலையை சாதகமாகக்கொண்டு ஒரு பெரும்படையுடன் வந்தார். மஸ்லமா அவரை எதிர்த்துப் போரிட்டுத் தோல்வியுறச் செய்ததுடன் நகரைக் கைப்பற்றினார். அப்போது, சுலைமான் பின் அப்துல் மலிக் மரணமடைந்ததாகத் தகவல் வந்தது.

சுலைமான் பின் அப்துல் மலிக்கின் நற்பண்புகள் : சுலைமான் பின் அப்துல் மலிக் உரை நயம் மிக்கவர். நீதியையும் ஜிஹாதையும் விரும்புபவர். உமர் பின் அப்துல் அஸீஸைத் தனது ஆலோசகராகவும் அமைச்சராகவும் கொண்டிருந்தார். அவரது நற்பண்புகள் மேலும் வளர்வதற்கு இது முக்கியக் காரணமாக இருந்தது.

உமய்யா வம்சத்தினரின் காலத்தில் ஒரு தவறான வழக்கம் நடைமுறைக்கு வந்தது. தொழுகையை அவர்கள், குறிப்பிட்ட

நேரத்தின் பிற்பகுதியில் நிறைவேற்ற ஆரம்பித்தனர். இம்முறைக்கு முற்று புள்ளி வைத்தவர் சுலைமான். ஒவ்வொரு தொழுகையையும் அதற்கான நேரத்தில் அவர் நிறைவேற்றத் தொடங்கினார். கேளிக்கைகளை வெறுத்ததுடன் அவற்றைத் தடை செய்தார். மிக அழகிய தோற்றமும் ஆரோக்கியமும் நிறைந்த சுலைமான், உண்பதில் ஆர்வமுள்ளவர்.

பிரதிநிதித்துவம் : தன் மகன் அய்யூபை வாரிசாகத் தேர்வு செய்திருந்த சுலைமான் பின் அப்துல் மலிக், மகன் நோய் வாய்ப்பட்ட நிலையில் அடுத்த ஏற்பாடு குறித்து ரஜா பின் ஹய்வாவுடன் கலந்தாலோசித்தார். சுலைமான் முதலில் மகன் தாவூதை முன்மொழிந்தார். ரஜா சொன்னார்: “அவர் கான்ஸ்டான்டி நோபிள் முற்றுகையில் ஈடுபட்டிருக்கிறார். நீண்ட காலமாக அங்கிருந்து தகவல் எதுவுமில்லை. அவர் உயிருடன் இருக்கிறாரா இல்லையா என்பதை அல்லாஹ்வே அறிவான். மேலும், மிக நீண்ட இடைவெளியும் உள்ளது. இந்நிலையில் அவரை வாரிசாக அறிவிக்கும்படி நாங்கள் வலியுறுத்த இயலாது.”

சுலைமான் பிறகு, தனது இளைய மகனைக் குறிப்பிட்டார். ரஜா சொன்னார்: “அவர் மிகவும் இளம் வயதினர். கிலாஃபத்தின் சுமையைத் தாங்கும் ஆற்றல் இல்லாதவர்.” “அப்படியென்றால் யாரைத்தான் நான் பிரதிநிதியாக நியமிப்பது?” என்று கேட்டார் சுலைமான். ரஜா சொன்னார்: “முஸ்லிம்கள்மீதான அக்கறையில் இறையச்சமும் தூய்மையும் கண்ணியமும் வாய்ந்த ஒருவரைத் தேர்ந்தெடுக்க வேண்டும் என்று தாங்கள் விரும்புவதால் தங்கள் உறவினர், உமர் பின் அப்துல் அஸீஸைத் தேர்வு செய்யலாம். தற்போதைய நிலையில் உங்கள் வாரிசாக வரத் தகுதியுள்ளவர் வேறு யாருமில்லை. மேலும், உமர் உங்கள் தலைமை அமைச்சராகவும் இருக்கும் நிலையில், நிர்வாகத்திலும் அவருக்கு மிகுந்த அனுபவம் இருக்கிறது.”

சுலைமான் இதை ஏற்றுக்கொண்டார். “உமர் இதற்கு மிகவும் பொருத்தமானவர் என்றுதான் நானும் கருதுகிறேன். ஆனால், என்னுடைய சகோதரர்களும் அப்துல் மலிக்கின் வாரிசுகளும் இதற்கு உடன்பட மறுத்து, உமருக்கு எதிராகத் திரும்புவார்கள் என்ற பயமும் இருக்கிறது” என்றார். “உமர் பின் அப்துல் அஸீஸைக்

கலீஃபாவாக நியமிப்பதுடன் யஸீத் பின் அப்துல் மலிக்கை அவரது பிரதிநிதியாக அறிவிக்கிறேன் என்று ஓர் ஆவணம் எழுதுங்கள்" என்றார் ரஜா பின் ஹய்வா.

ரஜாவின் யோசனையை வரவேற்ற சுலைமான், உமர் பின் அப்துல் அஸீஸ் (ரலி) அவர்களின் கிலாஃபத் அறிவிப்பை அரசு முத்திரைகளுடன் எழுதி ரஜாவிடம் கொடுத்து விட்டுச் சொன்னார்: "இந்தக் கடித உறையை மக்களிடம் காட்டி அமீருல் முஃமினீன் அடுத்த கலீஃபாவைத் தேர்வு செய்துள்ளார். இந்த உறையில் குறிப்பிட்டுள்ள பெயருக்கு நீங்கள் வாக்குறுதி அளிக்க வேண்டு மென்று சொல்லுங்கள்."

ரஜா பின் ஹய்வா மக்களிடம் இதை அறிவித்தார். பெயரை அறிவிக்கும்வரை வாக்குறுதி அளிக்க மாட்டோம் என்றனர் மக்கள். வாக்குறுதி அளிப்பதற்கு நகரின் நீதிபதியும் ஊர்க்காவல் தலைவரும் அழைக்கப்பட வேண்டும் என்றும் வாக்குறுதி அளிக்க மறுப்பவர்களின் தலை துண்டிக்கப்படும் என்றும் அறிவித்தார் சுலைமான். இதைக்கேட்ட மக்கள் வாக்குறுதி அளிக்கத் தொடங்கினர்.

அரண்மனைக்குச் சென்றுகொண்டிருந்த ரஜாவிடம் ஹிஷாம் பின் அப்துல் மலிக் சொன்னார்: "அமீருல் முஃமினீன் எனது உரிமையைப் பறித்திருப்பார் என்று சந்தேகிக்கிறேன். என்னுடைய சந்தேகத்தைத் தீர்த்து வைப்பீர்கள் எனில் எனக்கான ஏற்பாடுகளை நான் செய்துகொள்ள உதவியாக இருக்கும்."

ரஜா சொன்னார்: "மூடப்பட்ட ஓர் உறையை அமீருல் முஃமினீன் என்னிடம் கொடுத்தார். அவர் பாதுகாப்பாக வைத்திருக்கும் ஒரு இரகசியத்தை நான் எப்படி உங்களிடம் சொல்ல முடியும்?" வழியில், உமர் பின் அப்துல் அஸீஸ் (ரலி) ரஜாவைச் சந்தித்துக் கேட்டார்: "அமீருல் முஃமினீன் என் பெயரை அதில் எழுதியிருப்பார் என்ற சந்தேகம் எனக்கு இருக்கிறது. நீங்கள் அறிவீர்கள் எனில், தயவுசெய்து சொல்லுங்கள். குழப்பத்திலிருந்து என்னை விடுவித்துக் கொள்ளவும் சுமையைத் தவிர்த்துக்கொள்ளவும் நான் முயற்சி செய்வேன்." ஹிஷாம் பின் அப்துல் மலிக்குக்குச் சொன்ன அதே பதிலையே உமர் பின் அப்துல் அஸீஸுக்கும் சொன்னார் ரஜா.

சுலைமான் பின் அப்துல் மலிக்கின் இறப்பு : ஹிஜ்ரீ 98ஆம்

ஆண்டு, ஜிஹாத் நோக்கத்துடன் டமாஸ்கசிலிருந்து சென்ற சுலைமான், எல்லைப் பகுதியை நோக்கி ஒரு படையை அனுப்பி வைத்தார். அவர் தபீக்கில் தங்கியிருந்து படையின் வெற்றிக்கானப் பணிகளில் தொடர்ந்து ஈடுபட்டார். இந்நிலையிலேயே அவரது இறப்பும் நிகழ்ந்தது.

சுலைமான் பின் அப்துல் மலிக், தனது 45ஆவது வயதில் கன்ஸரீனை அடுத்த தபீக்கில், ஹிஜ்ரீ 99 ஆம் ஆண்டு ஸஃபர் மாதம் 10ஆம் நாள் வெள்ளிக்கிழமை அன்று இறந்தார். இரண்டாண்டு ஒன்பது மாத காலம் அவர் ஆட்சி புரிந்தார். அவரது ஆட்சியின்போது முஸ்லிம்கள் பல்வேறு நிலப்பகுதிகளை வெற்றிகொண்டனர். இஸ்லாமியச் சட்டங்களுக்கு எதிரான செயல்பாடுகள் முடிவுக்கு வந்தன. ஹஜ்ஜாஜைப்போல் மக்கள்மீது அடக்குமுறைகளை ஏவிய அவரது ஆளுநர்கள் அனைவரும் பணிநீக்கம் செய்யப்பட்டனர்.

முஹம்மத் பின் காசிமுக்கு சுலைமான் இழைத்தது மாபெரும் அநீதியாக இருந்தாலும், உமர் பின் அப்துல் அஸீஸ் (ரலி) அவர்களைத் தனது பிரதிநிதியாக நியமித்தது போற்றத்தகுந்த செயல்.

கலீஃபா உமர் பின் அப்துல் அஸீஸ் (ரலி) : அபூஹஃப்ஸ் எனும் உமர் பின் அப்துல் அஸீஸ் பின் மர்வான் பின் ஹகம், நபிவழி கலீஃபாக்களில் ஐந்தாமவராகவும் நம்பிக்கைக்குரிய கலீஃபா (கலீஃபா அஸ் ஸாலே) என்றும் அறியப்படுபவர். இஸ்லாமிய அறிஞர்கள் பெரும்பாலானோர் நபிவழி கலீஃபாக்களாக அபூபக்ர், உமர், உஸ்மான், அலீ, உமர் பின் அப்துல் அஸீஸ் (ரலி) ஆகிய ஐந்து பேரைக் குறிப்பிடுவார்கள்.

உமரின் தந்தையாரான அப்துல் அஸீஸ் எகிப்தில் ஆளுநராக இருந்தவர். உமர், ஹிஜ்ரீ 65 ஆம் ஆண்டு பிறந்தார். அவரது தாயார், உமர் பின் கத்தாப் (ரலி) அவர்களின் மகன் வழி பேத்தி ஆவார். உமரின் தந்தையான அப்துல் அஸீஸ், அப்துல் மலிக் பின் மர்வானுக்குப் பிறகு கலீஃபாவாக வர இருந்தவர். ஆனால், அப்துல் மலிக் வாழ்கிற காலத்திலேயே அவர் இறந்துவிட்டார்.

உமர் சிறுவனாக இருந்தபோது குதிரை உதைத்த ஒரு தழும்பு அவரது முகத்தில் ஏற்பட்டிருந்தது. உமர் பின் கத்தாப் (ரலி) அவர்கள், "எனது வழித்தோன்றலில் முகத்தில் தழும்புடன் கூடிய

ஒருவர் வருவார். அவர் இம்மண்ணை நீதியாலும் நேர்மையாலும் நிறைவு செய்வார்"என்று கூறியதுண்டு. குதிரை உதைத்து இரத்தம் வழிய நின்றிருந்த உமரின் முகத்தைத் துடைத்தவாறே தந்தை சொன்னார்: "உமர் பின் கத்தாப் தழும்புடன்கூடிய ஒருவர் என்று சொன்னவன் நீயாகவே இருக்க வேண்டும்."

உமர் பின் கத்தாப் (ரலி) குறிப்பிட்டதாக இப்னு ஸஅத் கூறுகிறார்: "கொடுமைகள் நிரம்பிய உலகை நீதியாலும் நேர்மையாலும் நிறைவு செய்யும், முகத்தில் தழும்புடனான என் பேரனின் காலத்தை நான் பார்க்க விரும்புகிறேன்." பிலால் பின் அப்துல்லாஹ் பின் உமர் எனும் இன்னொரு பேரனின் முகத்திலும் தழும்பு இருந்ததால், அவரைக் குறித்து சொல்லப்பட்டதாகவும் இருக்கலாம் என்றும் ஒரு கருத்து இருந்தது. உமர் பின் அப்துல் அஸீஸ் கலீஃபாவாக ஆனதும், உமர் பின் கத்தாப் (ரலி) குறிப்பிட்ட பேரன் இவர்தான் என்பது உறுதியானது. இதற்கு முன், 'உமரின் இலட்சிய கலீஃபா பொறுப்பேற்காத வரைக்கும் உலகம் ஒரு முடிவுக்கு வராது' என்று சிலர் கூறுவது வழக்கம்.

உமர் பின் அப்துல் அஸீஸின் சிறு வயதில் அவரது தந்தையார் மதீனாவுக்கு அனுப்பிக் கல்வி கற்பித்தார். அவரது இளம் வயது மதீனாவிலுள்ள நீதித்துறை அறிஞர்களுடன் கழிந்தது. அவர்களிடமிருந்துதான் அவர் இறையியலைக் கற்றுணர்ந்தார். அறிவிலும் ஒழுக்கத்திலும் உயர்நிலையை அடைந்தார். அவர் கலீஃபா ஆகாதிருந்தால், இஸ்லாமிய அறிஞர்களில் தலைசிறந்தவர்களில் ஒருவரும் மாபெரும் இமாமாகவும் அறியப்பட்டிருப்பார்.

மதீனாவிலுள்ள உபைதுல்லாஹ் பின் அப்துல்லாஹ்விடம் உமரை அனுப்பி வைத்தார் தந்தையார். உமர், அவரது கண்காணிப்பின்கீழ் பயின்றார். அனஸ் (ரலி) கூறியதாக ஸைத் பின் அஸ்லம் குறிப்பிடுகிறார்: "நாங்கள் இறைத்தூதர் அவர்களின் பின்னால் நின்று நிறைவேற்றிய தொழுகைகள் போன்றது உமர் பின் அப்துல் அஸீஸின் பின்னால் நின்று நிறைவேற்றிய தொழுகைகள்."

ஸைத் மேலும் கூறுகிறார்: "உமர் ருகூஉவையும் சஜ்தாவையும் முழுமையாக நிறைவேற்றுவார். நிற்பதிலும் அமர்வதிலும் தாமதிக்கமாட்டார்." உமர் பின் அப்துல் அஸீஸ் (ரலி) அவர்களைப் பற்றி முஹம்மத் பின் அலீ பின் ஹுஸைனிடம் ஒருவர் கருத்துக்

கேட்டார். அவர், “உமர், உமய்யா வம்சத்தில் பிறந்த மிக உயர்வான மனிதர்” என்றார்.

உமர் பின் அப்துல் அஸீஸ் கலீஃபா ஆவதற்கு முன், பகட்டான விலையுயர்ந்த உடைகளையே அணிவார். கலீஃபாவான பிறகு, உடையிலும் உணவிலும் மிகுந்த எளிமையைக் கடைப்பிடித்தார். புகழ்பெற்ற பல அறிஞர்கள் அவருடனிருந்து கல்வி கற்றதாக மைமூன் பின் மெஹ்ரான் குறிப்பிட்டுள்ளார்.

முஜாஹித் சொல்கிறார்: “உமருக்கு ஆலோசகர்களாக இருந்த நாங்கள் அவரிடமிருந்து நிறைய கற்றுக்கொண்டோம்.”

உமரின் தந்தையான அப்துல் அஸீஸ் பின் மர்வான் இறக்கும்போது உமர் மதீனாவிலிருந்தார். அவரை டமாஸ்கசுக்கு வரவழைத்த அப்துல் மலிக் பின் மர்வான், தன் மகள் ஃபாத்திமாவைத் திருமணம் செய்து வைத்தார். அப்துல் மலிக் இறந்த பின், கலீஃபாவான வலீத், உமரை மதீனா ஆளுநராக நியமித்தார். ஹிஜ்ரீ 86 முதல் 93 வரையிலும் அவர் பொறுப்பிலிருந்தார்.

ஹஜ் பயணத் தலைவர் (அமீருல் ஹஜ்) எனும் முறையில் உமர், பல முறை ஹஜ் கடமையை நிறைவேற்றியுள்ளார். மதீனாவில் ஆளுநராக இருக்கும்போது கல்வியாளர்களும் அறிஞர்களும் எப்போதும் அவரைச் சூழ்ந்திருந்தனர்.

மதீனாவில் அவர் சட்ட அறிஞர்கள்கொண்ட ஒரு குழுவை உருவாக்கினார். அதில், கலந்து முடிவு செய்யப்படும் போர்கள் தொடர்பான விதிகள் அமலாக்கம் செய்யப்பட்டன. ஹஜ்ஜாஜின் முறையீடு காரணமாக, உமரை மதீனா ஆளுநர் பொறுப்பிலிருந்து விலக்கி சிரியாவுக்கு வந்து தன்னுடனிருக்கும்படி அழைத்தார் வலீத். கலீஃபாவாகும் தகுதியும் உரிமையுமிருந்த சுலைமானைத் தவிர்த்து விட்டு, தன்னுடைய மகனை நியமிக்கும் வலீதின் முடிவை ஹஜ்ஜாஜும் குத்தைபாவும் ஆதரித்தனர். பிற தலைவர்கள் அதை விரும்பவில்லை. வெளிப்படையாகவும் மிகக் கடுமையாகவும் வலீதை எதிர்த்தவர் உமர் பின் அப்துல் அஸீஸ். இதன் காரணமாக மூன்றாண்டுகள் சிறையிலிருந்தார். பிறகு, ஒருவரின் பரிந்துரையின்பேரில் விடுதலை ஆனார்.

சுலைமான் பின் அப்துல் மலிக்குக்கு உமரின் தியாகத்தின்மீது

மிகுந்த நன்றியுணர்விருந்தது. ஆகவேதான், கலீஃபாவாக ஆனதும் தன்னுடைய தலைமை அமைச்சராக உமரைத் தேர்வு செய்தார். தான் இறந்த பிறகு, அவரே கலீஃபாவாக நியமிக்கப்பட வேண்டுமென்று இறுதி ஆவணத்திலும் எழுதினார்.

கிலாஃபத் ஒரு பார்வை : சுலைமான் பின் அப்துல் மலிக் இறந்த பின், ரஜா பின் ஹய்வா, தபீக்கிலுள்ள மஸ்ஜிதில், உமய்யா வம்சத்தாரை ஒன்றுதிரட்டினார். அவரது கையில் அரசுரிமை குறித்த, பிரிக்கப்படாத ஆவணமிருந்தது. அவர் கலீஃபாவின் இறப்பைக் குறிப்பிட்டுவிட்டு கையிலிருந்த ஆவணத்தை முன்வைத்து வாக்குறுதி பெற்றார். பிறகு, அதை வாசித்துக் காட்டினார். "அல்லாஹ்வின் அடியாரும் நம்பிக்கையாளர்களின் தலைவருமான சுலைமான் பின் அப்துல் மலிக், உமர் பின் அப்துல் அஸீஸுக்கு இதன்மூலம் அறிவிக்கிறேன். எனக்குப் பிறகு தங்களையும் தங்களுக்குப் பிறகு யஸீத் பின் அப்துல் மலிக்கையும் நான் முறைப்படி வாரிசாக நியமிக்கிறேன். மக்கள் இதைக் கவனமாகக் கேட்டு அமீருக்குக் கீழ்ப்படிந்தும் அல்லாஹ்வுக்குப் பயந்தும் தங்களுக்குள் கருத்துவேறுபாடு உருவாவதைத் தவிர்த்துக்கொள்வீராக. ஒற்றுமையாக இருக்கும் உங்களை வெற்றி கொள்ளும் துணிவு யாருக்கும் வராது."

அறிவிப்பைச் செவிமடுத்த, ஹிஷாம் பின் அப்துல் மலிக் வாக்குறுதியளிக்க மறுப்புத் தெரிவித்தார். ரஜா, உறுதியுடன், "மறுப்பவர்கள் மரண தண்டனைக்குள்ளாக நேரிடும்" என்றார். ஹிஷாம் அமைதியானார். அப்துல் மலிக்கின் வாரிசுகள் தங்கள் உரிமைக்குப் பாதகம் நேர்ந்ததாக இதை எடுத்துக்கொண்டனர். ஆனால், உமர் பின் அப்துல் அஸீஸைத் தவிர வேறு யாரும் கலீஃபாவாக வருவதை மக்கள் விரும்பவில்லை.

ஆவணத்தில் உமருக்குப் பின், அப்துல் மலிக்கின் குடும்ப வாரிசு கலீஃபாவாக நியமிக்கப்பட வேண்டும் என்று சொல்லப்பட்டதால், குடும்பத்தைச் சார்ந்தவர்கள் ஓரளவு திருப்தியடைந்தனர். ஆவணத்தை வாசித்த ரஜா, உமர் பின் அப்துல் அஸீஸின் பெயரைக் குறிப்பிட்டதும், இன்னல் ஏற்படும்போது சொல்லும் 'இன்னா லில்லாஹி வ இன்னா இலைஹி ராஜிஊன்' என்ற சொற்களை அதிர்ச்சியுடன் உச்சரித்த உமர், அப்படியே அமர்ந்துவிட்டார்.

அவரைக் கையைப் பற்றி எழச் செய்து மேடையில் அமர வைத்த ரஜா, முதலில் ஹிஷாம் பின் அப்துல் மலிக்கை வாக்குறுதி அளிக்க அழைத்தார். பிறகு, மற்றவர்களும் மகிழ்ச்சியுடன் வந்து வாக்குறுதி அளித்தனர். யாரும் எதிர்ப்புத் தெரிவிக்கவில்லை.

வாக்குறுதி அளிக்கும் நிகழ்வு நிறைவு பெற்ற பிறகு, சுலைமான் பின் அப்துல் மலிக்கின் இறப்புத் தொழுகையை உமர் பின் அப்துல் அஸீஸ் முன்நின்று நடத்தினார். உடல் நல்லடக்கம் செய்து முடிந்ததும் அரசின் குதிரைக் கொட்டிலிலிருந்து ஒரு குதிரை கொண்டுவரப்பட்டது. தன்னுடைய கோவேறு கழுதையே போதுமானது என்ற உமர் அதிலேறி கூடாரத்தை நோக்கிச் சென்றார்.

உமரை அரண்மனைக்கு அழைத்துச் செல்வதே அனைவருடைய விருப்பமும். அவர் சொன்னார்: "அய்யூப் பின் சுலைமானின் குடும்ப உறுப்பினர்கள் அங்கே வசிக்கிறார்கள். அவர்கள் அங்கே இருக்கும்வரை நான் எனது கூடாரத்தில் தங்குகிறேன்."

வாக்குறுதி பெற்ற உமர் அல்லாஹ்வைப் புகழ்ந்துவிட்டு உரை நிகழ்த்தினார்: "மகாஜனங்களே! முஹம்மத் (ஸல்) அவர்கள் இறுதித்தூதரும் புனித குர்ஆன் இறுதி வேதமுமாகும். எதையும் நான் புதிதாகத் தொடங்குவதற்கில்லை. ஆகவே, பின்பற்றுவதிலும் முழுமைப்படுத்துவதிலும் தொடர்ந்து ஈடுபடுவேன். உங்களைவிட எவ்வகையிலும் நான் மேலானவன் அல்ல. எனது சுமை பளு மிகுந்தது. கொடுங்கோல் ஆட்சியாளனுக்கு எதிராகச் செயல்படுபவன் குற்றவாளியல்ல. நினைவில் வைத்திருங்கள். இறைவனின் ஆணைகளுக்கு எதிரான செயல்களுக்குப் பணிந்து போவது குற்றம்."

சுலைமான் பின் அப்துல் மலிக்கின் உடலை நல்லடக்கம் செய்யும் பணிகள் முடிந்து திரும்பி வரும்போது உமரின் பணியாள் கேட்டார்: "தாங்கள் கவலை தோய்ந்த முகத்துடன் காணப்படுகிறீர்களே?" உமர் சொன்னார்: "அது பளு நிறைந்த ஒரு சுமை. ஆகவேதான் கவலையுடன் இருக்கிறேன். குறிப்பிட்ட செயல்களைப் பற்றிய விளக்கம் மறுமையில் என்னிடம் கேட்கப்படும். நான் அவற்றைச் செய்தாக வேண்டும்."

வாக்குறுதி பெறும் பணிகளும் நல்லடக்கம் செய்யும் பணிகளும்

முடிந்து வீட்டுக்குள் நுழைந்த உமரின் தாடி கண்ணீரால் நனைந்திருந்தது. பதைத்துப்போன அவரது மனைவி உடல்நலம் குறித்துக் கேட்டார். உமர் சொன்னார்: "மக்கள் அனைவருடைய சுமையும் என் தோள்மீது சுமத்தப்பட்டுள்ள நிலையில் எப்படி நலமாக இருக்க முடியும்? உடுக்க உடையற்றவர்களும் பசித்தவர்களும் நோயாளிகளும் ஒடுக்கப்பட்டவர்களும் பயணிகளும் இளைஞர்களும் குழந்தைகளும் முதியவர்களும் பெரிய குடும்பங்களுடன் ஏழ்மையில் வாழ்பவர்களும்கொண்ட பெரும் சுமை அது. இதில் எனக்கான பணிகள் குறித்து இறுதித் தீர்ப்பு நாள் விசாரணையின்போது ஏற்படும் தோல்வி பயம்தான் கண்ணீருக்கான காரணம்."

கலீஃபா உமர் பின் அப்துல் அஸீஸ், தன் மனைவி ஃபாத்திமா பின்த் அப்துல் மலிக்கிடம், "உமது ஆபரணங்கள் அனைத்தையும் பொதுக்கருவூலத்தில் சேர்த்து விடுவீராக! உமது ஆபரணங்களுடன் சேர்ந்து நாம் ஒரு கூரையின்கீழ் வாழ்வதை நான் விரும்பவில்லை" என்றார். ஃபாத்திமா பின்த் அப்துல் மலிக், தனது தந்தையார் அளித்த விலையுயர்ந்த முத்துமாலை உட்பட தனது ஆபரணங்கள் அனைத்தையும் பொதுக்கருவூலத்தில் ஒப்படைத்தார்.

உமரின் இறப்புக்குப் பின் ஆட்சிக்கு வந்த யஸீத் பின் அப்துல் மலிக், ஃபாத்திமா பின்த் அப்துல் மலிக் விரும்பினால் அவரது ஆபரணங்களைத் திரும்பப் பெற்றுக்கொள்ளலாம் என்றார். ஃபாத்திமா சொன்னார்: "நான் முழுவிருப்பத்துடன்தான் அவற்றைக் கருவூலத்தில் ஒப்படைத்தேன். உமர் பின் அப்துல் அஸீஸ் இல்லாத நிலையில் அவற்றை மீண்டும் நான் பெற்றுக்கொள்வதாக இல்லை."

சுலைமானின் இறப்பின்போது அப்துல் அஸீஸ் பின் வலீதால் வர இயலவில்லை. அடுத்த கலீஃபாவாக உமர் நியமிக்கப்பட்டது குறித்து அவர் அறியவுமில்லை. சுலைமானின் இறப்பை அறிந்த அவர், கிலாஃபத்துக்கு உரிமை கோரியதுடன் ஒரு படையுடன் டமாஸ்கசுக்குச் சென்றார். அங்கே, உமர் பின் அப்துல் அஸீஸ் கலீஃபாவாக நியமிக்கப்பட்டதை அறிந்துகொண்டார். உடனே, உமரிடம் சென்ற அப்துல் அஸீஸ் வாக்குறுதி அளித்தார். மக்கள் வாக்குறுதி அளித்த செய்தி தனக்குத் தெரியாது என்றும் சொன்னார்.

உமர் சொன்னார்: "கிலாஃபத் பொறுப்பு தங்களுக்கு வருவதாக இருந்தால், நான் குறுக்கிட்டிருக்கவோ எதிர்க்கவோ மாட்டேன்." அப்துல் அஸீஸ் பின் வலீத் இதற்குப் பதில் சொன்னார்: "அல்லாஹ்வின் மீதாணையாக, உங்களைத் தவிர, இதற்குத் தகுதியானவர் வேறு யாருமில்லை என்றே நான் கருதுகிறேன்."

கலீஃபாவாகப் பொறுப்பேற்ற உமர், அலீ (ரலி) குறித்து யாரும் தவறாகப் பேசக்கூடாது என்று உத்தரவு பிறப்பித்தார். அன்றுவரையிலும், உமய்யா வம்சத்தார், அலீ (ரலி) அவர்களை வசை பேசுவதை வழக்கமாக வைத்திருந்தனர். வெள்ளிக்கிழமை ஜுமுஆ பேருரையிலும் இதை அவர்கள் தொடர்ந்தனர். ஹஜ்ஜாஜ் பின் ஸகஃபீயை ஒரு கொடுங்கோல் ஆட்சியாளராகவே பார்த்தார் உமர். ஹஜ்ஜாஜ் நியமித்த ஆளுநர்களும் பணியாளர்களும் சுலைமான் ஆட்சிக் காலத்தில் நீக்கம் செய்யப்பட்டதில் உமரின் ஆதரவுமிருந்தது.

உமர், குராசான் ஆளுநரான யஸீத் பின் முஹல்லபை நியாயமற்றவராகக் கருதினார். வசூல் செய்யப்பட்ட வரிப்பணத்தை அவர், பொதுக்கருவூலத்தில் ஒப்படைக்கவில்லை என்பதையும் அறிந்தார். யஸீதை வரவழைத்து விசாரித்தபோது ஏற்றுக்கொள்ள இயலாத சில காரணங்களைச் சொன்னார். யஸீதைப் பணி நீக்கம் செய்து ஹலபிலுள்ள ஒரு கோட்டையில் சிறை வைத்த உமர், குராசான் ஆளுநராக ஜர்ராஹ் பின் அப்துல்லாஹ் அஸ்லமீயை நியமித்தார். ரோமானியர்களுடன் தொடர்ந்து போரிட்டும் கான்ஸ்டான்டிநோபிள் முற்றுகையிலுமிருந்த மஸ்லமா பின் அப்துல் மலிக்கையும் வீரர்களையும் திரும்ப அழைத்தார். அவர்கள் முற்றிலுமாகக் களைத்து, நொந்துபோயிருந்தனர்.

சிறிது காலத்துக்குப் பிறகு, ஜர்ராஹ் பின் அப்துல்லாஹ், திம்மிகளிடமிருந்தும் கிராஜ் எனும் அடிமைகளிடமிருந்தும் நில வரி வசூலிப்பதாகவும் விடுதலை பெற்ற அடிமைகளை ஊதியமின்றி ஜிஹாதுக்கு அனுப்புவதாகவும் கலீஃபா உமருக்குப் புகார் வந்தது. அவர் உடனடியாக ஒரு உத்தரவுப் பிறப்பித்தார்: "தொழுகையைப் பேணுபவர்கள்மீது ஜிஸ்யா நிர்ப்பந்தமல்ல."

உத்தரவைக் கேள்விப்பட்ட மக்கள், கூட்டம் கூட்டமாக இஸ்லாத்தைத் தழுவ முன்வந்தனர். அவர்களது இஸ்லாமியப்

பற்றின்மீது ஜர்ராஹ் பின் அப்துல்லாஹ் அஸ்லமீக்குத் திருப்தியில்லை. இஸ்லாத்தின் தலையாயக் கடமையாகிய தொழுகையைப் பேணுகிறார்களா என்று பார்ப்பதற்குப் பதிலாக அவர்கள் விருத்தசேதனம் செய்கிறார்களா என்று கவனிக்கத் தொடங்கினார்.

இதையறிந்த உமர் பின் அப்துல் அஸீஸ், "அல்லாஹ், முஹம்மத் (ஸல்) அவர்களைத் தன்மீது நாட்டம்கொள்ள மக்களுக்கு அழைப்பு விடுப்பவராக அனுப்பினானே தவிர, முஸ்லிம்கள் விருத்தசேதனம் செய்வதை முக்கியமாகக்கொள்வதற்கல்ல" என்று ஜர்ராஹ்வுக்கு எழுதினார். பின்னர், ஜர்ராஹ்வை டமாஸ்கசுக்கு வரவழைத்தார். அப்துர் ரஹ்மான் பின் நயீமைப் பொறுப்பில் நியமித்த ஜர்ராஹ் டமாஸ்கசுக்கு வந்து சேர்ந்தார்.

உமர் பின் அப்துல் அஸீஸ், "குராசானிலிருந்து எப்போது புறப்பட்டீர்?" என்று கேட்டார் ஜர்ராஹ்விடம். அவர், "ரமளான் மாதத்தில்" என்றார். "நீர் ஒரு அவசரக்காரர் என்பது சரியாகவே இருக்கிறது. ரமளான் முடியும்வரையாவது நீர் குராசானில் இருந்திருக்க வேண்டும்" என்றார் உமர்.

பின்னர், பாதுகாப்புத் தலைவராகவும் இமாமாகவும் அப்துர் ரஹ்மான் பின் நயீமையும் வரி வசூலிக்கும் பொறுப்புக்கு அப்துர் ரஹ்மான் குஷைரீயையும் நியமித்தார் உமர்.

அஸர்பைஜான் முஸ்லிம்கள் தாக்குதலுக்குள்ளாகி கொள்ளையடிக்கப்பட்டனர். உமர், இப்னு ஹத்தீம் பஹ்லீ தலைமையிலான ஒரு படையை அங்கே அனுப்பி வைத்தார். நிலைமை கட்டுப்பாட்டுக்குள் வந்ததுடன் இஸ்லாமிய ஆட்சியின் சிறப்பு மீண்டும் நிறுவப்பட்டது. உமரின் ஆட்சியின்போதுதான் சிந்து மக்களும் அதன் அரசர்களும் மனமுவந்து இஸ்லாத்தைத் தழுவினார்கள். இஸ்லாம் அங்கே பரவலாக வியாபித்தது. உணவுப் பொருள்களுடனும் போர்க் கருவிகளுடனும் ஸ்பெயினை நோக்கி ஒரு படை அனுப்பி வைக்கப்பட்டது. ரோமானியர்கள் மீதான சில வெற்றிகளும் அப்போது கிடைத்திருந்தன.

உமய்யா வம்சத்தாரின் அதிருப்தி: உமய்யா வம்சத்தார் தங்கள் ஆட்சியின்போது அளவுக்கு அதிகமாக வளம் பெற்றனர். நிலங்களையும் சிற்றூர்களையும் சொந்தமாக்கிக்கொண்டனர். பிற

முஸ்லிம்கள் இவற்றைப் பறிகொடுக்க வேண்டிய நிலைமைக்கு ஆளாயினர். ஆட்சியாளர்களை எதிர்த்துக் குரலெழுப்ப யாரும் துணியவில்லை. மனைவியின் ஆபரணங்களைப் பொதுக்கருவூலத்தில் ஒப்படைத்த உமர், உமய்யா வம்சத்தாரை ஒன்றுதிரட்டி ஓர் உரை நிகழ்த்தினார்.

"இறைத்தூதர் அவர்களிடம் ஃபதக் பழத்தோட்டம் இருந்தது. அதன் வருமானம், ஹாஷிம் வம்சத்தாரின் பிள்ளைகளைப் பராமரிக்கவும் அவர்களின் விதவைகளுக்குத் திருமணம் செய்து வைக்கவும் பயன்படுத்தப்பட்டது. நபிகளாரின் மகள் ஃபாத்திமா அதைத், தனக்கு உரிமையாக்க விரும்பினார். ஆனால், அவருக்குக் கொடுக்கப்படவில்லை. அபூபக்ர் ஸித்தீக், உமர் பின் கத்தாப் ஆட்சிக்காலங்களிலும் அது அப்படியே இருந்தது. மர்வான் அதை உடைமையாக்கிக் கொண்டார். ஆகவே, அவரிடமிருந்து எனக்கு அது உரித்தாகிறது. ஆனால், இறைத்தூதர் தன் மகளுக்குக் கொடுக்க மறுத்த ஓர் உடைமை, எப்படி எனக்குரியதாகும் என்பதை நான் புரிந்து கொள்ளத் தவறிவிட்டேன். ஆகவே, ஃபதக் பழத்தோட்டத்தின் உரிமை, இறைத்தூதர் அவர்கள் காலத்திலிருந்த அதே நிலையில் இருக்கும். இதற்கு நீங்கள் சாட்சியாக வேண்டுமென்று விரும்புகிறேன்."

பின்னர், தன்னுடைய உறவினர்களான உமய்யா வம்சத்தாரின் உரிமையின்கீழ், அனுமதியின்றி வைக்கப்பட்டிருந்த சொத்துகளையும் பிற உடைமைகளையும் திருப்பிக் கொடுக்கச் செய்தார்.

அவ்ஸ் கூறுகிறார்: "உமய்யா வம்சத்தின் பெரும்பாலான தலைவர்களும் கண்ணியம் மிக்கவர்களும் கூடியிருந்த ஓர் அவையில் உமர் சொன்னார்: 'ஏதாவது ஆட்சிப் பகுதிக்குப் படைத்தலைவர்களாகவோ ஆளுநர்களாகவோ உங்களை நியமிக்க வேண்டுமென்று விரும்புகிறீர்கள். ஆனால், உங்களது நிலை அதற்குப் பொருத்தமானதாக இல்லை. எனது இறையச்சம் காரணமாக, முஸ்லிம்களின் தலைவர்களாக உங்களை நியமிக்க இயலாது.' அதற்கு அவர்கள், 'உங்களுடைய உறவின் முறையில்கூடவா அதற்கான உரிமையோ தகுதியோ எங்களிடமில்லை?' என்று கேட்டனர். 'இந்த விஷயத்தில் உங்களுக்கும் பிற முஸ்லிம்களுக்கும் இடையே நான் சிறிதளவுகூட வேற்றுமைப் பார்க்க இயலாது' என்றார் உமர்."

நபிவழி கிலாஃபத்துக்குப் பிறகு மக்களாட்சியின் புகழ் மங்கிவிட்டது. பின்னர், சர்வாதிகார முறையிலான ஒருவகை ஆட்சி மேலெழுந்தது. இது, சீஸர் மற்றும் கிஸ்ரா அரசுகளின் ஆட்சி முறை. இஸ்லாமிய ஆட்சியின் சிறப்பை மீட்கவும், அபூபக்ர் ஸித்தீக், உமர் பின் கத்தாப் (ரலி) ஆகியோரது ஆட்சிக் காலத்தை மக்களுக்கு மீண்டும் நினைவூட்டவும் உமர் பின் அப்துல் அஸீஸ் கடும் முயற்சிகளை மேற்கொண்டார்.

உமரின் கிலாஃபத்தின்போது உமய்யா வம்சத்தார் பெரும் இழப்புகளை எதிர்கொண்டனர். முறைகேடாகக் கைப்பற்றியிருந்த அவர்களது சொத்துகள் திருப்பியெடுக்கப்பட்டன. பிற இனக்குழு மக்களுடன் ஒப்பிடும்போது தங்களுடைய ஆட்சிக் காலத்தில் அனுபவித்து வந்த மேன்மைகளை உமரின் சமத்துவம், நடுநிலை போன்றவற்றால் அவர்கள் இழக்கத் தொடங்கினர். அவரது இறையச்சத்தையும் ஒழுக்கத்தையும் நேர்மையையும் மற்றவர்கள் புகழ்வதுபோல் உமய்யா வம்சத்தாரும் புகழ வேண்டிய நிர்ப்பந்தமிருந்தது. ஆயினும், உமரின் கிலாஃபத் உமய்யாக்களின் நலன்களுக்கு எதிரானது என்பதில் அவர்களிடையே மாற்றுக்கருத்தில்லை.

ஒரு முறை உமய்யா வம்சத்தார், தங்களுடைய சொத்துகளைக் காப்பாற்றிக்கொள்ளும் நோக்கத்துடன், உமரின் தந்தைவழி உறவினரான ஃபாத்திமா பின்த் மர்வானிடம் சென்று, உமரிடம் தங்களுக்காகப் பரிந்துரை செய்யும்படி கேட்டனர். உமர், ஃபாத்திமாவைப் பெரிதும் மதிப்பவர். அவர், உமரிடம் உமய்யா வம்சத்தாருக்காகப் பரிந்துரை செய்தார். உமய்யா வம்சத் தலைவர்களுக்குச் சொன்ன அதே பதிலை அவரிடம் விளக்கமாகச் சொன்னார் உமர். இதனை ஏற்றுக்கொண்ட ஃபாத்திமா சொன்னார்: "உமது சகோதரர்கள் வற்புறுத்தியதால் மட்டுமே நான் உம்மிடம் வந்தேன். இத்தகைய தூய்மையான, கண்ணியமான கொள்கைகளைப் பேணிப் பாதுகாக்கும் உம்மிடம் நான் எதையும் வற்புறுத்த விரும்பவில்லை."

திரும்பிச் சென்ற ஃபாத்திமா பின்த் மர்வான், உமய்யாக்களிடம் சொன்னார்: "நீங்கள் உமர் பின் கத்தாபின் பேத்தியுடன் திருமண உறவு வைத்தீர்கள். அவரது இரத்தம்தான் உங்கள் வாரிசுகளிடமும் ஓடுகிறது."

நற்பண்புகளும் பழக்கவழக்கங்களும்: ஹகம் பின் உமர் சொல்கிறார்: "ஒருநாள் நான் உமர் பின் அப்துல் அஸீஸுடன் இருக்கும்போது, குதிரைக் கொட்டில் பணியாளர் வந்து, கொட்டில் பராமரிப்புச் செலவுக்குப் பணம் கேட்டார். உமர் அவரிடம், 'குதிரைகள் அனைத்தையும் சிரியாவுக்குக் கொண்டுபோய் விற்று, பணத்தை அல்லாஹ்வின் பாதையில் செலவிடுவீராக! எனக்கு என்னுடைய கோவேறு கழுதையே போதுமானது' என்றார்."

ஸுஹ்ரீ சொல்கிறார்: "உமர் பின் அப்துல் அஸீஸ், சலீம் பின் அப்துல்லாஹ்விடம் ஸதக்கா குறித்து உமர் பின் கத்தாபின் வழிமுறை என்னவென்று கடிதம் மூலம் கேட்டார். சலீம் தன்னுடைய பதிலின் இறுதி வாசகமாக, 'மக்களை வழிநடத்துவதில் நீங்கள் உமர் பின் கத்தாபைப் பின்பற்றினால் அல்லாஹ்விடத்தில் அவரைவிடச் சிறப்பான ஓர் இடத்தை அடைவீர்கள்' என்று குறிப்பிட்டிருந்தார்."

கலீஃபாவாக மக்களிடமிருந்து வாக்குறுதி பெற்ற உமர் பின் அப்துல் அஸீஸ் கண்கலங்கி, "என்னைக் குறித்து நான் பெரிதும் அஞ்சுகிறேன்" என்றார். அப்போது ஹம்மாத், "திர்ஹம்களையும் தினார்களையும் நீங்கள் எவ்வளவு தூரம் நேசிக்கிறீர்கள்?" என்று கேட்டார். "அவற்றை நான் சிறிதளவுகூட நேசிக்கவில்லை" என்றார் உமர். "பிறகேன் கலக்கம்கொள்ள வேண்டும்? அல்லாஹ் உங்களுக்குத் துணையிருப்பான்" என்றார் ஹம்மாத்.

உமர் பின் அப்துல் அஸீஸிடம், ஹனீஃபா பின் ஸயீத் பின் ஆஸ், "உங்களுக்கு முன்பிருந்த கலீஃபாக்கள் பல்வேறு பரிசுகளை எங்களுக்கு வழங்கினார்கள். நீங்கள் அந்த வழக்கத்தை நிறுத்தி விட்டீர்கள். என்னிடம் சிறிதளவு நிலம் இருக்கிறது. எனது குடும்பத்தை நடத்திச் செல்ல அதன்மூலம் எதையாவது பெற விரும்புகிறேன்" என்றார்.

"கடின உழைப்பின் மூலம் நீர் அடைவதே உமக்குரியது" என்று சொல்லிவிட்டு, "அடிக்கடி மரணத்தை நினைவில்கொள்வீராக! எனில், துன்பங்கள் இலகுவாவதுடன், மனம் மகிழ்ச்சியை உணரும்" என்றார்.

சில ஆளுநர்கள், தங்கள் நகரங்களிலுள்ள கோட்டைகளையும் வீதிகளையும் செப்பனிட வேண்டும் என்றும் அதற்கான

நிதியுதவியைப் பெருமனதுடன் அனுப்பி வைக்க வேண்டும் என்றும் கலீஃபாவுக்குக் கடிதமெழுதினார்கள். கடிதத்தைப் படித்த கலீஃபா, "நகரங்களில் நீதிக்கான கோட்டைகளைச் செப்பனிடவும் ஒடுக்குமுறையை அகற்றி வீதிகளைத் தூய்மைப்படுத்தவும் முற்படுங்கள்" என்று பதிலெழுதினார்.

இப்ராஹீம் ஸக்கூனி (ரஹ்) கூறுகிறார்: "உமர் பின் அப்துல் அஸீஸ் அடிக்கடி, பொய் சொல்வது தீயொழுக்கம் என்றும் எனக்கு நினைவு தெரிந்து நான் பொய் சொன்னதில்லை என்றும் சொல்வார்."

வஹப் பின் முனப்பிஹ் கூறுகிறார்: "எனது சமூகத்தில் ஒரு மஹ்தீ பிறந்தார் எனில் அவர் உமர் பின் அப்துல் அஸீஸ் அவர்கள்தான்."

முஹம்மத் பின் ஃபதலஅ கூறுகிறார்: "அப்துல்லாஹ் பின் உமர் பின் அப்துல் அஸீஸ், ஒரு தீவில் வாழ்ந்து வந்த துறவி ஒருவரைக் கடந்து சென்றார். அந்தத் துறவி தனது இயல்புக்கு மாறாக, அப்துல்லாஹ்விடம் சென்று, 'நான் உம்மிடம் வருவதற்கான காரணத்தை அறிவீரா?' என்று கேட்டார். 'தெரியவில்லை' என்றார் அப்துல்லாஹ். துறவி சொன்னார், 'நீர், ஒழுக்கமும் நேர்மையுமுள்ள இமாம் ஒருவரின் புதல்வர் என்பதால்' என்றார் துறவி."

மாலிக் பின் தீனார் கூறுகிறார்: "உமர் பின் அப்துல் அஸீஸ் அவர்கள் கலீஃபாவாக இருந்த காலத்தில் இடையர்கள், 'கலீஃபாவாக இருப்பவர் யார்? ஓநாய்கள் இப்போது வெள்ளாடுகளை வேட்டையாடுவதில்லையே?' என்று கேட்டனர்."

மூஸா பின் அயூம் கூறுகிறார்: "நாங்கள் எங்கள் வெள்ளாடுகளைக் கர்மானில் மேயவிட்டு வந்த ஒரு நாள், ஓநாய் ஒன்று ஆட்டைப் பிடித்துக் கொண்டுபோய்விட்டது. நான், 'இன்று நபிவழி கலீஃபா இறந்திருக்க வேண்டும்' என்று அலறினேன். பிறகுதான் அறிந்துகொண்டேன். அன்றுதான், உமர் பின் அப்துல் அஸீஸ் அவர்கள் இறந்தார் என்று."

வலீத் பின் முஸ்லிம் கூறுகிறார்: "குராசான்வாசி ஒருவர், உமய்யா வம்சத்தைச் சேர்ந்த, முகத்தில் வடுவுள்ள ஒருவர் கலீஃபாவாக ஆவார். நீர் அவருக்கு வாக்குறுதி அளிக்கச் செல்ல வேண்டும்

என்று கனவில் வந்து ஒருவர் சொன்னதாகக் குறிப்பிட்டார். உமர் பின் அப்துல் அஸீஸ் கலீஃபாவானதும் அதே மனிதர், வாக்குறுதி அளிக்கச் செல்லும்படி அடுத்தடுத்து மூன்று நாள்கள் கனவில் வந்து சொன்னார். அதன்படி, குராசான்வாசி அங்கிருந்து புறப்பட்டுச் சென்று உமர் பின் அப்துல் அஸீஸ் அவர்களுக்கு வாக்குறுதி அளித்தார்.''

ஸயீத் பின் முசய்யிபிடம் ஹபீப் பின் ஹின்த் அஸ்லமீ, ''கலீஃபாக்கள் மூவர். அவர்கள், அபூபக்ர் ஸித்தீக், உமர் பின் கத்தாப், உமர் பின் அப்துல் அஸீஸ் ஆகியோர்'' என்றார். ஹபீப் கேட்டார்: 'முந்தைய இருவரையும் நான் அறிவேன். மூன்றாமவர் யார்?' ஸயீத் சொன்னார்: 'அப்போது நீர் உயிருடனிருந்தால் பார்ப்பீர்.' உமர் பின் அப்துல் அஸீஸ் கலீஃபாவாகும் முன் ஸயீத் பின் முசய்யிப் இறந்துபோனார்.

மாலிக் பின் தீனார் கூறுகிறார்: ''துறவு நிலையென்று ஒன்று இருந்தால் அது, உமர் பின் அப்துல் அஸீஸின் வாழ்நிலைதான் என்று மக்கள் கூறுவது வழக்கம். உமரைத் தேடி உலகம் வந்தது. உமர் அதைவிட்டு விலகி நின்றார்.''

யூனுஸ் பின் அபூஷபீப் கூறுகிறார்: ''கலீஃபாவாக ஆவதற்கு முன், உமர் பின் அப்துல் அஸீஸை நான் பார்த்திருக்கிறேன். புஷ்டியான உடல்வாகு காரணமாக அவரது கால்சட்டையின் பட்டை அடிவயிற்றிலிருக்கும். கலீஃபாவாக ஆன பிறகு, உடல் எலும்புகளை எண்ணி விடலாமெனும் அளவுக்கு மெலிந்துபோனார்.''

மஸ்லமா பின் அப்துல் மலிக் கூறுகிறார்: ''உமர் பின் அப்துல் அஸீஸ் நோய்வாய்ப்பட்ட நிலையில் நான் பார்க்கச் சென்றேன். அவர் உடம்பில் கிடந்த அழுக்கு மேலாடையைக் கண்டதும், அவரது மனைவியான எனது சகோதரியிடம் மேலாடையை துவைப்பதில்லையா? என்று கேட்டேன். அவரிடம் மாற்று ஆடை இல்லை என்றார் அவர்.''

உமரின் பணியாளான அபூஉமய்யா கூறுகிறார்: ''ஒருநாள், தலைவர் உமரின் மதிப்புக்குரிய மனைவியிடம் அவரை விதைகளை உண்டு எனக்கு அலுத்துப்போய் விட்டது என்றேன். அவர் சொன்னார்: 'உமது தலைவர் தினமும் அதைத்தான் உண்கிறார்.'

ஒருநாள், உமர் தன் மனைவியிடம், "எனக்கு திராட்சைப்பழம் உண்ண வேண்டும் போலிருக்கிறது" என்றார். மனைவி சொன்னார்: "ஒரு திர்ஹம்கூட என்னிடம் இல்லை. அமீருல் முஃமினீனாகிய தங்களிடமும் திராட்சை வாங்கப் பணமில்லையா?" உமர் சொன்னார்: "திராட்சைப்பழ ஆசையை நான் மனதிற்குள் புதைத்துக்கொள்வது, நரகில் நாளை சங்கிலிக் கண்ணிகளைத் தின்பதைவிட மேலானது."

தனது கிலாஃபத்தின்போது வெளியிலிருந்து வீட்டுக்கு வரும் உமர், சஜ்தாவில் கிடந்து கண்ணீர் விட்டபடியே தூங்குவார் என்று அவரது மனைவியார் கூறுவார். உமர் பின் அப்துல் அஸீஸ் போன்று அல்லாஹ்வுக்குப் பயப்படுகிற ஒருவரைத் தான் பார்த்ததே இல்லை என்பார் வலீத் பின் அபூசாயிப்.

ஸயீத் பின் சவீத் சொல்கிறார்: "உமர் பின் அப்துல் அஸீஸ், ஒரு வெள்ளிக்கிழமை ஜுமுஆ தொழுகைக்குத் தலைமையேற்க வந்தார். அவருடைய மேலாடையின் முன்பின் பகுதிகளில் ஒட்டுப்போடப்பட்டிருப்பதைக் கண்ட ஒருவர், "அமீருல் முஃமினீனே! அல்லாஹ் உங்களுக்கு எல்லாமே கொடுத்திருக்கிறான். நீங்கள் ஏன் புதிய உடைகள் தைத்துக் கொள்ளக்கூடாது?" என்று கேட்டார். அப்படியே சிந்தனையிலாழ்ந்த உமர், "வளமான நிலையில் எளிமையும் அதிகாரத்தின்போது மன்னிக்கும் ஆற்றலும் நற்பண்புகளில் சேரும்" என்றார்.

ஒருநாள் உமர் சொன்னார்: "மக்களிடையே நீதியை முழுமையாக நிறுவவும் அதன்மூலம் அவர்களது மனங்களிலிருந்து உலகியல் ஆர்வங்களைக் களையவும் விரும்புகிறேன். ஆனால், மக்கள் மனங்கள் அதற்கேற்ப வலுவுடனில்லை என்பதையும் உணர்ந்துகொள்ள முடிகிறது."

"உமர் பின் அப்துல் அஸீஸ் ஒரு மஹ்தீ" என்றார் தாஊஸ். இப்ராஹீம் பின் மைசரா சொன்னார்: "அவர் மஹ்தீ மட்டுமல்ல, முழுமை பெற்ற நீதிமானும்கூட."

ஜுவைரா கூறுகிறார்: "நாங்கள் ஃபாத்திமா பின்த் அலீயிடம் சென்றோம். அவர் உமர் பின் அப்துல் அஸீஸை மிகவும் பாராட்டியதுடன் உமர் இருந்தால் எங்களுக்கு எந்தக் குறையும் நேர்ந்திருக்காது என்றார்."

உமர் பின் முஹாஜிர் கூறுகிறார்: "அவரது தினச் சம்பளம் இரண்டு திர்ஹம்கள் என நிர்ணயிக்கப்பட்டிருந்தது. அவரது விளக்குக் கம்பம், களிமண் பூசப்பட்ட மூன்று கழிகளால் செய்யப்பட்டது."

ஒருநாள் தனது பணியாளரிடம் சிறிது வெந்நீர் கேட்டார் உமர். அவர், அரண்மனைச் சமையல் கூடத்தில் நீரைக் கொதிக்க வைத்து எடுத்து வந்தார். அது எங்கிருந்து கொண்டு வரப்பட்டது என்பதை அறிந்த உமர் ஒரு திர்ஹம் மதிப்புள்ள விறகை அதற்கான விலையாக அனுப்பி வைத்தார்.

பொதுக்கருவூலத்தில் உமருடன் அமர்ந்து மக்கள் அரசியல் விவகாரங்களைப் பேசும்போது கருவூல விளக்கு எரிந்துகொண்டிருக்கும். மக்கள் அங்கிருந்து அகன்றதும் அதை அணைத்து விட்டுத் தன்னுடைய விளக்கை எரிய விடுவது உமரின் வழக்கம்.

முந்தைய அமீர்கள் காவல் வீரர்கள் படைசூழ வாழ்ந்திருந்த நிலையில், உமர் கலீஃபாவாக ஆனதும், "விதியும் மரணமும் எனக்குக் காவலிருக்கின்றன. ஆகவே, நீங்கள் தேவையில்லை. உங்களில் யாராவது என்னுடனிருக்க விரும்பினால் மாதம் ஒன்றுக்குப் பத்து தினார்களே ஊதியம் வழங்கப்படும். இதில் விருப்பமில்லாதவர்களுக்குத் தங்கள் இல்லத்திற்குச் சென்று சுதந்திரமாக வாழ உரிமையிருக்கிறது" என்றார்.

உமரின் ஆட்சியின்போது, அமீர் முஆவியா (ரலி) அவர்களை வசைபேசிக்கொண்டிருந்த ஒருவருக்குக் கசையடித் தண்டனை கிடைத்தது. உமர் தனது குடும்பச் செலவைக் குறைத்த நிலையில் குடும்ப உறுப்பினர்கள் முறையிட்டனர். "உங்களுடைய முந்தைய செலவுகளைத் தொடர்ந்து செய்துகொண்டிருக்க இயலாது. பொதுக்கருவூலத்தின் மீதான உரிமை எல்லா முஸ்லிம்களைப் போன்றதே உங்களுக்கும்" என்றார்.

யஹ்யா கஸ்ஸானி கூறுகிறார்: "உமர் பின் அப்துல் அஸீஸ் அவர்கள், என்னை மோசில் ஆளுநராக நியமித்தபோது அங்கே திருட்டுகள் அதிகமாக நடந்துகொண்டிருந்தன. இதை உமருக்கு அறிவித்த நான், இதற்கான தண்டனையை முடிவு செய்வது சாட்சியத்தின் அடிப்படையிலா, சொந்தக்கருத்தின்

அடிப்படையிலா, ஊகத்தின் அடிப்படையிலா என்பதை அறிய விரும்பினேன். ஒவ்வொரு விசாரணைக்கும் சாட்சிகள் முக்கியம் என்றும் மனத்தளவில் திருந்தாதவர்களை அல்லாஹ் ஒருபோதும் திருத்தமாட்டான் என்றும் குறிப்பிட்டார். மோசுல் பிறகு, பாதுகாப்பான ஒரு பகுதியாக மாறியது."

ரஜா பின் ஹய்வா கூறுகிறார்: "ஒரு நாள், நான் உமர் அவர்களுடன் இருக்கும்போது, விளக்கு அணைந்தது. பணியாளர் தூங்கிக்கிடந்தார். அவரை எழுப்ப முயன்றபோது தூங்குபவரை எழுப்ப வேண்டாமென்று தடுத்தார். நான் எழுந்தபோது, 'விருந்தினரை வேலை செய்ய வைப்பது மரியாதையில்லை' என்று சொல்லி அவரே எழுந்து விளக்குக்கு எண்ணெயிட்டுப் பற்ற வைத்து விட்டு, 'நான் முன்பிருந்த அதே உமர் பின் அப்துல் அஸீஸ்தான். ஒரு விளக்கைப் பற்ற வைப்பதால் ஒன்றும் கலீஃபாவின் கௌரவம் பாதிக்கப்பட்டுவிடாது என்றார்."

அதாஉ கூறுகிறார்: "கலீஃபா உமர் அவர்கள் இரவு நேரங்களில் மார்க்க அறிஞர்களை வரவழைத்து இறப்பையும் இறுதித் தீர்ப்பு நாளையும் குறித்து உரையாடுவது வழக்கம். அப்போது அவர், கண்களில் நீர்வழிய அமர்ந்திருப்பார்."

அப்துல்லாஹ் பின் கப்ரா கூறுகிறார்: "உமர் பின் அப்துல் அஸீஸ் தமது ஜுமுஆ பேருரைகளில் ஒன்றை வலியுறுத்திச் சொல்வார்: 'முஸ்லிம்களே! உங்களது அகப்பண்புகளைச் சீர்செய்து கொள்வீர்களாக! எனில், உங்களது புறச்செயல்பாடுகள் தானாகவே செம்மைப்படும். உலகின் மீது தேவைக்கதிகமான பற்று வைக்காதீர்கள். உங்கள் மூதாதையர்கள் மரணித்து விட்டனர் என்பதை நினைவில் வைத்திருங்கள்."

உங்களை விடவும் இறையச்சமும் பண்பும் அறிவும்கொண்ட மூதாதையரைப் பின்பற்றுங்கள் என்று உமர் பின் அப்துல் அஸீஸ் சொல்வது வழக்கம். தனது மகன் அப்துல் மலிக் இறந்தபோது உமர் சொன்னார்: "அப்துல் மலிக் மகத்தானவராக தென்படுவது என்னுடைய பார்வையில் மட்டும்தானா அல்லது மற்றவர்களுக்குமா என்பதை அறிந்துகொள்ள விரும்புகிறேன். ஒரு தந்தையின் கண்களுக்கு மகத்துவமாகத் தெரியும் மகன், பிறரது பார்வையில் அப்படி இல்லாமலும் இருக்கலாம்."

உஸாமா பின் ஸைதின் மகள் உமரைக் காணச் சென்றார். அவரை வரவேற்ற உமர், அவர் எதிரில் மரியாதையுடன் அமர்ந்து தேவைகளை நிறைவேற்றி வைத்தார். ஒருமுறை உமரின் உறவினர்கள் சிலர் அமீருல் முஃமினீனின் கவனத்தை நகைச்சுவை உரையாடலினூடே தங்கள் பக்கம் திருப்புவதாக முடிவு செய்து வந்தனர். ஒருவர் நகைச்சுவையுடன் பேச, மற்றவர்கள் இதற்கு உதவியாக இருந்தனர். உமர் பின் அப்துல் அஸீஸ் சொன்னார்: "வெறுப்பூட்டுவதும் தகுதியற்றதுமான விஷயத்தை முன்வைத்து நீங்கள் ஒன்று சேர்ந்திருக்கிறீர்கள். குர்ஆனையும் இறைத்தூதரின் பொன்மொழிகளையும் கற்று அதன் பொருள் குறித்து சிந்திப்பது சிறந்தது."

யஹ்யா கஸ்ஸானி அறிவிக்கிறார்: "கலீஃபா சுலைமான் பின் அப்துல் மலிக், ஒரு காரிஜிக்கு மரண தண்டனை அளிப்பதாக முடிவு செய்தார். இதை ஏற்க மறுத்த உமர், "செய்த குற்றத்தை நினைத்து அவன் வருந்த வேண்டும். அதுவரைக்கும் அவனைச் சிறை வைக்கலாம்" என்று அறிவுறுத்தினார். காரிஜியை வரவழைத்த சுலைமான், "நீர் ஏதாவது சொல்ல விரும்புகிறீரா?" என்று கேட்டார். அவனோ, "இழிந்தவனே! இழிவின் வாரிசே! நீர் செய்ய நினைப்பதைச் சொல்லும்" என்றான். "உமரின் அறிவுரைகள் எனக்குத் தடையாக உள்ளன" என்ற சுலைமான், உமரின் முன்னால் அவனை நிறுத்தி தன்னிடம் சொன்னதை மீண்டும் சொல்ல வைத்தார். "இப்போது இவனைப் பற்றி என்ன சொல்கிறீர்?" என்று கேட்டார் சுலைமான். சிறிது நேரம் மௌனமாக இருந்த உமர், "அமீருல் முஃமினீனே! அவன் உங்களைத் திட்டியதுபோல் நீங்களும் அவனைத் திட்டிவிடுங்கள்" என்றார். இதை ஏற்கமறுத்த கலீஃபா மரண தண்டனையை நிறைவேற்றினார். திரும்பி வரும் வழியில் உமர், நகர நீதிபதியான காலிதைச் சந்தித்தார். காலித் சொன்னார்: "காரிஜி கலீஃபாவைத் திட்டியதைப்போல் கலீஃபாவும் அவரைத் திட்ட வேண்டும் என்று நீங்கள் சரியான அறிவுரை கூறினீர்கள். கலீஃபா உங்களுக்கும் மரண தண்டனை விதித்து விடுவாரோ என்று நான் பயந்து போனேன்" என்றார். "கலீஃபா எனக்கு மரண தண்டனை அளித்தால் நீர் அதை நிறைவேற்றியிருப்பீரா?" என்று கேட்டார் உமர். "நிச்சயமாக!" என்றார் காலித்.

உமர் பின் அப்துல் அஸீஸ் கலீஃபாக பொறுப்பேற்றதும்

வழக்கம்போல் காலித் வந்து அவரருகில் நின்றார். உமர், காலிதிடம் வாளைக் கீழே வைக்கும்படி சொல்லிவிட்டு அவரைப் பதவியிலிருந்து நீக்கினார். தொடர்ந்து, நகர நீதிபதியாக அம்ர் பின் மஹ்ஜீர் அன்சாரியை நியமித்தார்.

உமர், "சொற்போர்கள், கோபம், கவர்ச்சி ஆகியவற்றிலிருந்து விலகியிருப்பவர்கள் மீட்சி பெறுவார்கள்" என்பார். பாதுகாப்புக் காரணங்களை முன்வைத்து உணவு விஷயங்களில் முன்னெச்சரிக்கையாக இருக்க வேண்டுமென்று கலீஃபா உமரை ஒருவர் அறிவுறுத்தினார். "அல்லாஹ்வே! நீ வாக்களித்துள்ள இறுதித் தீர்ப்பு நாளைத் தவிர நான் அஞ்சுகிற எதிலிருந்தும் என்னைப் பாதுகாக்காமலிருப்பாயாக" என்றார் உமர்.

ஒருமுறை உமர் சொன்னார்: "மகாஜனங்களே! அல்லாஹ்வுக்குப் பயப்படுங்கள். வாழ்க்கை இன்பங்களைத் தேடி அலையாதீர்கள். உங்களுக்கென விதிக்கப்பட்ட வாழ்க்கை மலையுச்சியில் இருந்தாலும் பாதாளத்தினுள் புதையுண்டுக் கிடந்தாலும் உங்களை வந்தடைந்தே தீரும்."

அஸ்ஹர் கூறுகிறார்: "உமர் கலீஃபா ஒட்டுகளுடனான மேலாடையை அணிந்து வெள்ளிக்கிழமை ஜுமுஆ பேருரை நிகழ்த்துவதை நான் பார்த்திருக்கிறேன்."

அம்ர் பின் கைஸ் ஸக்கூனியை ஸைஃபா படைத்தளபதியாக நியமித்த உமர், அவர் புறப்படும்போது சொன்னார்: "இறையச்சமுள்ளவர் சொல்லுக்குச் செவிமடுப்பீராக! கெட்டவர்களை மன்னித்து விடுவீராக. அவர்களுக்கு மரணதண்டனையளித்து வசைக்கு ஆளாகாதீர். நடுநிலையுடன் செயலாற்றுங்கள். எனில், வீரர்கள் உங்களுக்குக் கீழ்ப்படிவார்கள்."

குராசான் மக்கள் மிகுந்த முரட்டுக்குணம் படைத்தவர்கள் என்றும் வாட்களால்தான் அவர்களை வழிக்குக்கொண்டு வர இயலும் என்று குராசான் ஆளுநர் ஜர்ராஹ் பின் அப்துல்லாஹ் உமருக்குக் கடிதமெழுதினார். இது தவறான முடிவு. நீதியும் அவர்களது உரிமைகளைப் பேணுவதும் இயல்பாகவே அவர்களை நல்வழிப்படுத்தும். ஆகவே, இதில்தான் கவனம் செலுத்த வேண்டும் என்று பதில் எழுதினார் உமர்.

சில வேளைகளில் குறிப்பிட்ட கருத்துக்கள் தொடர்பாக உமர் கடிந்து பேசியதாகச் சொல்கிறார் ஸாலே பின் ஜுபைர். "அரசனின் அதிருப்திக்கு மக்கள் பயப்பட வேண்டும் என்றும் அரசனின் கோபம் தணிந்த பிறகுதான் மக்கள் அவரெதிரில் செல்ல வேண்டும்" என்றும் ஒரு நூலில் குறிப்பிட்டிருப்பதாகச் சொன்னார் ஸாலே. உமர் சொன்னார்: "ஸாலே, என்னைப் பொறுத்தவரை இம்முறையைப் பயன்படுத்த உமக்கு அனுமதியில்லை."

தஹபீ கூறுகிறார்: "உமர் பின் அப்துல் அஸீஸ் அவர்களின் ஆட்சியின்போது கைலான் என்பவன் விதியை மறுத்துப் பேசினான். தனது குற்றத்தை அவன் உணர்ந்துகொள்ள வேண்டுமென்றும், வழிதவறிப் போயிருக்கும் அவனை நல்வழிப்படுத்த வேண்டுமென்றும் சொன்ன உமர், அவனுக்காக இறைவனிடம் வேண்டினார்: "அல்லாஹ்வே! இவன் உண்மையானவனாக இருந்தால் நல்லது. பொய்யனாக இருந்தால் இவனுக்கான தண்டனையை வழங்குவாயாக" என்று சொல்லி அவனை விடுதலை செய்தார். கைலான் தொடர்ந்து, தனது கொள்கையைப் பரப்புரை செய்தான். கலீஃபா ஹிஷாம் பின் அப்துல் மலிக் அவனுக்கு மரணதண்டனை விதித்தார்.

ஒருமுறை மர்வான் வம்சத்தார் ஒன்றுதிரண்டு உமர் பின் அப்துல் அஸீஸின் மகனிடம், "உமது தந்தையிடம் கூறுவீராக! இதுவரையிலான கலீஃபாக்கள் அனைவரும் நிலங்களும் பல்வேறு பரிசுகளும் தந்து எங்களை ஆதரித்தனர். ஆனால், உமர் கலீஃபாவால் நாங்கள் இவற்றை இழந்து நிற்கிறோம்" என்றனர். மகன் இச்செய்தியைத் தந்தையிடம் அறிவித்தார். அவர், நான் சொன்னதாக, இதை நீர் அவர்களுக்கு அறிவித்துவிடுவீராக: "நான் இறைவனுக்கு மாறுசெய்தால், மகத்தான நாளில் ஏற்படும் துன்பத்திற்கு நான் நிச்சயமாக அஞ்சுகிறேன்..." *(அல்குர்ஆன் 6:15)*

கவாரிஜ்கள் : மேற்குறிப்பிட்ட நிகழ்வுகளின்மூலம் கவாரிஜ்களின் வன்மங்கள் முடிவுக்கு வரவில்லை என்பதையும் முற்றிலுமாக அது அழிக்கப்படவில்லை என்பதையும் புரிந்துகொள்ள இயலும். ஆற்றல் வாய்ந்த கலீஃபா ஆட்சிக்கு வரும்போது அவர்கள் அமைதி காப்பதும் வாய்ப்புக் கிடைத்ததும் களத்தில் இறங்குவதுமாக

இருந்தனர். கவாரிஜ்களின் கிளர்ச்சிகளுக்கும் எழுச்சிகளுக்கும் இராக்கும் குராசானுமே மையங்களாக இருந்து வந்தன. அவர்களது சதிச்செயல்கள் அனைத்தும் இங்குதான் திட்டமிடப்பட்டன.

கவாரிஜ்கள் சில நேரங்களில் வெளிப்படையாகவும் சில நேரங்களில் மறைமுகமாகவும் செயல்பட்டனர். கலீஃபா உமர் பின் அப்துல் அஸீஸின் கண்ணியத்தையும் இறையச்சத்தையும் மக்கள் நன்கறிந்திருந்தனர். கவாரிஜ்களும் இதை அறிவார்கள். அவர்கள் உமர் போன்ற இறையச்சமுள்ள ஒருவரின் கிலாஃபத்துக்கெதிராகப் புரட்சி செய்வதில்லை என்று முடிவுசெய்தனர்.

ஒருமுறை, குராசானில் அவர்கள் கிளர்ச்சியில் ஈடுபட்டனர். அவர்களால் யாருக்காவது உயிரிழப்பு ஏற்பட்டால் ஒழிய எந்த நடவடிக்கையும் எடுக்க வேண்டாம் என்றும் அவர்களுடைய ஒவ்வொரு செயல்பாடு குறித்தும் தனக்கு அறிவிக்க வேண்டும் என்றும் தனது ஆளுநருக்கு அறிவித்தார் உமர் கலீஃபா. தொடர்ந்து, அவர் கவாரிஜ்களின் தலைவனுக்கு ஒரு கடிதம் அனுப்பினார்: "நீங்கள் அல்லாஹ்வின் வழியில் இறைத்தூதருக்கு ஆதரவாக இருந்தவர்கள் என்பதை நான் அறிவேன். இவ்வகையில் உங்களைவிட அதிகமாகச் செயல்பட வேண்டிய நிலையில் நாங்களிருக்கிறோம். நீங்கள் எங்களுடன் கலந்துரையாட வாருங்கள். விவாதம் செய்யுங்கள். நாங்கள் நேர்மையாகச் செயல்படுவதாக உங்களுக்குத் தோன்றினால் எங்களுடன் இணைந்துகொள்ளுங்கள். நீங்கள் நேர்மையாகச் செயல்படுவதாகத் தோன்றினால் நாங்கள் உங்களுடன் இணைந்துகொள்வோம்."

கவாரிஜ்களின் தலைவர் தன் ஆதரவாளர்களில் இருவரைத் தேர்வு செய்து கலந்துரையாடலுக்கு அனுப்பி வைத்தார். அவர்கள், "உங்கள் மூதாதையர்களாகிய உமய்யா வம்சத்தார் இறைநம்பிக்கையற்றவர்கள். எனவே, அவர்களைச் சபிப்பது கடமையாகிறது" என்றனர்.

உமர் பின் அப்துல் அஸீஸ் கேட்டார்: "இறைநம்பிக்கையற்ற ஃபிர்அவ்னைக்கூட நீங்கள் சபிக்கவில்லையே? முக்கியப் பிரச்சினையும் சாபமல்லவே? ஏகத்துவக் கொள்கையிலும் இறை அறிவிப்பிலும் நம்பிக்கைகொண்டு இஸ்லாத்தின் தூண்களை வலுப்படுத்துபவர்களை எப்படி இறைநம்பிக்கையற்றவர்கள் என்று சொல்ல இயலும்?"

விவாதத்தின் முடிவில் கவாரிஜ்களில் ஒருவர் முஸ்லிம்களுடன் இணைந்துகொண்டார். கவாரிஜ்கள் தங்களுடைய நடவடிக்கைகளை நிறுத்தி அமைதியைக் கடைப்பிடித்தனர்.

உமர் பின் அப்துல் அஸீஸ் (ரலி) அவர்களின் இறப்பு :

உமய்யா வம்சத்தார் ஏற்கனவே கைப்பற்றி வைத்திருந்த நிலங்களும் உடைமைகளும் பறிமுதல் செய்யப்பட்டன. சட்ட நடவடிக்கைகளும் அவர்களுக்குத் திருப்தியாக இல்லை. உமர் பின் அப்துல் அஸீஸின் ஆட்சியை அவர்கள் முற்றிலுமாக வெறுத்தனர். முடிவில், பொறுமையிழந்த அவர்கள் உமரைக் கொலை செய்யத் திட்டமிட்டனர்.

பாதுகாப்பு நடவடிக்கைகளிலோ உணவு விஷயங்களிலோ எவ்வித முன்னெச்சரிக்கையும் இல்லாதிருந்த உமர் கலீஃபாவைக் கொலை செய்வது எளிதான ஒன்று. உணவில் விஷம் கலந்துக் கொல்வதாக அவர்கள் முடிவு செய்தனர். உமரின் பணியாளரைத் தேர்வு செய்து தங்கள் வசப்படுத்தியதுடன் உணவில் விஷம் கலந்துக் கொடுத்தனர். விஷம் அருந்தியதை உணர்ந்துகொண்டார் உமர். வேதனை அதிகரித்துத் துன்புறும் நிலையில் விஷ முறிவு மருந்தை உட்கொள்ளும்படி மக்கள் வற்புறுத்தினர். உமர் சொன்னார்: "விஷம் அருந்திய நிலையில் யாராவது என்னிடம் வந்து காது மடலைத் தொட்டால் தப்பித்துக்கொள்வீர்கள் என்றால்கூட நான் அதன்படி நடந்துகொள்ள மாட்டேன்."

முஜாஹித் கூறுகிறார்: "உமர் கலீஃபா தன்னைப் பற்றிய மக்களின் கருத்தை அறிந்துகொள்ள விரும்பினார். தங்களுக்குச் சூனியம் வைக்கப்பட்டதாக மக்கள் நம்புகிறார்கள் என்று சொன்னேன். தமக்கு சூனியம் எதுவும் வைக்கப்படவில்லை என்றும் விஷத்தை அருந்திய உடனேயே நான் அதை உணர்ந்துகொண்டேன் என்றும் சொன்னார். தமக்கு விஷமூட்டிய பணியாளரை அழைத்த உமர் அவனிடம், 'நீ எனக்கு விஷம் கலந்து தந்தாய். இதை நீ செய்வதற்கான காரணமென்ன?' என்று கேட்டார். தனக்கு 1,000 தினார் கொடுக்கப்பட்டதாகச் சொன்னான் அவன். அந்தப் பணத்தைக் கொண்டு வரச் சொன்னார் உமர். அவன் கொண்டு வந்தான். பணத்தைப் பொதுக்கருவூலத்தில் ஒப்படைக்கச் சொல்லிவிட்டு கண்காணாத இடத்திற்கு ஓடிவிடும்படி அவனுக்கு உத்தரவிட்டார்."

உபைத் பின் ஹஸன் கூறுகிறார்: "உமர் கலீஃபாவின் இறுதித் தறுவாயின்போது, தன்னைத் தனியாக இருக்க விடும்படி மக்களிடம் கேட்டுக்கொண்டார். அனைவரும் வெளியே சென்றனர். மஸ்லமா பின் அப்துல் மலிக்கும் உமரின் மனைவியார் ஃபாத்திமா பின்த் அப்துல் மலிக்கும் வாசலருகே நின்றிருந்தனர். உமர், 'பிஸ்மில்லாஹ், பெருமனதுடன் வா!... இம்முகங்கள் மனிதருடையவோ ஜின்களுடையவோ அல்ல..." என்று சொல்லிவிட்டு இந்த இறைவசனத்தை ஓதினார்: "மறுமையின் வீட்டை இப்பூமியில் (தங்களை) பெருமைப்படுத்தியோருக்கும் அகம்பாவத்தையும் குழப்பத்தையும் நாடாதவர்களுக்கும் நாம் (சொந்தமாக) ஆக்கி வைப்போம். ஏனெனில் பயபக்தியுள்ளவர்களுக்கே (மேலான) முடிவு உண்டு.' *(அல்குர்ஆன் 28: 83)*

பிறகு, ஓசைகள் எதுவும் கேட்காததால் இருவரும் உள்ளே நுழைந்தனர். கலீஃபா உமர் பின் அப்துல் அஸீஸ் (ரலி) இறந்திருந்தார். இரண்டாண்டு ஐந்து மாதம் நான்கு நாள்கள் கலீஃபாவாக இருந்த உமர், ஹிஜ்ரீ 101 ஆம் ஆண்டு ரஜப் மாதம் 25 ஆம் நாள் இறந்தார். அவரது இறப்புக் குறித்து அறிந்த இமாம் ஹஸன்பஸ்ரி, "உலகின் மிகச் சிறந்த மனிதர் இறந்திருக்கிறார்" என்று குறிப்பிட்டார்.

கத்தாதா குறிப்பிடும், யஸீத் பின் அப்துல் மலிக்கிற்கு உமர் பின் அப்துல் அஸீஸ் எழுதிய ஒரு கடிதம்: "அளவற்ற அருளாளனும் நிகரற்ற அன்புடையவனுமாகிய அல்லாஹ்வின் பெயரால். அல்லாஹ்வின் அடியாரான உமர் பின் அப்துல் அஸீஸ், யஸீத் பின் அப்துல் மலிக்கிற்கு எழுதும் கடிதம். அமைதிக்கான நல்வாழ்த்துகளுடன் அல்லாஹ்வைப் புகழ்கிறேன். அல்லாஹ்வைத் தவிர வேறு இறைவனில்லை. பெரும் மனச்சஞ் சலத்துடன் இக்கடிதத்தை எழுதுகிறேன். எனது கிலாஃபத் குறித்து அல்லாஹ் மறுமை நாளில் கேட்பான். எனது எந்தச் செயலையும் அல்லாஹ்விடம் மறைக்க இயலாது. அவன் என்னை ஏற்பானாயின் நான் மீட்சிபெறுவேன். இல்லையெனில் பாழ்பட்டு நிற்பேன். கருணையுடன் என்னை மன்னிக்குமாறும் தண்டனையிலிருந்து என்னைப் பாதுகாக்குமாறும் என்னை ஏற்றுக்கொண்டு சொர்க்கத்தை அளிக்குமாறும் தினமும் நான் அல்லாஹ்விடம் மன்றாடுகிறேன். நீர் அல்லாஹ்வுக்குப் பயந்து மக்களுக்குத் தொண்டு செய்வீராக.

இவ்வுலகை விட்டு நான் பிரிந்த பிறகு, நீரும் அதிக காலம் இவ்வுலகில் வாழ்வதற்கில்லை.”

மனைவியரும் மக்களும் : உமர் கலீஃபா இறக்கும்போது அவருக்கு மூன்று மனைவியரும் பதினொரு ஆண் வாரிசுகளுமிருந்தனர். ஒரு கலீஃபாவின் மகளும் இன்னொரு கலீஃபாவின் சகோதரியும் உமர் கலீஃபாவின் மனைவியுமான ஃபாத்திமா பின்த் அப்துல் மலிக், நற்பண்புகளும் இறைப்பற்றுள்ளவராகவும் திகழ்ந்தார். இவரும் பொருள்மீதான துறவு வாழ்க்கையையே மேற்கொண்டிருந்தார்.

உமர் கலீஃபாவின் ஆண் வாரிசுகளில் அப்துல் மலிக், வலீத், அஸீம், யஸீத், அப்துல் அஸீஸ், ரய்யான் ஆகியோர் அடிமைப்பெண்ணான மனைவிக்குப் பிறந்தவர்கள். மகன் அப்துல் மலிக், குணங்களில் தனது தந்தையை ஒத்திருந்தார். உமர், “என் பிள்ளைகளில் அப்துல் மலிக், நற்செயல்களிலும் வணக்க வழிபாடுகளிலும் என்னை உள்வாங்கிக் கொண்டவர்” என்பார்.

உமர் விட்டுச் சென்ற மொத்த உடைமையும் 21 தினார்கள் மட்டுமே! இதில், அடக்கச் செலவுக்குப் பயன்பட்டதுபோக மீதமிருந்தது அவரது ஆண், பெண் வரிசுகளுக்குப் பகிர்ந்தளிக்கப்பட்டது. உமர் பின் அப்துல் அஸீஸ்போலவே, ஹிஷாமும் பதினொரு ஆண் வாரிசுகளை விட்டுச் சென்றதாக அப்துர் ரஹ்மான் பின் காசிம் பின் முஹம்மத் பின் அபூபக்ர் கூறுகிறார். மேலும் அவர், “உமர் பின் அப்துல் அஸீஸின் உடைமையில் வாரிசுகளுக்கு ஆளுக்கொரு தினார் கிடைத்தது. ஹிஷாம் பின் அப்துல் மலிக்கின் உடைமையில் அவரது வாரிசுகளுக்கு ஆளுக்குப் பத்து இலட்சம் திர்ஹம்கள் கிடைத்தன” என்று கூறுகிறார். உமர் பின் அப்துல் அஸீஸின் வாரிசுகள் நூறு குதிரைகளை ஜிஹாதுக்கு அன்பளிப்பாகக் கொடுத்ததையும் ஹிஷாமின் வாரிசுகள் மக்களிடமிருந்து நன்கொடைகள் பெற்றதையும் அறிவிப்பாளர் கண்டதாக ஒரு குறிப்பிலுள்ளது.

உமர் பின் அப்துல் அஸீஸ் (ரலி) அவர்களின் நிர்வாகம் : உமர் பின் அப்துல் அஸீஸின் கிலாஃபத் அபூபக்ர் (ரலி) அவர்களின் கிலாஃபத்போல் மிகவும் குறுகிய கால ஆட்சிதான். ஆனால், இரண்டுமே தலை சிறந்ததும் மதிப்பு வாய்ந்ததும் இஸ்லாமிய ஆட்சிக்கான தகுதி படைத்ததுமாகும்.

உமய்யா வம்சத்தினரின் ஆட்சி, மக்களிடையே உலகியல் ஆர்வத்தையும் அதிகார மோகத்தையும் தன்னல நோக்கையும் உருவாக்கியிருந்தது. இது, மக்களிடையே மறுமைமீதான அக்கறையின்மையை ஏற்படுத்தியது. உமர் பின் அப்துல் அஸீஸின் கிலாஃபத், இத்தீமைகளை மிகக்குறுகிய காலத்தில் அகற்றியதுடன் ஆன்மிகத்தையும் நற்செயல்களையும் நோக்கி அவர்களது சிந்தனையைத் திருப்ப உதவியது. நபிவழி கலீஃபாக்களான அபூபக்ர் ஸித்தீக், உமர் பின் கத்தாப் (ரலி) ஆகியோரது வழியில் அரசமைப்பை நிர்வகித்ததன் மூலம் தமது அரசையும் அதன்கீழ் வகைப்படுத்தியது உமர் பின் அப்துல் அஸீஸின் மாபெரும் சாதனையாகும்.

அடக்குமுறையையும் கொடுங்கோலாட்சியையும் அவர் வெறுத்தார். உலகில் விடுதலையும் அமைதியும் நிரம்பச் செய்வதன்மூலம் தனிமனித உரிமைகள் மேம்படுவதை விரும்பினார். இறை மறுப்பாளர்கள்மீது நிர்ப்பந்தம் செலுத்தப்படுவதை ஏற்க மறுத்தார். உணர்வுகளை வெளிப்படுத்திக்கொள்வதற்கான வாய்ப்பு கவாரிஜ்களுக்குமிருந்தது.

கிலாஃபத் அடிப்படையிலான சமூகப் படிநிலை நிறுவப்படுவதையும் அது நீதியின் அடிப்படையில் நிறுவப்பட வேண்டும் என்பதிலும் அவர் ஆர்வம் கொண்டிருந்தார். ஒரு குற்றவாளி, கலீஃபாவை வசை பேசினால், இதற்கான அதிகபட்சத் தண்டனை கலீஃபாவும் அதுபோல் பழி தீர்த்துக்கொள்வது.

தன்னுடைய கருத்துக்கள் இஸ்லாமியச் சட்டத்துக்குப் புறம்பானதாக இருந்தால், தன்கீழ் பணியாற்றுபவர்கள் அதை ஏற்றுக்கொண்டாக வேண்டும் என்பதை அவர் விரும்பவில்லை. கலீஃபா ஓர் ஆட்சித் தலைவராக இல்லாமல் முஸ்லிம்களின் அன்பு மிகுந்த ஒரு தந்தையாக இருப்பதையே விரும்பினார். அபூபக்ர் ஸித்தீக், உமர் பின் கத்தாப் (ரலி) ஆகியோரது கிலாஃபத்தின் போதிருந்த சிறப்பான அனைத்து அம்சங்களும் உமர் பின் அப்துல் அஸீஸின் நிர்வாகத்திலும் வெளிப்பட்டன.

உமர் பின் அப்துல் அஸீஸின் இறப்புடன் நபிவழி கிலாஃபத் முற்றிலுமாக முடிவுக்கு வந்தது. அவரது கிலாஃபத்தின்போது ஏராளமானோர் மனமுவந்து இஸ்லாத்தைத் தழுவினர். அவருடைய

காலத்தில் மிகச் சில போர்களே நடந்தன என்றாலும் மற்ற கலீஃபாக்களின் காலத்தில் இவ்வளவு அதிகமான முஸ்லிம்கள் இருந்ததில்லை. இஸ்லாமிய ஆட்சிப்பரப்பு, கிழக்கே சிந்து, பஞ்சாப், புகாரா, துருக்கிஸ்தான் ஆகியவற்றிலிருந்து மொராக்கோவரையிலும், மேற்கே ஸ்பெயின், ஃபிரான்ஸ் ஆகியவற்றிலும் பரவியிருந்தது. இவ்வளவு பரந்த அளவிலான ஆட்சிப் பகுதிகளிருந்தாலும் எல்லா இடங்களிலும் மக்கள் முழு அமைதியுடன் வாழ்ந்து வந்தனர்.

உமரின் நிர்வாகத்தின்போது ஒவ்வொரு பகுதியிலும் புதிய பாதைகள் அமைக்கப்பட்டன. கல்வி நிலையங்களும் மருத்துவமனைகளும் கட்டப்பட்டன. இத்தகைய உயர்ந்த நிலையில் நீதி நிலவியதை உலகம் அன்றுவரை கண்டதில்லை. உமரின் மரணத்தால் முஸ்லிம்கள் மட்டுமல்ல, கிறிஸ்தவர்களும் யூதர்களும் மிகுந்த சோகத்துக்குள்ளாயினர். “நீதியை நிறுவியவரும் பாதுகாத்தவருமான ஒருவர் உலகைவிட்டு நீங்கிவிட்டார்” எனுமளவில் கிறிஸ்தவத் துறவு மடங்களிலும் தேவாலயங்களிலும் இரங்கல் கூட்டங்கள் நடைபெற்றன.

ஷியா, ஸுன்னி, கவாரிஜ் எனும் பிரிவுகள் சார்ந்த எண்ணங்களுக்கு உமர் பின் அப்துல் அஸீஸ் முற்றுப்புள்ளியாக அமைந்தார். இன்றைய காலம்வரையிலும் இவர்களில் யாரும் உமருக்கு எதிரான எந்தக் குற்றச்சாட்டையும் முன்வைத்ததில்லை. இஸ்லாத்தை மிக நெருக்கமாகப் பின்பற்றி நடப்பவர்கள் அனைவராலும் விரும்பப்படுவார்கள் என்ற உண்மை, உமர் பின் அப்துல் அஸீஸால் மீண்டும் நிரூபிக்கப்பட்டது. அவரது தனிப்பட்ட பண்பு நலன்கள், இஸ்லாத்தின் மனித உருவாக இருந்தது. அனைத்து சமயத்தினரும் அவரை ஏற்றுக்கொண்டனர். இஸ்லாமிய நெறிகளைப் பேணுவதில் ஓர் ஆட்சியாளர் எந்த அளவுக்கு அக்கறையுடன் இருக்கிறாரோ, அதே அளவுக்கு மக்களும் அவருக்கு ஆதரவாக இருப்பார்கள் என்பதற்கு, உமர் பின் அப்துல் அஸீஸின் வாழ்க்கை ஓர் எடுத்துக்காட்டாக அமைகிறது.

கண்ணியம், விவேகம், நயத்தகு பண்புகள் போன்ற பல்வேறு காரணங்களை முன்வைத்து, ஐரோப்பியர்களின் மதிப்பைப் பெற்ற முஸ்லிம் ஆட்சியாளர்கள் அபூபக்ர், உமர் பின் கத்தாப், உமர் பின் அப்துல் அஸீஸ் (ரலி), நூர்தீன் ஸங்கீ, ஸலாஹுத்தீன் அய்யூபீ ஆகியோராவர். இவர்கள் அனைவருமே இஸ்லாத்தின்

அடிப்படைகளைப் பின்பற்றியவர்கள் என்பதும் இவர்களது பண்பு நலன்கள் அனைத்தும் இஸ்லாமிய வாழ்வியல் முறையை அடிப்படையாகக் கொண்டவை என்பதும் இங்கே சிந்திக்கப்பட வேண்டியவை. உண்மை முஸ்லிம்களான இவர்கள், இஸ்லாத்தை அதன் அடிப்படைகள் சார்ந்து உளப்பூர்வமாகப் பின்பற்ற முயற்சி செய்தவர்கள்.

அக்கால கட்டத்தில் உலகின் மாபெரும் பேரரசின் ஆட்சியாளராக இருந்தவர் உமர் பின் அப்துல் அஸீஸ். ஒட்டுப் போடப்பட்ட மேலாடையுடன் ஒரு கலீஃபா ஜுமுஆ பேருரை நிகழ்த்தும் காட்சி, வரலாற்று மாணவர் எனும் நிலையில் யாரையும் அதிர்ச்சிக்குள்ளாக்கும். பெரும் வசதி வாய்ப்புகளுடன் வாழ்ந்திருந்த ஒருவர், கலீஃபாவாக பொறுப்பேற்ற இரண்டரை ஆண்டு காலத்தினுள் எலும்பும் தோலுமாக இளைத்துப்போனார் எனில் அம்மனிதரின் கடமையுணர்வும் பொறுப்புணர்வும் எத்தகையதாக இருந்திருக்கும்?

யஸீத் பின் அப்துல் மலிக் : தனது சகோதரர் ஸுலைமான் பின் அப்துல் மலிக் பின் மர்வானின் இறுதி விருப்ப ஆவணத்தின்படி அரியணையில் அமர்ந்த அபூகாலித் யஸீத் பின் அப்துல் மலிக், உமர் பின் அப்துல் அஸீஸின் வழியை 40 நாள்கள் பின்பற்றினார். பின்னர், உமரை விடவும் எனது நாட்டம் அல்லாஹ்வின்மீதுதான்" என்றார்.

உமர் பின் அப்துல் அஸீஸுக்குப் பின்பும் தங்களது பிரச்சினைகளுக்குத் தீர்வு ஏற்படாததைக்கண்ட உமய்யாக்கள், தங்களுக்குச் சார்பான ஒரு கொள்கையைக் கடைப்பிடிக்க யஸீத் பின் அப்துல் மலிக்கைத் தூண்டினார்கள். இந்த முயற்சிகள் எதுவும் உமர் பின் அப்துல் அஸீஸிடம் செல்லுபடியாகவில்லை. ஆனால், யஸீத் பின் அப்துல் மலிக், ஒரு சில முயற்சிகளிலேயே தடம் புரண்டார்.

நரைத்தத் தாடியுள்ள நாற்பதுபேர் அரண்மனைக்கு வந்து, கலீஃபாவாக இருப்பவர் கேள்விகளுக்கு அப்பாற்பட்டவர் என்றும் அவருக்கு நரகதண்டனை வழங்கப்படமாட்டாது என்றும் சொன்னார்கள். இது உடனடி வெற்றியைத் தந்தது. முதலாம் யஸீத் போல் திராட்சை மது அருந்தவும் போதைப் பொருள்கள் பயன்படுத்தவுமான இழிநிலைக்கு அவரைக்

கொண்டு வந்து சேர்த்தது. திராட்சை மதுவையும் பாடலையும் இசைக்கருவிகள் மீட்டுவதையும் வெளிப்படையாகக் கொண்ட முதல் கலீஃபா இவர்தான். சுரண்டலுக்கான பல்வேறு வாய்ப்புகள் உமையாக்களுக்குக் கிடைத்தன. கலீஃபாவின் அரசவையில் உத்தரவுப் பிறப்பிக்கும் நிலைவரைக்கும் வந்தனர். நீதிக்குப் புறம்பாக, நிலங்களையும் சொத்துக்களையும் கையகப்படுத்துவதில் தொடங்கி, மாற்றுத் தீர்மானங்களையும் மீளுருவாக்கங்களையும் இல்லாமல் செய்தனர். நீதியைக் கடைப்பிடிப்பதில் மிக மோசமாக செயல்பட்டனர். உமர் பின் அப்துல் அஸீசின் மரணத்துடன் உமையா கிலாஃபத்தின் வீழ்ச்சி ஆரம்பமானது. உமையாக்களுக்கு எதிரான நல்லதொரு வாய்ப்பு அப்பாசியருக்கும் ஹாஷிம்களுக்கும் கிடைத்தது.

ஹஜ்ஜாஜ் பின் யூஸுஃப் தக்ஃபியின் சகோதரரான முஹம்மத் பின் யூஸுஃப் தனது ஆட்சியின்போது யேமனியர்கள்மீது ஒரு புதிய வரியை விதித்தார். இதை, உமர் பின் அப்துல் அஸீஸ் பத்திலொரு பகுதியாகக் குறைத்தார். “இந்த வரிவிதிப்பைப் பொறுத்தவரைக்கும் யேமனிலிருந்து ஒரு திர்ஹம் வரியாகப் பெறுவதைக்கூட நான் விரும்பவில்லை” என்றார். பின்னர், ஆட்சிப் பொறுப்பேற்ற யஸீத் பின் அப்துல் மலிக், “யேமனியர்கள் என்னதான் வெறுப்படைந்தாலும் பரவாயில்லை. முஹம்மத் பின் யூஸுஃப் கொண்டுவந்த அதே வரியை மீண்டும் அமல்படுத்த வேண்டும்” என்று யேமன் ஆளுநருக்கு எழுதினார். அஸர்பைஜான் ஆளுநரும் யஸீதின் சிறிய தந்தையுமான முஹம்மத் பின் மர்வான் இதே காலகட்டத்தில் இறந்துபோனார். அவரது பொறுப்புக்குத் தனது சகோதரர் மஸ்லமா பின் அப்துல் மலிக்கை நியமித்தார் யஸீத்.

ஜுர்ஜானின் வரிப்பணத்தைக் கையாடியதற்காக யஸீத் பின் முஹல்லபை, உமர் பின் அப்துல் அஸீஸ் சிறை வைத்திருந்தார். உமையா வம்சத்தாரால் நஞ்சூட்டப்பட்ட உமர் இனி பிழைக்க மாட்டார் என்று அறிவதுவரைக்கும் அவர் சிறையில் இருந்தார். ஸுலைமான் பின் அப்துல் மலிக்கின் காலம் முதல், யஸீத் பின் முஹல்லபுக்கும் யஸீத் பின் அப்துல் மலிக்குக்கும் இடையிலான நட்பில் விரிசலிருந்தது. உமர் ஆபத்தான கட்டத்தில் இருக்கிறார் என்றும் அவருக்குப் பின், யஸீத் பின் அப்துல் மலிக் ஆட்சிக்கு

வரவிருக்கிறார் என்றும் அறிந்து கொண்டார் யஸீத் பின் முஹல்லப். யஸீத் பின் அப்துல் மலிக் தன்னைப் பழிவாங்கும் வாய்ப்பைத் தவிர்க்கும் நோக்கத்துடன் காவலாளிகளுக்குப் பெருமளவில் கையூட்டளித்துத் தப்பித்து பஸ்ராவை அடைந்தார். அவர், உமர் பின் அப்துல் அஸீஸுக்கு ஒரு குறிப்பு அனுப்பி வைத்தார். "நீங்கள் உயிர் பிழைப்பீர்கள் என்று தெரிந்திருந்தால் குற்றத்திற்கான தண்டனையை நான் அனுபவித்திருப்பேன். ஆனால், உங்களுக்குப் பிறகு வரவிருக்கும் யஸீத் பின் அப்துல் மலிக் என்னை ஈவிரக்கமின்றி கொன்று விடுவார். ஆகவே, நான் தப்பித்துச் செல்கிறேன்."

உமர் பின் அப்துல் அஸீஸ் மரணத் தறுவாயிலிருக்கும்போது இந்தக் குறிப்புக் கிடைத்தது. அதை வாசித்துவிட்டு சொன்னார்: "யா, அல்லாஹ்! முஸ்லிம்களுக்கு இன்னல் விளைவிப்பதற்காக அவர் தப்பித்திருப்பார் எனில் என்னை ஏமாற்றிய குற்றத்திற்காக அவரைத் தண்டிப்பாயாக." கலீஃபாவாகப் பொறுப்பேற்ற யஸீத் பின் அப்துல் மலிக், பஸ்ரா ஆளுநர் அதீ பின் அர்தாதிடம் யஸீத் தப்பித்ததைக் குறித்துச் சுருக்கமாக விளக்கி, அவரது குடும்பத்தினரைக் கைது செய்யும்படி கேட்டுக்கொண்டார். அதீ, அவரது மகன்களான முஃபத்தலையும் மர்வானையும் கைது செய்தார். பஸ்ராவுக்கு வந்த யஸீத் பின் முஹல்லபுக்கு மக்கள் ஆதரவாக இருந்தனர். எனவே, பஸ்ராவிலிருந்து ஓடவேண்டிய சூழ்நிலை அதீக்கு உருவானது. பஸ்ராவைக் கைப்பற்றிய யஸீத் பின் முஹல்லப், அஹ்வாஸ் வரையிலும் தனது ஆட்சியை விரிவுபடுத்தி, பெரும்படையுடனான ஓர் அரசையும் நிறுவிக்கொண்டார். துருக்கியரை எதிர்த்துப் போரிடுவதைவிடவும் சிரியர்கள் மீது ஜிஹாத் அறிவிப்பது நல்லதென்ற நம்பிக்கையை இராக்கியரிடையே அவர் உருவாக்கினார்.

இங்கே குறிப்பிடப்பட்டவர்கள் இன்றைய துருக்கியர் அல்ல. இன்றைய துருக்கியரான முஸ்லிம்கள் இராக், ஆஃப்கானிஸ்தான், சீனா ஆகிய நாடுகளின் வடபகுதிகளிலிருந்து வந்த துருக்கிய இனக்குழுவினர். அப்போதைய துருக்கியர், முஸ்லிம்கள் அல்ல. முஸ்லிம் அல்லாத துருக்கியர் மீதான ஜிஹாதைக் கைவிட்டு, முஸ்லிம்களான சிரியர்கள்மீது ஜிஹாத் அறிவிப்பது தவிர்க்க இயலாத சூழ்நிலைகளைத் தவிர இஸ்லாத்திற்கு ஏற்புடையதல்ல.

இமாம் ஹஸன் பஸ்ரி இதை எதிர்த்தார். யஸீத் பின்

முஹல்லபின் கோபத்திற்குள்ளாக வேண்டாம் என்று மக்கள் அவரை எச்சரித்தனர்.

யஸீத் பின் முஹல்லப், குஃபாவை நோக்கிப் படையெடுத்துச் சென்றார். இதையறிந்த யஸீத் பின் அப்துல் மலிக், தனது சகோதரர் மஸ்லமாவின் தலைமையில் ஒரு படையை அனுப்பி வைத்தார். கொடூரமான போர் நடந்தது. இரு பிரிவினரும் வீரத்துடன் போரிட்டனர். இறுதியில், யஸீத் பின் முஹல்லப் கொல்லப்பட்டார். மஸ்லமா வெற்றி பெற்றார். இதையறிந்த யஸீதின் உறவினர்கள், பஸ்ராவிலிருந்து கடல் வழியாக கிழக்கு நோக்கித் தப்பித்தனர். ஒரு படைப்பிரிவு அவர்களைப் பின்தொடர்ந்தது. கந்தபீல் எனுமிடத்தில் வைத்து மீண்டும் மோதல் நடந்தது. அபூ அர்பா பின் முஹல்லப், உஸ்மான் பின் முஃபத்தல் என்னும் இரு சிறுவர்கள் தவிர யஸீத் பின் முஹல்லபின் குடும்பத்தினர் அனைவரும் கொல்லப்பட்டனர்.

போருக்குப் பின், மஸ்லமாவை இராக்கின் ஆளுநராக நியமித்த யஸீத் பின் அப்துல் மலிக், இராக்கின் நிர்வாகப் பொறுப்பில் அம்ர் பின் ஹுபைராவை நியமித்தார். அவருக்கு எதிராக ஸஃபத் மற்றும் ஸமர்கண்ட் மக்கள் ஆயுதம் ஏந்தியதும் அம்ர் பின் ஹுபைரா, குராசான் அமீராக ஸயீத் ஹுறைஷியை நியமித்து ஒரு படையுடன் அவரை அனுப்பி வைத்தார். அவர் அங்கு சென்று கிளர்ச்சியாளர்களை அடக்கினார்.

கஸாரிலும் (ரஷ்யாவின் தென்கிழக்குப் பகுதி) ஆர்மேனியாவிலும் கிளர்ச்சி உருவானது. அவர்கள் கபீஹாக் உதவியுடன் முஸ்லிம்கள்மீது படையெடுத்துச் சென்று பெரும்பாலான வீரர்களைக் கொன்றனர். எஞ்சியிருந்த முஸ்லிம் வீரர்கள், டமாஸ்கசிலிருந்த யஸீத் பின் அப்துல் மலிக்கிடம் சென்றனர். ஜர்ராஹ் பின் அப்துல்லாஹ் ஹகமின் தலைமையில் ஒரு படையை அனுப்பி வைத்தார் யஸீத். இப்போரில் முஸ்லிம்கள் வெற்றி பெற்றனர். தொடர்ந்து அணிவகுத்துச்சென்ற ஜர்ராஹ், புதிய ஆட்சிப் பகுதிகளைக் கைப்பற்றினார். எதிரித் தலைவர்கள் அவரிடம் கீழ்ப்படிந்த நிலையில் முழுப் பகுதியும் முஸ்லிம்களின் கீழ் வந்தது.

உமர் பின் அப்துல் அஸீஸின் காலம் முதல், ஹிஜாஸ் தலைமையின்கீழ் செயல்பட்டு வந்த அப்துர் ரஹ்மான் பின்

ளஹ்ஹாக், மூன்றாண்டுகள் பொறுப்பில் இருந்தார். அப்போது, ஹுஸைன் பின் அலீ (ரலி) அவர்களின் பேத்தியை மணமுடிக்க விரும்பி, பெண்ணின் தாயாரான ஃபாத்திமா பின்த் ஹுஸைன் (ரலி) அவர்களுக்குத் தகவல் அனுப்பினார். இதை ஏற்க மறுத்த ஃபாத்திமாவின் மகன்மீது மதுவருந்துவதாகக் குற்றம் சுமத்திக் கசையடி வழங்கப் போவதாகப் பயமுறுத்தினார் அப்துர் ரஹ்மான்.

ஃபாத்திமா, யஸீத் பின் அப்துல் மலிக்கிடம் முறையிட்டார். இதையறிந்து கோபமுற்ற யஸீத், தன் கைப்படவே அப்துல் வாஹித் பின் அப்துல்லாஹ் கஸ்ரிக்கு ஒரு கடிதமெழுதினார். அதில், அப்துல் வாஹிதை மதீனாவின் ஆளுநராக நியமித்திருப்பதாகவும், அவர் உடனடியாகச் சென்று இப்ன் ளஹ்ஹாக்கைப் பதவி நீக்கம் செய்ய வேண்டும் என்றும், அவரிடமிருந்து 40,000 தினார்கள் அபராதத் தொகை வசூலிக்க வேண்டும் என்றும், டமாஸ்கசில் ஓய்விலிருக்கும் தனக்குக் கேட்குமளவு அவரைச் சித்திரவதை செய்யவேண்டும் என்றும் எழுதினார். கடிதத்தைக் கொண்டு வந்த தூதுவன் அப்துல் வாஹிதிடம் ஒப்படைத்தான். மதீனாவின் ஆளுநராகப் பொறுப்பேற்ற அப்துல் வாஹித், ளஹ்ஹாக்கைச் சித்திரவதை செய்ய ஆரம்பித்தார். ளஹ்ஹாக்கின் ஆட்சியில் மக்களும் மகிழ்ச்சியாக இல்லை. அவர் பதவி நீக்கம் செய்யப்பட்டதுடன் அவரைப் பற்றிய வசைக் கவிதைகள் புனையப்பட்டன. அப்துல் வாஹித் சிறப்பான முறையில் ஆட்சி செய்தார். மக்களும் அவர்மீது நேசம் வைத்தனர். அப்துல்லாஹ் பின் உமரின் மகன்களான காசிமும் சலீமும் அவரது ஆலோசகர்களாக இருந்தனர். இப்ன் ளஹ்ஹாக்கின் பணி நீக்கமும் அப்துல் வாஹிதின் நியமனமும் ஹிஜ்ரீ 104 ஷவ்வால் மாதம் நிகழ்ந்தன.

சிறிது காலத்துக்குப் பிறகு, குராசான் நிர்வாகியாக இருந்த ஸயீத் ஹுறைஷியைப் பதவி நீக்கம் செய்த அம்ர் பின் ஹுபைரா, முஸ்லிம் பின் ஸயீத் பின் அஸ்லம் பின் ஸாரா கலபியை நியமித்தார். யஸீத் பின் அப்துல் மலிக்கின் கிலாஃபத் காலம் முழுவதும் அம்ர் பின் ஹுபைராவே ஆட்சியாளராக இருந்து வந்தார்.

யஸீத் பின் அப்துல் மலிக் தனக்குப் பிறகு, தன் சகோதரர் ஹிஷாம் பின் அப்துல் மலிக்கையும் அவருக்குப் பிறகு, தன்னுடைய மகன் வலீத் பின் யஸீதையும் கலீஃபாக்களாக நியமிக்க ஏற்பாடு

செய்தார். நான்காண்டும் ஒரு மாத காலமும் ஆட்சி செய்த யஸீத் பின் அப்துல் மலிக் தனது முப்பத்தெட்டாவது வயதில், ஹிஜ்ரீ 105 ஷஃஅபான் 25இல் காலமானார். அவரது இறுதி விருப்ப ஆவணத்தின்படி ஹிஷாம் பின் அப்துல் மலிக் ஆட்சிப் பொறுப்பை ஏற்றார்.

ஹிஷாம் பின் அப்துல் மலிக் : அபுல் வலீத் ஹிஷாம் பின் அப்துல் மலிக், ஹிஜ்ரீ 72இல் பிறந்தார். அவரது தாயார் ஆயிஷா பின்த் ஹாஷிம் பின் இஸ்மாயீல் மக்ஸூமி. யஸீத் பின் அப்துல் மலிக் இறக்கும்போது ஹிஷாம் ஹிம்ஸில் இருந்தார். யஸீதின் இறப்புச் செய்தியை அறிந்த ஹிஷாம், டமாஸ்கசுக்கு வந்து தனது கிலாஃபத்துக்கான வாக்குறுதியைப் பெற்றார். தொடர்ந்து, இராக் ஆட்சிப் பொறுப்பிலிருந்து அம்ர் பின் ஹுபைராவை நீக்கிவிட்டு காலித் பின் அப்துல்லாஹ் கஸ்ரியை நியமித்தார். குராசான் ஆளுநராக இருந்த முஸ்லிம் பின் ஸயீத், ஹிஜ்ரீ 105 வரை தொடர்ந்து போரிலேயே ஈடுபட்டிருந்தார். துருக்கியர்களை வென்று அவர்கள் செலுத்த வேண்டிய வரிகளை வசூலித்தார்.

குராசான் நிகழ்வுகள்: ஹிஜ்ரீ 106இல், ஒரு பெரும் படையைத் திரட்டிய முஸ்லிம் பின் ஸயீத், கிளர்ச்சியாளர்களை அடக்குவதற்காக புக்ஹாராவுக்கும் ஃபர்கானாவுக்கும் சென்றார். சீனாவின் தலைவனுக்கும் முஸ்லிம் பின் ஸயீதுக்குமிடையே பயங்கரமான போர்கள் நடைபெற்றன. இறுதியில், சீனத் தலைவன் தோல்வியடைந்தான். பல்வேறு துருக்கித் தலைவர்கள் முஸ்லிம்களால் கைது செய்யப்பட்டனர். அதே ஆண்டில் கலீஃபா ஹிஷாம், முஸ்லிம் பின் ஸயீதை குராசான் ஆளுநர் பதவியிலிருந்து நீக்கிவிட்டு அஸத் பின் அப்துல்லாஹ் கஸ்ரியை நியமிக்கும்படி காலித் பின் அப்துல்லாஹ்வுக்கு ஒரு கடிதம் அனுப்பினார். அதன்படி, தனது சகோதரரான அஸத் பின் அப்துல்லாஹ்வை குராசான் ஆளுநராக நியமித்தார் காலித். முஸ்லிம் பின் ஸயீத், தனது ஆளுநர் பொறுப்பை மன ஒப்புதலுடன் கையளித்தார். காலித், தன் சகோதரரான அஸதின் உதவியாளராக அப்துர் ரஹ்மான் பின் நயீமை நியமித்தார்.

குராசானின் நிர்வாகப் பொறுப்பை ஏற்றுக்கொண்ட அஸத் பின் அப்துல்லாஹ், ஹேரத் மற்றும் கவ்ர்மீது தாக்குதல் தொடுத்தார்.

இதில், முஸ்லிம்களுக்கு ஏராளமான போர்ப்பொருள்கள் கிடைத்தன. இதன்மூலம், நஸ்ர் பின் ஸய்யரும் முஸ்லிம் பின் அஹ்வரும் புகழடைந்தனர். மிகக் குறுகிய காலத்திலேயே, மக்கள் பயப்படும்படியான அஸத் பின் அப்துல்லாஹ்வின் தனிப்பட்ட குணங்கள் வெளிப்பட்டன. தன்னைக் கொலை செய்யும் திட்டத்திற்கு உடந்தையாக இருந்ததாகக் குற்றம் சுமத்தி, நஸ்ர் பின் ஸய்யருக்கு 100 கசையடிகள் வழங்கவும் அப்துர் ரஹ்மானின் தலையை மழிக்கவும் உத்தரவிட்டதுடன் அவர்கள் இருவரையும் காலித் பின் அப்துல்லாஹ்விடம் அனுப்பி வைத்தார்.

குராசான் மக்களை அஸத் அவமரியாதையாகப் பேசுவதையும் அவர்களை மிகக் கடுமையாக நடத்துவதையும் அறிந்த கலீஃபா ஹிஷாம் அவரை ஆளுநர் பொறுப்பிலிருந்து நீக்கி விடவும், தான் அனுப்பி வைத்திருக்கும் அஷ்ரஸ் பின் அப்துல்லாஹ் அஸ்லமியை நியமிக்கவும் சொல்லி காலித் பின் அப்துல்லாஹ்வுக்குக் கடிதமெழுதினார். குராசானை அடைந்த அஷ்ரஸின் அன்பான நடத்தையும் நல்ல பழக்க வழக்கங்களும் மக்களுக்கு மகிழ்ச்சியைத் தந்தன.

ஹிஜ்ரீ 110 இல், அபூ ஸைதா ஸாலே பின் ஸரீஃபை சமர்கண்டுக்கும் ரபீயி பின் இம்ரான் தமீமியை மவரோன்னஹ்ருக்கும் (இன்றைய உஸ்பெக்கிஸ்தானுக்கும் கஜக்கிஸ்தானுக்கும் இடையிலுள்ள அமூ ஸைர் ஆறுகளிடையிலான பகுதி) அனுப்பி வைத்தார் அஸ்ரஸ். அம்மக்களை இஸ்லாமிய பண்புகளுக்கு இணங்கச்செய்து அவர்களை நல்வழிப்படுத்தி, இணைவைப்பின் தீமையை அவர்களுக்குப் புரிய வைப்பதுதான் இதன் நோக்கமாகும். இந்த ஆட்சிப் பகுதிகளில் கிளர்ச்சிகள் மிகச் சாதாரணமாக இருந்தன. இஸ்லாமியச் சட்டங்களை வாள்முனையில்தான் பாதுகாக்க முடிந்தது. இதற்கான மாற்று நடவடிக்கைகளை மேற்கொண்டார் அஷ்ரஸ். இதன்படி மக்களுக்கு இஸ்லாமியக் கல்வியறிவு அளிக்கப்பட்டது. பின்னர், முஸ்லிம்களான அவர்களிடமிருந்து இயல்பாகவே தீமைகள் அகன்றன. அவர்களது புரிந்துணர்வால் இஸ்லாமிய ஆட்சி எதிர்கொண்டிருந்த ஆபத்துக்கள் விலகின. முறையான இந்த அழைப்புப் பணி பெருமளவு மக்கள் இஸ்லாத்துக்கு வரக் காரணமாக அமைந்தது. இதன்மூலம், திம்மிகளிடமிருந்து கிடைத்து வந்த ஜிஸ்யா வருமானம் குறைந்தது.

சமர்கண்டின் வரி அதிகாரியான ஹஸன் பின் உமர் தாஹா இது தொடர்பாக, குராசான் ஆளுநர் அஷ்ரஸுக்குக் கடிதமெழுதினார். அஷ்ரஸ் அனுப்பிய பதிலில், "இவர்களில் பெரும்பாலானோர் சுய விருப்பமின்றி ஜிஸ்யாவைத் தவிர்ப்பதற்காக இஸ்லாத்தை ஏற்றிருக்கலாம். அவர்கள் விருத்தசேதனம் செய்திருக்கிறார்களா என்பதையும் இஸ்லாமியக் கடமைகளை நிறைவேற்றுகிறார்களா என்பதையும் கவனிக்கவும். இதன் அடிப்படையில் ஜிஸ்யாவிலிருந்து விலக்களிப்பதை முடிவு செய்யலாம். இஸ்லாமியக் கடமைகளைப் பேணாதவர்கள் தங்களை முஸ்லிம்கள் என்று சொல்லிக்கொண்டாலும் அவர்களுக்கு வரிவிலக்கு அளிக்க வேண்டியதில்லை."

இதில், அஷ்ரஸுக்கும் விருப்பமில்லை. ஆனால், காலிதும் ஹிஷாமும் புதிய முஸ்லிம்களை கண்டிப்புடன் வழிநடத்த வேண்டுமென்று விரும்பினார்கள். அஷ்ரஸின் பதிலைக் கைப்பற்றிய ஹஸன் பின் உமர் தாஹா, ஷரீஆவுக்கு இது முரணாக இருப்பதால் அமலாக்கம் செய்யத் தயங்கினார். அவரைப் பணிநீக்கம் செய்த அஷ்ரஸ், சமர்கண்ட் ஆளுநராகவும் படைத் தலைவராகவும் இருந்த, ஹனீ பின் ஹனீயிடம் பொறுப்பை ஒப்படைத்தார். ஹனீ அங்கே வந்து தனது பணியை ஆரம்பித்தார். புதிய முஸ்லிம்கள் ஜிஸ்யா வழங்குவதையும் ஹனீ வசூலிக்க முற்படுவதையும் தடுத்து நிறுத்தினார் அபூ ஸைதா. ஹனீ, அஷ்ரஸுக்கு ஒரு கடிதமெழுதினார். அதில், இஸ்லாத்தை மக்கள் மனமுவந்து ஏற்றிருக்கிறார்கள் என்றும் இறையில்லங்கள் கட்டியிருக்கிறார்கள் என்றும் இவர்களிடமிருந்து எப்படி ஜிஸ்யா வசூலிக்க இயலும் என்றும் கேள்வி எழுப்பினார். இதுவரையிலும் ஜிஸ்யா வழங்கியவர்களிடமிருந்து அவர்கள் இஸ்லாத்தை ஏற்றாலும் இல்லையென்றாலும் வசூலிக்கவே வேண்டும் என்று அஷ்ரஸிடமிருந்து பதில் வந்தது.

நிலைமையைக் கவனத்தில்கொண்ட அபூ ஸைதா, 7,000 புதிய முஸ்லிம்களை ஒன்று திரட்டி, சமர்கண்டிலிருந்து சில மைல்களுக்கு அப்பாலுள்ள ஒரு முகாமில் தங்க வைத்தார். அவரது அடிப்படை நோக்கத்தைப் புரிந்துகொண்ட முஸ்லிம் தலைவர்கள் பலர் சமர்கண்ட் படையிலிருந்து பிரிந்து அவர்களுடன் இணைந்துகொண்டனர். ஹனீயைப் பொறுப்பிலிருந்து நீக்கிவிட்டு, மஹ்ஷர் பின் முஸாஹிம் ஸுலமியை நியமித்தார் அஷ்ரஸ். சமர்கண்டை அடைந்த மஹ்ஷர், அபூ ஸைதையும் அவரது

ஆட்களையும் பேச்சு வார்த்தைக்கு என்று அழைத்து அவர்களைக் கைது செய்து அஷ்ரஸிடம் அனுப்பி வைத்தார்.

புதிய முஸ்லிம்கள் தங்கள் தலைவராக அபூ ஃபாத்திமாவைத் தேர்வு செய்தனர். இறுதியில் ஜிஸ்யாவிலிருந்து அவர்களுக்கு விலக்களிக்கப்பட்டது. அவர்களது ஒற்றுமையும் ஆற்றலும் வெளிப்பட்ட நிலையில் அவர்கள் கடுமையாக நடத்தப்பட்டனர். பல்வேறு இழிவுகளுக்கும் உள்ளாயினர். இதன் பின்விளைவுகள் அழிவுக்கும் காரணமாக அமைந்தன. இஸ்லாத்தைத் தழுவியவர்கள் இறைமறுப்பாளர்களாக மாறி கிளர்ச்சி செய்ய முற்பட்டனர். தங்களுக்கு உதவி செய்யும்படி சீனத் தலைவர்களிடம் அவர்கள் கேட்டுக்கொண்டனர். சீனப் பேரரசன் பெரும் படையுடன் வந்து முஸ்லிம்களுக்கு எதிராகத் தொடர்ந்து போர்களில் ஈடுபட்டான். அஷ்ரஸின் படைகள் அவர்களை எதிர்கொண்டன. இரு படைகளும் வீரத்துடன் போரிட்டன. முடிவில், அமைதி உடன்படிக்கையுடன் போர் முடிவுற்றது.

இஸ்லாம் வாளால் பரப்பப்பட்டது எனும் பொதுக்கருத்தை ஆய்வு செய்யும்போது முஸ்லிம் அரசர்கள் இஸ்லாத்தைப் பரப்புவதற்காக வாளைப் பயன்படுத்தினார்களா அல்லது இஸ்லாம் பரவி விடாமலிருப்பதற்காக அதைப் பயன்படுத்தினார்களா என்றுதான் தொடங்க வேண்டும்.

ஹிஜ்ரீ 111 இல், துருக்கி மற்றும் சமர்கண்ட் மக்களுடன் போரில் ஈடுபட்ட அஷ்ரஸைப் பதவி நீக்கம் செய்த ஹிஷாம் பின் அப்துல் மலிக், ஜுனைத் பின் அப்துர் ரஹ்மானை நியமித்தார். ஜுனைத், மர்வின் தலைநகருக்கு வரும்போது அஷ்ரஸ் போர்க்களத்தில் இருந்தார். அவரது பிரதிநிதியான கத்தாப் பின் மெஹ்ராஸ் ஸுலமியைச் சந்தித்த அவர் அங்கே ஒரு நாள் தங்கினார். பின்னர், மஹ்ஷர் பின் முஸாஹிம் ஸுலமியை மர்வில் விட்டுவிட்டு, தன்னுடன் கத்தாபை அழைத்துக்கொண்டு மவரோன்னஹ்றுக்கு அணிவகுத்துச் சென்றார். அவர் அஷ்ரஸுடன் இணைந்து சீனத் தலைவனையும் புக்ஹாராவினரையும் தோல்வியுறச் செய்துவிட்டு, ஹிஜ்ரீ 111இன் இறுதியில் மர்வுக்குத் திரும்பினார். பின்னர், கதன் பின் குதைபா பின் முஸ்லிமை புக்ஹாராவிலும் வலீத் பின் கஅகஅ அப்சியை ஹேரத்திலும் முஸ்லிம் பின் அப்துர் ரஹ்மான் பஹ்லியை பல்கிலும் பொறுப்பில் நியமித்தார். சில நாள்களுக்குப்

பிறகு, முஸ்லிம் பின் அப்துர் ரஹ்மானை நீக்கிவிட்டு யஹ்யா பின் ஸப்யாவை நியமித்தார்.

ஹிஜ்ரீ 112இல் கிளர்ச்சியாளர்களை அடக்குவதற்காக, துருக்கியையும் அதன் தலைநகரான பல்கையும் (வட ஆஃப்கானிஸ்தான் பகுதி) நோக்கி, அமாரா பின் மர்யமின் தலைமையில் 18,000 படைவீரர்களை அனுப்பி வைத்தார் ஜுனைத். இப்ராஹீம் பின் பஸ்ஸம் தலைமையில் 10,000 வீரர்களை இன்னொரு பக்கமாக அனுப்பி வைத்த ஜுனைத், தானும் செல்லத் தயாரானார். படைகள் தங்களை நோக்கி வருவதைக் கண்ட துருக்கியர்கள் சீனத் தலைவனின் கீழ் ஒரு மாபெரும் படையைத் தயார் செய்து சமர்கண்டின்மீது படையெடுத்தனர். அப்போது சமர்கண்டின் ஆளுநராக இருந்த ஸுரா பின் அல்ஜப்ர், சீனத் தலைவன் பெரும் படையுடன் சமர்கண்டை நோக்கி வருவதாகவும் ஆகவே, உடனடியாக உதவிப் படைகளை அனுப்பி வைக்கும்படி ஜுனைதுக்கு அறிவித்தார்.

துருக்கியரை எதிர்ப்பது அவ்வளவு எளிதல்ல என்றும் ஆகவே, குறைந்தது 50,000 வீரர்களையாவது அனுப்பி வைக்க வேண்டும் என்றும் ஜுனைதின் படைவீரர்கள் எண்ணிக்கை மிகவும் குறைவாக இருக்கும் இந்நிலையில் அவர் ஸமர்கண்டுக்குச் செல்லக்கூடாது என்றும் அறிவுறுத்தினார் மஹ்ஷர் பின் முஹாஹிம். “என்னுடைய சகோதரர் ஸுரா பின் அல்ஜப்ர் சிக்கலில் இருக்கும்போது, 50,000 வீரர்களைத் திரட்டுவதற்காக நான் இங்கே உட்கார்ந்திருப்பதா?” என்று சொல்லி ஸமர்கண்டுக்குப் புறப்பட்டார் ஜுனைத். அவர் சமர்கண்டை நோக்கி வந்துகொண்டிருப்பதை அறிந்த சீனத் தலைவனும் துருக்கியர்களும் சமர்கண்ட் முற்றுகையைத் தொடர ஒரு சிறு படையை அங்கே விட்டுவிட்டு, ஜுனைதை வழியிலேயே தடுத்து நிறுத்திப் போரிடத் தொடங்கினர். ஜுனைதும் மிகச்சிறு என்ணிக்கையிலான அவரது வீரர்களும் உறுதியுடன் நின்று அவர்களை எதிர்கொண்டனர். துருக்கியர் படை சீர்குலைந்தது. முஸ்லிம் வீரர்களில் சிலர் கொல்லப்பட, துருக்கியர் உடல்கள் மலைபோல் குவியத் தொடங்கின.

துருக்கி மற்றும் சீன வீரர்களின் எண்ணிக்கை மிக அதிகமாக இருந்தது. மலையைத் தங்கள் பின்புறமாகக்கொண்டு, எதிர்கொண்ட ஜுனைதால் எதிரிகளைப் பின்வாங்கச் செய்ய முடிந்தது. முடிவில்,

தலைவர்களின் அறிவுரைப்படி சமர்கண்டிலுள்ள ஸூரா பின் அல்ஜப்ருக்குத் தகவல் சொல்லப்பட்டது: "உங்களிடமிருந்து சிறிது தொலைவில்தான் நாங்கள் போரிட்டுக் கொண்டிருக்கிறோம். ஆகவே, சமர்கண்டிலிருந்து துணிச்சலுடன் வெளியே வந்து எங்களுடன் சேர்ந்துகொள்ளுங்கள். கால்வாய்னூடே முன்னேறி, எதிர்த்திசையிலிருந்து துருக்கியரைத் தாக்குங்கள்." ஸூரா பின் அல்ஜப்ர் புறப்பட்டார். ஆனால், சொன்ன திசையை விட்டு அவர் வழிமாறியதில் துருக்கியரால் சுற்றி வளைக்கப்பட்டார். அவரது வீரர்கள் பலர் கொல்லப்பட்டனர். இதனால், ஜுனைதுக்குப் படை உதவி கிடைக்காமல் போனது. இந்நிலையில், முஸ்லிம்கள் மிகக் கொடூரமான தாக்குதலை எதிர்கொள்ள வேண்டியதாயிற்று. இருந்தும், துருக்கியரும் சீனத்தலைவனும் புறமுதுகிட்டு ஓடினர்.

விரிவான தகவல்களுடன் ஒரு அவசரத் தூதுவர், டமாஸ்கசிலிருந்த கலீஃபா ஹிஷாம் பின் அப்துல் மலிக்கிடம் வந்தார். இதன்படி, கூஃபா மற்றும் பஸ்ரா ஆளுநர்கள் ஒவ்வொருவரும் ஆயுதம் தாங்கிய 10,000 வீரர்கள்கொண்ட ஒரு படையை ஜுனைதுக்கு அனுப்பி வைக்கும்படி உத்தரவிட்டார் கலீஃபா. கூஃபாவிலிருந்தும் பஸ்ராவிலிருந்தும் 20,000 வீரர்களும் 30,000 ஈட்டிகளும் 30,000 வாட்களும் வந்துகொண்டிருப்பதாகவும் போரைத் தொடரவும் ஜுனைதிடம் கேட்டுக்கொண்டார் கலீஃபா. இத்தகவல், சமர்கண்டிலிருந்த ஜுனைதுக்குக் கிடைத்தது. அவர் தனது பணியைத் தொடர்ந்தார்.

புறமுதுகு காட்டி ஓடிய சீனத் தலைவன் சில நாட்களுக்குப் பிறகு, புக்ஹாராவைத் தாக்கும் நோக்கத்துடன் படை திரட்டிக்கொண்டிருப்பதாக அறிந்தார் ஜுனைத். புக்ஹாரா அப்போது கதன் பின் குதைபாவின் ஆட்சியின் கீழிருந்தது. சமர்கண்டில் ஸூராவுக்கு ஏற்பட்ட அதே நிலை, கதனுக்கும் ஏற்படக்கூடுமென்று பயந்தார் ஜுனைத். ஆகவே, உஸ்மான் பின் அப்துல்லாஹ் தலைமையில் 400 குதிரைப் படைவீரர்கள், தேவையான உணவு மற்றும் பிற பொருள்களுடன் தனது பெண்கள், பிள்ளைகளுடன் ஸமர்கண்டிலிருந்து புக்ஹாராவுக்குப் புறப்பட்டார். ஹிஜ்ரீ 112 ரமளான், முதல் நாளன்று, தாவீஸ் அருகிலுள்ள கொமீனியாவில் ஜுனைதுக்கும் சீனத் தலைவனுக்குமிடையே ஒரு திடீர்த் தாக்குதல் நடந்தது. இதில், வெற்றி பெற்ற ஜுனைத் தொடர்ந்து, புக்ஹாராவை

நோக்கிச் சென்றார். வழியில், மீண்டுமொரு முறை துருக்கியருடன் மோத நேர்ந்தது. இதிலும் ஜுனைத் வெற்றி பெற்றார். முடிவில் புக்ஹாராவை அடைந்தார். அப்போது, கூஃபா மற்றும் பஸ்ரா படைகளும் வந்து சேர்ந்தன.

துருக்கியர்கள் தொடர்ந்து தோல்வியுற்றதால் குராசான் அமைதியாக இருந்தது. அங்கே, பாதுகாப்பை உறுதிப்படுத்திய நிலையில், ஃபதீலா பின்த் யஸீத் பின் முஹல்லபைத் திருமணம் செய்துகொண்டார் ஜுனைத். முஹல்லப் குடும்பத்தின்மீது கலீஃபா ஹிஷாமுக்கு ஏற்கனவே வெறுப்பிருந்தது. இந்தத் திருமணச் செய்தியை அறிந்ததும் குராசானின் ஆட்சிப் பொறுப்பிலிருந்து ஜுனைதை நீக்கிவிட்டு, அஸீம் பின் அப்துல்லாஹ் பின் யஸீத் ஹிலாலியை நியமித்தார்.

சளிப் பிரச்சினையால் உடல்நிலை மோசமான ஜுனைத், குராசானுக்குள் அஸீம் நுழைவதற்கு முதல் நாள் இறந்துபோய் விட்டார். குராசானின் ஆட்சிப் பொறுப்பை ஏற்ற அஸீம், ஜுனைதால் நியமிக்கப்பட்ட ஆளுநர்கள் அனைவரையும் பதவி நீக்கம் செய்துவிட்டு தன்னுடைய ஆட்களை நியமித்தார்.

ஹாரித் பின் ஷுரைஹ் : ஹிஜ்ரீ 100இல், உமர் பின் அப்துல் அஸீஸ் கலீஃபாவாக இருக்கும்போது அப்பாசிய வம்சாவளியினர் தங்களுடைய கிலாஃபத்தை நிறுவவும் உமய்யா வம்சாவளியினரை அழிக்கவும், பல்வேறு படை நடவடிக்கைகளை இரகசியமாகத் திட்டமிட்டனர். இவை அனைத்தும் பெரும் எச்சரிக்கையுடனும் நுட்பமாகவும் மேற்கொள்ளப்பட்டன. இறைத்தூதரின் குறிப்பிட்ட சில பொன்மொழிகள் அதிகமாக விளம்பரப்படுத்தப்பட்டன. சூழ்நிலைக்கேற்ப சில சொற்கள் கற்பனையாகவும் சேர்த்துக்கொள்ளப்பட்டன. இவை, கிலாஃபத் மிக விரைவில் அப்பாசியரிடம் வரவிருக்கிறது என்று மக்களை நம்ப வைக்கும் நோக்கத்துடன் புனையப்பட்டவை. ஹாஷிம் கிளையின் கிலாஃபத் கோரிக்கையைக் கிளர்ச்சியாளர்கள் பயன்படுத்திக்கொண்டிருந்த நிலையில் உமய்யாக்கள் நீதிக்குப் புறம்பாக ஆட்சிப் பொறுப்பை கைப்பற்றியதை வைத்து, இவை மிகைப்படுத்தப்பட்டன. இதற்கென நுட்ப அறிவும் திறமையுமுள்ள ஆட்கள் நியமிக்கப்பட்டனர். அரசாட்சிமீதான மயக்கத்தில்

உமய்யாக்களும் இதற்கு முக்கியத்துவம் அளிக்கவில்லை. இது தவறென்றும் அவர்கள் உணரவில்லை. இதனுள்ளிருக்கும் அரசியல் காய் நகர்த்தல்களை உளவறிவதிலும் ஈடுபடவில்லை.

அப்பாசியர் போல் ஃபாத்திமியர்களும் அலவிகளும் இதுபோன்ற திட்டங்களிலும் சூழ்ச்சிகளிலும் நீண்ட காலமாக ஈடுபட்டு வந்தனர். இவை அனைத்தும் குராசானில் மட்டும்தான் அதிகமாக வளர்ச்சியடைந்தன. அங்குள்ள சூழல்கள் இதற்கு உதவியாக இருந்தன. குராசானின் புகழ்பெற்ற அஸ்த் இனக்குழுவின் தலைவரான ஹாரித் பின் ஷுரைஹ், அலவிகள் மற்றும் ஃபாத்திமியரின் கொள்கைகளால் வசீகரிக்கப்பட்டார். ஹிஜ்ரீ 116இல் இவர் கறுப்பு ஆடைகள் அணிந்து குர்ஆனையும் நபிவழியையும் நோக்கி மக்களுக்கு அழைப்பு விடுத்தார். ஃபர்யபுவுக்கு வந்து இமாம் ரதாவுக்கு மக்கள் வாக்குறுதி அளிக்கக்கேட்டு தனது இயக்கத்தைத் தொடங்கினார்.

அப்பாசியரின் நிறமான கறுப்பு, உமய்யாக்களுக்கு எதிரான ஒரு குறியீடாகப் பயன்படுத்தப்பட்டது. குர்ஆனையும் நபிவழியையும் நோக்கிய அழைப்பு, மறுத்துக் கூற இயலாத நிலையில் அரசியலுக்குப் பயன்பட்டது. மக்கள் இதற்கு ஆதரவாக இருப்பார்கள் என்பதை ஒவ்வொரு அரசியல்வாதியும் நன்கறிந்து வைத்திருந்தனர். இமாம் ரதாவுக்கான வாக்குறுதி, ஹாரித் பின் ஷுரைஹின் அரசியல் கொள்கை.

அர்ப்பணிப்பு உணர்வுள்ள 4,000 படை வீரர்கள் ஹாரிதைச் சுற்றித் திரண்டனர். வீரர்களுடன் அவர் பல்கை நோக்கி அணிவகுத்துச் சென்றார். பல்க் அப்போது நஸ்ர் பின் ஸய்யர் ஆட்சியின் கீழிருந்தது. 10,000 வீரர்களுடன் ஹாரிதை எதிர்கொண்ட நஸ்ர் தோல்வியடைந்தார். பல்கைக் கைப்பற்றிய ஹாரித், அங்கே ஸுலைமான் பின் அப்துல்லாஹ் பின் ஹாஷிமை நியமித்துவிட்டு ஜுர்ஜானை நோக்கி அணிவகுத்தார். அதை எளிதாகக் கைப்பற்றிய பின், மர்வை நோக்கி நகர்ந்தார்.

மர்வில் அஸீம் பின் அப்துல்லாஹ் மக்களைத்திரட்டி ஹாரிதை எதிர்கொள்ள முயற்சி செய்தார். ஆனால், சில இரகசிய அணுகுமுறைகள் மூலம் மக்களைத் தன் பக்கம் அழைத்துக்கொண்டார் ஹாரித்.

ஹாரிதைச் சுற்றி 60,000 வீரர்கள் ஒன்றுதிரண்டனர். இதில்,

அஸ்த், தமீம் எனும் இனக்குழுக்களின் புகழ்பெற்ற தலைவர்களும் ஃபர்யப், தலிக்கான் ஆகிய பகுதிகளின் பெரும் நிலக்கிழார்களும் இருந்தனர். மோதலைத் தவிர்க்க, அஸீம் தன்னாலியன்ற அனைத்து முயற்சிகளையும் மேற்கொண்டார். ஹாரித் பெரும் துணிச்சலுடன் மர்வைத் தாக்கத் தொடங்கினார். போர் தொடங்கிய நேரத்தில் அஸ்த், தமீம் இனக் குழுக்களைச் சேர்ந்த 4,000 வீரர்கள் ஹாரிதின் படையிலிருந்து விலகி, அஸீமின் படையில் சேர்ந்தனர். இது, ஹாரித் படைக்குப் பின்னடைவாக அமைந்தது. போர் வெற்றி தோல்வியின்றித் தொடர்ந்து நடந்தது. முடிவில், ஹாரித் பின் வாங்கினார். அஸீம் அவர்களைப் பின்தொடரவில்லை. ரஃஹ்பானை அடைந்த அஸீம் அங்கேயே தங்கினார். அவருடன் 3,000 குதிரைப் படையினர் மட்டுமே இருந்தனர். தன்னைத் திடப்படுத்திக்கொண்ட ஹாரித், கைப்பற்றப்பட்ட ஆட்சிப் பகுதியை வலுப்படுத்தவும் புனரமைக்கவும் தொடங்கினார்.

நிலைமையை அறிந்துகொண்ட கலீஃபா ஹிஷாம் பின் அப்துல் மலிக், அஸீமிடம் விளக்கம் கேட்டார். குராசான் நிர்வாக அமைப்பின் காரணமாக உடனுக்குடன் செய்திகள் அனுப்புவதிலும் உதவிகள் பெறுவதிலும் காலதாமதம் ஏற்பட்டதாகச் சொன்ன அஸீம், குராசான் முன்போல், இராக்கின் கீழ்க்கொண்டுவரப்பட வேண்டும் என்றும் எனில், பஸ்ரா, கூஃபா ஆகிய இரு பகுதிகளிலுமிருந்து தக்க சமயங்களில் உதவிகளைப் பெற இயலும் என்றும் தெரிவித்தார்.

அஸீமின் ஆலோசனையை ஹிஷாம் வரவேற்றார். எனினும், அவரைக் குராசானின் ஆட்சிப் பொறுப்பிலிருந்து நீக்கிவிட்டு, அஸத் பின் அப்துல்லாஹ்வை நியமிக்கும்படி இராக் ஆளுநர் காலித் பின் அப்துல்லாஹ் கஸ்ரிக்கு எழுதினார்.

தன்னைப் பதவி நீக்கம் செய்ததையும் புதிய திட்டங்களையும் அறிந்துகொண்ட அஸீம், ஹாரிதுக்கு அறிவித்தார். "நாம் இஸ்லாத்தின் அடிப்படையில் நின்று குர்ஆனையும் நபிவழியையும் பின்பற்றச் சொல்லி அவருக்கு அழைப்பு விடுப்போம். இதை அவர் ஏற்க மறுத்தால் இணைந்து நின்று அவரை எதிர்ப்போம்" என்றார். ஆனால், அவர்களது ஒற்றுமை நீடிக்கவோ பலனளிக்கவோ இல்லை. சில கருத்துகள்மீது அவர்களிடையே எழுந்த முரண்பாடுகள் மோதலில் முடிந்தன. இதில், ஹாரித் தோற்றார். அவரது பெரும்பாலான ஆதரவாளர்கள் கைது செய்யப்பட்டுக் கொல்லப்பட்டனர். இதன்

மூலம், கலீஃபா ஹிஷாமைத் திருப்திப்படுத்த நினைத்தார் அஸீம். ஆனால் அதற்குள், நியமன ஆணையுடன் புதிய ஆட்சியாளரான அஸத் பின் அப்துல்லாஹ் வந்துவிட்டார். வந்ததும் முதல்வேலையாக அவர் அஸீமைக் கைது செய்தார். இது, ஹிஜ்ரீ 117இல் நடந்தது.

குராசானைத் தனது கட்டுப்பாட்டுக்குக் கொண்டுவந்த அஸத், ஹாரித் கைப்பற்றியிருந்த குராசான் நகரங்களை மீட்கத் தொடங்கினார். பல்கைக் கைப்பற்றினார். பிறகு, தெற்கு உஸ்பெக்கிஸ்தான் நகரான தர்முசை நோக்கித் திரும்பினார். இப்படி, இரண்டாண்டு காலம் அவர் ஹாரிதுக்கும் துருக்கியருக்கும் எதிரான போரில் தொடர்ந்து ஈடுபட்டிருந்தார். ஹாரிதின் நிலைமை மிகவும் சீர்கெட்டது. தனது ஆதரவாளர்கள் சிலருடன் அபயம் தரும் இடத்தைத் தேடி அலைந்தார். ஹிஜ்ரீ, 119இல் இஸ்லாமியப் படைகளுக்கு எதிரான போரில் முக்கியமான இரண்டு சீனத் தலைவர்கள் கொல்லப்பட்டனர். அஸதின் வெற்றி, துருக்கியையும் கடந்து மேற்கு சீனாவை அடைந்தது.

குராசான் ஆட்சிப் பொறுப்பிலிருந்த அஸத், ஹிஜ்ரீ 120 ரபீஉல் அவ்வல் மாதம் பல்கில் வைத்து மரணமடைந்தார். இறப்பதற்கு முன், தனது உதவியாளராக ஜஅஃபர் பின் ஹன்ஸலா நஹ்ர்வானியைத் தனது இடத்தில் நியமித்தார். இவர், நான்கு மாதங்கள் பொறுப்பிலிருந்தார். பிறகு, ரஜப் மாதம், நஸ்ர் பின் ஸய்யர் ஆளுநராக நியமிக்கப்பட்டார். இதே ஆண்டில், இராக் ஆளுநரான காலித் பின் அப்துல்லாஹ்வின் எதிரிகள், அவருக்கு எதிராக ஹிஷாம் பின் அப்துல் மலிக்கிடம் முறையிட்டனர். இதன் விளைவாக காலித் பதவி நீக்கம் செய்யப்பட்டு யூஸுஃப் பின் உமர் தகஃபி நியமிக்கப்பட்டார். தீய செயல்கள் எதிலும் ஈடுபடாமல் கடமைகளை மட்டுமே நிறைவேற்றி வாழ்ந்த யூஸுஃப் இரக்கமற்றவராகவும் அறிவிலியாகவுமிருந்தார்.

குராசான் பொறுப்பை ஏற்றுக்கொண்ட நஸ்ர் பின் ஸய்யார், முஸ்லிம்களிடமிருந்து ஜிஸ்யா வசூலிப்பதைக் கைவிடும் முயற்சியில் ஈடுபட்டு வெற்றியடைந்தார். இதன் உடனடி விளைவாக, துருக்கியரிடையே இஸ்லாம் மிக வேகமாகப் பரவத் தொடங்கியது.

கதர், ஆர்மேனிய நகரங்கள் : கலீஃபா ஹிஷாம் பின் அப்துல்

மலிக், ஆர்மேனிய ஆளுநராக ஜர்ராஹ் பின் அப்துல்லாஹ் ஹகமியை நியமித்தார். ஹிஜ்ரீ 111இல் துருக்கிக்குள் நுழைந்து, பைஸாவின் புகழ்பெற்ற நகரைக் கைப்பற்றினார் ஜர்ராஹ்.

ஹிஜ்ரீ 112 இல் துருக்கியர்கள் இஸ்லாமிய ஆட்சிப் பகுதிகள்மீது தாக்குதல் தொடுத்தனர். அவர்களை ஜர்ராஹ் எதிர்கொள்ள முன்வந்தார். காஸ்பியன் கடல் பகுதியிலிருந்து 38 மைல்களுக்கு அப்பால், வடமேற்கு இரான் நகரான அர்தபிள் வெளியில் போர் நடந்தது. முஸ்லிம் வீரர்கள் எண்ணிக்கையில் குறைவாக இருந்தனர். போரில் ஜர்ராஹ் உயிர் துறந்தார். அதற்கு முன், தனது சகோதரரான ஹஜ்ஜாஜ் பின் அப்துல்லாஹ் ஹகமியைத் தனது உதவியாளராக அவர் நியமித்திருந்தார். ஜர்ராஹ்வின் மரணத்தில் துருக்கியர்கள் பலம் பெற்றனர். வெற்றி தந்த தூண்டுதலில் மோசிலின் அண்மை வரைக்கும் அவர்கள் முன்னேறினர்.

டமாஸ்கஸ் தலைநகருக்குத் தகவல் கிடைத்தது. ஹிஷாம், ஸயீத் ஹுரைஷியை அழைத்துத் தோல்வியடைந்த ஜர்ராஹ் தப்பித்து ஓடிவிட்டதாகச் சொன்னார். ஸயீத் சொன்னார்: "ஜர்ராஹ் தப்பியோடி உயிர்ப்பிழைப்பதை விரும்பவே மாட்டார். அல்லாஹ்வுக்கு மட்டுமே அஞ்சுகிற அவரால் துருக்கியரிடம் தோல்வியடையும் இழிவுடன் ஓடிப்போகும் இழிவையும் தாங்கிக்கொள்ள முடியாது. போர்க்களத்தில்தான் அவர் உயிர் துறந்திருக்க வேண்டும்." ஹிஷாம் கேட்டார்: "இப்போதைய நிலையில் மேற்கொண்டு நாம் என்ன செய்வது?" ஸயீத் சொன்னார். "40 பேர்களுடன் மட்டும் நான் அங்கே செல்ல அனுமதி தாருங்கள். தொடர்ந்து, தினமும் 40 பேர்களை அனுப்பிக்கொண்டிருங்கள். உதவி தேவைப்பட்டால் செய்து தரும்படி எல்லா ஆளுநர்களுக்கும் நிர்வாகிகளுக்கும் உத்தரவிடுங்கள்."

ஹிஷாமின் ஒப்புதலின்படி நாற்பது பேர்களுடன் புறப்பட்டார் ஸயீத். வழியில் சந்தித்த ஜர்ராஹ்வின் தோழர்களையும் தன்னுடன் சேர்த்துக்கொண்டார். கடந்து சென்ற பகுதிகளில் வாழ்கிற முஸ்லிம் கோத்திர வர்க்கத்தினரிடம் தங்களுடன் ஜிஹாதில் இணைந்து கொள்ளும்படி வலியுறுத்தினார். இப்படி, ஒவ்வொரு பகுதி மக்களாக அவருடன் இணைந்து கொண்டனர். கலாத் எனுமிடத்தில் துருக்கியர்களை எதிர்த்துப் போரிட்டார். ஒரு பெரும் போரின் முடிவில், துருக்கியர்கள் தோல்வியடைந்தனர். முஸ்லிம்களுக்குப்

பெருமளவிலான போர்ப்பொருள்கள் கிடைத்தன. பின்னர், பர்ஸ்காவில் முகாமிட்டார் ஸயீத். துருக்கியர்கள் வர்ஸானில் முகாமிட்டனர். இஸ்லாமியப் படைகளின் வருகையை வர்ஸான் மக்களுக்கு அறிவித்த ஸயீத், முற்றுகையைக் கைவிட வேண்டும் என்றும் மறுத்தால், தங்களை எதிர்கொள்ள வேண்டும் என்றும் துருக்கியர்களுக்கு எச்சரிக்கை விடுத்தார்.

முற்றுகையைக் கைவிட்டுவிட்டு அவர்கள் அகன்றனர். ஸயீத், வர்ஸானுக்குள் நுழைந்து அர்தபிள்வரை முன்னேறி அங்கேயே தங்கினார். அங்கிருந்து எட்டு மைல்களுக்கு அப்பால், 10,000 வீரர்களைக்கொண்ட ஒரு படையுடன் துருக்கியர்கள் முகாம் அமைத்திருப்பதாகவும் 5,000 முஸ்லிம்களை அவர்கள் கைதிகளாக வைத்திருப்பதாகவும் அறிந்தார். ஓர் இரவு நேரத்தில் அவர்கள்மீது தாக்குதல் தொடுத்த ஸயீத், 10,000 துருக்கியர்களையும் கொன்றொழித்து முஸ்லிம் கைதிகளை விடுதலை செய்தார். பின்னர், பஜர்வானுக்குப் புறப்பட்டபோது, துருக்கியர்களின் மற்றொரு படை அருகில் தங்கியிருப்பதாக ஒற்றன் வந்து சொன்னான். அங்கும் இரவு நேரத் தாக்குதலை மேற்கொண்ட ஸயீத், துருக்கியர்கள் அனைவரையும் கொன்று முஸ்லிம் கைதிகளை விடுதலை செய்தார். கைதிகளிடையே, ஜர்ராஹ்வின் மகன்களும் குடும்பத்தின் ஏனைய உறுப்பினர்களும் இருந்தனர்.

துருக்கியர்கள் மீண்டும் ஒன்றுதிரண்டு, ஒரு பெரும் படையை ஏற்பாடு செய்து ஸரண்ட் எனுமிடத்தில் முஸ்லிம்களை எதிர்த்துப் போரிட்டனர். பயங்கரமான ஒரு போரின் முடிவில், துருக்கியர்கள் பின்வாங்கினர். இழந்ததன் ஒரு சிறு பகுதியையாவது மீட்டுக்கொள்ளும் ஆவேசத்தில் மீண்டும் ஒரு திடீர்த் தாக்குதலுக்கான ஏற்பாடுகளுடன் பெகான் ஆற்றங்கரையில் ஒன்று கூடினர். ஸயீதும் அங்கே வந்து போரை ஆரம்பித்தார். துருக்கியர் பலர் கொல்லப்பட்டனர். தப்பித்து ஓடியவர்களில் பலர் ஆற்றில் மூழ்கி இறந்தனர்.

தனது வெற்றியைத் தொடர்ந்து பஜர்வானுக்குத் திரும்பிய ஸயீத், அங்கு முகாம் அமைத்தார். தனது வெற்றிச் செய்தியுடன் போர்ப்பொருள்களில் ஐந்திலொரு பகுதியைக் கலீஃபா ஹிஷாமுக்கு அனுப்பி வைத்தார். கலீஃபா டமாஸ்கசுக்கு வரும்படி ஸயீதை அழைத்தார். ஆர்மேனியா மற்றும் அஸர்பைஜான் ஆளுநர்

பதவிக்கான ஆவணங்களுடன் தனது சகோதரரான மஸ்லமா பின் அப்துல் மலிக்கை அனுப்பி வைத்தார் கலீஃபா.

ஸயீத் சென்றதும் துருக்கியர்கள் மீண்டும் ஒன்றுதிரண்டு பெருமளவிலான ஆயுதங்கள் மற்றும் உணவுப் பொருள்களுடன் ஒரு படையை ஏற்பாடு செய்தனர். மஸ்லமா அனுபவம் மிக்க படைத் தலைவரும் துணிச்சல் மிகுந்தவருமாவார். முஸ்லிம்களின் போர்க்கருவிகளையும் உணவுப் பொருள்களையும் பெண்கள் பிள்ளைகளையும் அவர் டர்பண் (தென் மேற்கு ரஷ்யா) நகருக்கு அகற்றினார். போதுமான அளவுக்கு ஆண்கள் இல்லாத நிலையில் எதிரிகளின் ஆற்றலைச் சரியாக உணர்ந்து பொருள்களையும் பெண்கள் பிள்ளைகளையும் துருக்கியர்கள் கைப்பற்றும் ஆபத்தைத் தவிர்க்கவுமே இதைச் செய்தார். அவரது ஒன்றரை அல்லது இரண்டாண்டு கால ஆட்சியில் ஆர்மேனிய துருக்கியர்களை நன்றாகவே நடத்தி வந்தார். இதன் மூலம், முஸ்லிம்களுக்கெதிராக கிளர்ச்சி செய்யும் அவர்களின் மனநிலையில் மாற்றம் வந்தது. மஸ்லமா டர்பண்டுக்கு வந்ததும் அவரது படையிலிருந்த மர்வான் பின் முஹம்மத் பின் மர்வான், டமாஸ்கசுக்குச் சென்று மஸ்லமா குறித்து ஹிஷாமிடம் முறையிட்டார். ஆர்மேனிய, அஸர்பைஜான் துருக்கியர்களுடன் மஸ்லமா இணக்கமாக நடந்துகொள்கிறார் என்பதுவும் அவர்களை எதிர்த்துப் போரிட, தான் தயாராக இருந்த நிலையில் அவர் பின்வாங்கி டர்பண்டுக்கு வந்து விட்டார் என்பதும்தான் அவரது முறையீடு. தன்னுடைய தலைமையில் 1,20,000 வீரர்களை அனுப்பி வைத்தால் துருக்கியர் பிரச்சினையை தன்னால் முழுமையாகத் தீர்த்து வைக்க முடியும் என்றும் அவர் கோரிக்கை விடுத்தார்.

ஹிஜ்ரீ 114. மர்வானின் கோரிக்கையை ஏற்ற கலீஃபா ஹிஷாம், படை வீரர்களுடன் அவரை கதர், ஆர்மேனிய நகரங்களை நோக்கி அனுப்பி வைத்தார். அப்போது, டர்பெண்டில் உடல்நிலை பாதிக்கப்பட்டிருந்த மஸ்லமா இறந்துபோனார். மர்வானுடன் வந்த மாபெரும் படையைக் கண்ட துருக்கியர்கள் துணிச்சலை இழந்தவர்களாகக் கீழ்ப்படிந்தனர். தான் கூறியபடி, நிலைமையை முழுவதுமாகக் கட்டுக்குள் கொண்டு வந்த மர்வான் ஆர்மீனிய, கதர் பகுதிகளில் அமைதியை நிலை நாட்டினார்.

சீஸரும் ரோமாபுரியும் : ஹிஷாம் பின் அப்துல் மலிக்கின் ஆட்சியின்போது முஸ்லிம் படைகள் மீண்டும் மீண்டும் சீஸரைத் தோல்விக்குள்ளாக்கின. அமீர் முஆவியா (ரலி) அவர்களின் ஆட்சிக் காலம் முதல், வடக்கில் இதற்கென மழைக்காலப் படைகளும் வேனிற்காலப் படைகளும் ஒதுக்கப்பட்டிருந்தன. இப்படைகள், தொடர்ந்து கான்ஸ்டான்டிநோபிள்மீதும் சீஸரின் ஆட்சிப் பகுதிகள்மீதும் படையெடுத்து வந்தன. முஸ்லிம்களின் தொடர் தாக்குதல்களால் ரோமானியர்கள் கலக்கமுற்றிருந்தனர். ஹிஷாமின் காலத்தில் முஆவியா பின் ஹிஷாம், ஸயீத் பின் ஹிஷாம், ஸுலைமான் பின் ஹிஷாம், மஸ்லமா பின் அப்துல் மலிக், மர்வான் பின் முஹம்மத், அப்பாஸ் பின் வலீத் போன்ற இளவரசர்களும் அவர்கள் மீது தாக்குதல்களை மேற்கொண்டனர். புகழ்பெற்ற படைத்தலைவர்களான அப்துல்லாஹ் பத்தல், அப்துல் வஹாப் பின் பக்த் ஆகியோரை ரோமானியர்கள் நன்கறிந்திருந்தனர். இவர்கள்மீது பயமுமிருந்தது. முஸ்லிம்களால் பெருமளவிலான இழப்புகளை அவர்கள் அடைந்திருந்தனர். பெரிய வெற்றிகள் எதையும் அவர்கள் பெறவுமில்லை.

ஸ்பெய்னில் அப்துல்லாஹ் பின் உக்பாவின் வீரச் செயல்களின் விளைவாக முஸ்லிம்கள் என்ற பெயரே ஐரோப்பியக் கிறிஸ்தவர்களையும் அரசர்களையும் அச்சுறுத்துவதாக மாறியிருந்தது. ஹிஜாஸிலும் யேமனிலும் அமைதி நிலை நாட்டப்பட்டிருந்தது.

ஸைத் பின் அலீ : கர்பலாவில் ஹுஸைன் பின் அலீ பின் அபூதாலிப் (ரலி) அவர்களையும் மக்காவில் அப்துல்லாஹ் பின் ஸுபைர் (ரலி) அவர்களையும் உமய்யாக்களின் அரசு நடத்திய முறை; பின்னர், ஹிஜாஸிலும் இராக்கிலும் ஹஜ்ஜாஜும் இப்ன் ஸியாதும் மேற்கொண்ட அரசியல் கொள்கைகள் போன்றவை ஹிஜாஸிலும் இராக்கிலுமிருந்த அரபு இனக்குழுக்களை அச்சுறுத்தி அமைதியாக வைத்திருந்தன. மேலும், அவர்களது குற்றச்சாட்டுகளும் செல்வத்தை அவர்கள் பயன்படுத்திய முறையும் மக்களிடையே வெறுப்பையும் எதிர்மாறான எண்ணங்களையும் உருவாக்கின. இது, உமய்யாக்கள்மீது வைத்திருந்த பணிவையும் பரிவையும் படிப்படியாக இல்லாமல் செய்தன. ஹிஷாமின் இருபதாண்டு கால ஆட்சி வெளிப்படையான ஓர் அமைதியை ஏற்படுத்தியிருந்தது. இராக்கிலும் ஹிஜாஸிலும் ஹஜ்ஜாஜ், இப்ன் ஸியாத் போன்ற

அடக்குமுறை ஆட்சியாளர்கள் யாருமில்லை.

உமய்யா வம்சாவளியினரின் வெற்றிகள், தங்களது அழிவு குறித்த எண்ணங்களை ஹாஷிம் வம்சாவளியினருக்குத் தொடர்ந்து நினைவூட்டிக்கொண்டிருந்தன. அரசின் உதவிகளைப் பெறாதவர்கள் மட்டுமே தங்களுடைய ஆதரவாளர்களாக இருக்க முடியும் என்று அவர்கள் கருதினார்கள். பயத்திலிருந்து விடுபட்ட ஹாஷிம்கள், உமய்யாக்களின் ஆட்சியை நீக்கிவிட்டுத் தங்களுடைய ஆட்சியை நிறுவிக்கொள்வதாக முடிவு செய்தனர். சூழ்நிலைகளை மிகவும் நுட்பமாகப் புரிந்துகொண்டு அதற்கேற்ப தங்களது அணுகுமுறைகளை அவர்கள் அமைத்துக்கொண்டனர். உஸ்மான் பின் அஃப்ஃபான், அலீ பின் அபூதாலிப் (ரலி) ஆகியோரின் காலம் முதல், ஆட்சி மாற்றத்தில் வாட்களைவிடவும் சூழ்ச்சிகளும் வியூகங்களுமே பெரும் பங்கினை வகித்திருக்கின்றன என்பதை அவர்கள் புரிந்துகொண்டனர். ஆகவே இரகசியத் திட்டங்களும் சூழ்ச்சிகளும் கவிழ்ப்பு நடவடிக்கைகளும் பெருமளவில் ஆரம்பமாயின. இதை, ஹாஷிம் வம்சாவளியின் இரு குடும்பங்கள் ஆரம்பித்து வைத்தன. அலீ பின் அபூதாலிப், அப்பாஸ் பின் அப்துல் முத்தலிப் (ரலி) ஆகியோர்களின் வம்சாவளியினரும் இதில் தனித்தனியாக ஈடுபட்டனர். அப்பாசியர் மேற்கொண்ட நடவடிக்கைகளைப் பார்ப்பதற்கு முன், அலவியர் எனப்படும் ஃபாத்திமியரின் நடவடிக்கைகள் குறித்துப் பார்ப்போம்.

ஹிஷாம் பின் அப்துல் மலிக், இராக் ஆளுநராக யூஸுஃப் உமர் தகஃபியை நியமித்ததை ஏற்கனவே பார்த்தோம். ஹிஜ்ரீ 122 இல் அவரது ஆட்சியின்போது, ஸைத் பின் அலீ பின் ஹுஸைன் பின் அலீ பின் அபூதாலிப், மக்களிடமிருந்து இரகசிய வாக்குறுதி பெறத் தொடங்கினார். உமய்யாக்கள் செல்வாக்கை இழக்கத் தொடங்கிய சூழலில் ஸைத் பின் அலீ வாக்குறுதி பெறுவதில் வெற்றி பெற்றார். கூஃபாவில் 15,000 பேர்கள் வாக்குறுதியளித்தனர். இமாம் அபூஹனீஃபா, ஸைத் பின் அலீயின் ஆதரவாளராக இருந்தார். கடந்த கால வரலாறுகளை நுட்பமாகக் கவனித்து வந்திருந்த சிலர், கிளர்ச்சி செய்ய வேண்டாம் என்றும் சிறிது காலம் அமைதி காக்கும்படியும் ஸைத் பின் அலீக்கு அறிவுரை சொன்னார்கள். இதை ஏற்றுக்கொள்ளாத ஸைத், கூஃபாவில் கிளர்ச்சி நடவடிக்கையில் ஈடுபட்டார். இதை அடக்குவதற்கு யூஸுஃப் பின் தகஃபி மேற்கொண்ட முயற்சிகள் எதுவும் பலனளிக்கவில்லை. இரு

பிரிவினருக்குமிடையே மோதல் நிகழ்ந்தது. ஏற்கனவே, ஹுஸைன் பின் அலீ (ரலி) அவர்களையும் முஸ்அப் பின் ஸுபைரையும் காட்டிக்கொடுத்ததுபோல் இம்முறை, ஸைத் பின் அலீயைக் காட்டிக் கொடுத்தனர் கூஃபாவினர்.

வாட்கள் மூலம் வீரத்தை வெளிக்காட்ட வேண்டிய சூழலில், மாணவர்கள்போல் அவர்கள் எதிர் வழக்காட ஆரம்பித்தனர். "அபூபக்ர் ஸித்தீக்கையும் உமர் பின் கத்தாபையும் பற்றி உங்கள் கருத்தென்ன?" என்று கேட்டனர். "அவர்களை மதிப்புக் குறைந்த சொற்களால் எங்கள் குடும்ப உறுப்பினர் யாரும் குறிப்பிட்டு நான் கேட்டதில்லை" என்றார் ஸைத் பின் அலீ. "கிலாஃபத்துக்குத் தகுதி பெற்ற உங்கள் குடும்ப உறுப்பினர்கள் யாரும் இந்த இரு கலீஃபாக்களையும் தகுதி குறைத்து மதிப்பிடவில்லை என்கிறீர்கள். இப்போது, கிலாஃபத் உமய்யாக்களிடம் வந்திருக்கிறது. இந்நிலையில் இவர்களுக்குத் தகுதியில்லை என்று நீங்கள் எதன் அடிப்படையில் சொல்கிறீர்கள்?" என்று கேட்ட அவர்கள், தாங்கள் ஏற்கனவே அளித்த வாக்குறுதி செல்லுபடியாகாது என்று சொல்லி விட்டு அகன்றனர்.

ஸயீத் பின் அலீ, அவர்களை ரஃப்தீக்கள் (மறுப்பவர்கள்) என்றார். அவருடன் 220 பேர்கள் மட்டுமே எஞ்சியிருந்தனர். மிகச் சிறு எண்ணிக்கையிலான இந்த வீரர்களுடன் யூஸுஃப் தகஃபியின் பல்லாயிரம் வீரர்களை அவர் எதிர்கொண்டார். அவர்களது வாக்குறுதியை நினைவுபடுத்தியும் உதவி கேட்டும் ஒவ்வொருவர் வீட்டுக்கும் சென்றார். யாருமே ஆதரவாக இல்லை. இருந்தும் ஆளுநரின் படையை எதிர்கொண்டு முதலில் வெற்றி பெற்றார். இறுதியில், நெற்றியில் தைத்த ஓர் அம்புக் காயத்தின் விளைவாக மரணமடைந்தார். யூஸுஃப் பின் உமர் தகஃபி அவரது தலையை வெட்டி டமாஸ்கசிலிருந்த ஹிஷாம் பின் அப்துல் மலிக்குக்கு அனுப்பி வைத்தார். ஸைத் பின் அலீயின் மகன் யஹ்யா, தந்தையின் மரணத்தைத் தொடர்ந்து டைக்ரீஸ் நதியின் கிழக்குக் கரையிலுள்ள நயின்வாவில் தலைமறைவானார். பின்னர், ஒரு வாய்ப்பைப் பயன்படுத்தி அங்கிருந்து குராசானுக்குச் சென்றார்.

அவசரமும் முன்யோசனை இன்மையும்தான் ஸைத் பின் அலீயின் முயற்சி தோல்வி அடைவதற்கான காரணங்கள். ஆனால், இது அப்பாசியருக்கு நன்மையாக முடிந்தது. அதிக எச்சரிக்கையுடன்

இருக்கவும் தொலைதூரப் பார்வையுடன் சிந்திக்கவுமான பாடங்களை இதன் மூலம் அவர்கள் கற்றுக்கொண்டனர். உமய்யாக்களின் செல்வாக்கை மிகச் சரியாக உணர்ந்துகொண்டனர். ஸைத் பின் அலீயின் இறப்பும், ஹிஷாம் பின் அப்துல் மலிக், டமாஸ்கஸ் நுழைவாயிலில் அவரது தலையை தொங்கவிட்டதுமான நிகழ்வுகள், ஹாஷிம் கிளைமீது மக்கள் இரக்கம் கொள்வதற்கு மேலும் காரணங்களாக அமைந்தன.

கூஃபாவிலிருந்த யூஸுஃப் தகஃபி, ஸைத் பின் அலீயின் தோழர்களின் உடல்களைத் தொங்க விட்டிருந்தார். அவை நீண்ட காலமாக அப்படியே கிடந்து ஆடிக்கொண்டிருந்த காட்சி, மக்கள் மனங்களில் உமய்யாக்கள்மீது வெறுப்பைத் தூண்டியது. ஹாஷிம் கிளையினர்மீதான இரக்கம் முன்பைவிட அதிகமாகவும் பதிந்தது.

அப்பாசியரின் சூழ்ச்சி : சுலைமான் பின் அப்துல் மலிக் போன்ற உமய்யா கலீஃபாக்கள், அபூஹாஷிம் அப்துல்லாஹ் பின் முஹம்மத் பின் ஹனீஃபா பின் அலீ பின் அபூதாலிபை மதித்தும் உற்சாகமூட்டியும் வந்தனர். அவர் ஹாஷிம் கிளையைச் சேர்ந்தவர் என்பதால், உமய்யாக்களுக்கு எதிரானவர் என்றும் கருதப்பட்டார். உமய்யாக்களை ஆட்சியிலிருந்து அகற்றிவிட்டு ஹாஷிம்களை அரியணையேற்ற வேண்டுமென்பதுதான் அவரது விருப்பமும். தகுதியான நண்பர்களிடமும் ஆதரவாளர்களிடமும் மட்டுமே இதை அவர் பகிர்ந்துகொண்டார். இத்தகைய ஆள்கள் இராக்கிலும் குராசானிலும் ஹிஜாஸிலும் ஏராளமாக இருந்தனர்.

உமய்யாக்களை அரியணையிலிருந்து அகற்றிவிட்டு, அப்பாசியரின் கிலாஃபத்தை நிறுவுவது குறித்த எண்ணம், முஹம்மத் பின் அலீ பின் அப்துல்லாஹ் பின் அப்பாஸ் பின் அப்துல் முத்தலிபுக்கும் இருந்தது. சுலைமான் பின் அப்துல் மலிக் ஆட்சியின்போது, அபூஹாஷிம் அப்துல்லாஹ் பின் முஹம்மத், டமாஸ்கசிலிருந்த சுலைமானிடம் வந்தார். அப்போது, பல்காவிலிருந்த (மேற்கு மத்திய ஜோர்டான்) முஹம்மத் பின் அலீ பின் அப்துல்லாஹ் பின் அப்பாசுடன் தங்கியிருந்தார். எதிர்பாராத விதமாக, அபூ ஹாஷிம் நோய்வாய்ப்பட்டு அங்கேயே இறந்து போனார். இறக்கும் தறுவாயில், இஸ்லாமியக் கிலாஃபத்தைக் கைப்பற்ற முயற்சி

செய்யும்படி முஹம்மத் பின் அலியிடம் கேட்டுக்கொண்டார். இதை ஓர் உத்தரவாக ஏற்ற அபூஹாஷிமின் ஆதரவாளர்கள் முஹம்மத் பின் அலீக்கு இரகசியமாக வாக்குறுதியளித்தனர். பிறகு ஹிஜ்ரீ 100 இல் உமர் பின் அப்துல் அஸீஸின் கிலாஃபத்தின்போது, முஹம்மத் பின் அலீ இராக், குராசான், ஹிஜாஸ், யேமன், எகிப்து போன்ற இஸ்லாமிய நாடுகளுக்குத் தனது பிரதிநிதிகளை அனுப்பி வைத்தார். உமர் பின் அப்துல் அஸீஸின் வெறுப்பும் துவேஷமும் அப்போது பெருமளவும் குறைத்திருந்தன. எனினும், பெரும்பாலானோர் மனங்களில் உமய்யாக்கள் மீதான வெறுப்பு அகலவில்லை. இந்நிலை, முஹம்மத் பின் அலீயின் நடவடிக்கைகளுக்கு சாதகமாக அமைந்தது. அவரது சார்பாக, இராக்கில் மைஸராவும் குராசானில் அபூ முஹம்மத் ஸாதிக்கும் அப்பாசிய கிலாஃபத்தின் நன்மைகள் குறித்துத் தொடர்ந்து மக்களிடம் எடுத்துக் கூறினர்.

முஹம்மத் பின் அலீ, பல்கா எல்லையின் வெளிப்பகுதியில் தங்கியிருந்து தனது செய்திகளை அண்டைப் பகுதி முஸ்லிம் நாடுகளுக்கு அறிவித்து வந்தார். சிறிது காலத்துக்குப் பிறகு, அனைத்து முஸ்லிம் நாடுகளுக்கும் தங்கள் செய்தியைப் பரப்புவதற்காக பன்னிரண்டு பிரதிநிதிகளை நியமித்தார்.

ஹிஜ்ரீ 102 அல்லது 104 இல், குராசானில் முஹம்மத் பின் அலீயின் ஆதரவாளராக இருந்த அபூ முஹம்மத் ஸாதிக் செல்வாக்கு படைத்த சிலருடன் அவரைப் பார்க்க வந்தார். அப்போது, பிறந்து 15 நாள்கள் மட்டுமே ஆன தன் மகனுடன் வந்த முஹம்மத் அலீ, அவர்களிடம், “இந்தக் குழந்தைதான் பிற்காலத்தில் உங்கள் தலைவர்” என்றார். இந்தக் குழந்தை பின்னர் அப்துல்லாஹ் ஸஃப்ஃபா என்ற பெயரில் முதல் அப்பாசிய கலீஃபாவாக ஆனது.

சிந்துவில் ஜுனைதுடனிருந்த புஹைர் பின் மாஹான், ஹிஜ்ரீ 105 இல் கூஃபாவுக்கு வந்து அபூமுஹம்மத் ஸாதிக்கைச் சந்தித்தார். புஹைரை வரவேற்ற அபூமுஹம்மத், அவரை அப்போதே ஏற்றுக்கொண்டார். இராக்கிலும் குராசானிலும் முஹம்மத் அலீ இயக்கத்தின் பொறுப்பாளராக இருந்த புஹைர், அப்பாசிய கிலாஃபத்துக்கான பணிகளை முன்னெடுத்துச் செல்வதற்காக அபூ இக்ரமா, அபூ முஹம்மத் ஸாதிக், முஹம்மத் கனீன், அம்மார், இபாதீ ஆகியோரை ஹிஜ்ரீ 107இல் குராசானுக்கு அனுப்பி வைத்தார். அப்போது, குராசான் ஆளுநராக இருந்த அஸத் கஸ்ரி,

அப்பாசிய கிலாஃபத்துக்கு மக்கள் ஆதரவைத் திரட்டுவதற்காக சிலர் வந்திருப்பதாக அறிந்து அவர்கள் அனைவரையும் கைது செய்து கொன்றார். அம்மார் மட்டும் தப்பிச் சென்று புஹைரிடம் தகவலைச் சொன்னார். அவர், முஹம்மத் பின் அலீக்குத் தகவல் அனுப்பினார். இதற்கு முஹம்மத் பின் அலீ அளித்த பதிலில், "புகழ் அனைத்தும் அல்லாஹ்வுக்கே! உங்களுடைய இயக்கச் செயல்பாடுகளும் போராட்டங்களும் வெற்றியும் பலனையும் தந்துள்ளன. நீங்கள் இப்போது உங்களுடைய மரணத்தையும் எதிர்பார்த்திருக்க வேண்டும்" என்றார்.

ஹிஜ்ரீ 118 இல் அப்பாசிய ஆதரவாளர்களின் தலைவராக அம்மார் பின் ஸைதை நியமித்த புஹைர், அவரைக் குராசானுக்கு அனுப்பி வைத்தார். அங்கே சென்ற அவர் தன்னை, கராஷ் என்ற பெயரில் அறிமுகப்படுத்திக்கொண்டார். தொழுகையையும் நோன்பையும்விட அப்பாசியருக்கு ஆதரவாக இருப்பது சிறப்பான விஷயம் என்று அவர் மக்களிடம் சொன்னார். "அப்பாசியரின் கிலாஃபத்தை நிறுவும் நமது முயற்சியை இரகசியமாக வைத்துக்கொள்ள வேண்டும். அதைப் பாதுகாக்கும் போராட்டங்கள் நோன்பு வைப்பதையும் தொழுவதையும்விட முக்கியமானவை" என்றார். இதையறிந்த முஹம்மத் பின் அலீ, தனது அதிருப்தியைக் கராஷிடம் தெரிவித்தார். அவரது நடவடிக்கைகளை அறிந்துகொண்ட குராசான் ஆளுநர் அஸத் கஸ்ரி, கராஷைக் கைது செய்து கொன்றார். குராசானியரின் பலவீனமான நம்பிக்கை முஹம்மத் பின் அலீயை குழப்பமடையச் செய்தது. குராசானில் செல்வாக்குப் பெற்ற ஒரு குழுவினர் அவரிடம் வந்து தங்களின் பலவீனமான நம்பிக்கைக்காகத் தங்களை மன்னிக்கும்படி கேட்டுக்கொண்டனர்.

அவர்களில் ஒருவரைத் தனது பிரதிநிதியாக நியமித்த முஹம்மத் பின் அலீ, அரசாற்றலையும் அதிகாரத்தையும் உருவகப்படுத்தும் சில மரக்கழிகளை அவர்களிடம் கொடுத்தார். கைது செய்யப்பட்டிருந்த நிலையில், ஹிஜ்ரீ 124 இல் முஹம்மத் பின் அலீ இறந்து போனார். தன் மகன் இப்ராஹீமை வாரிசாக நியமித்துத் தனது பிரதிநிதிகளும் ஆதரவாளர்களும் அவரையே தங்கள் தலைவராக ஏற்றுக்கொள்ள வேண்டும் என்ற தனது இறுதி விருப்பத்தையும் அவர் அறிவித்தார். இப்ராஹீமை வந்து சந்தித்த புஹைர், அவரது உத்தரவுடன் முஹம்மத் பின் அலீயின் இறப்புச் செய்தியையும் அவர்களது தலைவராக

இப்ராஹீம் பின் முஹம்மத் அலீ நியமிக்கப்பட்டிருப்பதையும் அறிவிப்பதற்காகக் குராசானுக்குச் சென்றார். ஆதரவாளர்களை ஒன்று திரட்டி தற்போதைய நிலைமைகளையும் செய்ய வேண்டிய பணிகளையும் எடுத்துச் சொன்னார். அப்பாசிய ஆதரவாளர்கள் தங்களிடமிருந்த சிறிதளவு பணத்தைப் புஹைரிடம் ஒப்படைத்தனர். ஹிஜ்ரீ 124இல் அவர் அந்தத் தொகையுடன் இமாம் இப்ராஹீமிடம் சென்றார். அபூமுஸ்லிமை இப்ராஹீம் குராசானுக்கு அனுப்பி வைத்தார். அபூமுஸ்லிம் குறித்தும் இமாம் இப்ராஹீம் குறித்தும் தொடர் நிலைமைகள் குறித்தும் பின்னர் பார்க்கலாம்.

ஹிஷாம் பின் அப்துல் மலிக்கின் கிலாஃபத் குறித்து ஏற்கனவே பார்த்தோம். யஸீத் பின் அப்துல் மலிக்கின் இறுதி விருப்ப ஆவணத்தின்படி, ஹிஷாமுக்குப் பிறகு வலீத் பின் யஸீது வாரிசாக வேண்டும். ஆனால், அவர் தன் மகனை ஆட்சிப் பொறுப்பில் நியமிக்க விரும்பினார். அரசின் உயர்நிலையில் இருப்பவர்கள் இதை ஏற்க மறுத்தனர். ஆகவே, தனது முயற்சியில் அவர் வெற்றி பெறவில்லை. தன்னை நீக்க முயன்றதன் காரணமாக ஹிஷாமுக்கும் வலீதுக்குமிடையே பகைமை உருவானது. பத்தொன்பதரை ஆண்டுகாலம் ஆட்சி செய்த ஹிஷாம் பின் அப்துல் மலிக், ஹிஜ்ரீ 125 ரபீயுல் ஆகிர் மாதம் 6ஆம் நாள் மரணமடைந்தார்.

வலீத் பின் யஸீத் : *அபுல் அப்பாஸ் வலீத் பின் யஸீத் பின் அப்துல் மலிக் பின் மர்வான் பின் ஹகம், ஹிஜ்ரீ 90 இல் பிறந்தார். அவரது தாயார், ஹஜ்ஜாஜ் பின் யூஸுஃப் தகஃபியின் மருமகளும் முஹம்மத் பின் யூஸுஃபின் மகளுமாவார்.* யஸீத் பின் அப்துல் மலிக் இறக்கும்போது வலீத் இளம் வயதினராக இருந்தார். இளம் வயதிலிருந்தே அவரது நடத்தைகள் சரியாக இல்லை. பாவம் செய்வதும் ஒழுக்கக் கேடுகளும் மதுவருந்துவதும் அவரது குணங்களாக இருந்தன. ஹிஷாம் அவரை நீக்க முயன்றதன் காரணமும் இதுவே! இது சரியான நடவடிக்கையாகவும் கருதப்பட்டது. ஆனால், தொலைநோக்குப் பார்வையற்ற சில உயர்குடியினர் மற்றும் தலைவர்களின் எதிர்ப்பின் காரணமாக ஹிஷாமின் எண்ணம் ஈடேறவில்லை. வலீத் பின் யஸீத் ஆட்சிப் பொறுப்புக்கு வந்தார். உமய்யா ஆட்சியின் வீழ்ச்சிக்கான முன்னறிவிப்பாகவே வலீத் பின் யஸீதின் ஆட்சி அமைந்தது.

பொறுப்புக்கு வந்த வலீத் பின் யஸீத், முதல் பணியாகத் தனது அரசியல் எதிரிகளைப் பழிவாங்கத் தொடங்கினார். சிலருக்கு ஊதியம் பறிபோனது. வேறு சிலரைக் கைது செய்து சிறையில் தள்ளினார். இன்னும் சிலர், கொலை செய்யப்பட்டனர். யஸீத் பின் ஹிஷாம், வலீத் பின் அப்துல் மலிக் ஆகியோரின் மகன்களைக் கைது செய்து சிறையிலடைத்தார். சுருக்கமாகச் சொன்னால், ஆட்சிப் பொறுப்பை ஏற்றுக்கொண்ட அவரது முதல் பணி குடும்பத்தார் அனைவரையும் எதிரிகளாக்கியதுதான். பின்னர், மதீனா ஆளுநரான ஹிஷாம் பின் இஸ்மாயீல் மக்ஸூமியின் மகன்களையும் இராக்கின் முன்னாள் ஆளுநராகிய காலித் பின் அப்துல்லாஹ் கஸ்ரியையும் கைது செய்து இராக் ஆளுநரான யூஸுஃப் பின் உமரிடம் ஒப்படைத்தார். யூஸுஃப், அவர்களைச் சித்திரவதை செய்து கொன்றார்.

வலீத் பின் யஸீத் ஆட்சிப் பொறுப்பேற்ற முதலாம் ஆண்டான ஹிஜ்ரீ 125இல், தனது மகன்களான உஸ்மானுக்கும் ஹகமுக்கும் மக்களிடமிருந்து வாக்குறுதி பெற்றார். வாரிசுக்காக வாக்குறுதி பெறுவது வழக்கத்தில் இருந்து வந்ததால் மக்களும் இதற்கு உடன்பட்டனர். ஆனால், யாருமே மனமுவந்து வாக்குறுதியளிக்கவில்லை. மாறாக, மக்கள் மனங்களில் வலீத் மீதான வெறுப்பை அதிகரிக்கவே இது உதவியது.

தன்னுடைய தீயசெயல்களைத் தன்னளவில் மட்டுமே நிறுத்திக்கொள்ளாத வலீத், அதை பொதுக் கருத்தாகவும் முன்வைத்தார். தனது தவறான நம்பிக்கைகளையும் எண்ணங்களையும் வெளிக்காட்டினார். மதுப்பழக்கத்துடன் பாலியல் நெறிபிறழ்வுக்கும் உள்ளானார். இது, அவரது ஆட்சிப் பகுதிகளின்கீழுள்ள ஆளுநர்களை துணிவிழக்கச் செய்தது. பயத்தின் காரணமாகவே மக்கள் அவருக்கு வாக்குறுதி அளித்திருந்தனர். உண்மையான ஆதரவும் பற்றும்கொண்ட மக்களிடமிருந்தும் அவை இல்லாமல் போயின.

அவரது கிலாஃபத்தின் முதல் ஆண்டான 125இல், குராசானை இராக்கின் கீழ்க் கொண்டு வந்து, அதன் ஆளுநரான நஸ்ர் பின் ஸய்யரை பதவி நீக்கம் செய்தார். உடனடியாக, டமாஸ்கஸ் தலைநகருக்குச் சென்று, குராசானின் நிலைமைகள் குறித்த விவரங்களை ஒப்படைத்து, பதவி நீக்க உத்தரவைப் பெற்றுக்கொள்ள வேண்டுமென்ற அறிவிப்பு வலீதிடமிருந்தும் இராக் ஆளுநர்

யூஸுஃப் பின் உமரிடமிருந்தும் ஒரே நேரத்தில் நஸ்ருக்குக் கிடைத்தது.

உமய்யாக்கள் ஆட்சியில் மாகாணப் பிரிவுகள் : உமய்யாக்கள் தங்கள் ஆட்சிப் பகுதியை மாகாணங்களாகப் பிரித்து எப்படி ஆட்சி செய்து வந்தார்கள் என்பதைப் பார்க்கலாம். ஒவ்வொரு மாகாணத்திற்கும் அமீர் அல்லது பிரதிநிதி அல்லது மாற்று ஆட்சியாளர்கள் நியமிக்கப்பட்டனர். அவர் தனது பகுதியின் முழு ஆட்சி உரிமையையும் பெற்றிருந்தார். தனது மாகாணத்துக்கு உட்பட்ட பகுதிகளுக்குத் தனது விருப்பப்படி ஆளுநர்களை நியமித்தார். இதில் ஹிஜாஸ், இராக், ஜஸீரா, ஆர்மேனியா, சிரியா, எகிப்து, வடஆப்பிரிக்கா, அன்டலூஸியா (ஸ்பெய்ன்), குராசான் போன்ற பெரிய மாகாணங்களும் இருந்தன. ஹிஜாசின் பகுதிகளாக மக்கா, மதீனா, தாயிஃப், யேமன் ஆகிய பகுதிகளிருந்தன. சிலவேளைகளில் யேமன், ஹிஜாஸின் கட்டுப்பாட்டிலிருந்து விலக்கப்பட்டு, தனி மாகாணமாக இயங்கியது. இதன் ஆளுநர் கலீஃபாவால் நியமிக்கப்பட்டார். ஜோர்டான், ஹிம்ஸ், டமாஸ்கஸ், கன்ஸரீன் ஆகிய பகுதிகள் சிரியாவின் கீழிருந்தன. வடஆப்பிரிக்கா (கைர்வான்) சிலவேளைகளில் எகிப்தின்கீழும் சில வேளைகளில் தனி மாகாணமாகவும் இயங்கியது. கைர்வான் ஆளுநர் கலீஃபாவால் நியமிக்கப்பட்டார்.

இதுபோல், ஸ்பெய்ன் சில வேளைகளில் தனி மாகாணமாக கலீஃபாவால் நியமிக்கப்பட்ட ஆளுநரின் கீழ் இயங்கியது. சில வேளைகளில், கைர்வான் அமீரின்கீழ் வடஆப்பிரிக்க மாகாணத்துடன் இணைக்கப்பட்டது. இப்படியான நிலையில் ஸ்பெய்ன் ஆளுநரைக் கைர்வான் ஆளுநரே நியமிக்கும் உரிமையும் வழக்கத்திலிருந்தது. இராக் மற்றும் குராசான் நிலையும் இதுவே! அதாவது, குராசான் சில வேளைகளில் தனி மாகாணமாகவும் சில வேளைகளில் இராக்குடன் இணைந்தும் செயல்பட்டது. இவ்வாறாகவே, குராசான் ஆளுநர் இராக் ஆளுநரால் நியமிக்கப்பட்டார்.

அமீர்களுக்கும் அவர்களது ஆட்சிப்பகுதிகளிலுள்ள ஆளுநர்களுக்கும் ஆட்சிக்கான முழு உரிமையும் இருந்தது. ஆயினும், வரி கணக்கீட்டு அதிகாரிகளைக் கலீஃபாவின் அரசவைதான் நியமிக்கும். இவர்கள் குறிப்பிட்ட மாகாணங்களின் அதிகாரத்தின் கீழோ அரசுப் பிரிவின்

கீழோ செயல்பட மாட்டார்கள். எனினும், மாகாணத்தின் அமீர் அல்லது ஆளுநர்தான் படைத்தலைவரும் சட்டம் ஒழுங்கை நிலைநாட்டுகிற பொறுப்புள்ளவருமாக இருப்பார்.

வரி கணக்கீட்டாளர்கள்போல் குற்றவியல் நடுவர்களையும் தலைமை நடுவர்களையும் கலீஃபாவின் அரசவையே நியமித்தது. பொதுவாக, தொழுகையை முன்நின்று நடத்தும் இமாம்கள்தான் அமீராகவும் ஆளுநராகவும் நியமிக்கப்பட்டனர். ஆட்சித்தலைமையும் படைத்தலைமையும் தொடர்புள்ளவை என்பதால், தொழுகைக்குத் தலைமையேற்கும் பொறுப்பும் ஆட்சிப் பொறுப்பும் தனித்தனியாகப் பிரிக்கப்பட்டன, ஜுமுஆ பேருரை, அமீர் அல்லது படைத்தலைவர் பொறுப்பிலுள்ள ஆட்சியாளரின் தனிச் சிறப்பாக இருந்தபோதிலும்.

தனது பதவி நீக்க உத்தரவைக் கைப்பற்றிய நஸ்ர் பின் ஸய்யார், அதற்குக் கட்டுப்பட முதலில் நினைத்தாலும் பிறகு குராசானை விட்டுச் செல்வதில்லை என்று முடிவு செய்து அதற்கானத் திட்டங்களில் ஈடுபட்டார்.

நிகழ்ச்சிகளை ஒழுங்கமைக்கும் வகையில் இதற்கு முந்தைய ஒரு நிகழ்வைக் குறிப்பிட்டாக வேண்டும். நஸ்ர், வலீதின் கிலாஃபத்தை ஏற்றிருந்த நிலையில், யஹ்யா பின் ஸைத் பின் அலீ பின் ஹுஸைன் பின் அலீ பின் அபூதாலிபைக் கைது செய்து தன்னிடம் அனுப்ப வேண்டுமென்று நஸ்ருக்கு உத்தரவிட்டார் வலீத். தனது தந்தை ஸைதின் இறப்பைத் தொடர்ந்து பல்கில் தங்கியிருந்த யஹ்யாவை நஸ்ர் சிறையில் வைத்திருந்தார். இதன்படி யஹ்யாவை விடுவித்த நஸ்ர், அவரை டமாஸ்கசில் கலீஃபாவிடம் செல்லும்படி உத்தரவிட்டார். அங்கிருந்து புறப்பட்ட யஹ்யா, குராசானுக்குத் திரும்பினார். அங்கே பெருமளவிலான மக்கள் அவருக்கு ஆதரவாக ஒன்று திரண்டனர். அவர்களை அடக்குவதற்காக நஸ்ர் ஒரு படையை அனுப்பி வைத்தார். அப்போது நடந்த போரில் யஹ்யாவின் நெற்றியில் ஓர் அம்பு துளைத்தது. தன் தந்தையைப்போல் அவரும் போர்க் காயத்தால் இறந்தார். அவரது தோழர்கள் அனைவரும் கொல்லப்பட்டனர். இது ஹிஜ்ரீ 125இல், ஜுர்ஜானில் நடந்தது.

யஹ்யாவின் தலை வலீதுக்கு அனுப்பப்பட்டது. ஒரு சிலுவைக் கம்பத்தின்மீது தொங்கவிடப்பட்ட யஹ்யாவின் உடல்

ஏழாண்டுகளாக அப்படியே இருந்தது. பின்னர், அபூ முஸ்லிம் குராசானி அதை அகற்றினார். வலீத் பின் யஸீதின் அராஜக நடவடிக்கைகளால் ஏற்கனவே கொந்தளித்திருந்த மக்களுடன் அவரால் பாதிக்கப்பட்ட அவரது மைத்துனர்களும் சேர்ந்து கொண்டனர். குறிப்பாக, அவரது மைத்துனர் யஸீத் பின் வலீத் பின் அப்துல் மலிக். வலீத் பின் யஸீதின் அரச குடும்பத்தில் மிக மென்மையும் இறையன்பும் வாய்க்கப்பெற்ற ஒருவர் யஸீத் பின் வலீத். கலீஃபாவின் நீதி நேர்மையற்ற நடவடிக்கைகளை அவர் எதிர்த்தார். மிக விரைவிலேயே அவருக்கு ஆதரவாளர்கள் பெருகினர். படைத்தலைவர்களும் ஆளுநர்களும் கலீஃபாவின் குடும்பத்தினரும்கூட அவருக்கு ஆதரவாக இருந்தனர்.

யஸீத் பின் வலீதுக்கு மக்கள் இரகசியமாக வாக்குறுதியளித்தனர். சிரிய படையின் பெரும் பகுதி அவருடன் இணைந்தது. டமாஸ்கசிலிருந்து புறப்பட்ட யஸீத், அங்கிருந்து சிறிது தொலைவில், ஒரு சிற்றூரில் தங்கியிருந்து வலீதின் அராஜக ஆட்சியை மக்களுக்கு எடுத்துரைத்தார். இதைப் பரப்புரை செய்ய தனது பிரதிநிதிகளைப் பிற இஸ்லாமிய ஆட்சிப் பகுதிகளுக்கு அனுப்பி வைத்தார். உமய்யா அரசக் குடும்பம் முதன்முறையாகப் பிளவுபட்டது. இரகசியமாக நடந்து வந்த சூழ்ச்சிகளும் வஞ்சகமும் வெளிப்படையாக அரங்கேறின. வலீதின் ஆற்றல் நிலைகுலைந்தது. யஸீதின் செல்வாக்கு உயர்ந்தது. யஸீதின் சகோதரரான அப்பாஸ் பின் வலீத், யஸீதை எதிர்த்தார். அவரது எதிர்ப்புதான், யஸீத் டமாஸ்கசை விட்டு வெளியேறுவதற்கான காரணம்.

யஸீத் எல்லா வகையிலும் தனது நிலை குறித்து திருப்தியுடன் இருந்தார். கிளர்ச்சியை ஹிஜ்ரீ 126 ஜுமாதல் ஆகிரா மாதம் 27 ஆம் நாள் வெள்ளிக்கிழமை அன்று தொடங்குவதாக முடிவு செய்தார். இரவுத் தொழுகைக்குப் பின், அவர் டமாஸ்கசுக்குள் நுழைந்து நகரின் குற்றவியல் நடுவரைக் கைது செய்தார். பிறகு, அரசின் இராணுவக் கிட்டங்கியைக் கைப்பற்றினார். கிளர்ச்சி குறித்தோ அதற்கான ஏற்பாடுகள் குறித்தோ எந்தத் தகவலும் கிடைத்திருக்காத வலீத் நிலைகுலைந்து போனார். அவரால் எதுவுமே செய்ய முடியவில்லை. அரண்மனை வாயில்களை அடைத்துவிட்டு அப்படியே அமர்ந்து விட்டார். தார் நகர மக்களும் அருகிலிருந்த ஊர்களிலுள்ள மக்களும் யஸீத் பின் வலீதிடம்

வந்து வெளிப்படையாகவே வாக்குறுதியளிக்க ஆரம்பித்தனர். டமாஸ்கசை விட்டு ஹிம்சுக்குச் செல்ல விரும்பினாலும், நுஃமான் அரண்மனையிலேயே அவரை முற்றுகை இட்டார் யஸீத். வலீதின் தோழர்கள் நம்பிக்கை இழந்த நிலையில் போரிட்டனர். யஸீதின் சகோதரரான அப்பாஸ், வலீதுக்கு ஆதரவாக ஒரு குழுவுடன் டமாஸ்கசை விட்டகன்றார். வழியில் மன்ஸூர் பின் ஜம்ஹூர் அவரைக் கைது செய்து, யஸீதின் முன்கொண்டு வந்து நிறுத்தினார். தப்பிக்க வழியில்லை என்பதை அறிந்துகொண்ட வலீத், "இது, உஸ்மான் பின் அஃப்ஃபானுக்கு ஏற்பட்டதுபோன்ற ஒரு கதி" என்றார். பின்னர், குர்ஆன் ஓதுவதற்காக அமர்ந்தார். யஸீதின் வீரர்கள் சுவர்களிலேறி அரண்மனைக்குள் நுழைந்து வலீதின் தலையை வெட்டியெடுத்தனர். மன்ஸூர் பின் ஜம்ஹூர் அதை யஸீதிடம் எடுத்துச் சென்றார். "முதலில் மக்கள் பார்வைக்கு அதை வைக்கவேண்டும். பிறகு, அவரது சகோதரரான சுலைமான் பின் யஸீதிடம் எடுத்துச் செல்லப்படட்டும்" என்றார் யஸீத்.

ஓர் ஆண்டும் மூன்று மாதங்களும் கலீஃபாவாக இருந்த வலீத், ஹிஜ்ரீ 126 ஜுமாதல் ஆகிரா மாதம் 28 ஆம் நாள் கொல்லப்பட்டார். அதே நாளில், யஸீத் பின் வலீத் பின் அப்துல் மலிக் அரியணையில் அமர்ந்தார். உமய்யா வம்சாவளிக்குள் நடந்த இம்மோதலின் துயரமான விளைவுகள் அவர்களைத் தொடர்ந்துகொண்டிருந்தன. இறுதியில், உமய்யாக்களின் அழிவை நோக்கி இட்டுச் சென்றன.

யஸீத் பின் வலீத் : அபூகாலித் யஸீத் பின் வலீத் பின் அப்துல் மலிக் பின் மர்வான் பின் ஹகம், மூன்றாம் யஸீத் என்றும் குறைத்தவர் எனும் பொருள்பட 'நகீஸ்' என்றும் அறியப்பட்டார். படைவீரர்களின் ஊதியத்தை வெட்டிக்குறைத்ததால் இப்பெயரில் குறிப்பிடப்பட்டார். கலீஃபாவாக இருந்த வலீத் பின் யஸீத் படைவீரர்களின் ஊதியத்தைப் பத்து திர்ஹம் அதிகரித்திருந்தார். யஸீத் கலீஃபாவாகப் பொறுப்பேற்றதும் வலீத் அதிகரித்த தொகையைக் குறைத்து, கலீஃபா ஹிஷாம் வழங்கிய அதே ஊதியத்தை வழங்கினார். மக்களைத் திரட்டிய கலீஃபா யஸீத், "வலீத் இறைநம்பிக்கையற்றவர். ஆகவேதான் அவருக்கு மரணதண்டனை வழங்கப்பட்டது. குடிமக்களை நான் சிறப்பான முறையில் வழி நடத்துவேன். உங்களுக்கான ஊதியங்களை அவ்வப்போது நீங்கள் பெற்றுக்கொள்ளலாம். இஸ்லாமிய எல்லைகளைப் பலப்படுத்தி,

நகரங்களை நீதி நேர்மையால் நிறைக்கும் வரைக்கும் யாருக்கும் எந்த நிலமும் வழங்கப்பட மாட்டாது. எனது வாசலில் காவல் வீரர்களை நியமிக்க மாட்டேன். ஆகவே, யார் வேண்டுமானாலும் என்னை அணுகலாம்" என்றார். பிறகு, தனக்குப் பிந்தைய வாரிசுரிமைக்கு, தனது சகோதரர்கள் இப்ராஹீம் பின் வலீதுக்கும் அப்துல் அஸீஸ் பின் ஹஜ்ஜாஜ் பின் அப்துல் மலிக்குக்கும் மக்களிடமிருந்து வாக்குறுதி பெற்றார்.

வலீத் பின் யஸீத் அரசியல் கொலை செய்யப்பட்டதை அறிந்த ஹிம்ஸ் கிளர்ச்சியாளர்கள், யஸீத் பின் காலித் பின் யஸீத் பின் முஆவியாவின் தலைமையில் போர்க்கோலம் பூண்டு, வலீதின் இறப்புக்குப் பழிவாங்குவதற்காக டமாஸ்கசை நோக்கிப் புறப்பட்டனர். ஸுலைமான் பின் ஹிஷாம் பின் அப்துல் மலிக் தலைமையிலான ஒரு பாதுகாப்புப் படையை அனுப்பி வைத்தார் யஸீத் பின் வலீத். அவர் அமைதிக்கான ஒரு முன்மொழிவை ஹிம்ஸ் மக்களிடம் முன்வைத்தார். அவர்கள் அதை ஏற்கவில்லை. ஆகவே, போரிடத் தொடங்கினார். போரில், யஸீத் பின் காலித் கைது செய்யப்பட்டார். பெருமளவிலான ஹிம்ஸ் கிளர்ச்சியாளர்கள் கொலையுண்டனர். எஞ்சியவர்கள் களத்திலிருந்து ஓடித் தப்பித்தனர்.

இதையறிந்த பாலஸ்தீனரும் கிளர்ச்சியில் இறங்கினர். யஸீத் பின் சுலைமான் பின் அப்துல் மலிக்கின் தலைமையில் அவர்கள் ஒன்றுபட்டனர். தொடர்ந்து, முஹம்மத் பின் அப்துல் மலிக்கை அரசராக ஏற்ற ஜோர்டானியரும் பாலஸ்தீனருடன் இணைந்துகொண்டனர்.

பாலஸ்தீன் மற்றும் ஜோர்டான் படைகள் இணைந்து டமாஸ்கசை நோக்கி முன்நகர்ந்தன. அந்தப் பகுதிகளில் வாழும் மக்கள் ஏற்கனவே வலீதின்மீதான ஆதரவு மனநிலையில் இருந்தனர். அரசியல் காரணங்களுக்காக கொலையுண்ட கலீஃபா குடிமக்களின் மரியாதைக்குரியவர் என்பதும் இறந்தவர்மீது ஏற்படும் இயல்பான அனுதாபமும் தற்போதைய கலீஃபாமீது வெறுப்பாகப் படிந்தது. கலீஃபாவாகப் பொறுப்பு வகிப்பவர்கள்மீதான எந்தச் சிறு கசப்புணர்வும் எதிர்மறை விளைவையே ஏற்படுத்தும். இதுதான் ஜோர்டானியரையும் பாலஸ்தீனரையும் கிளர்ச்சி செய்யத் தூண்டிய அம்சம். அவர்களை அடக்குவதற்காக யஸீத், சுலைமான் பின் ஹிஷாமின் தலைமையில் ஒரு பெரும் படையை ஒப்படைத்தார்.

எதிரிகள் அனைவரையும் தோற்கடித்த சுலைமான் புதிய கலீஃபாவுக்கு அவர்களைக் கீழ்ப்படியச் செய்தார்.

சிரியாவில் கிளர்ச்சிகளை அடக்கிய பிறகு, இராக் மற்றும் குராசான் ஆளுநரான யூஸுஃப் பின் உமரை நீக்கிவிட்டு, மன்ஸூர் பின் ஜம்ஹூரை நியமித்தார். அதிகாரத்தை முறையாக அவரிடம் ஒப்படைக்க மறுத்த யூஸுஃப், இரகசியமாக டமாஸ்கசுக்குப் புறப்பட்டார். டமாஸ்கசை அடைந்த யூஸுஃபை, யஸீத் பின் வலீத் கைது செய்தார். பின்னர் அவர் சிறையிலேயே மரணமடைந்தார். கூஃபாவுக்கு வந்த மன்ஸூர், யூஸுஃப் சிறை வைத்திருந்த அனைவரையும் விடுதலை செய்தார். தனது சகோதரரை குராசான் ஆளுநராக நியமித்தார். அவர் குராசானில் நுழைவதை நஸ்ர் பின் ஸய்யர் அனுமதிக்க மறுத்தார். இதற்கு முடிவு காண்பதற்குள், யஸீத் பின் வலீத், மன்ஸூரை மாற்றிவிட்டு அப்துல்லாஹ் பின் உமர் பின் அப்துல் அஸீஸை நியமித்து இராக்குக்கு அனுப்பினார். மன்ஸூரை நியமித்ததும் அவரை நீக்கிவிட்டு அப்துல்லாஹ்வை நியமித்ததும் இரண்டே மாதங்களுக்குள் நிகழ்ந்தன. மன்ஸூர் அமீருக்கான தனது பொறுப்பை அப்துல்லாஹ்விடம் முறையாக ஒப்படைத்த பின் சிரியாவுக்குச் சென்றார்.

அப்துல்லாஹ் பின் உமர், குராசான் ஆளுநராக நஸ்ர் பின் ஸய்யரை நியமித்தார். அப்போது, யமாமா அரசு பெரும்பாலும் இராக்கின் கீழும் அவ்வப்போது ஹிஜாசின் கீழும் இருந்தது. யூஸுஃப் பின் உமரின் ஆட்சிக்காலத்தில் யமாமா மக்கள் அப்போதைய ஆளுநரான அலீ பின் முஹாஜிரை வெளியேற்றி விட்டு சுயாட்சியை அறிவித்தனர். இதுவரையிலும் அவர்கள் சுயாட்சியின் கீழ்தான் இயங்கி வந்தனர். மத்திய ஆட்சியின் கீழ் அவர்களைக் கொண்டுவருவதற்கான எதையும் செய்ய முடியவில்லை.

இராக் அமீராகப் பொறுப்பேற்ற அப்துல்லாஹ் பின் உமர் பின் அப்துல் அஸீஸ், குராசான் ஆளுநராக நஸ்ர் பின் ஸய்யரை நியமித்தார். இதை எதிர்த்து, ஜதீ பின் கர்மானீ அஸ்தி என்பவன் கிளர்ச்சி செய்தான். அஸ்தி இனத்தைச் சேர்ந்த ஜதீ, கர்மானில் பிறந்ததால் கர்மானீ என்று அறியப்பட்டான். தன்னை, குராசான் ஆளுநர் என்று அறிவித்துக்கொண்ட நஸ்ர், பிறகு அதே பொறுப்பில் நியமிக்கப்பட்டார். அவரது புரட்சி நடவடிக்கையை முன்வைத்து பொறுப்பு வழங்கப்பட்டதாகக் கருதி வெறுப்புடனிருந்தான்

கர்மானீ. தனது நண்பர்களிடம் அவன், “அவர்கள் தீமையை நோக்கிச் சென்றுகொண்டிருக்கிறார்கள். உங்கள் தேவைகளுக்காக உங்களுடைய தலைவரை நீங்கள் தேர்வு செய்யுங்கள்” என்றான்.

நஸ்ர் பின் ஸய்யரும் கர்மானீயும் இதற்கு முன்பும் முரண்பட்டு இருந்தவர்கள்தான். அவர்களிடையே வெறுப்பு வேரூன்றியிருந்தது. ஒரு புதிய சிக்கலின் தொடக்கமாக, ஹிஜ்ரீ 126 ரமளான் 27 அன்று, கர்மானீயைக் கைது செய்து சிறையிலடைத்தார் நஸ்ர். சில நாள்கள் மட்டுமே சிறையிலிருந்த அவன் எப்படியோ தப்பிச்சென்று 300 பேர்களை உடனடியாகத் திரட்டினான். அவனை அடக்குவதற்கு ஒரு படைத்தலைவரை நியமித்தார் நஸ்ர். ஆனால், மக்களின் தலையீடு காரணமாகப் போர் நிறுத்தம் செய்யப்பட்டு அவர்களிடையே இணக்கம் ஏற்படுத்தப்பட்டது. இந்த நல்லிணக்கம் கர்மானீ வெளியே நடமாட வேண்டாம் என்று நஸ்ர் வற்புறுத்தியதில் சென்று முடிந்தது. சில நாள்களுக்குப் பிறகு, கர்மானீ மீண்டும் கிளர்ச்சி செய்ய முன்வந்தான். இப்படியாக அவர்கள் போருக்குத் தயாராவதும் உடன்படிக்கை செய்துகொள்வதுமாக இருந்தனர். முடிவில், கர்மானீ குராசானிலிருந்து ஜுர்ஜானுக்குச் சென்றுவிட வேண்டுமென்ற உடன்படிக்கை ஏற்படுத்தப்பட்டது.

நஸ்ருக்கும் கர்மானீக்குமிடையே நடந்த சச்சரவுகளின் காரணமாக நிலைமை மிகவும் மோசமடைந்திருந்தது. துருக்கியிலிருந்து ஹாரித் பின் ஷுரைஹை அழைத்து வந்து கர்மானீ தன்னை வலுப்படுத்திக் கொள்ளக்கூடும் என்று பயந்தார் நஸ்ர். ஹாரித் பின் ஷுரைஹ் குறித்து ஏற்கனவே பார்த்தோம். ஹாரிதைத் தன்னிடம் அழைத்துவரச்சொல்லி முக்கதில் பின் ஹயானீ நஃப்தீயை அனுப்பி வைத்தார் நஸ்ர். அவர், ஹாரிதால் ஏற்பட வாய்ப்புள்ள சிக்கல்கள் குறித்துத் தனது கருத்தைத் தெரிவித்தும் அவரைக் குராசானுக்கு அழைத்து வருவதற்கான பாதுகாப்பு ஆவணங்களை அனுப்பி வைக்கவும் கேட்டு கூஃபாவின் அப்துல்லாஹ் பின் உமர் பின் அப்துல் அஸீஸுக்கும் டமாஸ்கசின் யஸீத் பின் வலீதுக்கும் கடிதமெழுதினார். அவரது பொறுப்பை உறுதி செய்யும் பதில் கடிதங்கள் இருவரிடமிருந்தும் வந்தன.

ஹாரித், துருக்கியிலிருந்து குராசானுக்கு வந்தார். அவரை மிகச்சிறப்பாக வரவேற்ற நஸ்ர், மர்வூடில் தங்க வைத்தார். நாளொன்றுக்கு 50 திர்ஹம் தருவதாக அவருக்கு வாக்குறுதி அளித்த

நஸ்ர், "நீங்கள் தேர்வு செய்யும் நாட்டுக்கு உங்களை ஆளுநராக நியமிக்கிறேன்" என்றார். "எனக்கு உலகியல் பொருள்களோ ஆட்சிப்பொறுப்போ தேவையில்லை. குர்ஆனையும் நபிவழியையும் நடைமுறைப்படுத்துவதில் மட்டுமே நான் நாட்டம்கொண்டுள்ளேன். அராஜகங்களைக் கண்டு வெறுத்துப்போன நிலையில் நான் இந்நகரங்களைவிட்டுச் சென்று பதின்மூன்று ஆண்டுகளாகி விட்டன. இப்போது மீண்டும் என்னை அழைத்திருக்கிறீர்கள்" என்றார் ஹாரித். நஸ்ர் எந்தப் பதிலும் சொல்லவில்லை. பின்னர், கர்மானீக்குத் தகவல் அனுப்பினார் ஹாரித். அதில், "நஸ்ர் குர்ஆனுக்கும் நபிவழிக்கும் ஏற்ப நடந்துகொள்வார் எனில், அவருக்கு உதவியாக இருப்பேன். இதற்கு மாறாக அவரும், குர்ஆனுக்கும் நபிவழிக்கும் ஏற்ப நடந்துகொள்வதாக நீரும் உறுதி அளித்தால் உமக்கு உதவியாக இருப்பேன்" என்றார். பின்னர், தமீம் இனக்குழுவினரையும் பிறரையும் தனது பக்கம் கவர்ந்தெடுத்தார். ஒரு சில நாள்களுக்குள் 3,000 பேர்கள் ஹாரிதின் தலைமையை ஏற்பதாக வாக்குறுதியளித்தனர். குராசானின் நிலை இவ்வாறிருந்தது.

மர்வான் பின் முஹம்மத் பின் மர்வான் பின் ஹகம், ஆர்மேனியாவிலும் அப்துஹ் பின் ரியா கஸ்ஸானி, ஜஸீராவிலும் ஆளுநர்களாக இருந்தனர். வலீத் பின் யஸீத் கொல்லப்பட்டதைத் தொடர்ந்து, அப்துஹ், ஜஸீராவிலிருந்து சிரியாவுக்குச் சென்றார். மர்வான் பின் முஹம்மதின் மகன் அப்துல் மலிக், கைவிடப்பட்ட ஜஸீராவைக் கைப்பற்றியதுடன் தனது பிரதிநிதிகளைப் பல்வேறு பகுதிகளுக்கு அனுப்பி வைத்துவிட்டுத் தனது தந்தை மர்வான் பின் முஹம்மதுக்குக் கடிதமெழுதினார்: "இது நல்லதொரு வாய்ப்பு. பெருமனதுடன் எழுச்சிபெற்று வலீதின் இறப்புக்காகப் பழிவாங்குங்கள்."

மர்வானின் கிளர்ச்சி குறித்துத் தகவலறிந்த யஸீத் பின் வலீத் அப்போது, ஹிம்ஸிலும் ஜோர்டானிலும் பாலஸ்தீனிலும் உருவான பிரச்சினைகளால் ஓய்வற்ற மனநிலையுடனிருந்தார். மிக மோசமான இந்தச் சூழலில் அவர் மர்வானுக்கு எழுதினார்: "எனக்கு நீர் வாக்குறுதியளித்தால் ஜஸீரா, அஸர்பைஜான், ஆர்மேனியா, மோசில் ஆகிய பகுதிகளுக்கு உம்மை அமீராக நியமிப்பேன்." மர்வான் பின் முஹம்மத், யஸீதுக்கு வாக்குறுதியளித்தார். அதன்படி,

அவரை அமீராக நியமித்து அதற்குரிய ஆவணங்களை அனுப்பி வைத்தார் யஸீத். ஆர்மேனியாவின் ஆளுநராக மட்டுமே இருந்த மர்வான், மோசில்வரையுள்ள ஆட்சிப்பகுதிகளுக்கு அமீராக நியமிக்கப்பட்டார்.

யஸீத் நகீஸ் என்று அறியப்பட்ட யஸீத் பின் வலீத், ஒழுக்கப் பண்புகள், பழக்க வழக்கங்களின் அடிப்படையில் சிறந்த மனிதர். ஆனால், நீண்ட காலம் அவர் உயிர் வாழவில்லை. ஏறத்தாழ ஆறு மாத காலம் ஆட்சி செய்த அவர், தனது 35 ஆவது வயதில், ஹிஜ்ரீ 126 துல் ஹிஜ்ஜா மாதம் 20 ஆம் நாள், கொள்ளை நோயால் இறந்து போனார்.

அபூ இஷாக் இப்ராஹீம் பின் வலீத் : யஸீத் நகீசின் இறப்பைத் தொடர்ந்து, அவரது சகோதரர், அபூ இஷாக் இப்ராஹீம் பின் வலீத் பின் அப்துல் மலிக், கலீஃபாவாகப் பொறுப்பேற்றார். அவருக்கு மக்கள் அனைவரும் வாக்குறுதி அளித்து விடவில்லை. பலர் மறுத்து விட்டனர். யஸீதின் இறப்பை அறிந்த ஆர்மேனியா அமீரான மர்வான் பின் முஹம்மத் பின் ஹகம், தனது படையுடன் டமாஸ்கசை நோக்கி விரைந்தார். முதலில் கன்ஸரீனுக்கு வந்த அவர், அதைக் கைப்பற்றிவிட்டு, ஹிம்சை நோக்கி நகர்ந்தார். ஹிம்சின் நிலை ஆச்சரியமாக இருந்தது. மக்கள் இப்ராஹீமுக்கு வாக்குறுதி அளிக்கவில்லை. இதன் காரணமாக, இப்ராஹீமின் படைத்தலைவரான அப்துல் அஸீஸ் பின் ஹஜ்ஜாஜ் பின் அப்துல் மலிக்கின் தலைமையில் டமாஸ்கசிலிருந்து வந்திருந்த சிரியப்படை ஹிம்சில் முற்றுகையிட்டிருந்தது. மர்வான் பின் முஹம்மத் வந்துகொண்டிருப்பதை அறிந்த அப்துல் அஸீஸ், முற்றுகையை நீக்கிவிட்டு டமாஸ்கசுக்குச் சென்றார். ஹிம்சை அடைந்த மர்வானுக்கு எந்தத் தயக்கமுமின்றி மக்கள் வாக்குறுதியளித்தனர். இதையறிந்த இப்ராஹீம், மர்வானை எதிர்த்துப் போரிட 1,20,000 வீரர்கள்கொண்ட ஒரு படையை சுலைமான் பின் ஹிஷாமின் தலைமையில் அனுப்பி வைத்தார். மர்வானிடம் 80,000 வீரர்கள் மட்டுமே இருந்தனர். போருக்கு முன், மர்வான் ஒரு வேண்டுகோள் விடுத்தார். அதில், "வலீத் பின் யஸீதின் கொலைக்குப் பழி வாங்குவதை நாங்கள் கைவிடுகிறோம். வலீத் தனது வாரிசுகளாக நியமித்த ஹகம், உஸ்மான் ஆகிய இருவரையும் நீங்கள் விடுதலை செய்ய வேண்டும்" என்று குறிப்பிட்டிருந்தார்.

மர்வான் பின் முஹம்மதின் வேண்டுகோளை இப்ராஹீம் புறக்கணித்தார். போர் தொடங்கியது. தனது 17,000 வீரர்கள் கொலையுண்டதுடன் ஸுலைமான் படுதோல்வியடைந்தார். ஹகம், உஸ்மான் ஆகியோருக்கு வாக்குறுதியளித்த மர்வான் டமாஸ்கசுக்கு விரைந்தார். இப்ராஹீமும் அவரது ஆள்களும் தங்களது முடிவின்படி, ஹகமையும் உஸ்மானையும் கொலை செய்தனர். வெற்றியாளராக மர்வான் டமாஸ்கசுக்குள் நுழைந்ததும், இப்ராஹீமும் சுலைமானும் அங்கிருந்து தத்மூரை நோக்கி ஓடினர். கொலையுண்ட இருவரது உடல்களைக் கண்ட மர்வான் மிகவும் துயரம்கொண்டார். இறப்புத் தொழுகைக்குப் பின், அவர்களது உடல்கள் அடக்கம் செய்யப்பட்டன. அப்போது மர்வான் மக்களிடம் கேட்டார்: "கலீஃபாவாக நீங்கள் யாரை நியமிக்க விரும்புகிறீர்கள்?" மக்கள் அனைவரும் ஒருமனதுடன் அவரையே தேர்வு செய்து வாக்குறுதி அளித்தனர். இது, ஹிஜ்ரீ 127 ஸஃபர் மாதம் 24ஆம் நாள் திங்கட்கிழமை நடந்தது.

மர்வான், இப்ராஹீமை மன்னித்தார். அவர் தனது கிலாஃபத் உரிமையை மர்வானுக்கு விட்டுக்கொடுத்தார். இப்ராஹீமின் கிலாஃபத் குறித்து வரலாற்றாசிரியர்களிடையே முரண்பட்ட கருத்துகள் உள்ளன. சிலர், அவரைக் கலீஃபாவாக ஏற்றுக்கொள்கிறார்கள். வேறு சிலர் மறுக்கிறார்கள். அவரது கிலாஃபத், இஸ்லாமிய உலகில் அறியப்படவில்லை. மேலும், அவர் அதைத் துறந்து விட்டார். எதுவாயினும், இப்ராஹீமின் கிலாஃபத் காலம், இரண்டு மாதங்களும் சில நாள்களும் மட்டுமே நீடித்தது.

மர்வான் பின் முஹம்மத் : உமய்யா வம்சாவளியின் கடைசி கலீஃபா, மர்வான் பின் முஹம்மத் பின் மர்வான் பின் ஹகம். சில வரலாற்றுக் குறிப்புகளில் அவர், இரண்டாம் மர்வான் என்றும் குறிப்பிடப்படுகிறார். தனது கிலாஃபத் காலத்தில் பல்வேறு போர்கள் நடத்திய அவர் தன்னைப் பெரிதும் பொறுமையுள்ளவராகக் காட்டிக்கொண்டார். ஆகவே, பொறுமையாளர் என்றும் கணிக்கப்படுகிறார். டமாஸ்கசில் தங்குவதற்குப் பதிலாக, ஹர்ரன் என்னுமிடத்தில் அவர் தங்கியிருந்தார். ஆட்சியை இழந்த இப்ராஹீமைத் தத்மூரிலிருந்து வரவழைத்து அவருக்குக் குறிப்பிட்ட ஒரு ஊதியம் அளிப்பதாக முடிவு செய்தார். ஷவ்வால் மாதம் முதல் நாளன்று, ஹிம்ஸ் மக்கள் போருக்குத் தயார் நிலையில்

இருக்கிறார்கள் என்றும் அண்மைப் பகுதிகளிலுள்ள அரேபிய இனக்குழுக்களும் அவர்களுடன் இணைந்திருக்கிறார்கள் என்றும் அறிந்தார் மர்வான். தனது படைகளுடன் அவர் ஹிம்சை நோக்கி விரைந்தார். அவருடன் இப்ராஹீமும் ஸுலைமானும் சென்றனர். ஷவ்வால் மாதம் 30ஆம் நாள், அவர்கள் ஹிம்சை அடைந்தனர். நகரின் நுழைவாயில்கள் மூடப்பட்டிருந்தன. மர்வானின் அதிகாரி மக்களிடம், "அமீருல் முஃமினீனுடனான வாக்குறுதியை நீங்கள் மீறுவதற்கானக் காரணமென்ன?" என்று கேட்டார். நாங்கள் அதை மீறவில்லை என்றும் அமீருல் முஃமினீன்மீது பணிவுள்ளவர்களாகவே இருக்கிறோம் என்றும் அவர்கள் தெரிவித்தனர்.

பின்னர், அவர்கள் நகர நுழைவாயில்களைத் திறந்தனர். மர்வானின் படைகள் நகருக்குள் நுழைந்தன. ஹிம்சில் பல பிரிவுகள் இருந்தன. மர்வானை எதிர்ப்பவர்கள் போரிட முன்வந்தனர். மர்வான் அவர்களைத் தோற்கடித்தார். இன்னொரு முற்றுகையைத் தவிர்க்கும் நோக்கத்துடன் ஏறத்தாழ 900 அடி நீளம்கொண்ட நகரச்சுவர்களை இடித்தார். மக்களிடமிருந்து வாக்குறுதி பெற்றார். கோத்தா மக்கள், யஸீத் பின் காலிதின் தலைமையில் டமாஸ்கஸ்மீது படையெடுத்துச் சென்று ஆளுநரை முற்றுகையிட்டிருப்பதாக ஒரு தகவல் வந்தது. 10,000 வீரர்கள்கொண்ட ஒரு படையை அங்கே அனுப்பி வைத்தார் மர்வான்.

மர்வானின் படைகள் அங்கே சென்றதும் போர் ஆரம்பித்தது. மர்வானின் படை வெளியிலிருந்தும் டமாஸ்கஸ் மக்கள் உள்ளிருந்தும் போரிட்டனர். கோத்தாவினர் தோல்வியுற்றனர். யஸீத் பின் காலித் கொல்லப்பட்டார். அவரது தலை மர்வானுக்கு அனுப்பி வைக்கப்பட்டது.

தொடர்ந்து, பாலஸ்தீனரை ஒன்றுதிரட்டிய தாபித் பின் நயீம், தபரியாவை முற்றுகையிட்டான். தபரியாவை அப்போது ஆட்சி செய்து வந்தவர் வலீத் பின் முஆவியா பின் மர்வான் பின் ஹகம். தாபிதை அடக்குவதற்காக, படைத்தலைவர் அபுல் வர்தாவை உடனடியாக அனுப்பி வைத்தார் மர்வான். அவர் அங்கே சென்றதும், தபரிகள் நகருக்கு வெளியே வந்து போரிட்டனர். போரில், பாலஸ்தீனர் தோல்வியுற்றனர். தாபித் பின் நயீமின் வாரிசுகள் மூவரைப் பிடித்து மர்வானிடம் அனுப்பி வைத்தார் அபுல் வர்தா. ரமாஹிஸ் பின் அப்துல் அஸீஸ் கனானியை பாலஸ்தீன்

ஆளுநராக நியமித்தார் மர்வான். அவர் தாபிதைத் தேடிப் பிடித்துக் கைது செய்து மர்வானிடம் அனுப்பி வைத்தார். தாபித் மற்றும் அவனது வாரிசுகள் கை, கால்கள் துண்டிக்கப்பட்டுக் கம்பத்தில் அறையப்பட்டனர்.

இதன் பிறகு நிலைமைகள் கட்டுக்குள்ளாயின. மர்வான், தன்னுடைய மகன்கள் அப்துல்லாஹ்வையும் உபைதுல்லாஹ்வையும் ஆட்சியின் வாரிசுகளாக நியமித்து வாக்குறுதி பெற்றார். அவர்கள் இருவருக்கும் ஹிஷாம் பின் அப்துல் மலிக்கின் மகள்களைத் திருமணம் செய்து வைத்தார். பின்னர், சுயாட்சி வேண்டி போராடிக்கொண்டிருந்த, தத்மூர்மீது படையெடுத்தார். அவர்கள் கீழ்ப்படியவும் வாக்குறுதியளிக்கவும் வலியுறுத்தப்பட்டனர். தொடர்ந்து, கூஃபாவைக் கைப்பற்றியிருந்த தஹ்க் ஷிபானி கவாரிஜை வெளியேற்றுவதற்காக யஸீத் பின் உமர் பின் ஹுபைராவை இராக்குக்கு அனுப்பி வைத்தார். பின்னால், உதவிப் படைகளை அனுப்புவதற்காக அவர் ஸர்க்கிஸாவில் தங்கியிருந்தார். இதற்கு முன், சுலைமான் பின் ஹிஷாம், ஓய்வுக்காக ருஸஃபாவில் முகாமிட்டிருந்தார். யஸீத் பின் உமர் தலைமையில் இராக்குக்கு அனுப்பியவர்களில் பெருமளவு சிரியர்கள், சுலைமான் பின் ஹிஷாமிடம் சென்று கிலாஃபத்தை ஏற்றுக்கொள்ளும்படி கோரிக்கை விடுத்தனர். இதை ஏற்றுக்கொண்ட சுலைமான், தன்னுடன் அவர்களையும் அழைத்துக்கொண்டு, கன்ஸரீனை நோக்கி நகர்ந்தார். அங்கிருந்து, பல்வேறு சிரிய குழுவினருக்குக் கடிதங்கள் எழுதினார். இதன்படி, எல்லா திசைகளிலிருந்தும் வந்த சிரியர்கள் ஒரு பெரும்படையாக உருவாயினர்.

இதையறிந்த மர்வான், யஸீத் பின் உமரை அங்கேயே நிற்கும்படி உத்தரவிட்டார். பின்னர், அவரே ஸர்க்கிஸாவிலிருந்து சுலைமானை எதிர்கொள்ளப் புறப்பட்டார். மர்வானும் சுலைமானும் தங்கள் படைகளைக் கன்ஸரீனுக்கு வெளியே ஹனஃபில் அணிவகுத்தனர். போரில் தோல்வியடைந்த சுலைமான் தப்பியோடினார். கைது செய்யப்பட்ட அவரது வீரர்கள் அனைவரும் கொலை செய்யப்பட்டனர். சுலைமான் பின் ஹிஷாமின் மகனும் ஹிஷாம் பின் அப்துல் மலிக்கின் தந்தையின் சகோதரரான காலித் பின் ஹிஷாம் மக்ஸூமியும் கொல்லப்பட்டனர். ஹிம்சுக்கு ஓடிய சுலைமான் படைகளைத் திரட்டினார். நகரின் மதில்களைப் பழுது

தீர்த்தார். மர்வானும் ஹிம்சுக்கு வந்தார். போர் மூண்டது. ஹிம்சைச் சுற்றிவளைத்த மர்வான், முற்றுகையை ஆறு மாதங்கள் தொடர்ந்தார். 80 கவண்கள் இடைவிடாமல் கற்களை வீசிக்கொண்டிருந்தன. உதவியற்ற நிலையில் ஹிம்ஸ் மக்கள் மன்னிப்புக்கேட்டு மன்றாடினர். சுலைமான் தத்மூருக்குத் தப்பியோடினார். ஹிம்ஸ் முற்றுகையை முடித்துக்கொண்டு, தஹக் கவாரிஜை அடக்குவதற்காக கூஃபாவுக்குப் புறப்பட்டார் மர்வான்.

கூஃபாவுக்குச் சென்ற யஸீத் பின் உமர், தஹக் கவாரிஜைத் தோற்கடித்தார். தஹக் மீண்டும் தனது படைகளுக்கு உத்தரவிட்டார். இதிலும் வெற்றியடைந்த யஸீத் பின் உமர், கூஃபாவுக்குள் நுழைந்தார். கவாரிஜ்கள் மேற்கொண்ட பல்வேறு கிளர்ச்சிகளும் தோல்வியில் முடிந்தன. இராக்கைக் கைப்பற்றிய யஸீத் பின் உமர், மர்வானின் பெயரில் வாக்குறுதி பெற்ற பிறகு, குராசான் ஆளுநராக நஸ்ர் பின் ஸய்யரை நியமித்தார்.

ஏற்கனவே குறிப்பிட்டபடி, ஹாரித் பின் ஷுரைஹ் குராசானிலிருந்தார். நாளுக்கு நாள் அவருக்கு ஆதரவாளர்கள் பெருகிக்கொண்டிருந்தனர். தனக்கு மன்னிப்பும் பாதுகாப்பும் கிடைக்க, யஸீத் பின் வலீதுதான் காரணமே தவிர, மர்வான் பின் முஹம்மத் அல்ல என்பதையும், தனக்கு மன்னிப்பளித்தவர் கூஃபா ஆளுநரான அப்துல்லாஹ் பின் உமர்தானே தவிர, தற்போதைய ஆளுநரான யஸீத் பின் உமர் அல்ல என்பதையும் அவர் புரிந்திருந்தார். ஆகவே, தனது எதிர்ப்பை அவர் அறிவித்தார். நஸ்ர் பின் ஸய்யர் தொடர்ந்து அவரிடம் பேசியும் ஏற்றுக்கொள்ள மறுத்தார். இறுதியில், போர் தவிர்க்க இயலாததாக மாறியது. தலைநகரான மர்வின் தெருக்களைப் போர்த்தீ விழுங்கியது. குராசானின் இன்னொரு பக்கம், கர்மானில் மிகப் பெரும் ஆற்றலாக வளர்ந்திருந்தார் கர்மானீ. இதில், சந்தேகம்கொண்ட நஸ்ர் பின் ஸய்யர், கர்மானீயை அழைத்து வரச் செய்தார். ஏனெனில், கர்மானீயின் அரசப் பற்றுக் குறித்த கருத்து, தெளிவுபடுத்தப்படாமல் இருந்தது. அவரோ, இரண்டு பக்க எதிர்ப்புகளுக்கும் தயாராகவே இருந்தார். சுருக்கமாகச் சொல்வதானால் கர்மானீ, ஹாரித், நஸ்ர் ஆகிய மூவருமே மர்வில் தங்கள் படைகளுடன் திரண்டனர். சம ஆற்றல் வாய்ந்த இவர்களுக்கு வெவ்வேறான குறிக்கோள்கள் இருந்தன. பரஸ்பரம் இவர்கள் பரிவுள்ளவர்களும் அல்ல. முடிவில்,

கர்மானீயும் ஹாரிதும் சேர்ந்து நஸ்ரைத் தோற்கடித்து மர்விலிருந்து வெளியேற்றினர். சில நாள்களுக்குப் பிறகு, கர்மானீயும் ஹாரிதும் தங்களுக்குள் போரிட்டனர். இது ஹாரிதின் இறப்பில் முடிய, ஹிஜ்ரீ 128 இல் கர்மானீ, மர்வைக் கைப்பற்றினார்.

ஹாரித் கொல்லப்பட்டதுடன் அவரது படை வீரர்களை ஒன்று திரட்டிய நஸ்ர், கர்மானீக்கெதிராக அவர்களைப் போருக்கு அனுப்பினார். பல போர்கள் நடந்தன. ஏறத்தாழ அனைத்திலும் நஸ்ரின் படைகளே தோற்றன. இறுதியில், ஒரு பெரும் படையுடன் மர்வுக்குச் சென்றார் நஸ்ர். இரு பிரிவினரும் தங்கள் பாதுகாப்பைப் பலப்படுத்திக்கொண்டனர். போர் தொடங்கியது. வெற்றி தோல்விகளைத் தீர்மானிக்க இயலாமல் போர் நீடித்தது. இனி வரும் பக்கங்களில் குறிப்பிடவிருக்கும் அபூ முஸ்லிம் குராசானி என்பவர் நிலைமையைத் தனக்குச் சாதகமாகப் பயன்படுத்தும் நோக்கத்துடன் ஒரு படையைத் திரட்டினார். நஸ்ரையும் கர்மானீயையும் அவர் தனித்தனியாகத் தொடர்புகொண்டார். அவர் நஸ்ருக்கு எழுதிய கடிதத்தில், "இமாம் இப்ராஹீம் (அப்பாசிய இயக்கத் தலைவர்) உங்களுக்கான சில அறிவுரைகளை எனக்கு அனுப்பியுள்ளார். அவை உங்களுக்குப் பலனளிக்கும் என்று நினைக்கிறேன்" என்று குறிப்பிட்டார். இது போன்ற மற்றொரு கடிதத்தை கர்மானீக்கும் அனுப்பினார். அதில், "நான் உங்களுடைய ஆதரவாளன். தேவைப்படும் நேரத்தில் உங்களுக்கு உதவும்படி இமாம் இப்ராஹீம் எனக்குத் தகவல் அனுப்பியுள்ளார்" என்று குறிப்பிட்டார்.

கடிதங்களைக் கொண்டு சென்றவர்களிடம், அவற்றை கர்மானீக்கும், நஸ்ருவுக்கும் அவர்களின் ஆதரவாளர்களுக்கும் காட்டச் சொன்னார். அனைத்து இனக்குழுவினரின் ஆதரவையும் தேடிக்கொள்வது அவரது நோக்கம். இப்படியான வேறு உத்திகளைப் பயன்படுத்தி கவாரிஜ்களின் பரிவையும் ஆதரவையும் பெற்றுக்கொண்டார்.

அபூமுஸ்லிம் குராசானி தனது படையுடன் வந்து, கர்மானீ மற்றும் நஸ்ரின் அரண்களிடையே முகாம் அமைத்தார். அவர் யாருக்கு ஆதரவாக வந்திருக்கிறார் என்று இருவருக்குமே தெரியாது. மறுநாள், "உங்களுக்கு ஆதரவாக, நான் நஸ்ரை எதிர்த்துப் போரிடுவேன்" என்று கர்மானீக்குத் தகவல் அனுப்பினார். கர்மானீ அகமகிழ்ந்து போனார். இதையறிந்த நஸ்ர், கர்மானீக்கு எழுதினார்:

“மிகத் திறமையான முறையில் அபூமுஸ்லிம் உம்மை அழிக்க நினைக்கிறார். அவரது பொறிக்குள் அகப்பட வேண்டாம். நாம் நம்முடைய வேறுபாடுகளை மறந்து முதலில் அவரை எதிர்த்துப் போரிட வேண்டும்.”

கர்மானீ இதற்கு இணங்கினார். மறுநாள் இருவரும் சந்திப்பதாக ஏற்பாடு செய்யப்பட்டது. நஸ்ரைச் சந்திப்பதற்காக, 200 வீரர்களுடன் வெளியே வந்தார் கர்மானீ. வாய்ப்பைப் பயன்படுத்திக்கொண்ட நஸ்ரின் வீரர்கள் அவர்களைக் கொன்றனர். கர்மானீயின் மகன் அலீ, அபூ முஸ்லிமிடம் ஆதரவு கேட்டு ஓடினார். கர்மானீயின் படைகளும் அபூ முஸ்லிமின் படைகளும் சேர்ந்து நஸ்ரைத் தாக்கி தோல்வியடையச் செய்தன. தப்பியோடிய நஸ்ர், ஒரு வீட்டில் சென்று ஒளிந்துகொண்டார்.

அபூமுஸ்லிமும் அலீயும் மர்வைக் கைப்பற்றினர். அபூமுஸ்லிமிற்கு வாக்குறுதியளிக்க முன்வந்தார் அலீ பின் கர்மானீ. அபூமுஸ்லிம் சொன்னார்: “இதுவரையிலான நிலையே தொடரட்டும். இமாமின் உத்தரவு வந்த பிறகு பொருத்தமானதைச் செய்வோம்.”

மர்விலிருந்து உயிர் தப்பிய நஸ்ர் படை திரட்டத் தொடங்கினார். அபூமுஸ்லிமும், தந்தையின் இறப்புக்குப் பழிவாங்க விரும்பிய அலீயும் ஒன்றிணைந்திருந்தனர். கவாரிஜ்களுக்கும் நஸ்ருக்கும் இடையிலான பகைமையை முன்வைத்து கவாரிஜ் தலைவர் ஷீபான் பின் அப்துல் அஸீஸ் கவாரிஜையும் தன்னுடன் சேர்த்துக்கொண்டார் அபூமுஸ்லிம். ஷீபானையும் அபூமுஸ்லிமையும் பிரிக்கும் நோக்கத்துடன், “அபூமுஸ்லிம் ஒரு ஷியா” என்று ஷீபானுக்குத் தகவல் அனுப்பினார் நஸ்ர். கவாரிஜ்கள், அபூ முஸ்லிமிடமிருந்து பிரிந்தனர். கர்மானீயின் மகன் அலீயும் பிரிந்தார். அபூமுஸ்லிம், ஷீபான் கவாரிஜ், அலீ பின் கர்மானீ, நஸ்ர் ஆகிய இந்நால்வர் குழுக்களும் தங்களுக்கான வாய்ப்புகளைத் தேடி குராசானில் அலைந்து திரிந்தனர். இதில், நஸ்ரும் அபூமுஸ்லிமும் மற்றவர்களைவிட திறமையும் அறிவும் மிக்கவர்கள். ஹிஜ்ரீ 130 இல், ஷீபான் கவாரிஜியையும் அலீ பின் கர்மானீயையும் ஒருவர் பின் ஒருவராகக் கொலை செய்யும் வாய்ப்பு அபூமுஸ்லிமுக்குக் கிடைத்தது. ஹிஜ்ரீ 131இல் நஸ்ர் நோய்வாய்ப்பட்டு ரேயில் இறந்தார். குராசானில் அபூமுஸ்லிமிற்கு எதிரிகள் யாருமில்லை என்ற நிலை உருவானது.

கவாரிஜ்கள் : இஸ்லாமிய ஆட்சிப் பகுதிகளில் உருவான உள்நாட்டுப் போர்களையும் பலவீனத்தையும் மிக நுட்பமாகக் கவனித்து வந்த கவாரிஜ்கள் இவ்வாய்ப்புக்களைத் தங்களுடைய கிளர்ச்சிகளுக்குப் பயன்படுத்திக்கொண்டனர். குராசான் கவாரிஜ்களின் தலைவராக, தஹ்ஹாக் பின் கைஸ் ஷீபானி தேர்வு செய்யப்பட்டார். இவர், கூஃபாவைத் தாக்கிக் கைப்பற்றினார். கூஃபாவின் ஆட்சியாளராக இருந்த அப்துல்லாஹ் பின் உமர் பின் அப்துல் அஸீஸ், வாஸிதுக்குச் சென்றார்.

மர்வான் பின் முஹம்மதிடம் தோல்வியடைந்த சுலைமான் பின் ஹிஷாம், தஹ்ஹாக் பின் கைசுடன் இணைந்தார். இது, தஹ்ஹாக்கின் வலுவை அதிகரிக்கச் செய்தது. பின்னர், தஹ்ஹாக் மோசில்மீது படையெடுத்தார். மர்வான் பின் முஹம்மதின் மகன் அப்துல்லாஹ் பின் மர்வான் தன்னிடமிருந்த 7,000 வீரர்களுடன் ஒரு லட்சம் வீரர்களைக்கொண்ட தஹ்ஹாக்கை எதிர்கொண்டார். தஹ்ஹாக்கின் படைகள் அப்துல்லாஹ் பின் மர்வானைச் சுற்றி வளைத்தன. இதையறிந்த அப்துல்லாஹ்வின் தந்தையான மர்வான் மகனுக்கு உதவி செய்தார். பயங்கரமான ஒரு போரின் முடிவில் தஹ்ஹாக் கொல்லப்பட்டார். கவாரிஜ்கள், ஸயீத் பின் பஹ்தலைத் தலைவராகத் தேர்வு செய்தனர். அவரும் கொல்லப்பட்டார். பின்னர், ஷிபான் பின் அப்துல் அஸீஸைத் தேர்வு செய்தனர்.

யஸீத் பின் ஹுபைராவைக் கூஃபாவுக்கு அனுப்பி வைத்தார் மர்வான். அவர் அங்கே சென்று கவாரிஜ்கள் அனைவரையும் நகரை விட்டு வெளியேற்றினார். அவர்களை அழைத்துக்கொண்டு இரானுக்குச் சென்ற ஷீபான் அப்துல் அஸீஸ் ஏற்கனவே குறிப்பிட்டபடி அபூமுஸ்லிமுடன் சேர்ந்து பிறகு, ஹிஜ்ரீ 130இல் கொலையுண்டார்.

ஹிஜாஸ், யேமன், ஹள்ரமவ்த் ஆகிய பகுதிகளிலும் கிளர்ச்சிகள் வெடித்தன. அபூஹம்ஸா முக்தார் பின் அவ்ஃப் அஸ்தி அன்பார் கிளர்ச்சிக் கொடியை ஏந்தினார். ஹள்ரமவ்தின் ஆளுநர் அப்துல்லாஹ் பின் யஹ்யாவும் அவருடன் இணைந்துகொண்டார். முதலில் மதீனாவைக் கைப்பற்றிய அபூஹம்ஸா தொடர்ந்து, சிரியாவை நோக்கி நகர்ந்தார். அவரை அடக்குவதற்கு இப்ன் ஆத்யா ஸஅதியை நியமித்தார் மர்வான் பின் முஹம்மத். அவர்களிடையே வாதில் குராவில் வைத்துப் போர் நிகழ்ந்தது. இதில், அபூ ஹம்ஸா

கொல்லப்பட்டார். தொடர்ந்து, யேமனை நோக்கிச் சென்ற இப்ன் ஆத்யா, அங்கே போருக்குத் தயாராக இருந்த அப்துல்லாஹ் பின் யஹ்யாவுடன் மோதினார். இதில், அப்துல்லாஹ் பின் யஹ்யா மரணமடைந்தார். இப்னு ஆத்யா அவரது தலையைத் துண்டித்து மர்வானுக்கு அனுப்பி வைத்தார்.

மர்வான் அப்போது, மோசிலின் அருகில் தஹாக் கவாரிஜுடன் போரில் ஈடுபட்டிருந்தார். இமாம் இப்ராஹீம், அபூமுஸ்லிம் குராசானிக்கு எழுதிய ஒரு கடிதம் இடையில் கைப்பற்றப்பட்டு, மர்வானிடம் வந்தது. கடிதத்தின் உள்ளடக்கம்: "எந்த ஒரு அரபியையும் அரபு வம்சாவளியில் வந்தவரையும் விட்டுவிட வேண்டாம். இஸ்லாத்தைத் தழுவியுள்ள குராசான் குடிமக்கள் எங்களுடன் இருப்பார்கள். இவர்களை நாம் நம்பலாம்." இக்கடிதத்தின்மூலம் மேலும் தெரிய வந்த உண்மை: நீண்ட காலமாக உமய்யாக்களுக்கு எதிராக அப்பாசியர் சூழ்ச்சி செய்து வருகிறார்கள். இந்தச் செயல்பாடுகளின் மையமாக இருப்பது பல்காவிலுள்ள ஹமீமா. இதற்கு அடிப்படையாகச் செயல்படுபவர் இமாம் இப்ராஹீம்.

கடிதத்தை வாசித்த மர்வான், பல்காவிலுள்ள தனது ஆளுநரிடம் இமாம் இப்ராஹீமைக் கைது செய்து அனுப்பி வைக்கும்படி உத்தரவிட்டார். இதன்படி, இமாம் இப்ராஹீம் பின் முஹம்மத் அவரது குடும்ப உறுப்பினர் பலருடன் கைது செய்யப்பட்டு கலீஃபா மர்வானிடம் அனுப்பி வைக்கப்பட்டார். அவர்களை ஹர்ரானில் சிறை வைத்தார் கலீஃபா. இமாம் இப்ராஹீமுடன், ஸயீத் பின் ஹிஷாம் பின் அப்துல் மலிக், அவரது இரு மகன்களான உஸ்மான், மர்வான், அப்பாஸ் பின் வலீத் பின் அப்துல் மலிக், அப்துல்லாஹ் பின் உமர் பின் அப்துல் அஸீஸ், அபூ முஹம்மத் ஸுஃப்யானீ ஆகியோரும் சிறைவைக்கப்பட்டனர். சில நாள்களுக்குப் பிறகு, ஹர்ரானில் பரவிய ஒருவகைத் தொற்றுநோயால் பாதிக்கப்பட்ட இமாம் இப்ராஹீம், அப்பாஸ் பின் வலீத், அப்துல்லாஹ் பின் உமர் பின் அப்துல் அஸீஸ் ஆகியோர் மரணமடைந்தனர்.

ஸயீத் பின் ஹிஷாம், காவலரைக் கொன்றுவிட்டு சிறைக்கதவை உடைத்து பிற கைதிகளுடன் தப்பித்தார். ஹர்ரான் மக்கள் தப்பியோடிய கைதிகளைப் பிடித்துக் கொன்றனர். அபூ முஹம்மத் ஸுஃப்யானீ சிறையிலேயே இருந்தார். ஸப் நதிக்கரை

போரில் தோல்வியுற்றுத் திரும்பிய, மர்வான் பின் முஹம்மத் அவரை விடுதலை செய்தார். இமாம் இப்ராஹீம், தான் கைது செய்யப்படுவதற்கு முன், தனக்குப் பிறகு அபுல் அப்பாஸ் ஸஃப்ஃபா என்று அறியப்படும் தனது சகோதரர் அப்துல்லாஹ் பின் முஹம்மதை அரசியல் வாரிசாக அறிவித்திருந்தார். மேலும், அபுல் அப்பாஸ் கூஃபாவில் தங்கியிருக்க வேண்டும் என்றும் எழுதியிருந்தார். இதை நிறைவேற்றும் பொறுப்பை அபூ முஸ்லிம் குராசானியிடம் ஒப்படைத்தார். பின்னர், கிளர்ச்சியின் மூலம் குராசானைக் கைப்பற்றுவதற்குக் கருப்புக் கொடியுடன் கஹ்தபா பின் ஷபீபை அபூமுஸ்லிமிடம் அனுப்பி வைத்தார். சகோதரரின் இறுதி ஆவணத்தின்படி, தனது குடும்பத்தாருடன் அப்துல்லாஹ் பின் முஹம்மத் கூஃபாவில் குடியேறினார்.

ஹிஜ்ரீ 130, 131 காலகட்டங்களில் குராசான் முழுவதையும் அபூ முஸ்லிம் தனது கட்டுப்பாட்டுக்குள் கொண்டுவந்தார். பின்னர், கஹ்தபா பின் ஷபீப் தலைமையில் அவர் அனுப்பி வைத்த ஒரு படை கூஃபாவைக் கைப்பற்றியது. தொடர்ந்து, மக்கள் அபுல் அப்பாஸ் ஸஃப்ஃபா அப்துல்லாஹ் பின் முஹம்மதுக்கு வாக்குறுதியளித்தனர். இதையறிந்த மர்வான் பின் முஹம்மத் 1,20,000 வீரர்களுடன் ஹர்ரானிலிருந்து கூஃபாவுக்கு அணிவகுத்துச் சென்றார். அவரது படைக்கும் ஸஃப்ஃபாவின் தந்தையின் சகோதரரான அப்துல்லாஹ் பின் அலீயின் தலைமையிலான ஸஃப்ஃபாவின் படைக்குமிடையே ஸப் நதியின் அருகில் போர் நிகழ்ந்தது. மர்வான் பின் முஹம்மதின் படைகள் தொடர்ந்து போரில் ஈடுபட்டிருந்தால் எளிதாக வெற்றி பெற்றிருக்க முடியும். அப்துல்லாஹ் பின் அலீ படையின் பெரும் பகுதியைப் பின்வாங்கச் செய்த மர்வான், வெற்றி பெறவிருக்கும் நிலையில் அவர் தோல்வி அடைவதைத் தங்களது நோக்கமாக வைத்திருந்த படையின் பெரும் பகுதி வீரர்கள் போரிட மறுத்துவிட்டனர்.

தான் தோல்வி முகத்திலிருப்பதைக் கண்ட அப்துல்லாஹ் பின் அலீ, எந்த ஆபத்தையும் எதிர்கொள்வதாக முடிவு செய்து, தேர்வு செய்த வீரர்களுடன் துணிந்து தாக்கினார். நம்பிக்கை இழந்த நிலையில் அவர் விடுத்த சவாலை மர்வானின் எந்தப் படைத்தலைவரும் ஏற்க முன்வரவில்லை. அவர்களை அன்பளிப்புகளாலும் சிறப்புச் சலுகைகளாலும் கவர நினைத்த

மர்வானின் முயற்சிகளும் பலனளிக்கவில்லை. தனது செல்வங்கள் அனைத்தையும் கொண்டுவந்து போர்க்களத்தில் கொட்டிய மர்வான், வலுவற்ற எதிரிகளைக் கொன்றுவிட்டு, இவற்றைப் பகிர்ந்து கொள்ளுங்கள் என்றார். ஆனால், விலையுயர்ந்த பொருள்களைக் கைப்பற்றுவதில் மட்டுமே வீரர்கள் அக்கறை செலுத்தினர். போரில் ஈடுபட்டிருந்தவர்களும் பொருள்களின் மீது கவனம் செலுத்த ஆரம்பித்தனர்.

படைகளின் ஒழுங்கின்மையையும் கூச்சல் குழப்பங்களையும் கண்டு நிலைகுலைந்த மர்வான், பொருள்களைக் கொள்ளையடிப்பதைத் தடுத்து நிறுத்தச்சொல்லி, தன் மகன் அப்துல்லாஹ்வை அனுப்பினார். அவர் அந்த இடத்தை அடைந்ததும் வீரர்கள் கையில் கிடைத்தப் பொருள்களுடன் ஓட ஆரம்பித்தனர். சில வீரர்களுடன் மர்வான் தனித்து விடப்பட்டார். படைகளின் அரசப் பற்றின்மையும் பணிவின்மையும் காரணமாகத் தோல்வியுற்று அங்கிருந்து தப்பித்து மோசிலுக்குச்சென்ற மர்வான் மக்களின் ஏளனத்துக்குள்ளானார். அங்கிருந்து தன்னுடைய மருமகன், அப்பாஸ் பின் யஸீத் பின் முஹம்மத் ஆளுநராக இருக்கும் ஹர்ரானுக்குச் சென்றார்.

ஹிஜ்ரீ 132 ஜுமாதல் ஆகிரா மாதம் 11 ஆம் நாள் சனிக்கிழமை அன்று ஸப் நதிக்கரையில் மர்வான் தோற்கடிக்கப்பட்டார். ஹர்ரானில் 20 நாள்கள் தங்கியிருந்த மர்வான், அப்துல்லாஹ் பின் அலீ வருவதாக அறிந்ததும் ஹிம்சுக்குப் புறப்பட்டார். ஹர்ரானை அடைந்த அப்துல்லாஹ் பின் அலீயை அதன் ஆளுநரான அப்பாஸ், கறுப்பு ஆடையணிந்து கறுப்புக் கொடியுடன் நின்று வரவேற்றார். ஸஃப்ஃபாவின் கிலாஃபத்தை ஏற்று வாக்குறுதியளித்த அவருக்கு அப்துல்லாஹ் பின் அலீ மன்னிப்பு வழங்கினார்.

ஹிம்சை அடைந்த மர்வானை மக்கள் மிகுந்த மரியாதையுடனும் பணிவுடனும் வரவேற்றனர். ஆனால், அவரது பலவீனமான நிலையை அறிந்ததும் அவருக்கு எதிராகத் திரும்பினர். அவரிடமிருந்த விலையுயர்ந்த பொருள்களை அபகரிக்க முயன்றனர். அவர்களுடன் பேசி நிலைமையைப் புரிய வைக்க முயன்றார் மர்வான். ஆனால், அவர்கள் தங்கள் முயற்சிகளைக் கைவிடவில்லை. எனவே, தாக்குதல் மூலம் அவர்களைப் பின்வாங்கச் செய்துவிட்டு மூன்றே நாள்களில் ஹிம்சிலிருந்துப் புறப்பட்டு டமாஸ்கசுக்குச் சென்றார். அதன் ஆளுநராக இருந்தவர் மர்வானின் உறவினரான வலீத் பின்

முஆவியா பின் மர்வான் பின் ஹகம். மர்வான் அங்கே தங்கவில்லை. உமய்யாக்களின் பகைவர்களுக்கு எதிராகப் போரிடும்படி ஆளுநரைத் தூண்டி விட்டு அப்படியே பாலஸ்தீனுக்குச் சென்றார். அமைதியும் ஓய்வும் நிரம்பிய ஒரு வாழ்க்கையை விரும்பி அங்கேயே தங்கியிருந்தார்.

ஹர்ரானில், இப்ராஹீம் பின் முஹம்மத் வைக்கப்பட்டிருந்த சிறைச்சாலையை இடித்துத் தள்ளிய அப்துல்லாஹ் பின் அலீ மக்களிடமிருந்து வாக்குறுதி பெற்றார். பின்னர், டமாஸ்கசை நோக்கி நகர்ந்தார். வழியில், அவருக்கு உதவியாக 8,000 வீரர்கள் அடங்கிய, ஸஃப்ஃபா அனுப்பி வைத்த ஒரு படை இணைந்துகொண்டது. அதன் தலைவர், அப்துல்லாஹ் பின் அலீயின் சகோதரரான அப்துஸ் ஸமத் பின் அலீ. கன்ஸரீன், பல்பக் பகுதிகளினூடே டமாஸ்கசுக்குச் சென்று அதை முற்றுகையிட்டார் அப்துல்லாஹ். சிறு முற்றுகைக்குப் பிறகு, ஹிஜ்ரீ 132 ரமளான் 5 ஆம் நாள் புதன்கிழமை அன்று டமாஸ்கசுக்குள் நுழைந்தார். நகரின் தெருக்களில் இரத்தம் புரண்டது.

இதில், ஆளுநர் வலீத் பின் முஆவியா கொல்லப்பட்டார். கூட்டுக் கொலைகளின் முடிவில் வெற்றியடைந்த அப்துல்லாஹ் 15 நாள்கள் அங்கு தங்கியிருந்தார். பின்னர், பாலஸ்தீனுக்குச் சென்றார். அதன் எல்லையை அடைந்ததும், மர்வானைப் பின் தொடர அப்துல்லாஹ்வின் சகோதரரான ஸாலே பின் அலீயை அனுப்பி வைக்கும்படி ஸஃப்ஃபாவிடமிருந்து ஒரு கடிதம் வந்தது. மர்வான், பாலஸ்தீனிலிருந்து சினாய் தீபகற்பத்தின் வடகிழக்குப் பகுதி நகரமான அரீஷுக்கும் பின்னர் நைல் நதி பகுதிக்கும் சென்று ஸைதை அடைந்தார். ஸாலே பின்தொடர்ந்து சென்று ஃபுஸ்தாதில் (தென் கெய்ரோ) தங்கினார். அங்கிருந்து ஒரு படைப் பிரிவை மர்வானைத் தேடச்சொல்லி அனுப்பி வைத்தார். எதிர்பாராத வகையில் ஸாலேயின் வீரர்கள் மர்வானின் குதிரைப் படை வீரர்களைக் கண்டனர்.

ஊக்கம் குன்றியவர்களாக, தளர்ச்சியுடன் காணப்பட்ட மர்வானின் வீரர்கள் போருக்கு முன்வராமல் ஓடித் தப்பித்தனர். சிலர் பிடிபட்டனர். விசாரணையில் புஸீரில், மர்வான் இருக்கும் இடத்தைச் சொன்னார்கள். மர்வானை எதிர்கொள்வது அவ்வளவு எளிதல்ல என்பதை அறிந்திருந்தார் ஸாலே படைப்பிரிவின்

அதிகாரியான அபூஅவ்ன். ஆகவே, இரவுத் தாக்குதல் ஒன்றை நிகழ்த்தினார்கள். எதிர்பாராதத் தாக்குதலில் நிலைகுலைந்த மர்வான் வீட்டிலிருந்து வெளியே வந்தார். மறைந்திருந்த வீரர் ஒருவர் ஈட்டியால் தாக்கினார். அவர் கீழே விழுந்ததும் ஒருவர், "அமீருல் முஃமினீன் இறந்துவிட்டார்" என்று உரக்கக் குரல் கொடுத்தார். இதைக் கேட்ட அபூஅவ்னும் வீரர்களும் விரைந்து சென்று அவரது தலையைத் துண்டித்து அபுல் அப்பாஸ் அப்துல்லாஹ் ஸஃப்ஃபாவுக்கு அனுப்பி வைத்தனர்.

இது, ஹிஜ்ரீ 132 துல்ஹிஜ்ஜா 28 (கி.பி.750, ஆகஸ்ட் 5) இல் நிகழ்ந்தது. இத்துடன் உமய்யா வம்சாவளி ஆட்சி முடிவுக்கு வந்து, அப்பாசிய வம்சாவளி ஆட்சி தொடக்கம் பெற்றது. மர்வானின் இறப்பைத் தொடர்ந்து, அவரது மகன்கள் அப்துல்லாஹ்வும் உபைதுல்லாஹ்வும் எத்தியோப்பியாவுக்கு ஓடினார்கள். அவர்களுக்குப் பாதுகாப்பளிக்க மறுத்த ஆப்பிரிக்கர்கள் உபைதுல்லாஹ்வைக் கொன்றனர். அப்துல்லாஹ் பாலஸ்தீனுக்குத் தப்பிச்சென்று தலைமறைவாக வாழ்ந்தார். மஹ்தியின் கிலாஃபத்தின்போது, பாலஸ்தீன் ஆளுநர் அவரைக் கைது செய்து மஹ்தியிடம் அனுப்பி வைத்தார். மஹ்தி அவரைச் சிறையிலடைத்தார்.

மர்வான் பின் முஹம்மதின் ஆட்சி : மர்வான் பின் முஹம்மத், உமய்யா வம்சாவளியின் இறுதி கலீஃபா ஆவார். எனவே, உமய்யா கிலாஃபத் வீழ்ச்சியின் முழுப்பொறுப்பும் அவரையே சேருமென்று பொதுவாகக் கருதப்படுகிறது. ஆனால், வீழ்ச்சிக்கானக் காரணங்கள், மர்வானுக்கு முன்பே உருவாகிவிட்டன. ஆறு ஆண்டுகளுக்கும் குறைவாக ஆட்சி செய்த மர்வானின் ஆட்சிக்காலத்தில் அமைதி நிரம்பிய ஒரு நாள்கூட கிடையாது.

தனது கிலாஃபத் காலம் முழுவதையும் அவர் குதிரையின் முதுகில்தான் கழித்தார். குணப்படுத்த இயலாத, நோயுற்ற ஓர் அரசின் தலைமைப் பொறுப்பை ஏற்றிருந்ததன் காரணமாக, அவரது கடின உழைப்பும் வீரமும் கணக்கில்கொள்ளப்படவில்லை. அவர் சற்று முந்தைய காலகட்டத்தில் ஆட்சிப் பொறுப்பை ஏற்றிருந்தால், உமய்யாக்களின் வீழ்ச்சி காலதாமதமாக நிகழ்ந்திருக்கும். எனினும், உமய்யாக்கள் அரசின் குறைபாடுகளைக் களைவதிலும் அப்பாசியரின் சூழ்ச்சியை எதிர்த்து நிற்பதிலும் அவர் வெற்றி பெறவில்லை.

இக்கட்டான நிலையை வெற்றிகரமாக எதிர்கொள்ளவும் இறுதிக் கட்டத்துக்கு வந்து சேர்ந்த அரசுக்குப் புத்துணர்வூட்டவும் போதிய அறிவுக் கூர்மை அடையப் பெற்றவரும் அல்ல. அவரது வாழ்க்கை முழுவதுமே குழப்பங்களிலும் போர்களிலுமே கழிந்தது. அவரது ஆட்சியின்போது வாட்கள் இஸ்லாமிய உலகின்மீது மட்டுமே பளிச்சிட்டன. யாருமே ஓய்ந்து உட்கார்ந்திருக்க இயலவில்லை. அவநம்பிக்கையாளர்களுக்கு எதிராகவும் எதுவும் செய்ய இயலவில்லை. முன்பு ஒருபோதுமில்லாத அளவில் இஸ்லாமியர்கள் இரத்தம் சிந்தியதும் மர்வானின் ஆட்சியில்தான்.

மர்வான் பின் முஹம்மத் ஹிஜ்ரீ 70 அல்லது 72 இல் பிறந்தார். அவரது தந்தை, முஹம்மத் பின் மர்வான் ஜஸீராவின் ஆளுநராக இருந்தார். தாயார், குர்திஸ்தானைச் சேர்ந்த ஓர் அடிமைப்பெண். இப்ராஹீம் உஷ்தாரின் உடைமையாக இருந்தவர். முஹம்மத் பின் மர்வான் அவளை ஒரு போரின்போது அழைத்து வந்தார்.

உமய்யா வம்சாவளி கிலாஃபத் - ஒரு பார்வை : உஸ்மான் பின் அஃப்ஃபான் (ரலி) ஆட்சியின் இரண்டாம் பகுதியிலிருந்து இனக்குழுப் பகைமைகளும் இரகசியச் சூழ்ச்சிகளும் தொடக்கம் பெற்றன. அமீர் முஆவியா (ரலி) ஆட்சியுடன் உமய்யா வம்சாவளி ஆட்சி ஆரம்பமானது. இத்துடன் கிலாஃபத்தின் குணாம்சங்கள் முடிவுக்கு வந்தன. இஸ்லாமிய ஆட்சியின் கறையாகப் படிந்த இந்த வாரிசுரிமையின் நிறுவனர் அமீர் முஆவியா (ரலி) ஆவார். தனது அரசு வாரிசாக அவர் மகன் யஸீதை நியமித்ததன் மூலம் இது சமூகச் சட்டமாக மாறியது. முஸ்லிம்களால் இன்றுவரைக்கும் விடுபட இயலாத நச்சுத் தன்மைகொண்ட வாரிசுரிமைத் தொற்று நோய் அன்று தொடங்கியதுதான். இஸ்லாம் நிறுவிய நேர்மையானதும் நன்மை பயப்பதுமான சமூகச் சமத்துவம் பாழ்படுத்தப்பட்டு, மனித இனத்துக்கு சாபமாக அமைந்தது குடும்ப ஆட்சி முறை.

இஸ்லாமிய ஆட்சிப் பகுதியை விரிவாக்கம் செய்த உமய்யா வம்சாவளியினரின் வெற்றிகள், ஆட்சித் திறன் போன்ற விஷயங்களைப் பொறுத்தமட்டில், அமீர் முஆவியா (ரலி), அப்துல் மலிக் பின் மர்வான், வலீத் பின் அப்துல் மலிக் ஆகியோர் உயர்ந்த இடத்தைப் பெறுகின்றனர். பின்னர், அதே வம்சாவளியிலான தனித்துவம் மிக்க ஒரு கலீஃபாவாக, உமர் பின் அப்துல் அஸீசைக்

குறிப்பிடலாம். அவரது கிலாஃபத், நபிவழி கலீஃபாக்களான அபூ பக்ர் ஸித்தீக், உமர் (ரலி) ஆகியோரது ஆட்சியுடன் ஒப்பிடத் தகுந்தது. அனைத்திலும் இறைபக்தியுடன் ஈடுபட்டு வந்த கலீஃபா உமர் பின் அப்துல் அஸீஸுடன் பிற்கால ஆட்சியாளர்கள் யாரையுமே ஒப்பிட இயலாது. இவரது கிலாஃபத் காலம் குறுகிய காலமே நிலைபெற்றாலும் அதற்கான அம்சங்களுடன் திகழ்ந்தது. உமய்யாக்கள் ஆட்சித் தொடரில் உமர் பின் அப்துல் அஸீஸின் கிலாஃபத், மதிப்பு மிகுந்த ஓர் இடத்தை வகிக்கிறது.

மேலே குறிப்பிட்ட மேன்மைமிகுந்த மூன்று கலீஃபாக்கள் வரிசையிலுள்ள இன்னொரு ஆட்சியாளர், ஹிஷாம் பின் அப்துல் மலிக். இவரது ஆட்சி முடிவுற்ற பத்தாண்டுகளுக்குள் மாபெரும் வம்சாவளியில் வந்த உமய்யாக்கள் வீழ்ந்தனர். குறிப்பிட்ட ஐந்து கலீஃபாக்களைத் தவிர, பிற உமய்யா கலீஃபாக்கள் அனைவரும் ஒழுங்கீனம்கொண்டவர்களும் கோழைகளும் அறிவிலிகளும் தொலைநோக்கற்றவர்களுமாகவே இருந்தனர். உமய்யா வம்சாவளி கிலாஃபத் போன்ற மாபெரும் பேரரசுக்குத் தலைமையேற்கும் தகுதி இல்லாதவர்கள். போதைக்கும் கொண்டாட்டங்களுக்கும் இஸ்லாம் முற்றுப்புள்ளி வைத்தது. ஆனால், இந்த உமய்யா கலீஃபாக்கள் மக்களை அழிவை நோக்கிக்கொண்டு செல்லும் இவற்றை மீட்டுருவாக்கம் செய்தனர். முஸ்லிம்களிடையே இன்றும் அவை தொடர்கின்றன.

உமய்யாக்கள் ஆட்சியின் மோசமான விளைவுகளில் ஒன்றை இங்கே குறிப்பிட்டாக வேண்டும். மக்களிடையே வம்சாவளிகள், இனக்குழுக்கள் எனும் சமூக வேறுபாடுகளை அகற்றி, சகோதரத்துவம் இறைநம்பிக்கை எனும் சிறப்பான சமூக அடையாளத்துக்குள் அனைத்து மக்களையும் ஒன்றிணைத்தது இஸ்லாம். இனக்குழுக்களின் தீங்குகளையும் வேறுபாடுகளையும் மீட்டுருவாக்கம் செய்த உமய்யாக்கள் ஆட்சி, அறியாமைக் காலத்திலிருந்த சமூக வெறி மீண்டும் உத்வேகம் பெற தூண்டுதலாக இருந்தது. அரேபியர்கள் மறந்துபோயிருந்த பழக்க வழக்கங்களை மீண்டும் அத் நினைவூட்டியது. இஸ்லாமிய சகோதரத்துவத்திற்கு மாறாக, தேசியத்தின்மீதும் இனக்குழு வாதத்தின்மீதும் அவர்கள் கவனம் செலுத்தினர். அவர்கள் மீட்டுருவாக்கம் செய்த சமூகத் தீமைகளே அவர்களது அழிவுக்கும் காரணமாக அமைந்தன. இதே

கருவியை அலவியரும் அப்பாசியரும் பயன்படுத்திய நிலையில் உமய்யாக்கள் அழிவை எதிர்கொண்டனர்.

தங்களது ஆட்சியை நிறுவி வலுப்படுத்தும் நோக்கத்தில் மக்களுக்கு அநீதி இழைக்கப்படுவதைக் குறித்து சிறிதும் அவர்கள் கவலைப்படவில்லை. அரசியல் தீர்வு என்னும் போர்வையில் கொலைகள் செய்யவும் தயங்கவில்லை. கடுமையான கட்டுப்பாடுகளை விதித்து மக்களிடம் ஈவிரக்கமின்றி நடந்துகொண்ட அமீர்களையும் ஆளுநர்களையும் பிரதிநிதிகளையும் படைத்தலைவர்களையும்தான் அவர்கள் தகுதிபெற்ற ஆட்சியாளர்களாகக் கருதினர். தங்களுடைய அதிகாரத்தைத் தக்க வைத்துக்கொள்ளும் கொள்கை நோக்கம்தான் மக்கள்மீது அடக்குமுறையை ஏவியதற்கான காரணமும். முடிவில், இதே கொள்கைதான் அவர்களது வீழ்ச்சிக்கும் காரணமாக அமைந்தது. தொடர்ந்து அச்சத்துடன் வாழ்ந்துகொண்டிருந்த மக்களின் ஆதரவும் பரிவும் அவர்களுக்குக் கிடைக்காமல் போயின.

அரேபியாவிலுள்ள குறைஷ் இனக்குழுக்களில் மிகுந்த புகழ்பெற்றவர்களும் தலைமைப்பண்பு கொண்டவர்களும் உமய்யாக்கள்தான் என்பதில் சந்தேகமில்லை. சமகாலத்தில் வாழ்ந்த பிற வம்சாவளியினரை விடவும் இவர்கள் சமயோசித அறிவும் முன்கருதல்களும் மிக்கவர்கள். மற்றவர்களைவிடவும் அரசுக் கோட்பாடுகளையும் ஆட்சிக் கலையையும் அறிந்தவர்கள். இந்தச் சிறப்புகளை அவர்கள் இஸ்லாத்தின் வருகைக்கு முன்பே பெற்றிருந்தனர். ஆனால், அவர்களது பிறப்பு சார்ந்த முரண்பாடுகள் சிறப்புகளைப் பின்னடையச் செய்தன. அரசுரிமைக்கு வாரிசு முறை பின்பற்றப்படாமல் உமய்யாக்கள் மட்டுமே தேர்வு செய்யப்படுவதாக இருந்தாலும் தவறுதான். ஆனால், தகுதிபெற்ற முஸ்லிம்கள் ஆட்சியாளர்களாக வந்திருப்பார்கள். உமய்யாக்களின் கிலாஃபத் இந்த அளவுக்குச் சீர்குலைந்திருக்காது. வம்சாவளி ஆட்சி எனும் குறைபாடு இருப்பினும், தகுதியற்ற தலைமையின்கீழ் மக்கள் இவ்வளவு துன்பங்களை அனுபவித்திருக்க மாட்டார்கள். இத்தகைய ஒரு பேரிழப்பை இஸ்லாமிய உலகும் அனுபவித்திருக்காது.

இரகசியத் திட்டங்கள், அதனை நடைமுறைப்படுத்தல், சூழ்ச்சிகள், வஞ்சனைகள் போன்றவற்றிலும் பிற வம்சாவளியினரை விட உமயாக்கள் திறமை வாய்ந்தவர்கள். இதன் அடிப்படையில்தான் அவர்களது அரசாட்சி வலுப்பெற்றதும் நிலைபெற்றதும்

அழிவுக்குள்ளானதும். ஹாஷிம் வம்சத்தாரின் இக்குணங்களுக்கு உமயாக்கள்தான் ஆசிரியர்கள். பின்னர், இதே நுட்பங்களைப் பயன்படுத்திய ஹாஷிம்கள் வெற்றி பெற்றனர். அதிகார வெறியும் பணமோகமும் அவர்களது கண்களைக் குருடாக்கின. சுயபாதுகாப்பின்மீது கவனமற்றவர்களாகவும் அவர்களை மாற்றின. கேடுகெட்ட வாரிசுரிமை வழக்கம் இழிவை நோக்கி அவர்களை அழைத்துச் சென்றது.

உமய்யாக்களின் குறிப்பிட்ட சில நற்பண்புகள் ஆட்சியின் வாரிசுதாரர்களிடம் இல்லாமல் போயின. குறிப்பாக, நபிவழி கலீஃபாக்களின் வெற்றிகளை உமயாக்கள் உலகின் தொலைவுவரைக்கும் கொண்டு சென்றனர். கிழக்கே சீனா, மேற்கே அட்லான்டிக் பெருங்கடல் வரையிலான நாடுகளை அவர்கள் வெற்றிகொண்டனர். அப்போதைய முழு நாகரிக உலகும் உமயாக்களின் கட்டுப்பாட்டின் கீழிருந்தது. அவர்களது ஆட்சியின்போதுதான் பெருங்கடல் பகுதிகளின் தொலைதூரத் தீவுகளையும் ஆப்பிரிக்கப் பெருநிலப் பகுதிகளையும் இந்தியச் சமவெளிகளையும் இஸ்லாம் சென்றடைந்தது. ஒரு மைய அரசின்கீழ் உலகின் பெரும்பகுதி இஸ்லாமிய ஆட்சியும் இயங்கி வந்தது.

உமய்யாக்களுக்குப் பிறகு புதிய நிலப்பகுதிகளை வெற்றிகொள்ளும் வாய்ப்பு முஸ்லிம்களுக்கு மிகக் குறைவாகவே இருந்தது. வெற்றிகள் அனைத்தும் உமய்யாக்களுடன் முற்றுப்பெற்று விட்டன. பிறகு, ஒரு தனி இஸ்லாமிய மையம்கூட இல்லாமல்போனது. தனித்தனியாக அரசுகள் உருவாயின. இதில், அப்பாசியர் அரசு பெரிதாக இருந்தது.

உமய்யா கிலாஃபத்தின்போது உலகின் வெற்றியாளர்களுக்கான பெருமையும் சிறப்பும் அரேபியர்களுக்குக் கிடைத்தன. அரபு மொழி, அரேபிய ஒழுக்கம், அரேபியப் பண்பாடு, அரேபிய மரபுகள், அரேபியப் பாணிகள் போன்றவை அனைத்துப் பகுதிகளிலும் முதன்மை வகித்தன. ஆனால், உமய்யாக்களுக்குப் பிறகு, அரேபியரை அரேபியர் அல்லாதோர் ஆட்சி செய்யும் சிறப்புரிமையைப் பெற்றனர். அரேபிய ஒழுக்க விழுமியங்களையும் பண்புகளையும் அதன் மேன்மைகளையும் அவர்கள் ஏற்க மறுத்தனர்.

கவாரிஜ்களும் ஷியாக்களும் பிற குழுவினரும் உமய்யாக்களின் ஆட்சிக்கு முன்பே தோன்றியவர்கள்தான். இருந்தும், உமய்யாக்கள் சமய, சட்டவாதங்களின் அடிப்படையாக குர்ஆனையும் ஹதீஸையும் மட்டுமே ஏற்று, அறைகூவல்களை எதிர்கொண்டனர். இறைநூலையும் நபிவழியையும் தவிர, தீர்ப்புக்குரியதாக எதையும் அவர்கள் ஏற்கவில்லை.

பிற்கால முஸ்லிம்களிடையே பல்வேறு குழுக்கள் உருவாயின. அவை, குர்ஆனுக்கும் நபிவழிக்கும் முரணான, சமயம் சார்ந்த ஆசிரியர்கள், துறவிகள், இமாம்கள், கல்வியாளர்களின் கருத்துக்களையும் தீர்ப்புகளையும் ஏற்றுக்கொண்டன. உமய்யா கிலாஃபத்தின்போது முஸ்லிம்களின் சிந்தனை குர்ஆனையும் நபிவழியையும் மையமாகக்கொண்டு இயங்கியது. இதன் பிறகு குர்ஆன்மீதான கவனமின்மை உருவானது. தொடர்ந்து, மன ஒருமைப்பாட்டுடனும் ஆழ்ந்த சிந்தனையுடனும் குர்ஆனை விளங்கிக்கொள்ள வேண்டும் என்பது ஒரு கல்வியாளருக்குத் தலையாயக் கடமையாக இல்லாத அளவுக்கு இன்றைய நாட்களில் அது வளர்ச்சி அடைந்துள்ளது.

நபிவழி கலீஃபாக்கள் காலத்தில் இணைவைப்பை அகற்றுதல், வணக்க வழிபாடு, மக்களை ஏகத்துவத்தை நோக்கி அழைத்தல், அல்லாஹ்வை வணங்குதல், இஸ்லாத்தை வாழ்க்கை நெறியாக ஏற்றுக்கொள்ளுதல் போன்ற செயல்பாடுகளினூடாகவே வெற்றி மதிப்பிடப்பட்டது. அதிகாரம், உலகியல் வளம், தோற்றம் போன்றவை மதிப்பீட்டின் அளவுகோல்களாகக் கொள்ளப்படவில்லை. ஆனால், உமய்யாக்கள் ஆட்சியின்போது இதற்கான இடமளிக்கப்பட்டது. பொதுக்கருவூலம், உமய்யா வம்சாவளி ஆட்சியை வலுப்படுத்த இருப்பவர்களுக்கும் அதன் தேவைகளுக்குமே பயன்படுத்தப்பட்டது. இதனுடன் தொடர்பில்லை என்று கருதப்பட்டவற்றின் அனைத்து உரிமைகளும் தேவைகளும் மறுக்கப்பட்டன. தீங்கான இந்த அணுகுமுறை, பிற்கால ஆட்சியாளர்களிடையே மேலும் பன்மடங்கு அதிகரித்தது. இதன் பின்விளைவாக, முஸ்லிம்களிடையில் பகைமையும் வெறுப்பும் அதிகரித்தன.

இஸ்லாத்தின் தொடக்கத்திலும் நபிவழி கிலாஃபத்தின்போதும் முஸ்லிம்களின் வாழ்க்கை முறை எளிமையாக இருந்தது. வாழ்க்கைக்கான வசதிகள் வரையறுக்கப்பட்டிருந்தன. உமய்யாக்கள்

ஆட்சியில் பகட்டுகளின் பயன்பாடு தொடங்கியது. பிறப்பு சார்ந்த பெருமிதங்களான பேராண்மை மிகுந்த வாழ்க்கை முறைகள் மெல்ல அவர்களிடமிருந்து அகலத் தொடங்கின. பகட்டான ஆடை ஆபரணங்கள், வானுயர் கட்டிடங்கள், ஆடம்பரமான வாழ்க்கைமுறைகள் போன்றவை அவசியத் தேவைகளாக மதிப்பிடப்பட்டு, பயன்பாட்டுக்கு வந்தன. அபூபக்ர் (ரலி), உமர் பின் கத்தாப் (ரலி) ஆகியோரின் வாழ்க்கை முறைகள் கவனத்தில் கொள்ளப்படவில்லை.

உமய்யாக்களின் எதிரிகள் : உஸ்மான் பின் அஃப்ஃபான் (ரலி), அலீ பின் அபூதாலிப் (ரலி) ஆகியோரின் உயிர்த் தியாகங்கள்; இமாம் ஹஸன் (ரலி) அவர்களின் கிலாஃபத் துறவுபோன்ற நிகழ்வுகளைத் தொடர்ந்து, ஹாஷிம்களுக்கும் உமய்யாக்களுக்குமிடையே உருவான பகையில் உமய்யாக்கள் வென்றனர். ஜமல், ஸிஃப்ஃபீன் போர்களுக்கும் கவாரிஜ்களுடனான திடீர் மோதல்களுக்கும் பிறகு, உமய்யாக்களிடமிருந்து கிலாஃபத்தைக் கைப்பற்றும் முயற்சியில் ஹாஷிம்கள் பெரும் இழப்பை எதிர்கொண்டனர். கிலாஃபத் உரிமையை நிலைநாட்டுவதில் தங்களது இயலாமையை அவர்கள் உணர்ந்துகொண்டனர். அதை மீட்டெடுப்பதற்கான ஆற்றலைத் திரட்டவும் அவர்களால் இயலவில்லை. முஆவியா (ரலி) அவர்களுக்குப் பிறகு, யஸீத் அரியணை ஏறிய நிகழ்வும் வாரிசுரிமை முறையும் இஸ்லாத்தைப் பொறுத்தவரை வெளிப்படையாகத் தென்பட்ட மாபெரும் முரண்பாடு. இது, உமய்யாக்களின்மீது களங்கமாகப் படிந்தது. ஆகவே, இமாம் ஹுஸைன் (ரலி), தம்மீது நேசம் கொண்டவர்களின் அறிவுரைகளையும் மீறி, கிலாஃபத்தை மீட்டெடுக்கும் துணிச்சலான ஒரு முயற்சியை மேற்கொண்டார். இது, கர்பலா பேரழிவில் சென்று முடிந்தது.

அமீர் முஆவியா (ரலி) அவர்களின் வாரிசான யஸீதும், அவரது வெறுப்பூட்டும் ஆளுநர் இப்ன் ஸியாதும் ஹாஷிம்களுக்குத் தடையாக இருந்ததுடன் உமய்யா ஆட்சி பரவுவதற்கும் இடையூறாக இருந்தனர். அவர்கள்மீதான எதிர்ப்புக்கு மக்கள் தூண்டப்பட்டனர். இது, இப்ன் ஸுபைர் (ரலி) அவர்களின் முயற்சிகளுக்கு சாதகமாக அமைந்தது. இப்ன் ஸுபைர் (ரலி) அவர்களுக்குத் துன்பங்கள் நிகழ்ந்தபோதிருந்த உமய்யா ஆட்சியாளர் பலம் வாய்ந்தவர். அவர், இப்ன் ஸுபைர் (ரலி) அவர்களிடம் இழந்திருந்த அரசாற்றலை

இரக்கமின்றி மீட்டெடுத்ததுடன் முன்பைவிட மிகுதியான பயத்தையும் கொடூரத்தையும் மக்களிடையே விதைத்தார். இந்நிலையில், ஆட்சிப் பொறுப்பை மீட்டெடுக்கும் எந்த வாய்ப்பும் ஹாஷிம்களுக்குக் கிடைக்கவில்லை. எனவே, அநீதிக்கு எதிரான அவர்களது அறச்சீற்றமும் பழிவாங்கும் உணர்வும் சூழ்ச்சிகளாக வெளிப்பட்டன. ஸிஃப்ஃபீன், அஸ்ரா போர்களின்போது தங்களுக்குப் பேரிழப்புகளை விளைவித்த அப்துல்லாஹ் பின் ஸபாவும் அவனது ஆதரவாளர்களும் மேற்கொண்ட அதே சூழ்ச்சியை ஹாஷிம்களும் கையாண்டனர். ஹாஷிம்களில் அலீ பின் அபூதாலிப் (ரலி), அப்பாஸ் பின் அப்துல் முத்தலிப் (ரலி) ஆகியோரது இரு குடும்பங்களும் தலைமைத்துவ பண்புகளைப் பெற்றிருந்தன. அலீ, இறைத்தூதரின் ஒன்றுவிட்ட சகோதரரும் மருமகனுமாவார். அப்பாஸ், இறைத்தூதரின் சிறிய தந்தையார். இருவருமே இறைத்தூதரின் குடும்பத்தைச் சேர்ந்தவர்கள். அவர்களது மேன்மையும் தலைமைப் பண்பும் பெரிய அளவில் இனம் காணப்பட்டவை.

அலீ (ரலி) நேரடியாகவே உமய்யாக்களை எதிர்கொண்டதன் விளைவாக, அப்பாசியரை விடவும் அலவியர்கள் மிகவும் உணர்வு நிலையிலிருந்தனர். அதுபோல், இமாம் ஹுஸைன் (ரலி) அவர்களின் உயிர்த்துறவு, அலவியர்களிடம் ஏற்படுத்தியிருந்த உணர்வை விடவும் ஃபாத்திமியர்களிடம் அதிக அளவிலிருந்தது. அவர்களிடம் பழிவாங்கும் எண்ணம் மேலோங்கி நின்றது. அலவியர் இரு பிரிவாக இருந்தனர். கிலாஃபத்துக்குரியவர் இமாம் ஹுஸைன் (ரலி) அவர்கள்தான் என்று ஒரு பிரிவும், முஹம்மத் பின் அல்ஹனஃபியாவே என்று இன்னொரு பிரிவும். மற்றொரு பிரிவு, அப்பாசியர். அதிக ஆற்றல் வாய்ந்த பிரிவினர், ஃபாத்திமியர் அல்லது ஹுஸைன் ஆதரவாளர்கள். ஏனெனில், கர்பலா நிகழ்வுக்குப் பிறகு அவர்கள் மிகுந்த மனவேதனையுடனிருந்தனர். இரண்டாவதாக, அவர்கள் ஃபாத்திமா பின்த் முஹம்மத் (ஸல்) அவர்களின் வம்சாவளி என்பதால் அதிகமான மதிப்பும் அன்பும் வைத்திருந்தனர்.

இரண்டாவது பிரிவு, முஹம்மத் பின் அல்ஹனஃபியாவின் ஆதரவாளர்கள். பின்னர், ஃபாத்திமியர்களும் இரு பிரிவாயினர். முதலாவது பிரிவு, ஸைத் பின் அலீ பின் ஹுஸைனுக்கு

ஆதரவாகவும் மற்றொன்று, இஸ்மாயீல் பின் ஜஃஃபர் ஸாதிக்குக்கு வாக்குறுதியளித்து அவருக்கு ஆதரவாகவும் இருந்தது. மேற்குறிப்பிடப்பட்ட பிரிவினர் உமய்யாக்கள்மீது பகைமை பாராட்டியும் இறைத்தூதரின் குடும்பத்துக்கு ஆதரவாகவும் இருந்தனர். ஸைத் பின் அலீ பின் ஹுஸைன், அவரது மகன் யஹ்யாவின் இறப்புகளைக் குறித்தும் முஹம்மத் பின் ஹனஃபியா, கூஃபாவில் முக்தார் ஆகியோர் மேற்கொண்ட முயற்சிகள் குறித்து ஏற்கனவே சொல்லப்பட்டது.

அலவியர், கிடைத்த ஒவ்வொரு வாய்ப்பையும் பயன்படுத்திக் கிளர்ச்சியில் ஈடுபட்டனர். ஒவ்வொரு முறையும் தோல்வியை எதிர்கொண்டனர். அலவியரின் இம்முயற்சிகளிலிருந்தும் விளைவுகளிலிருந்தும் அப்பாசியர் தொடர்ந்து பாடம் கற்று வந்தனர். மிகுந்த கவனத்துடனும் தொலைநோக்குடனும் உமய்யாக்களுக்கு எதிரான முயற்சிகளை அவர்கள் மேற்கொண்டு வந்தனர்.

இம்மூன்று பிரிவினரும் உமய்யாக்களைத் தோற்கடிப்பதற்கான ஆற்றலைப் பெறும்வரைக்கும் மக்களைத் திரட்டி, அவர்களிடமிருந்து வாக்குறுதி பெறும் நோக்கத்தை மிக இரகசியமாக வைத்திருந்தனர். இதற்கான தூதுக்குழுக்களைப் பல்வேறு மாகாணங்களுக்கும் அரசுப் பகுதிகளுக்கும் அனுப்பி வைத்தனர். இது, இறைத்தூதர் அவர்களின் குடும்பத்தின்மீதான பேரன்பை வெளிப்படுத்தும் கடமை என்று கூறினர். உமய்யாக்களின் முரண்பாடுகளைச் சுட்டிக் காட்டினர். கிலாஃபத்துக்கான தகுதியும் உரிமையும் இறைத்தூதரின் குடும்பத்திற்கு மட்டுமே இருப்பதாகக் கூறினர். இதை மிகுந்த எச்சரிக்கையுடனும் தளராத உறுதியுடனும் மேற்கொண்டு வந்தனர். அப்துல் மலிக் பின் மர்வானின் ஆட்சிக்காலம் முதல் இது தொடக்கம் பெற்றது. மூன்று குழுவினரும் தங்கள் செயல்பாடுகளைப் பரஸ்பரம் அறிந்திருந்தனர். ஒரு பொது எதிரியை முன் வைத்ததன் காரணமாக அவர்களுக்குள் வன்மமோ பகைமையோ ஏற்படவில்லை. பரஸ்பரம் அறிய நேரும் இரகசியங்களைக்கூட வெளியே விடாமல் பாதுகாக்க முயன்றனர். வெவ்வேறு பிரச்சாரகர்களையும் பிரதிநிதிகளையும் வைத்திருந்தாலும் யாரும் பகைமையை உருவாக்க வாய்ப்புள்ள சொற்களைப் பயன்படுத்தக்கூடாது என்று உத்தரவிடப்பட்டிருந்தனர். எடுத்துக்காட்டாக, ஹுஸைன், அப்பாஸ், முஹம்மத் பின் அல்ஹனஃபியா போன்றவர்களது மேன்மைகளைச் சொல்வதற்குப்

பதில், பொதுவாக இறைத்தூதர் அவர்களின் குடும்பம் (அஹ்லுல் பைத்) என்ற வார்த்தையைப் பயன்படுத்தினர். இதன்மூலம், கிலாஃபத்துக்கு உரியவர்களைச் சுட்டிக் காட்டினர். உமய்யாக்கள்மீது அவர்கள் வைத்திருந்த பகைமை உணர்வு, கவாரிஜ்களுக்கு உதவுவதும் அவர்கள்மீது பரிவு காட்டுவதும்கூட நியாயமானதே என்று சொல்லுமளவுக்கு அவர்களைக் கொண்டு சென்றது. ஆரம்ப காலம் முதல், உமய்யாக்களை அவநம்பிக்கையாளர்கள் என்றே கவாரிஜ்கள் குறிப்பிட்டு வந்தனர். தொடர்ந்து, அவர்களுக்கு ஊறுவிளைவிக்கவும் முயன்றனர். கவாரிஜ்கள், அலீ (ரலி) மீதும் அவரது வம்சாவளிமீதும் ஆதரவு நிலைப்பாடு இல்லாதவர்கள். எனினும் அவர்களது நட்புறவை சூழ்நிலைகளுக்கேற்ப பயன்படுத்துவதில் நன்மைகள் இருந்தன. இந்த இயக்கச் செயல்பாடுகளை அலவியர் திறமையுடன் மேற்கொள்வதற்குப் பதிலாக அவசரத் தன்மையுடன் மேற்கொண்டனர். இதனால், அவர்களின் ஒவ்வொரு செயல்பாடும் உமய்யாக்களுக்குத் தெரிய வந்தது. இது, அவர்கள் மீது நடவடிக்கை எடுக்கவும் வாய்ப்பாக அமைந்தது. அப்பாசியரின் செயல்பாடுகள் குறித்து அவர்கள் ஏதுமறியாதவர்களாகவே இருந்தனர்.

அப்பாசியர் மற்றொரு விஷயத்திலும் எச்சரிக்கையுடன் இருந்தனர். மக்கா, மதீனா, கூஃபா, பஸ்ரா, டமாஸ்கஸ் போன்ற பெருநகரங்களை அவர்கள் தலைநகராகவோ செயல்பாட்டு மையமாகவோ கொள்ளாமல், ஓரளவே அறியப்பட்ட ஹமீமா எனும் சிற்றூரைத் தேர்வு செய்தனர். இது உமய்யாக்களால் வழங்கப்பட்ட ஒரு நிலப்பகுதி. டமாஸ்கசுக்கும் மதீனாவுக்குமிடையே டமாஸ்கசின் மிக அருகில் இருந்தும் உமய்யா கலீஃபாக்கள் மற்றும் ஆளுநர்களின் கவனத்தில் படாமல் பாதுகாப்பாக இருந்தது.

அலவியரின் முயற்சிகள் அனைத்தும் அவர்களின் நடவடிக்கைகளின் காரணமாக வெளியே தெரிந்து கொலை செய்யப்பட்டு வந்தனர். இத்தகைய இடையூறுகளிலிருந்தும் அப்பாசியர் பாதுகாப்பாகவே இருந்தனர். அவர்களது பணிகள் நிதானமாக வளர்ச்சியடைந்துகொண்டிருந்தன. முஹம்மத் பின் அல்ஹனஃபியாவும் அப்பாசியரும் இணைந்து ஒரு குழு உருவான பிறகு, அவர்களது வளர்ச்சி வேகமடைந்தது. அபூ ஹாஷிம் பின் முஹம்மத் தனது இறப்பின்போது, முஹம்மத் பின் அலீ

அப்பாஸ் அல்ஹமீமாவே அவர்களுடைய தலைவராக வேண்டும் என்றும் முஹம்மத் பின் அலீயின்கீழ் முயற்சிகளைத் தொடர வேண்டுமென்றும் வலியுறுத்தினார். வலிமை பெற்ற அலவியர் குழு அப்பாசியருடன் இணைந்ததுடன் அவர்கள் மிகுந்தத் துணிவுடன் தொடர் முயற்சிகளை மேற்கொண்டனர். அரசின் பெரும் பகுதியும் அவர்களது கட்டுப்பாட்டின்கீழ் வந்தது. குழுவின் தலைவராக முஹம்மத் பின் அலீ அப்பாசி இருந்தார். ஹிஜ்ரீ 124இல் அவர் இறந்தபோது அவரது மகன் இமாம் இப்ராஹீம் பொறுப்புக்கு வந்தார். முரண்பாடற்ற, விரிவான கொள்கைகளின்கீழ் இமாம் இப்ராஹீம் இயக்கத்தைக் கட்டியமைத்தார். இராக், குராசான், பாரசீகம், சிரியா, ஹிஜாஸ்போன்ற இஸ்லாமிய மாகாணங்களிலும் முக்கியமான பிற பகுதிகளிலும் சீரானதும் முறைப்படுத்தப்பட்டதுமான வகையில் இயக்கத்தை முன்னெடுத்துச் செல்ல திறமையான உறுப்பினர்களை நியமித்தார். இயக்கத்தை விரைவான வெற்றியை நோக்கி அழைத்துச்செல்லும் திறன்பெற்ற ஒருவரை அதிர்ஷ்டவசமாக இமாம் இப்ராஹீம் சந்திக்க நேர்ந்தது. அவர்தான், அபூமுஸ்லிம் குராசானி.

இராக் மற்றும் குராசான் இயக்கங்களின் தலைவராக அபூ முஸ்லிம் குராசானியை நியமித்த இமாம் இப்ராஹீம், அவரது தலைமையின் கீழ்ச் செயல்படும்படி மக்களுக்கு உத்தரவிட்டார். அபூ முஸ்லிமிடம் தொடர்பிலிருந்து தனது திட்டங்கள் அனைத்தையும் அவருக்குத் தெரிவித்தார். ஒவ்வொரு பிரதிநிதியுடனும் நேரடியாகத் தொடர்புகொள்ள வேண்டிய சிக்கலை இது இல்லாமல் செய்தது. இமாம் இப்ராஹீமின் இறப்புக்குப் பிறகு அவரது சகோதரரான அப்துல்லாஹ் பின் ஸஃப்ஃபா பொறுப்பேற்றார். இவரும் இமாம் இப்ராஹீம்போல் எச்சரிக்கையுடனும் அறிவுபூர்வமாகவும் செயல்பட்டார். திறமையும் ஆற்றலும் முழுமைபெற்ற நிலையில் குராசானைக் கைப்பற்றினார் அபூ முஸ்லிம். இதன்பிறகுதான் இமாம் இப்ராஹீம் குறித்தும் அப்பாசிய இயக்கம் குறித்தும் உமய்யாக்கள் அறிய நேர்ந்தது. இயக்கத்தை வெளிப்படுத்துவதற்கான நேரமும் அதுவே! தங்களை நன்கு வலுப்படுத்திக்கொண்ட நிலையில் அப்பாசியருக்கு இதில் எந்த இழப்பும் ஏற்படவில்லை.

இமாம் இப்ராஹீமின் மரணத்துக்குப் பிறகு, குராசானில் அபூ முஸ்லிமின் செல்வாக்கு அதிகரித்தது. உமய்யாக்களின் வீழ்ச்சிக்கான

அறிகுறிகள் தென்பட்டன. ஹிஜ்ரீ 130 துல்ஹிஜ்ஜா மாதம், ஹஜ் தொடங்கும் நிலையில், அப்பாசியர் மற்றும் அலவிய ஆதரவாளர்கள், தங்களுடைய அதிகாரிகளைத் தேர்வு செய்வதற்காக ஒரு வீட்டில் கூடினார்கள். இறுதி வெற்றிக்கான திட்டங்கள்; உமய்யாக்களை அகற்றுவது; கிலாஃபத்தைச் சரியாக முன்னெடுத்துச் செல்வது போன்றவை அவர்களது கலந்துரையாடலுக்கான விஷயங்கள்.

அபுல் அப்பாஸ் அப்துல்லாஹ் ஸஃப்ஃபாவின் சகோதரரான அபூ ஜஅஃபர் மன்ஸூரும் அலீ (ரலி) அவர்களின் வம்சாவளியிலுள்ள சிலரும் கூட்டத்துக்கு வந்திருந்தனர். இதில், நஃப்ஸீ ஸாக்கியா (தூய்மையானவர்) என்று அறியப்பட்ட, முஹம்மத் பின் அப்துல்லாஹ் பின் ஹஸன் பின் அலீ புதிய கலீஃபாவாக ஒருமனதுடன் தேர்வு செய்யப்பட்டார். இது, சிக்கலான சூழ்நிலையில் சுமுகமாக எடுத்த ஒரு முடிவு. ஏனெனில், அலீ (ரலி) அவர்களின் ஆதரவாளர்களும் அப்பாசியரும் மேற்கொண்ட கூட்டு முயற்சிதான் குராசானை அபூமுஸ்லிம் கைப்பற்றவும் உமய்யா அரசு வலுவிழக்கவும் காரணங்களாக இருந்தன. இப்படியான ஒரு சூழலில் இரு பிரிவினருக்குமிடையே கருத்து வேற்றுமை உருவாகியிருந்தால் அது, மக்காவிலிருந்து குராசானின் கடைசி எல்லை வரைக்கும் எதிரொலித்திருக்கும். இது, மிகப்பெரிய இழப்புகளில் சென்று முடிந்திருக்கும். கூடவே, அழிவின் விளிம்பிலிருந்த உமய்யாக்கள் மீண்டும் எழுச்சி பெற்றிருப்பார்கள். மதிநுட்பமும் திறமையும் வாய்ந்த அபூ ஜஅஃபர் மன்ஸூர், அலவியரின் தேர்வை ஏற்றுக்கொண்டார். கூட்டத்தின் விளைவாக, அலீ (ரலி) அவர்களின் ஆதரவாளர்கள் அதிக ஆற்றலுள்ளவர்களாக மாறினர். இது, அப்பாசியர்களுக்கு உதவியாக இருந்தது.

அபூமுஸ்லிம் குராசானி: அபூமுஸ்லிமின் இயற்பெயர் இப்ராஹீம் பின் உஸ்மான் பின் பஷ்ஷார் என்பதாகும். இரானிய இனத்தைச் சார்ந்த இவர், பர்ஸச்சம்ஹர் வம்சாவளியில் வந்தவர். இவரது பெற்றோர் கூஃபாவின் அருகிலுள்ள ஒரு சிற்றூரில் வசித்து வந்தனர். தந்தை உஸ்மான் இறக்கும்போது அபூமுஸ்லிமிற்கு ஏழு வயது. தன் மகன், ஈஸா பின் மூஸா ஸர்ராஜால் வளர்த்து கல்வி புகட்டப்பட வேண்டும் என்பதை தனது இறுதி விருப்பமாக அறிவித்தார் உஸ்மான். ஈஸா, அபூமுஸ்லிமைக் கூஃபாவுக்கு அழைத்து வந்தார். அபூமுஸ்லிம், ஈஸாவிடமிருந்து சேணங்கள்

செய்யக் கற்றார். சேணங்களை விற்பனை செய்வதற்காக, ஈஸா பின் மூஸா குராசான், ஜஸீரா, மோசில் ஆகிய பகுதிகளுக்குப் பயணம் செய்தார். தனது தொழில் நிமித்தமாக ஈஸா தொடர்ந்து பயணத்தில் ஈடுபட்டிருந்தார். அனைத்துப் பிரிவு மக்களுடனும் அவருக்குத் தொடர்பிருந்தது.

ஈஸா, ஹாஷிம் மற்றும் அலவியரின் பிரதிநிதி என்று நம்பப்பட்டார். அவரது குடும்ப உறுப்பினர்கள்மீதும் இப்படியான சந்தேகமிருந்தது. ஆகவே, கூஃபா ஆளுநர் யூஸுஃப் பின் உமர், ஈஸாவையும் அவரது நெருங்கிய உறவினர்களான இதிரீஸ் பின் மஃகலையும் அஸீம் பின் யூனுஸ் அஅலீயையும் சிறையிலடைத்தார். முன்னாள் ஆளுநரான காலித் கஸ்ரியும் அதே சிறையில் இருந்தார்.

ஈஸாவைச் சந்திப்பதற்காக அபூமுஸ்லிம் சிறைக்குச் செல்வது வழக்கம். உமய்யாக்களுக்கு எதிரானவர்கள் எனும் சந்தேகத்தின்பேரில் பலர் இப்படிச் சிறைவைக்கப்பட்டிருந்தனர். இவர்களுக்கும் உமய்யாக்கள்மீது வெறுப்பு உருவானது. இவர்களிடையே, அப்பாசியர் அல்லது ஃபாத்திமியரின் பிரதிநிதிகளும் கைதிகளாக இருந்தனர். அவர்களது கருத்துக்கள் அபூ முஸ்லிமை நெகிழ்ச்சியடைய வைத்தன. மிக விரைவிலேயே அவர்களது நம்பிக்கைக்கு உரியவராகவும் ஆதரவாளராகவும் மாறினார் அபூமுஸ்லிம். குராசான் மக்களிடையே அப்பாசிய கோட்பாடுகளைப் பிரச்சாரம் செய்து வந்த கஹ்தபா பின் ஷபீப், ஹமீமாவுக்குப் புறப்பட்டார். கூஃபா கைதிகளைச் சந்திக்க வந்த அவர், ஈஸா மற்றும் ஹஸீமின் பணியாளராக இருக்கும் அபூ முஸ்லிமையும் அவரது திறமையையும் நன்மதிப்பையும் குறித்து அறிந்துகொண்டார். ஈஸாவின் அனுமதியுடன் அவரைத் தன்னுடன் ஹமீமாவுக்கு வரும்படி அழைத்தார். இருவரும் ஹமீமாவுக்குச் சென்றனர். அபூமுஸ்லிமை இமாம் இப்ராஹீமிடம் அறிமுகம் செய்து வைத்தார் கஹ்தபா. அபூமுஸ்லிமிடம், “உமது பெயர் என்ன?” என்று கேட்டார் இமாம் இப்ராஹீம். அவர், என் பெயர் இப்ராஹீம் பின் உஸ்மான் பின் பஷ்ஷார் என்றதும், “இனிமேல் உமது பெயர் அப்துர் ரஹ்மான்” என்றார் இமாம் இப்ராஹீம். அன்று முதல் அபூமுஸ்லிம் அப்துர் ரஹ்மான் என்ற பெயரில் அறியப்பட்டார். பின்பு, அவருக்கு அபூமுஸ்லிம் என்று சிறப்புப் பெயர் சூட்டியவரும் இமாம் இப்ராஹீம்தான். காலப்போக்கில்

அபூமுஸ்லிம் எனும் சிறப்புப் பெயரே நிலைபெற்று விட்டது.

சில நாள்கள் அபூமுஸ்லிம், இமாம் இப்ராஹீமுடனிருந்தார். அவரது இயல்பையும் திறமையையும் நன்கறிந்துகொண்ட இமாம், தனது புகழ்பெற்ற பிரதிநிதிகளில் ஒருவரான அபூநஜ்ம் இம்ரான் பின் இஸ்மாயீலின் மகளை அபூமுஸ்லிமிற்கு மணமுடித்து வைக்க ஏற்பாடு செய்தார்.

அலீ (ரலி) அவர்களின் வம்சாவளியினரை கிலாஃபத் பொறுப்பில் நியமிக்கச் செய்வதற்காகத் தங்களை அர்ப்பணித்துக்கொண்டவர்களில் ஒருவர் அபூ நஜ்ம். இத்திருமண உறவின்மூலம் அவர்கள் அடைய விரும்பியது, இரு பிரிவினருக்குமிடையிலான ஒற்றுமையை மேலும் அதிகமாக்கி, அலீ (ரலி) அவர்களின் ஆதரவாளர்களின் உதவியைப் பெறுவதாகும். பின்னர், அபூ முஸ்லிமைக் குராசானின் நிர்வாகப் பொறுப்பில் நியமித்த இமாம் இப்ராஹீம், ஹாஷிம்கள் அவரது தலைமையின்கீழ் செயல்படவேண்டும் என்று எல்லா இயக்கங்களுக்கும் பிரதிநிதிகளுக்கும் அறிவித்தார்.

குராசானை அடைந்த அபூமுஸ்லிமை அவரது இளம் வயதின் காரணமாக, சுலைமான் பின் கஸீர் திருப்பியனுப்பினார். பிரதி நிதிகள் அனைவரும் வயது முதிர்ந்தவர்களும் அனுபவம் நிறைந்தவர்களாகவும் இருக்கும்போது இரகசிய நடவடிக்கைகளின் கண்காணிப்பாளராகவும் ஆணையாளராகவும் அபூமுஸ்லிமை நியமிப்பது பொருத்தமாக இருக்காதென்று அவர்கள் கருதினார்கள். அபூமுஸ்லிம் குராசானுக்கு வரும்போது சில பணிகளின் காரணமாக, அபூதாவூத் காலித் பின் இப்ராஹீம் ஷிபாய், மவரோன்னஹ்ருக்குச் சென்றிருந்தார். மர்வுக்குத் திரும்பி வந்த அவர் இமாம் இப்ராஹீமின் கடிதத்தைப் படித்துவிட்டு, அபூமுஸ்லிமைக் குறித்துக் கேட்டார். அவரது அனுபவ முதிர்ச்சியின்மையின் காரணமாக, செயல்பாட்டாளர்கள் நிலை சிக்கலுக்குள்ளாகி விடக்கூடும் என்பதால் சுலைமான் பின் கஸீர் அவரைத் திருப்பி அனுப்பிவிட்டார் என்பதையும் அறிந்துகொண்டார்.

பிரதிநிதிகள் அனைவரையும் ஒன்றுதிரட்டிய அபூ தாவூத் கேட்டார்: "அல்லாஹ், உயர் நிலையிலான அறிவை இறைத்தூதர் அவர்களுக்கு அளித்தான். அந்த அறிவின் வாரிசுகளான இறைத்தூதரின் குடும்ப உறுப்பினர்களே கிலாஃபத்துக்கான வாரிசுகளுமாவர். இதில்,

உங்களுக்கு ஏதாவது சந்தேகமிருக்கிறதா?'' அவர்கள் இல்லை என்றதும், ''பிறகேன், நீங்கள் சந்தேகித்தீர்கள்? சூழ்நிலைகளையும் அபூ முஸ்லிமையும் நன்கறிந்த பிறகுதான் இமாம் அவர்கள் அவரை இங்கு அனுப்பியிருக்கிறார்'' என்றார். அபூமுஸ்லிமைத் திருப்பி அனுப்பியதற்காக அவர்கள் வருத்தம் தெரிவித்தனர். மீண்டும் குராசானுக்கு வந்த அபூ முஸ்லிமை இயக்கத்தின் பாதுகாவலராகவும் கண்காணிப்பாளராகவும் அனைவரும் ஏற்றுக்கொண்டனர்.

தன்னைத் திருப்பி அனுப்பிய சுலைமான் பின் கஸீர்மீது அபூமுஸ்லிமிற்கு சிறு மனத்தாங்கல் இருந்தது. பிரதிநிதிகள் அனைவரையும் பல்வேறு நகரங்களுக்குப் பரவலாக்கிய அபூ முஸ்லிம், குராசானில் இயக்கத்தை வலுப்படுத்தத் தொடங்கினார். ஹஜ் தொடக்கத்தில் தன்னை வந்து சந்திக்கும்படி அபூ முஸ்லிமிற்குத் தகவல் அனுப்பிய இமாம் இப்ராஹீம், கோட்பாடுகளைப் பிரச்சாரம் செய்வதற்குத் தேவையான அறிவுரைகள் தருவதாகவும் அதில் குறிப்பிட்டிருந்தார். கூடவே, கஹ்தபா பின் ஷபீபை அழைத்து வரவும், திரட்டிய செல்வங்களைக் கொண்டு வரவும் கேட்டுக்கொண்டார். தங்கள் இரகசியத் திட்டங்களுக்கு ஹஜ் காலங்களைப் பயன்படுத்திக் கொள்வதை சூழ்ச்சியாளர்கள் வழக்கமாகக்கொண்டிருந்தனர். உலகின் அனைத்துப் பகுதிகளிலுமுள்ள மக்கள் ஒன்று திரள்வார்கள். யாரையும் சந்தேகப்படுவதற்கான வாய்ப்புக்கள் உருவாகாது. இது, கூட்டங்கள் நிகழ்த்தவும் அரசியல் நிலைமைகளை ஆய்வு செய்யவும் ஏற்றதோர் சூழல் என்பதால் ஹஜ் காலங்களை அவர்கள் பயன்படுத்திக்கொண்டனர்.

அபூமுஸ்லிம், பிரதிநிதிகளுடனும் கஹ்தபா பின் ஷபீபுடனும் இமாம் இப்ராஹீமைச் சந்திக்க மக்காவுக்குப் புறப்பட்டார். அவர்கள் கவ்மாசை அடைந்ததும் இமாம் அனுப்பிய ஒரு கடிதம் கிடைத்தது. குராசானிலேயே இருக்கவும், புறப்பட்டு விட்டால் திரும்பிச் சென்று விடவும் தங்களது நடவடிக்கைகளை இனி, வெளிப்படையாக மேற்கொள்ளவும் வாக்குறுதி அளித்தவர்களை ஒன்றுதிரட்டி அரசுப் பொறுப்பை மேற்கொள்ளவும் அதில் எழுதியிருந்தார். அபூமுஸ்லிம் மர்வுக்குத் திரும்பினார். தான் கொண்டுவந்த செல்வங்களுடன் இமாம் இப்ராஹீமைச் சந்திக்கப் புறப்பட்ட கஹ்தபா பின் ஷபீப், ஜுர்ஜானுக்குச் செல்லும் வழியியினூடே நகரின் புறப்பகுதிக்கு வந்து, காலித் பின் பர்மக்கையும் அபூ அவ்னையும் அழைத்துவர

ஆளனுப்பினார். அவர்கள் பணத்துடனும் உணவுப் பொருள்களுடனும் வந்தனர். அனைவரும் சேர்ந்து இமாமிடம் சென்றனர்.

குராசானில் கர்மானீக்கும் நஸ்ர் பின் ஸய்யருக்குமிடையே தொடர்ந்து நடந்து வந்த போர்களின் விளைவாக, கொள்கைப் பிரச்சாரத்தை வெளிப்படையாக மேற்கொள்ளவும் ஆட்சிப் பகுதியை விரிவுபடுத்தவும் ஒப்புதல் பெற்றார் அபூமுஸ்லிம். தன்னுடைய ஆதரவாளர்களை ஒன்றுதிரட்டி, கர்மானீக்கும் நஸ்ர் பின் ஸய்யருக்குமிடையே முகாம் அமைத்தார். இறுதியில் கர்மானீ கொல்லப்படவே அவரது மகன் அலீ பின் கர்மானீ, அபூ முஸ்லிமுடன் இணைந்தார். நஸ்ரை மர்விலிருந்து வெளியேற்றிய அபூமுஸ்லிம் அதைக் கைப்பற்றினார். சில நாள்கள் அங்கே தங்கியிருந்து விட்டு, பின்னர் மர்விலிருந்து குராசானின் மற்றொரு பகுதிக்குச் சென்றார். நஸ்ர் பின் ஸய்யர், டமாஸ்கசிலிருந்த கலீஃபா மர்வான் பின் முஹம்மதுக்கு உதவிப் படைகளை அனுப்பக் கேட்டு கடிதம் எழுதினார். அப்போது ளஹ்ஹாக் பின் கைசை எதிர்த்துப் போரில் ஈடுபட்டிருந்த மர்வான் பின் முஹம்மத் உதவ இயலாத நிலையில் இருந்தார். இக்கால கட்டத்தில்தான் நஸ்ர், கர்மானீ உட்பட குராசானிலுள்ள அரபு பேசும் அனைவரையும் கொன்று விடும்படி அபூ முஸ்லிமுக்கு அனுப்பிய இமாம் இப்ராஹீமின் கடிதம் இடைவழியில் கைப்பற்றப்பட்டு இரண்டாம் மர்வானிடம் சேர்க்கப்பட்டது. அப்பாசியரின் சூழ்ச்சிகள் குறித்து உமய்யாக்களுக்குக் கிடைத்த முதல் தகவலே இதுதான். ஹமீமாவிலிருக்கும் இமாம் இப்ராஹீமைக் கைது செய்யும்படி பல்கா ஆளுநருக்குக் கடிதம் எழுதினார் மர்வான். அவர் கைது செய்து சிறையில் அடைக்கப்பட்டார். குராசானில் அபூ முஸ்லிம் வெளிப்படையாகவே தங்களது பிரச்சாரங்களை மேற்கொண்ட நிலையில் பெரும் திரளான மக்கள் அவரிடம் வந்து சேர்ந்தனர்.

ஹிஜ்ரீ *130* தொடக்கத்துடன் அபூமுஸ்லிம், குர்ஆனையும் நபிவழியையும் பின்பற்றி அஹ்லுல் பைத்தின் அடியொட்டி வாழ மக்களிடமிருந்து வாக்குறுதி பெறத் தொடங்கினார். இதற்காக, கர்மானீயும் ஷீபான் கவாரிஜியும் நஸ்ர் பின் ஸய்யரும் அவர்மீது கோபம்கொண்டனர் கர்மானீயின் இறப்பைத் தொடர்ந்து அவரது மகன் அலீ பின் கர்மானீ, குழுவுக்குத் தலைமை ஏற்றார். அப்போது அபூமுஸ்லிமின் பலம் மேலும் அதிகரித்திருந்தது. நஸ்ர் பின்

ஸய்யரும் ஷீபான் கவாரிஜியும் சம ஆற்றல் பெற்றவர்களாக இருந்தனர். குராசானில் இப்படி நான்கு பலம் வாய்ந்த சக்திகள் இருந்தன.

ஷீபான் கவாரிஜியைத் தன்னுடன் சேர்த்துக்கொள்ள விரும்பிய அபூமுஸ்லிம், இதற்கு அலீ பின் கர்மானீயின் உதவியை நாடினார். அபூமுஸ்லிமிற்கு எதிராக ஷீபான் கவாரிஜியின் உதவியில் நஸ்ர் பின் ஸய்யருக்கும் விருப்பமிருந்தது. ஷீபானும் நஸ்ரும் ஒன்றிணைந்து விடாமலிருக்க சூழ்ச்சி செய்த அலீ பின் கர்மானீ இதில் வெற்றியும் பெற்றார். சூழ்நிலைகள் தங்களுக்குச் சாதகமாக இருப்பதைக்கண்ட அபூ முஸ்லிம், ஒரு குழுவினருடன் நஸ்ர் பின் நயீமை ஹேரத்துக்கு அனுப்பினார். ஹேரத் ஆளுநரின் முன்னேற்பாடுகளற்ற நிலையில் நஸ்ர் பின் நயீம் அதைக் கைப்பற்றி நஸ்ர் பின் ஸய்யரின் ஆளுநரான ஈஸா பின் மஅகல் ஹுரைஷியை வெளியேற்றினார். இதையறிந்த யஹ்யா பின் நயீம் பின் ஹுபைரா, அலீ பின் கர்மானீயிடம் சென்று, "நீங்கள் நஸ்ருடன் சேர்ந்துகொள்ள வேண்டும். எனில், அவருக்கு எதிரான முயற்சிகளில் உங்களை விட்டு விடுவார் அபூ முஸ்லிம். இல்லையெனில் நஸ்ருடன் சேர்ந்து அவர் உங்களுக்கெதிராக மாறுவார்" என்றார். உடனே, "நாங்கள் உங்களுடன் நல்லிணக்கமாக இருக்க விரும்புகிறோம்" என்று நஸ்ருக்கு எழுதினார். நஸ்ர் உடனடியாக இதை ஏற்றுக்கொண்டார். அலீ பின் கர்மானீயின் தந்தையிடம் முயன்று பார்த்த சூழ்ச்சி மகன் மூலம் நடந்தேறும் என்பதால் நஸ்ர் உடனடியாகவே இதற்கு இணங்கினார்.

ஷீபான் கவாரிஜியுடன் இணக்கமாக இருந்த அலீ பின் கர்மானீயின் கவனத்தை நஸ்ர் மீது திருப்பிய அபூ முஸ்லிம், "நஸ்ர் பின் ஸய்யர் உங்கள் தந்தையைக் கொன்றவர்" என்றார். அலீயை மீண்டும் தனக்கு ஆதரவாக மாற்றி நஸ்ருடன் அவர் உடன்படிக்கை செய்வதைத் தடுப்பதுதான் அவரது நோக்கம். அலீ உடனடியாகவே ஷீபான் கவாரிஜியிடமிருந்து பிரிந்து அவரை எதிர்த்துப் போரிடத் தொடங்கினார். அலீக்கு உதவ அபூமுஸ்லிம் முன் வந்தார்.

இன்னொரு புறம், ஷீபான் கவாரிஜியின் உதவிக்கு நஸ்ர் பின் ஸய்யர் தயாராக இருந்தார். வெவ்வேறு கோட்பாடுகளின் அடிப்படையில் செயல்பட்டு வந்த பொருந்தாக் கூட்டணியான இந்நான்கு குழுக்களும் தங்களுக்கான வாய்ப்புகளை எதிர்பார்த்து

சூழ்ச்சிகளில் ஈடுபட்டன. அதே நேரம் குராசானிலிருந்த அலீ (ரலி) அவர்களின் ஆதரவாளர்கள் அனைவரும் அபூமுஸ்லிமுடன் இணைந்து கொண்டனர்.

அப்துல்லாஹ் பின் முஆவியா பின் அப்துல்லாஹ் பின் ஜஅஃபர் பின் அபூதாலிப், கூஃபா மக்களிடமிருந்து கிலாஃபத் வாக்குறுதி பெற்றார். ஆனால், அப்துல்லாஹ் பின் உமர் பின் அப்துல் அஸீஸின் வெற்றியைத் தொடர்ந்து அவர் கூஃபா மக்கள் சிலருடன் கூஃபாவை விட்டு மதாயினை நோக்கிச் சென்றனர். பின்னர், மலைப்பகுதிகளுக்குத் திரும்பி அவற்றுடன் ஹல்வான், கவ்மாஸ், இஸ்ஃபஹான், ரேய் ஆகிய பகுதிகளையும் கைப்பற்றி இஸ்ஃபஹானில் தங்கியிருந்தனர். தொடர்ந்து, ஹிஜ்ரீ 128இல் ஷிராஸைத் தங்கள் கட்டுப்பாட்டின்கீழ்க் கொண்டுவந்தனர். இராக் ஆளுநரான யஸீத் பின் உமர் பின் ஹுரைரா, அப்துல்லாஹ் பின் முஆவியாவை எதிர்த்துப் போரிட ஒரு படையை அனுப்பினார். அவர்களிடையே இஸ்தகாரின் அருகில் போர் நிகழ்ந்தது. இதில், அப்துல்லாஹ் பின் முஆவியா தோல்வியடைந்தார். பலர் கொல்லப்பட்டனர். சிந்துவை நோக்கி ஓடிய மன்ஸூர் பின் ஜம்ஹூர் பின்தொடரப்பட்டாலும் தப்பித்துவிட்டார். பிடிபட்ட அப்துல்லாஹ் பின் முஆவியாவின் படை வீரர்களில் அப்துல்லாஹ் பின் அலீ பின் அப்துல்லாஹ் பின் அப்பாசும் ஒருவர். இவரை, கூஃபா ஆளுநர் யஸீத் பின் உமர் விடுதலை செய்தார். அபூ முஸ்லிம் நபிகளார் குடும்பத்தின் ஆதரவாளர் என்ற நிலையில் அவரது உதவியை நாடி அப்துல்லாஹ் பின் முஆவியா ஓடினார். அவர் ஷிராஸிலிருந்து கர்மானுக்குச் சென்று அங்கிருந்து ஹேரத்தை அடைந்தார். அபூ முஸ்லிமின் ஆளுநரான நஸ்ர் பின் நயீம், அப்துல்லாஹ் பின் முஆவியாவின் தங்கும் ஏற்பாடுகளைச் செய்துவிட்டு, தகவலை அபூமுஸ்லிமிற்கு அறிவித்தார். அவரைக் கொன்றுவிட்டு, அவரது பிள்ளைகள் இருவரையும் விடுதலை செய்யும்படி அபூ முஸ்லிம், நஸ்ருக்கு உத்தரவிட்டார். நஸ்ர் அதை நிறைவேற்றினார்.

ஹிஜ்ரீ 130 இன் தொடக்கத்தில் மேற்சொன்ன நான்கு குழுக்களும் பரஸ்பரம் மோதத் தொடங்கின. முடிவில், அலீ பின் கர்மானீயும் அபூமுஸ்லிமும், நஸ்ர் பின் ஸய்யரையும் ஷீபான் கவாரிஜியையும் தோற்கடித்து மர்வைக் கைப்பற்றினர். அமீரின் அரண்மனைக்குச் சென்ற அபூ முஸ்லிம், மக்களிடமிருந்து வாக்குறுதி பெற்ற பின்

ஒரு பேருரை நிகழ்த்தினார். தோல்வியடைந்த நஸ்ர், ஸர்க்காஸ் வழியாக நிஷாப்பூருக்குச் சென்று அங்கிருந்து தூஸை அடைந்தார். அலீ பின் கர்மானீ, அபூமுஸ்லிமைக் கேள்விகளின்றி பின்பற்றி அவருடனேயே வாழ்ந்து வந்தார்.

தோல்வியடைந்த ஷீபான் கவாரிஜி, மர்வின் அருகில் முகாமிட்டார். தனக்கு வாக்குறுதி அளிக்கும்படி அவருக்குச் சொல்லியனுப்பினார் அபூமுஸ்லிம். அங்கிருந்து ஸர்க்காசுக்குச் சென்ற ஷீபான் கவாரிஜியின் பின்னால், பக்ர் பின் வாஇல் குழுவினர் அணி திரண்டனர். இதையறிந்த அபூமுஸ்லிம், ஒரு படைப்பிரிவை ஸர்க்காசுக்கு அனுப்பினார். இம்மோதலில் ஷீபான் கொல்லப்பட்டார். பின்னர், அபூமுஸ்லிம், மூஸா பின் காபை அப்யுரோவுக்கும் அபூதாவூத் காலித் பின் இப்ராஹீமை பல்குக்கும் அனுப்பி வைத்தார். அப்யுரோவும் பல்கும் கைப்பற்றப்பட்டன. தொடர்ந்து, அபூ தாவூதைத் திருப்பி அழைத்த அபூமுஸ்லிம், பல்கின் நிர்வாகப் பொறுப்புக்கு யஹ்யா பின் நயீமை நியமித்தார்.

அபூதாவூதிடம் தோல்வியடைந்த உமய்யாக்களின் பல்க் ஆளுநரான ஸெய்யத் பின் அப்துர் ரஹ்மான் கஸ்ரி, திர்மீசுக்குச் சென்று யஹ்யா பின் நயீமைச் சந்தித்துத் தன் பக்கம் சேர்த்துக்கொண்டார். பின்னர், தகரிஸ்தான் மற்றும் மவரோன்னஹ்ர் ஆட்சியாளர்களான முஸ்லிம் பின் அப்துர் ரஹ்மான் பஹ்லியையும் ஈஸா பின் ஸரா ஸுலமியையும் பல்க் மக்களையும் திர்மீஸ் மக்களையும் அணி திரட்டி, யஹ்யா பின் நயீமையும் அழைத்துக்கொண்டு அபூ முஸ்லிமிற்கு எதிராகப் புறப்பட்டார். அப்பாசியரின் அடையாளமான கருப்புக்கொடியை ஏந்தியவர்களுக்கு எதிராகப் போரிடுவதென்று ஓர் ஒப்பந்தம் செய்வதாகவும் அவர்கள் முடிவு செய்தனர். முக்கதில் பின் ஹய்யான் நப்தியும் அதில் இணைந்திருந்தார்.

சூழ்நிலையைத் தனக்குச் சாதமாக்கிய அபூமுஸ்லிம், அபூதாவூதை மீண்டும் பல்குக்கு அனுப்பினார். பல்கின் சற்றுத் தொலைவில் ஒரு நதிக்கரையில் இரு பிரிவினருக்குமிடையே போர் மூண்டது. அபூஸயீத் குராஷியுடன் முக்கதில் பின் ஹய்யான் நப்தியும் சென்றிருந்தார். எதிரிகள் பின்னால் நின்று தாக்குவதைத் தடுப்பதற்கான பின்னணிப் படை முழுமையாகப் போர்க்கருவிகள் பூண்டிருந்தது. போர் முழுவீச்சில் நடந்துகொண்டிருக்கும்போது, பின்னணிப் படையிலிருந்த தற்செயலாகக் கருப்புக் கொடி

வைத்திருந்த, அபூஸயீத் குராஷி எதிரிகளைத் தாக்குவதற்காக முன்னேறினார். அபூஸயீதின் கறுப்புக் கொடியைக் கண்டதும் முன்வரிசையிலிருந்தவர்கள் அப்பாஸ் கிளையினர் பின்னணிப் படையைத் தோற்கடித்து முன்னேறி விட்டனர் என்று முடிவு செய்து களத்தை விட்டு ஓடினர். பலர் ஆற்றில் மூழ்கி இறந்தனர். இது, அப்பாசியரின் வெற்றியில் முடிந்தது. ஸெய்யதும் யஹ்யாவும் திர்மீசைக் கைப்பற்ற, அபூதாவூத் பல்கைக் கைப்பற்றினார்.

தொடர்ந்து, பல்கிலிருந்து அபூதாவூதைத் திருப்பியழைத்த அபூமுஸ்லிம் அதன் ஆளுநராக நஸ்ர் பின் ஸபீஹ் முஸானியை நியமித்தார். அபூமுஸ்லிமுடன் வசித்து வந்த அலீ பின் கர்மானீயுடன் அவரது சகோதரரான உஸ்மான் பின் கர்மானீயும் இருந்தார். இவர்களைப் பிரித்து விடுவது நல்லது என்று அறிவுறுத்தினார் அபூ தாவூத். இதன்படி, உஸ்மான் பின் கர்மானீயை பல்க் ஆளுநராக நியமித்தார் அபூமுஸ்லிம். ஃபரஃப்ஸா பின் ஸாஹிரை அவர் துணை ஆளுநராக நியமித்தார். நஸ்ர் பின் ஸபீஹுூம் உஸ்மான் பின் கர்மானீயும் மர்வரூதுக்குச் சென்றனர். இதையறிந்த, முஸ்லிம் பின் அப்துர் ரஹ்மான் பஹ்லி, எகிப்தியர்களை அழைத்துச் சென்று பல்கைக் கைப்பற்றினார்.

இதையறிந்த உஸ்மானும் நஸ்ரும் மர்வரூதிலிருந்து பல்குக்குத் திரும்பினர். அவர்களது வருகை அப்துர் ரஹ்மான் வீரர்களிடம் பயத்தை உருவாக்கியது. அவர்கள் இரவோடிரவாக பல்கை விட்டு அகன்றனர். நஸ்ர், ஒரு புறமிருந்தும் உஸ்மான், இன்னொரு புறமிருந்தும் வந்தனர். நஸ்ரின் வீரர்கள் திரும்பிச் சென்றுகொண்டிருந்த படைவீரர்களை அப்படியே விட்டுவிட்டனர். உஸ்மானின் படைகள் அவர்களை வழிமறித்துப் போரிடத் தொடங்கின. பலர் கொல்லப்பட்டனர். அப்பாசியரைப் பொறுத்தவரைக்கும் பல்க் நூலிழையில் தப்பித்தது. இதையறிந்த அபூமுஸ்லிமும் அபூதாவூதும் கலந்துரையாடினர். அபூதாவூத் பல்குக்குத் திரும்பினார். அபூமுஸ்லிம், அலீ பின் கர்மானீயுடன் நிஷாப்பூருக்குச் சென்றார். வழியில் அலீ பின் கர்மானீயை அவர் கொலை செய்தார். அபூமுஸ்லிமுடன் மேற்கொண்ட கலந்துரையாடல் முடிவின்படி பல்கைக் கைப்பற்றிய அபூதாவூத், அப்துர் ரஹ்மானை விரட்டிவிட்டு, உஸ்மான் பின் கர்மானீயைக் கொலை செய்தார். இப்படியாக, சகோதரர்கள் இருவரின் சிக்கலுக்கும் அவர்கள் முடிவுகட்டினார்கள்.

இமாம் இப்ராஹீம், அபூமுஸ்லிமை அழைத்துக் கொள்கைப் பரப்புரையை வெளிப்படையாக மேற்கொள்ளச் சொன்னதை ஏற்கனவே பார்த்தோம். அபூமுஸ்லிம் அனுப்பிய பணத்தையும் பொருள்களையும் இமாம் இப்ராஹீமிடம் ஒப்படைத்த கஹ்தபா பின் ஷபீப், அவர் தந்த ஒரு கொடியுடன் அபூமுஸ்லிமிடம் வந்தார். மக்காவிலிருந்து ஹமீமியாவுக்குத் திரும்பிய இமாம் இப்ராஹீம் கைது செய்யப்பட்டார். கஹ்தபாவைப் பின்னணிப் படைக்குத் தலைவராக நியமித்த அபூமுஸ்லிம், ஹிஜ்ரீ 130இன் இறுதியில் குராசானின் பெரும் பகுதியைக் கையகப்படுத்தி, தன்னுடைய அனைத்து எதிரிகளையும் அகற்றினார்.

அலீ பின் கர்மானீயைக் கொன்றுவிட்டு மர்வுக்குத் திரும்பிய அபூமுஸ்லிம், கஹ்தபாவின் தலைமையில் அபூஅவ்ன் அப்துல் மலிக் பின் யஸீத், காலித் பின் பர்மக், உஸ்மான் பின் நஹீக், காஸிம் பின் குஸைமா போன்ற படைத்தலைவர்களை தூஸை நோக்கி அனுப்பி வைத்தார். தங்களை எதிர்த்துப் போரிட்டுத் தோற்ற தூஸ் மக்களை கஹ்தபா இரக்கமின்றிப் படுகொலை செய்தார்.

பின்னர், ஸூஸ்கானிலிருந்த தமீம் பின் நஸ்ர்மீது தாக்குதல் தொடுத்தார். தனது 3,000 வீரர்களுடன் தமீம் கொல்லப்பட்டார். நகருக்குள் நுழைந்த கஹ்தபா ஒரு கூட்டுப் படுகொலைக்கு உத்தரவிட்டார். போர் இலாபங்களைத் திரட்ட காலித் பின் பர்மக்கை நியமித்தார். அங்கிருந்து நஸ்ர் பின் ஸய்யார் இருந்த நிஷாப்பூருக்குச் சென்றார். நஸ்ர் அங்கிருந்து கவ்மாசுக்கு ஓடினார். ஹிஜ்ரீ 130 ரமளான் மாதம் தொடக்கத்தில் நிஷாப்பூரைக் கைப்பற்றிய கஹ்தபா, ஷவ்வால் மாதம் இறுதிவரைக்கும் அங்கே தங்கியிருந்தார்.

கூஃபா ஆளுநர் நபதா பின் ஹன்ஸலாவின் தலைமையில் யஸீத் பின் உமர் பின் ஹுபைரா, நஸ்ர் பின் ஸய்யருக்கு உதவிப் படைகளை அனுப்பினார். கவ்மாசில் சிறிது காலம் தங்கியிருந்த நஸ்ர், அங்கிருந்து, ஜுர்ஜானுக்குப் புறப்பட்டார். தனது படையுடன் நஸ்ரிடம் வந்தார் நபதா. துல்கஃதா மாதம் நிஷாப்பூரிலிருந்து புறப்பட்ட கஹ்தபா, ஜுர்ஜானை நோக்கி அணிவகுத்துச் சென்றார்.

ஒரு பெரும் சிரியப் படையுடன் நபதா பின் ஹன்ஸலா ஜுர்ஜானுக்கு வந்திருப்பதை அறிந்த கஹ்தபாவின் வீரர்கள்

பயந்து போயினர். அவர்களிடம் கஹ்தபா உரையாற்றினார். அதில், "நீங்கள் ஒரு பெரும் படையை எதிர்கொண்டு வெற்றி பெறுவீர்கள் என்று இமாம் இப்ராஹீம் அவர்கள் சொல்லியிருக்கிறார்" என்று குறிப்பிட்டார். இது படைவீரர்களுக்குப் பெரும் துணிச்சலை அளித்தது. போரில், நபதா பின் ஹன்ஸலா 10,000 வீரர்களுடன் கொல்லப்பட்டார். வெற்றி பெற்ற கஹ்தபா, நபதாவின் தலையை வெட்டி அதை அபூமுஸ்லிமுக்கு அனுப்பி வைத்தார். இப்போர், ஹிஜ்ரீ 130 துல்ஹிஜ்ஜா மாதம் நடைபெற்றது. ஜுர்ஜானைக் கைப்பற்றிய கஹ்தபா, 30,000 மக்களைக் கொன்றார். ஜுர்ஜானில் தோல்வியடைந்த நஸ்ர் பின் ஸய்யார், கவாருரை நோக்கிச் சென்றார். அங்கே ஆளுநராக இருந்தவர் அபூபக்ர் அகிலி. நிலைமையை அறிந்த யஸீத் பின் ஹுபைரா, நஸ்ர் பின் ஸய்யருக்கு உதவியாக இப்ன் கலீஃபின் தலைமையில் ஒரு பெரும் படையை அனுப்பி வைத்தார். கஹ்தபா, தன் மகன் ஹஸனை ஜுர்ஜானிலிருந்து கவாருருக்கு அனுப்பி வைத்தார். தொடர்ந்து, ஹஸனுக்கு உதவியாக அபுல் காமில், அபுல் காஸிம் ஷஹ்ரஸ் பின் இப்ராஹீம், அபுல் அப்பாஸ் மர்வ்ஸ் ஆகியோர் தலைமையில் இன்னொரு படையையும் அனுப்பி வைத்தார். அவர்கள் ஹஸனின் படைகளை நெருங்கியதும் அபுல் காமில் தனது படையிலிருந்து பிரிந்து நஸ்ருடன் சேர்ந்து, ஹஸன் படையின் நடவடிக்கைகளை அவரிடம் சொன்னார். போரில், ஹஸன் பின் கஹ்தபா படுதோல்வி அடைந்தார். வெற்றிச் செய்தியுடன் போர் இலாபங்களையும் யஸீத் பின் உமர் பின் ஹுபைராவுக்கு அனுப்பி வைத்தார் நஸ்ர். இது ஹிஜ்ரீ 131இல் நடந்தது. வெற்றிச் செய்தியுடனும் பொருள்களுடனும் தூதுவர்கள் சென்றுகொண்டிருக்கும்போது, நஸ்ரின் பங்காளியான இப்ன் கலீஃப் தனது படையுடன் வந்தார். ரேயின் வெளிப்புறம் அவர்கள் சந்தித்தனர். விலையுயர்ந்த பொருள்களையும் கடிதத்தையும் கைப்பற்றிய இப்ன் கலீஃப் அங்கேயே முகாம் அமைத்தார்.

யஸீத் பின் உமருக்கு அனுப்பி வைத்த பொருள்களையும் கடிதத்தையும் இப்ன் கலீஃப் கைப்பற்றியதை நஸ்ர் விரும்பவில்லை. அவர், ரேய்க்குச் செல்வதாக முடிவு செய்தார். இப்ன் கலீஃப் தனது படையுடன் ஹமதானை நோக்கி அணிவகுத்துச் சென்று, பின்னர் இஸ்ஃபஹானுக்குத் திரும்பினார். நஸ்ர், ஹிஜ்ரீ 132 முஹர்ரம் மாதம் 10ஆம் நாள் இரவு, ரேயிலுள்ள ஆளுநரின் தலைமையகத்துக்குள்

நுழைந்து அதைக் கைப்பற்றினார். நிஷாப்பூருக்கு அபூமுஸ்லிம் வந்ததை முன்வைத்து, நஸ்ர் பின் ஸய்யார் அங்கிருந்து புறப்பட வேண்டியதாயிற்று. ரேய்க்கு வந்த நஸ்ர் இரண்டு நாள்கள் தங்கியிருந்தார். மூன்றாவது நாள் உடல்நிலை மோசமாகவே அங்கிருந்து ஸதாவுக்குச் சென்றார். அங்கே சென்றதும் அவரது மரணம் நிகழ்ந்தது. இது ஹிஜ்ரீ 131 ரபீயுல் அவ்வல் மாதம் 12 இல் நிகழ்ந்தது. அவரது இறப்பைத் தொடர்ந்து அவரது வீரர்கள் மேற்கு மத்திய இரானிலுள்ள ஹமதானுக்குச் சென்றனர்.

ஜுர்ஜானிலிருந்து கஹ்தபா பின் ஷபீப் படையுடன் புறப்படும்போது ரேயின் ஆட்சியாளராக இருந்தவர் ஹபீப் பின் யஸீத் நஹ்ஷாலி. அவர் தனது படையை ரேய்க்கு அழைத்துச் சென்றார். நஸ்ரின் இறப்புக்குப் பின், அவருடனிருந்த ஹபீப் பின் யஸீதும் சிரியர்களும் ரேயை விட்டு அகன்றனர். அப்பாசியர்களுக்காகப் போரிட்டுக்கொண்டிருந்த கஹ்தபா, ரேயைக் கைப்பற்றி மக்களின் செல்வங்களையும் உடைமைகளையும் பறிமுதல் செய்தார். ரேயிலிருந்து தப்பியோடிய பலர், நஸ்ரின் வீரர்கள் சென்றிருந்த ஹமதானுக்குச் சென்றனர். கஹ்தபா தன் மகன் ஹஸனை அங்கே அனுப்பி வைத்தார். அவர், ஹமதானுக்குச் செல்லாமல் நஹாவந்துக்குச் சென்று அதை முற்றுகையிட்டார். ஹிஜ்ரீ 129இல் உமய்யாக்களுக்காகப் போரில் ஈடுபட்டு வந்த யஸீத் பின் உமர் பின் ஹுபைரா, அப்துல்லாஹ் பின் முஆவியாவை எதிர்க்க தன் மகன் தாவூத் பின் யஸீதை அமீர் பின் ஸபராவுடன் அனுப்பி வைத்தார். அவர்கள் போரிட்டவாறே கர்மான் வரைக்கும் சென்று அங்கே முகாம் அமைத்துத் தங்கினர்.

நபதா பின் ஹன்ஸலா கொலையுண்டதை அறிந்த யஸீத் பின் உமர் ஹுபைரா, கஹ்தபாவுக்கு எதிராகப் போரிட்டவாறே தொடர்ந்து முன்செல்லும்படி தாவூதுக்கும் இப்னு ஸபராவுக்கும் எழுதினார். அவர்கள், ஏற்கனவே இருந்த பெருமளவிலான படையை மேலும் வலுப்படுத்திக்கொண்டு இஸ்ஃபஹானை அடைந்தனர். அவர்களை எதிர்கொள்வதற்காக, முக்கதில் பின் ஹக்கீமை நியமித்தார் கஹ்தபா. அவர் கும்மில் முகாமிட்டார். ஹஸன் பின் கஹ்தபா ஹமதானின் தென்பகுதியான நஹாவந்தை முற்றுகையிட்டிருப்பதை அறிந்த இப்னு ஸபரா, அதைத் தற்காத்துக்கொள்ளும் நோக்கத்துடன் முக்கதிலைத் தாக்குவதாக முடிவு செய்து முன்னேறினார். இரு

படையினரும் மோதினர். கஹ்தபாவின் வீரர்கள் பெரும் ஆற்றலுடன் போரிடவே இப்னு ஸாராவின் படைகள் தோல்வியுற்றன. இதில், இப்னு ஸாராவும் கொல்லப்பட்டார். இது ஹிஜ்ரீ 131 ரஜப் மாதம் நடந்தது.

வெற்றிச் செய்தியைத் தன் மகன் ஹஸனுக்கு அனுப்பினார் கஹ்தபா. அவர் மேலும் 20 நாள்கள் இஸ்ஃபஹானில் தங்கிவிட்டு முற்றுகையில் இணைந்துகொள்ள ஹஸனிடம் சென்றார். நஹாவந்த் மக்கள் மூன்று மாதங்களாக முற்றுகைக்குள்ளாகி இருந்தனர். இறுதியில் அது கைப்பற்றப்பட்டது. மக்களில் பலர் கொல்லப்பட்டனர். பின்னர், ஹஸனை ஹல்வானுக்கு அனுப்பினார் கஹ்தபா. அது எளிதாகக் கைப்பற்றப்பட்டது. தொடர்ந்து, ஸோர் நகரைக் கைப்பற்றுவதற்காக அபூஅவ்ன் அப்துல் மலிக் பின் யஸீத் குராசானியை அனுப்பி வைத்தார். நகரின் பிரதிநிதியாக உஸ்மான் பின் ஸுஃப்யான் இருந்தார். முன்னணிப் படை அப்துல்லாஹ் பின் மர்வானின் கட்டுப்பாட்டின் கீழிருந்தது. அபூஅவ்னும் உஸ்மானும் துல்ஹிஜ்ஜா மாதம் முடிவது வரைக்கும் போரைத் தொடர்ந்தனர். இறுதியில், உஸ்மான் கொல்லப்பட்டார். அவரது படை தோல்விகண்டது. மோசிலின் நகரத்தை அபூஅவ்ன் கைப்பற்றினார்.

அமீர் பின் ஸபாரா கொலையுண்ட நிலையில் தாவூத் பின் யஸீத், தன் தந்தை யஸீத் பின் உமர் பின் ஹுபைராவிடம் தோல்விக்கான காரணங்களைக் கூறினார். அவர் ஒரு பெரும் படையைத் திரட்டினார். இத்துடன், கலீஃபா மர்வான் பின் முஹம்மத், ஹோஸ்ரா பின் ஸுஹைல் பஹ்லியை அவருக்கு உதவியாக அனுப்பினார். ஹோஸ்ரா பின் ஸுஹைலுடன் சென்ற யஸீத் பின் உமர் பின் ஹுபைரா, ஹல்வானை அடைந்தார். அதே நேரம், கஹ்தபாவும் ஹல்வானை நோக்கி நகர்ந்து அன்பாரின் அருகில் டைக்ரீஸ் நதியைக் கடந்தார். யஸீத் பின் உமர் கூஃபாவை நோக்கித் திரும்பி 15,000 வீரர்களுடன் கூஃபாவை நோக்கிச் செல்லுமாறு ஹோஸ்ராவையும் அனுப்பினார். ஹிஜ்ரீ 132 முஹர்ரம் 8ஆம் நாள், அன்பார் பக்கமிருந்து யூஃப்ரட்டீஸ் நதியையும் கடந்தார் கஹ்தபா. அப்போது, யஸீத் பின் உமர் பின் ஹுபைரா, யூஃப்ரடீஸ் நதியின் கழிமுகத்திலிருந்து 23 மைல் தொலைவில் முகாம் அமைத்திருந்தார். அவரது ஆதரவாளர்கள் அவரிடம் கூஃபாவுக்கு

மாறாக, குராசானுக்குச் செல்லவும், தவிர்க்க முடியாத நிலையில் கூஃபாவுக்குப் போகும் தனது முடிவை கஹ்தபா கைவிட்டுத் தங்களைப் பின்தொடரக் கூடும் என்றும் அறிவுறுத்தினர். இதை ஏற்றுக்கொள்ளாத யஸீத் பின் உமர், மதாயின் அருகில் டைக்ரீஸைக் கடந்தார்.

இரு படையினரும் யூஃப்ரடீஸின் இரு கரைகளிலும் நகரத் தொடங்கினர். கஹ்தபா, ஆழமில்லாத ஒரு பகுதியில் நதியைக் கடந்தார். கடுமையான ஒரு போர் நடந்தது. யஸீத் பின் உமர் பின் ஹுபைராவின் படை தோல்வியடைந்தது. ஆனால், கஹ்தபா கொல்லப்பட்டார். காயமுற்ற நிலையில் அவர், கூஃபாவில் அலீ (ரலி) அவர்களின் ஆதரவாளர்களின் கிலாஃபத் நிறுவப்பட வேண்டும் என்றும் அதன் அமீராக அபூஸல்மா நியமிக்கப்பட வேண்டும் என்றும் அறிவித்தார். ஹோஸ்ராவும் யஸீதும் நபதாவும் வாஸிதை நோக்கி ஓடினர். கஹ்தபாவின் படையினர் ஹஸன் பின் கஹ்தபாவைத் தலைவராகத் தேர்வு செய்தனர். இச்செய்தி கூஃபாவை அடைந்ததும் முஹம்மத் பின் காலித் கஸ்ரி, அலீ (ரலி) அவர்களின் ஆதரவாளர்களை ஒன்று திரட்டி கிளர்ச்சியில் ஈடுபட்டார்.

இதையறிந்த ஹோஸ்ரா, வாஸிதிலிருந்து கூஃபாவுக்குத் திரும்பி, கூஃபா ஆளுநரின் தலைமையகத்திலிருந்த முஹம்மத் பின் காலிதை முற்றுகையிட்டார். இந்நிலையில், அப்பாசியரின் அழைப்பை ஏற்ற ஹோஸ்ராவின் படைவீரர்கள் அவரைக் கைவிடத் தொடங்கினர். ஆகவே, அவர் மீண்டும் வாஸிதுக்குத் திரும்ப வேண்டியதாயிற்று. இந்நிகழ்வுகள் குறித்து அவர் ஹஸன் பின் கஹ்தபாவிடம் தெரிவித்தார். ஹஸன் தன்னுடன் முஹம்மத் பின் காலிதையும் அழைத்துக்கொண்டு கூஃபாவுக்கு வந்து அபூஸல்மாவைச் சந்தித்தார். அலீ (ரலி) ஆதரவாளர்களின் அமீராக அபூஸல்மாவைத் தேர்வுசெய்து அவரிடம் வாக்குறுதியளித்தார். அபூஸல்மா, இப்னு ஹுபைராவை எதிர்க்க ஹஸன் பின் கஹ்தபாவை வாஸிதுக்கு அனுப்பி வைத்தார். முஹம்மத் பின் காலிதை கூஃபாவின் ஆளுநராக நியமித்தார். பின்னர், ஹுமைத் பின் கஹ்தபாவை மதாயினுக்கு அனுப்பி வைத்தார்.

தென்மேற்கு இரானிலுள்ள அஹ்வாஸ், அப்துர் ரஹ்மான் பின் உமர் பின் ஹுபைராவால் ஆட்சி செய்யப்பட்டு வந்தது.

இவர் பஸ்ஸாமுடனான போரில் தோல்வியுற்று முஸ்லிம் பின் குதைபா பஹ்லி ஆட்சி செய்து வந்த பஸ்ராவுக்கு ஓடினார். அப்துர் ரஹ்மானை வெற்றிகொண்ட பின் பஸ்ராவின் பொறுப்புக்கு ஸுஃப்யான் பின் முஆவியா பின் யஸீத் பின் முஹல்லபை நியமித்தார் பஸ்ஸாம். வெற்றியாளராக வெளிப்பட்ட முஸ்லிம் பின் குபைதா, யஸீத் பின் உமரின் இறப்புச் செய்தி கிடைக்கும்வரையிலும் பஸ்ராவைத் தனது கட்டுப்பாட்டின்கீழ் வைத்திருந்தார். செய்தியை அறிந்ததும் பஸ்ராவிலிருந்து புறப்பட்டார். தடைகள் அகன்றதை உணர்ந்த முஹம்மத் பின் ஜஅஃபர், பஸ்ராவைக் கைப்பற்றினார். சில நாள்களுக்குப் பிறகு அபூமுஸ்லிமின் சார்பில் அபூமலிக் அப்துல்லாஹ் பின் உஸைத் கஸாய், பஸ்ராவுக்கு வந்தார். அபுல் அப்பாஸ் ஸஃப்ஃபா தனக்கான கிலாஃபத் வாக்குறுதியை மக்களிடமிருந்து வெளிப்படையாகப் பெற்று ஸுஃப்யான் பின் முஆவியாவை பஸ்ரா ஆளுநராக நியமித்தார்.

இமாம் இப்ராஹீமின் இறப்பின்போது அவரது குடும்பத்தினர் ஹமீமாவில் இருந்தனர். அபுல் அப்பாஸ் அப்துல்லாஹ் ஸஃப்ஃபா, அபூ ஜஅஃபர் மன்ஸூர், அப்துல் வஹாப் ஆகிய மூவரும் அவரது சகோதரர்கள். பிற உறுப்பினர்கள் முஹம்மத் பின் இப்ராஹீம், ஈஸா பின் மூஸா, தாவூத், ஈஸா, ஸாலே, இஸ்மாயீல், அப்துல்லாஹ், அப்துஸ் ஸமத் ஆகியோர். இதில், அப்துஸ் ஸமது, அவரது தந்தையின் சகோதரர்.

தன்னைக் கைது செய்வதற்கு முன் இமாம் இப்ராஹீம் தனது சகோதரரான அபுல் அப்பாஸ் அப்துல்லாஹ் ஸஃப்ஃபாவை வாரிசாக நியமித்திருந்தார். தனது மரணத் தறுவாயில் அவரை கூஃபாவில் போய் வாழும்படி உத்தரவிட்டார். அதன்படி, தன் குடும்ப உறுப்பினர்களுடன் அபுல் அப்பாஸ், ஹமீமாவிலிருந்து கூஃபாவுக்குச் சென்றார். அங்கே, அபூஸல்மாவின் ஆட்சி நடந்து கொண்டிருந்தது. அபூஸல்மா, இமாம் இப்ராஹீமுக்கு உதவியாக அங்குள்ள நடவடிக்கைகளைக் கண்காணித்து வருபவர். அவரது முயற்சிகள் அனைத்தும் அலீ (ரலி) அவர்களின் வம்சாவளியினரை கலீஃபாவாக நியமிப்பதையே நோக்கமாகக்கொண்டிருந்தது. கஹ்தபா பின் ஷஹீபும் அதே நோக்கத்துடன் இருந்தார். அலீ (ரலி) அவர்களின் வம்சாவளித் தலைவரான அபூஹாஷிம் பின் முஹம்மத், அப்பாசியரின் தலைவரான முஹம்மத் பின் அலீ

அப்பாசியைத் தனது குழுவுக்குத் தலைவராக ஏற்கவேண்டும் என்று விருப்பம் தெரிவித்திருந்தார். இந்நிலையில், அபூஸல்மாவால் எந்த முடிவுக்கும் வர இயலவில்லை.

அலீ (ரலி) அவர்களின் ஆதரவாளர்களுடன் அபுல் அப்பாஸ் வந்துகொண்டிருக்கும் தகவல் அபூஸல்மாவுக்குக் கிடைத்தது. ஹமாம் அயூன் வரைக்கும் வந்து அவரை வரவேற்று வலீத் பின் ஸஅதின் வீட்டில் தங்கவைத்தார் அபூஸல்மா. அலீ (ரலி) அவர்களின் ஆதரவாளர்களையும் படைத்தலைவர்களையும் 40 நாள்கள் யாருமறியாமல் பாதுகாப்பாகத் தங்க வைத்திருந்தார். அபூதாலிபின் வம்சாவளியைச் சேர்ந்த ஒருவரைக் கலீஃபாக நியமித்து அவருக்கு வாக்குறுதி அளிப்பது அபூஸல்மாவின் விருப்பம். ஆனால், அலீ (ரலி) அவர்களின் ஆதரவாளர்களில் ஒருவரான அபூஜஹ்ம் இதற்கு இணங்கவில்லை. அலீ பின் அபூதாலிப் (ரலி) வாரிசுகளைக் கிலாஃபத் உரிமைக்கு அறிவிப்பதன் மூலம் அப்பாஸ் (ரலி) அவர்களின் வாரிசுகள் கிலாஃபத் உரிமையை இழந்தவர்கள் ஆவார்கள் என்றும் மக்கள் அபுல் அப்பாசையே கலீஃபாவாக ஏற்றுக்கொள்வார்கள் என்றும் அவர் கருதினார். இமாம் இப்ராஹீமின் இறுதி விருப்பத்தின்படி அபுல் அப்பாஸ் கூஃபாவுக்கு வராமலிருந்தால் அபூதாலிபின் வம்சாவளியினரைக் கலீஃபாவாக்குவதில் அபூஸல்மா வெற்றி பெற்றிருப்பார். அபுல் அப்பாசின் வருகையை அறிந்த மக்கள் அவருக்கு ஆதரவாக மாறுவதை அபூஸல்மா விரும்பவில்லை. அதே நேரத்தில், இமாம் ஜஅஃபர் ஸாதிக் பின் இமாம் பக்ர் பின் இமாம் ஸெய்னுல் ஆப்தீன் பின் ஹுஸைன் பின் அலீ கூஃபாவுக்கு வந்து கலீஃபாவாக பொறுப்பேற்க வேண்டுமென்று அபூஸல்மா கடிதம் எழுதினார். அவர் அதை ஏற்க மறுத்து பதில் எழுதினார்.

அபுல் அப்பாஸ் ஸஃப்ஃபா, கூஃபாவுக்கு வந்திருப்பதை மக்கள் எதிர்பாராமல் அறிந்துகொண்டனர். இப்போது கூஃபாவில் இரு பிரிவினர் இருந்தனர். ஒரு பிரிவு, அப்பாஸ் (ரலி) அவர்களின் வம்சாவளி கிலாஃபத்தையும் இன்னொரு பிரிவு, அலீ பின் அபூதாலிப் (ரலி) அவர்களின் வம்சாவளி கிலாஃபத்தையும் விரும்பினர். அபுல் அப்பாஸ் ஸஃப்ஃபாவைச் சுற்றிலும் அப்பாசியர் கூடினர். அலீ (ரலி) அவர்களின் ஆதரவாளர்களும் அவரிடம் வர ஆரம்பித்தனர். நபிகளார் குடும்பத்தின் அமைச்சர்

என்று அறியப்பட்டவரும் கூஃபா ஆளுநருமான அபூஸல்மா, அபுல் அப்பாஸ் அப்துல்லாஹ் ஸஃப்ஃபாவை உபசரித்ததில் விதிமுறைகளைக் கடைப்பிடிக்கவில்லை என்பதை மக்கள் அறிந்துகொண்டனர். அலீ (ரலி) அவர்களின் ஆதரவாளர்களில் பெரும்பாலோர் அப்துல்லாஹ் ஸஃப்ஃபாவின் ஆதரவாளர்களாக மாறினர். கூஃபாவில் அவரது இருப்பு மக்களின் கவனத்தையும் அனுதாபத்தையும் பெற்றது. இறுதியில், ஹிஜ்ரீ 132 ரபீயுல் அவ்வல் 12 (கி.பி. 749, அக்டோபர், 30) வெள்ளிக்கிழமை அன்று அவர் ஜுமுஆ தொழுகை நடத்தினார். பிறகு மீண்டும் மேடையேறி இன்னொரு உரை நிகழ்த்திய பின், மக்களிடமிருந்து வாக்குறுதி பெற்றார். அவரது உரை, நயம் மிகுந்ததாகவும் ஆளுமைத் திறன்கொண்டதாகவும் அமைந்தது. அபுல் அப்பாஸ் கிலாஃபத்துக்குத் தகுதியானவர் என்ற எண்ணம் மக்களிடையே உருவானது. மக்களுக்கான உதவித்தொகையை அதிகரிப்பதாக வாக்குறுதி அளித்த அவர் அவர்களைப் பாராட்டவும் செய்தார்.

இதன் பிறகு, மேடையேறி சொற்பொழிவு நிகழ்த்திய தாவூத், அப்பாசியரைப் பாராட்டிப் பேசினார். உமய்யாக்கள்மீது கடுமையாகக் குற்றம் சாற்றிவிட்டு, “அமீருல் முஃமினீன் அப்துல்லாஹ் ஸஃப்ஃபாவின் உடல்நிலை காரணமாக அவரால் அதிகம் பேச இயலவில்லை. அவருக்காகப் பிரார்த்தனை செய்யுங்கள்” என்றார். பின்னர், ஆளுநரின் தலைமையகத்துக்குச் சென்றார் அப்துல்லாஹ் ஸஃப்ஃபா. பள்ளிவாசலில் அவரது சகோதரர் அபூஜஅஃபர் மன்ஸூர், அப்துல்லாஹ் ஸஃப்ஃபாவுக்காக மக்களிடமிருந்து நள்ளிரவு வரைக்கும் வாக்குறுதி பெற்றார். அபூஸல்மாவின் கூடாரத்துக்குச் சென்றார் அப்துல்லாஹ் ஸஃப்ஃபா. அபூஸல்மாவும் அவருக்கு வாக்குறுதியளித்தார். அவர் இதை மனமகிழ்ச்சியுடன் செய்யவில்லை. கூஃபாவின் அண்மைப் பகுதிகளின் துணை ஆளுநர் பொறுப்புக்குத் தன் தந்தையின் சகோதரரான தாவூதை நியமித்தார் அப்துல்லாஹ் ஸஃப்ஃபா. அவரது இன்னொரு சகோதரரான அப்துல்லாஹ் பின் அலீயை அபூஅவ்னுக்கு உதவியாகவும், தன் மருமகனான ஈஸா பின் மூஸாவை வாஸிதில் இப்ன் ஹுரைராவை முற்றுகையிட்டிருந்த கஹ்தபாவுக்கு உதவியாகவும், தமீமி பின் ஜஅஃபர் பின் தமீம் பின் அப்பாசை மதாயினிலுள்ள ஹமஅத் பின் கஹ்தபாவுக்கு உதவியாகவும் அனுப்பி வைத்தார்.

அபூமுஸ்லிம், குராசானாவில் அப்பாசியர்களுக்கு எதிரிகள் என யாரும் இல்லாமல் செய்தார். கலீஃபாவாகத் தேர்வு செய்யப்பட்டு கூஃபாவுக்கு வந்த அபூ அப்பாஸ், முக்கியப் பிரச்சினைகள் குறித்து அபூ முஸ்லிமுடன் கலந்தாலோசனை செய்து, அவரின் அறிவுரைப்படி செயலாற்றினார். இக்காலகட்டம், இஸ்லாமிய உலகில் ஆபத்தான, சீர்குலைந்த காலகட்டமாக இருந்தது. ஒவ்வொரு பெருநிலப் பகுதியிலும் இஸ்லாமிய நாட்டிலும் போர்களும் மரபுவழிப் பூசல்களும் வெடித்துக் கிளம்பின. வாஸிதிலிருந்த யஸீத் பின் உமர் பின் ஹுபைராவை அடக்க இயலாமலிருந்தது. இன்னொரு புறம், உமய்யா கலீஃபாவான மர்வான் பின் முஹம்மத் சிரியாவில் ஆட்சியிலிருந்தார். ஹிஜாசில் பெருங்குழப்பங்கள் நிலவின. எகிப்து நிலைமையும் சீர்கெட்டிருந்தது. அப்பாசியரின் நடவடிக்கைகளுக்கு ஸ்பெய்னில் ஆதரவில்லை. உமய்யா தலைவர்கள் ஜஸீராவிலும் ஆர்மேனியாவிலும் ஆட்சிப் பொறுப்பில் இருந்தனர். குராசானும் முற்றிலுமாகக் கட்டுப்பாட்டுக்குள் இல்லை. அப்பாசியரால் பஸ்ராவிலும் தங்கள் அரசை நிறுவிக்கொள்ள முடியவில்லை. ஹள்ரமவ்த், யமாமா, யேமன் ஆகிய பகுதிகளும் அவ்வளவு இணக்கமாக இல்லை.

அப்துல்லாஹ் பின் ஸஃப்ஃபா கலீஃபா பொறுப்பை ஏற்றுக்கொண்டதும் அதுவரையிலும் கூடவே இருந்த அலவியர் எனும் அலீ பின் அபூதாலிப் (ரலி) அவர்களின் வம்சாவளியினருடன் கருத்து வேற்றுமை உருவானது. தங்களது கிலாஃபத்தை எதிர்பார்த்திருந்த அவர்களுக்கு அப்பாசியரின் கிலாஃபத்தில் மனக்குறையிருந்தது. அப்பாசியரின் இம்மாபெரும் வெற்றிக்கான பெருமைகள் அனைத்தும் முஹம்மத் பின் ஹனஃபியாவின் மகனான அபூஹிஷாம் அப்துல்லாஹ்வின் இறுதி விருப்ப ஆவணத்தின்படி அமைந்திருந்தது. அவர், முஹம்மத் பின் அலீ பின் அப்துல்லாஹ் பின் அப்பாசுக்காக விட்டுச் சென்ற ஆவணம் அது. அலீ (ரலி) அவர்களின் ஆதரவாளர்களான கிஸான்யா பிரிவினரால் மேற்கொள்ளப்பட்ட இந்த ஆவணம், அலீ பின் அபூதாலிப் (ரலி) அவர்களுக்குப் பிறகு, முஹம்மத் பின் அல்ஹனஃபியாவே இமாம் என்ற நம்பிக்கையை உருவாக்கியது. பின்னர், அவரது மகன் அபூஹிஷாம் அப்துல்லாஹ், முஹம்மத் பின் அலீ அப்பாசி, அவரது மகன் இமாம் இப்ராஹீம், இறுதியாக தற்போதைய இமாம்

அப்துல்லாஹ் ஸஃப்ஃபா எனத் தொடர்ந்தது. இப்படியாக, ஒரு பெரும் பிரிவினர், அலீ (ரலி) அவர்களின் ஆதரவாளர்கள் மற்றும் அலவியரிடமிருந்து பிரிந்து அப்பாசியருடன் சேர்ந்துகொண்டனர். அலவியர் அல்லது ஃபாத்திமியருக்கு அப்பாசியருக்கு எதிராக மாற வாய்ப்பு எதுவும் கிடைக்கவில்லை. தங்களுடைய இந்நிலை குறித்து அவர்கள் கவலை கொண்டனர்.

உமய்யாக்களின் கடைசி கலீஃபாவான மர்வான் பின் முஹம்மத் கொல்லப்பட்டபோது பல்காவின் ஆளுநரான ஹபீப் பின் முர்ரா ஒரு வெள்ளைக் கொடியுடன் வந்தார். ஏற்கனவே அப்துல்லாஹ் பின் அலீ அப்பாஸுக்கு வாக்குறுதி அளித்திருந்த கன்ஸரீனின் அக்கீலும் கிளர்ந்தெழுந்தார். ஹிம்ஸ் மக்களும் அவருடன் இணைந்துகொண்டனர். இதைத் தொடர்ந்து ஆர்மேனிய ஆளுநரான இஷாக் பின் முஸ்லிம் அக்கிலியும் அப்பாசியருக்கு எதிராகக் கிளர்ச்சி செய்தார். கிளர்ச்சிகளை அடக்குவதற்காக அப்துல்லாஹ் ஸஃப்ஃபா, தன் தலைவர்களையும் உறவினர்களையும் அனுப்பி வைத்தார். அவர்கள் படிப்படியாக வெற்றியடைந்தனர். இருப்பினும், யஸீத் பின் உமர் பின் ஹுபைராவின் கட்டுப்பாட்டின்கீழிருந்து வாஸித் விடுபடவில்லை. அவரை யாராலும் தோற்கடிக்க முடியவில்லை. இந்நிலை, அபூ ஜஅஃபர் மன்ஸூரும் அப்துல்லாஹ் ஸஃப்ஃபாவும் அவருடன் நல்லிணக்கம் கொள்ளவேண்டிய கட்டாயத்தை உருவாக்கியது. ஒரு நிபந்தனையின்கீழ் வாக்குறுதியளிக்கவும் அவர் தயாராக இருந்தார். எனினும், அபூமுஸ்லிம், குராசானிலிருந்து அப்துல்லாஹ் ஸஃப்ஃபாவுக்கு ஒரு கடிதம் எழுதினார். அதில், "யஸீத் பின் உமரின் இருப்பு இடர்மிகுந்ததாகவே இருக்கும். ஆகவே, நீங்கள் அவரைக் கொன்றுவிட வேண்டும்" என்றார். மன்ஸூர் அப்பாசி அவரை நயவஞ்சகமாகக் கொன்றார்.

கூஃபாவில் இப்போது அபூஸல்மா மட்டுமே உயிருடனிருந்தார். அவரைக் கொல்வதற்கு வெளிப்படையான காரணங்கள் எதுவுமில்லை. அப்படிச் செய்தால் அலீ (ரலி) அவர்களின் ஆதரவாளர்கள் வெளிப்படையாகவே எதிர்க்க முன்வருவார்கள். அப்பாசியர் இதை விரும்பவில்லை. இதில், அபூமுஸ்லிமின் கருத்தைக் கேட்பதற்காக அபூஸல்மா குறித்தத் தகவல்கள் அவருக்கு அனுப்பி வைக்கப்பட்டன. அவரை உடனடியாகக் கொன்றுவிடும்படி அவர் பதில் எழுதினார். கடிதத்தை வாசித்த

அப்துல்லாஹ் ஸஃப்ஃபா, அவரது தந்தையின் சகோதரராகிய தாவூதின் அறிவுரையின்படி மீண்டும், "அவரைக் கொலை செய்தால் வெளிப்படையான எதிர்ப்புகள் உருவாகும். இது, அபூஸல்மா மற்றும் அலீயின் ஆதரவாளர்களின் கிளர்ச்சியைத் தூண்டுவதாகவும் அமையும். ஆகவே, இதைச் செய்வதற்கு தயவுசெய்து அங்கிருந்து யாரையாவது அனுப்பி வைக்கவும்" என்று எழுதினார்.

அபூஸல்மாவைக் கொலை செய்ய முராத் பின் அனசை நியமித்தார் அபூமுஸ்லிம். முராத் கூஃபாவுக்கு வந்தார். ஒரு நாள், எங்கோ சென்றுகொண்டிருந்த அபூஸல்மாவை அவர் வாளால் வெட்டினார். அவர் அங்கேயே இறந்தார். முராத் அங்கிருந்துத் தப்பித்துவிட்டார். கவாரிஜ்களில் யாரோ அபூஸல்மாவைக் கொன்றுவிட்டதாகத் தகவல் பரப்பப்பட்டது. முதலில் இமாம் இப்ராஹீமின் தலைமை உதவியாளராக நியமிக்கப்பட்ட அபூமுஸ்லிமை நிராகரித்த சுலைமான் பின் கதீரும் இதே முறையில் கொல்லப்பட்டார். அபூ முஸ்லிமிற்கு எதிராக இருந்த அனைவரும் அவரால் கொல்லப்பட்டனர்.

உமய்யாக்களைப் படுகொலை செய்த அப்பாசியர் : வாரிசுரிமை கிலாஃபத் என்பது முற்றிலும் தவறான ஒன்று. இதற்காகப் போரிடுபவர்களை மட்டுமல்ல, இஸ்லாமிய சமூகத்தையே பீடித்த மிகப் பெரிய தீங்கும் அநீதியுமாகும் இது. தங்கள் வம்சாவளிக்கு அல்லது தங்கள் குடும்பத்துக்கு மட்டுமே கிலாஃபத் உரிமை இருப்பதாக நினைத்த உமய்யாக்களும் இதே எண்ணத்துடனிருந்த அப்பாசியர் மற்றும் ஹாஷிம்களும் அநீதியாளர்கள்தாம். இதை நேர்மையற்றதாக நினைக்கும் மக்கள் பல்வேறு காரணங்களை முன்வைத்து இதற்குத் துணை போகவும் செய்கின்றனர். முறைகேடான வாரிசுரிமையின்கீழ், அராஜகம் மூலம் பெற்ற ஓர் அரசை அதே முறையில், இன்னொரு வம்சாவளியினர் பெற்றுக்கொண்டனர். ஆனால், இதை நேர்மையான செயல்பாடு என்று கருதி, உமய்யாக்கள்மீது அப்பாசியர் நிகழ்த்திய படுகொலைகளும் அராஜகங்களும் இதற்கு முன் நிகழாத மாபெரும் படுபாதகச் செயல்கள். வரலாற்றுக் காலத்துக்கு முற்பட்ட நிகழ்வுகளை நம்ப முடியுமெனில், நஸ்ஸார் யூதர்கள் இரக்கமின்றிக் கொன்றொழிக்கப்பட்டதையும் அவர்களது இருப்பை பூமியிலிருந்து அகற்ற நினைத்ததையும் நம்பவே வேண்டும். ஆனால், இஸ்ராயீல் சந்ததியினர் உலகில் வாழ்கிறார்கள்.

இந்தியாவில் ஆரியர்கள் பிற சமூகங்களுக்கு இழைத்தக் கொடுமைகளை இமயமலையும் காடுகளும் ராஜஸ்தான் பாலைவனமும் வெளியே தெரியாமல் வைத்திருந்தன. ஆரியர் எனப்படும் இவர்கள் இரானியர்களும் குராசானியர்களும்தான். ஏனைய எல்லாக் கொடுமைகளை விடவும் உமய்யாக்களுக்கு அப்பாசியர் இழைத்தக் கொடுமைகளுக்கான தூண்டுதலை அளித்தவர்கள் குராசானியப் படைத்தலைவர்கள். இதற்கான எதிர்ப்புகளை இல்லாமல் செய்ய குரூரமான முறையில் மக்கள் அச்சுறுத்தி வைக்கப்பட்டனர். உலகம் முழுவதிலும் இதுபோன்ற சூழ்ச்சிகளின்போது அக்கிரமங்கள் நடந்திருப்பதை வரலாற்றுச் சான்றுகள் தெளிவுபடுத்துகின்றன.

இஸ்லாமிய வரலாற்றிலும் இது நிகழ்ந்திருக்கிறது. உமய்யாக்களிடமிருந்து கிலாஃபத்தை விடுவிக்க நினைப்பது குற்றமாகாது. ஆனால், அதை இன்னொரு வம்சாவளியினர் கைப்பற்ற நினைப்பது எவ்வகையிலும் ஏற்புடையதல்ல. இஸ்லாத்துக்கும் இஸ்லாமிய உலகுக்கும் எந்தவித நன்மையும் செய்ய இயலாத, தவறான ஒரு செயலுக்காக அப்பாசியர் பெரும் கொடூரங்களையும் படுகொலைகளையும் செய்தனர்.

அபூமுஸ்லிமும் கஹ்தபா பின் ஷபீபும் இறைத்தூதர் அவர்களின் குடும்பத்தினர் என்று சொல்லிக்கொண்டவர்களும் குராசான் நகரங்களில் செய்த அநீதிகள் குறித்து ஏற்கனவே சுருக்கமாகச் சொல்லப்பட்டது. குராசானில் அரபு மொழி பேசும் எந்த ஒரு மனிதனையும் உயிருடன் விட்டுவைக்க வேண்டாம் என்று அபூமுஸ்லிமுக்கு எழுதியிருந்த தனது இறுதி கடிதத்தில் இமாம் இப்ராஹீம் குறிப்பிட்டிருந்தார். குராசானில் உமய்யாக்களுக்கு ஆதரவாக அரச நிலையில் வாழ்ந்து வந்த அரேபிய இனக்குழுவினரையே இதன் மூலம் அவர் சுட்டிக்காட்டினார். இஸ்லாத்தை நோக்கி வரவிருந்த பிற மக்களும் உமய்யாக்களின் ஆதரவாளர்கள் என்பதற்காகப் படுகொலை செய்யப்பட்டனர். குராசான் மொழியையும் மக்களையும் அரபு மொழியும் அதன் பண்பாடுகளும் சார்ந்து மாற்றுவதில் வெற்றிபெற்றுக் கொண்டிருந்த அரேபிய இனக்குழுவினர் பெருமளவில் கொன்றொழிக்கப்பட்டனர். தங்களது ஆற்றலையும் செல்வாக்கையும் முற்றிலுமாக அவர்கள் இழந்தனர்.

அழிவின் விளிம்பில் நின்ற இரானிய மொழி, பண்பாடு, ஒழுக்கக் கூறுகள் போன்றவை மீண்டும் உயிர் பெற்றன. எகிப்துபோல் அரபு நாடாக மாறியிருக்க வேண்டிய இரானும் குராசானும் மீண்டும் பாரசீக நாடுகளாயின. அபூமுஸ்லிம் இனத்தால் குராசானியரும் இரானியருமாவார். மிகுந்த மகிழ்ச்சியுடனும் ஈடுபாட்டுடனும் அவர் அரபிகளைப் படுகொலை செய்தார். இஸ்லாம் முற்றிலுமாகக் களைந்தெறிந்திருந்த சமூகச் சீர்கேடுகள் உமய்யாக்களின் ஆட்சிக்காலத்தில் மீண்டும் முளைவிட்டன. இனக்குழுக்களிடையிலான வெறி மற்றும் துவேஷங்களைப் பயன்படுத்தியே உமய்யாக்கள் பிற அரேபிய இனக்குழுக்களை, குறிப்பாக ஹாஷிம்களைத் தனிமைப்படுத்தியிருந்தனர். உமய்யாக்களை மற்றவர்கள் பயத்துடன் அணுகினர். தங்களைத் தற்காத்துக்கொள்வதிலேயே அவர்களது ஆற்றல்கள் அனைத்தும் செலவிடப்பட்டன.

உமய்யாக்களை அழித்துவிடவேண்டும் என்ற முடிவுக்கு அவர்கள் வந்து சேர்ந்தனர். ஹிஜ்ரீ 130 ரமளான் மாதம் 5 ஆம் நாள் டமாஸ்கசுக்குள் நுழைந்த அப்துல்லாஹ் ஸஃப்ஃபாவின் தந்தையின் சகோதரரான அப்துல்லாஹ் பின் அலீ, இனப்படுகொலைக்கு உத்தரவிட்டார். உமய்யாக்களின் இறுதி கலீஃபாவான மர்வான் பின் முஹம்மத் எகிப்தில் கொலையுண்ட நிலையில் அப்பாசியர் தங்களது முக்கியக் கடமையாக எடுத்துக்கொண்டது உமய்யாக்களை வேருடன் அழிப்பதுதான்.

உமய்யாக்களை முற்றிலுமாக அழிக்க இயலவில்லை. தங்களின் கிலாஃபத்தை இல்லாமல் செய்வதற்கு ஒத்துழைத்த உமய்யாக்களில் சிலர் வெற்றிபெற்ற அப்பாசியரின்கீழ் சீரும் சிறப்புமாக வாழ்ந்து வந்தனர். இருந்தும், அவர்களை முற்றிலுமாக ஒழிக்க வேண்டுமென்ற தனது முடிவில் அபூமுஸ்லிம் உறுதியாக இருந்தார். உமய்யாக்கள் என்னதான் ஆதரவாக இருந்தாலும், அவர்களது உதவி தேவை இருந்தாலும் அவர்களைக் கொன்றாக வேண்டுமென்று அப்துல்லாஹ் ஸஃப்ஃபாவுக்கு அவர் மீண்டும் மீண்டும் கடிதமெழுதினார். இக்கட்டான தருணங்களில் அப்பாசியருக்குத் துணையாக நின்ற பெருமளவிலான உமயாக்கள் கொல்லப்பட்டனர்.

தங்களுடன் இணக்கமாக இருப்பவர்களைக் கொல்வதற்கு அவர்களின் மனித நேயம் இடம் தரவில்லை. ஆகவே, அரசவைக்கு

வரும் கவிஞர்களுக்குக் கையூட்டுகள் தந்து உமய்யாக்களுக்கு எதிரான மனநிலையை மக்களிடம் உருவாக்கும் நோக்கத்துடன் எழுதவும் பேசவும் தூண்டினர். இதுபோன்ற ஒரு கவிதையை அரசவையின் பொதுவெளியில் கேட்க நேர்ந்த ஸஃப்ஃபா தனது உதவியாளரும் நண்பருமான ஸுலைமான் பின் ஹிஷாமைக் கொன்றார்.

அப்துல்லாஹ் ஸஃப்ஃபாவின் தந்தையின் சகோதரரான அப்துல்லாஹ் பின் அலீ பாலஸ்தீனில் இருந்தபோது ஒரு நாள், அபூஃபத்ராஸ் நதிக்கரையில் 80 அல்லது 90 உமய்யாக்களுடன் சேர்ந்து உணவருந்திக்கொண்டிருந்தார். அப்போது அங்கு வந்த ஷிப்ல் பின் அப்துல்லாஹ் உமய்யாக்கள் மீதான குற்றச்சாட்டுகளையும் இமாம் இப்ராஹீம் கொலையுண்ட தகவல்களையும் விவரித்து விட்டு இறுதியில், உமய்யாக்களைக் கொலை செய்யத் தூண்டும் கவிதைகளை வாசித்தார். உடனே, அங்கிருந்த உமய்யாக்கள் அனைவரையும் கொல்லும்படி உத்தரவிட்டார் அப்துல்லாஹ் பின் அலீ. அவர்களில் சிலர் அப்போதே இறந்தனர். படுகாயத்துடன் குற்றுயிராகக் கிடந்தவர்களைத் தனது பணியாட்கள் மூலம் அடுக்கி வைத்து உணவருந்துகிற ஒரு திட்டை உருவாக்கினார் அப்துல்லாஹ் பின் அலீ. அதன்மீது உணவுப் பொருள்களை வைத்து, நண்பர்களுடன் சேர்ந்து அருந்தினார். குற்றுயிராகக் கிடந்தவர்கள் இறக்கும்வரைக்கும் அவர்கள் உணவருந்தினர். இறந்தவர்கள் பட்டியலில் முஹம்மத் பின் அப்துல் மலிக், முஅஇஸ் பின் யஷீத், அப்துல் வாஹித் பின் சுலைமான், ஸயீத் பின் அப்துல் மலிக், அபூ உபைதா பின் வலீத் பின் அப்துல் மலிக் ஆகியோரும் இருந்தனர். பதவி நீக்கம் செய்யப்பட்ட கலீஃபா இப்ராஹீமும் அவர்களுடன் இருந்தார் என்று சொல்லப்படுகிறது. இதே அப்துல்லாஹ் பின் அலீ பின் அப்பாஸ்தான் டமாஸ்கசில் உமய்யா கலீஃபாக்களின் அடக்கத்தலங்களைத் தோண்டியவர். அப்துல் மலிக்கின் மண்ணறையிலிருந்து ஒரு மண்டையோடு வெளிவந்தது. அமீர் முஆவியா (ரலி) அவர்களின் மண்ணறையிலிருந்து எதுவும் வரவில்லை. சில குழிகளில் சில உடலுறுப்புகள் இருந்தன. சிலவற்றில் எதுவுமே இல்லை. ஹிஷாம் பின் அப்துல் மலிக்கின் அடக்கத் தலத்தைத் தோண்டியபோது மூக்கு நுனியை மட்டும் இழந்த முழு உடலும் இருந்தது. அந்த வெற்றுடலைக் கசையால் அடிக்க ஆரம்பித்தார் அப்துல்லாஹ் பின் அலீ. பின்னர், அதை

எரித்துச் சாம்பலைக் காற்றில் பறக்க விட்டார். அப்துல்லாஹ் பின் அலீயின் சகோதரரான சுலைமான் பின் அலீ பின் அப்துல்லாஹ் பின் அப்பாஸ், பஸ்ராவில் உமய்யாக்களின் ஒரு பிரிவினரைக் கொன்று உடல்களை வழியோரங்களில் வீசினார். அவர்களை அடக்கத் தலங்களில் புதைப்பதற்குத் தடை விதித்தார். அவ்வுடல்களை நீண்ட நாள்கள் நாய்கள் தின்றுகொண்டிருந்தன. அப்துல்லாஹ் பின் அலீயின் இன்னொரு சகோதரரான தாவூத் பின் அலீ, மக்காவிலும் மதீனாவிலும் ஹிஜாசிலும் எஞ்சியிருந்த உமய்யாக்களைத் தேடிப் பிடித்துக் கொன்றார்.

சுருக்கமாகச் சொல்வதெனில், உமய்யா வம்சாவளியைச் சேர்ந்த யாரையும் உயிரோடு விட்டு வைக்கக்கூடாது என்று அப்பாசிய ஆட்சிப் பகுதிகள் முழுவதும் அறிவிக்கப்பட்டது. வனவிலங்குகளை வேட்டையாடச் செல்வதுபோல் அவர்கள் புறப்பட்டனர். இந்நிலை பல ஆண்டு காலம் நீடித்தது. குராசானில் இவற்றை மிகவும் திறன்பட செய்து வந்தார் அபூமுஸ்லிம். உமய்யாக்களைக் கொல்வதுடன் மட்டும் அவர் நின்று விடவில்லை. அவர்களுடன் தொடர்பு வைத்திருந்தவர்களையும் ஆதரவாக இருந்தவர்களையும் கொன்றார். இந்த இனப்படுகொலையிலிருந்து தப்பித்தவர்கள் தலைமறைவாகவும் மாற்றுப் பெயர்களிலும் இஸ்லாமிய எல்லைகளைக் கடந்து வேறிடங்களுக்குச் சென்றனர்.

குராசான் நிலப்பகுதிகளில் அன்றுவரை நிகழ்ந்திராத, அதன் ஆட்சியாளர்கள் அதுவரை செய்திராத கொடூரங்கள் நடந்தேறின. இதிலிருந்து தப்பித்த உமய்யாக்களும் அவர்கள்மீது இரக்கம்கொண்டிருந்த ஏனைய இனக்குழுவினரும் சிந்து, சுலைமான் மலை, காஷ்மீர் போன்ற பகுதிகளுக்குச் சென்றனர். தங்கள் இனக்குழுக்களின் பெயர்களை மாற்றிக்கொண்டவர்கள்கூட அப்பாசியர் ஆட்சிக்குள் நிம்மதியாக வாழ இயலாதென்று எல்லைகளைக் கடந்தனர்.

மூதாதையர் வழிவந்த தொழில்களையும் பெயர்களையும் மாற்றிக்கொண்டு சிந்துவுக்கும் காஷ்மீருக்கும் பஞ்சாபுக்கும் ஓடித் தப்பித்த அரேபிய இனக்குழுவைச் சார்ந்த இவர்களின் வாரிசுகள் தங்களது அடையாளங்களை முற்றிலும் இழந்தவர்களாக இந்தியாவில் இன்னமும் வாழ்ந்து வருவதாகச் சொல்லப்படுகிறது.

உமய்யாக்களில் ஒருவரான அப்துர் ரஹ்மான் பின் முஆவியா பின் ஹிஷாமும் அப்பாசியரிடமிருந்து தப்பித்தார். எகிப்து, கைர்வான் வழியாக அவர் ஸ்பெய்னுக்குச் சென்றார். அப்பாசியருக்கு ஸ்பெய்னில் சிறிதளவும் செல்வாக்கில்லை. அதே சமயம், உமய்யாக்களின் ஆதரவாளர்கள் அதிக எண்ணிக்கையில் இருந்தனர். அங்கே ஓர் ஆட்சியையும் கிலாஃபத்தையும் நிறுவினார் அப்துர் ரஹ்மான். அப்பாசிய கலீஃபாக்கள் எதுவும் செய்ய இயலாத நிலையில் இதை வெறுப்புடன் பார்த்துக்கொண்டிருந்தனர். இந்த வரலாற்றைத் தனியாகக் காண்போம்.

மூன்றாம் பாகம் முற்றுப்பெறுகிறது.